Ngôn ngữ và Quyền lực

NGUYỄN HOÀNG VĂN

NGÔN NGỮ VÀ QUYỀN LỰC

NGƯỜI VIỆT

California, 2014

Ngôn ngữ và Quyền lực

Trình bày bìa: Hoàng Ngọc Diêu
Published by Người Việt
Cover design by Hoàng Ngọc Diêu
ISBN: 978-1-62988-240-6

MỤC LỤC

Lời cảm tạ

Trong hành trình cầm bút nhọc nhằn tôi may mắn có được những người bạn văn nghệ quý giá và đã trở nên "giàu có" hơn từ những kinh nghiệm sống, những kinh nghiệm học thuật hay khát vọng sáng tạo và lòng đam mê nghệ thuật học được từ họ.

Nhân dịp xuất bản cuốn sách này tôi xin lập lại lời cám ơn chân thành với nhà phê bình Nguyễn Hưng Quốc, hoạ sĩ – nhà thơ Lê Văn Tài, nhạc sĩ – nhà nghiên cứu văn học Hoàng Ngọc-Tuấn, nhà thơ Võ Quốc Linh và chị Phượng Hoàng.

Tôi biết ơn gia đình tôi, người cha đã quá cố và người mẹ một đời hy sinh cho con, anh chị Khánh – Mỹ, những người đã luôn khích lệ và ủng hộ tôi. Đặc biệt nhất, tôi dành riêng cuốn sách này cho Ngọc Hân, một trong những may mắn lớn nhất của đời tôi, người bạn đời đã hết lòng ủng hộ, cả trong những đam mê vô lối nhất; cho Justin và cho Harley, *Cu Ấm*, "hoàng tử bé" vẫn đêm đêm, giữa lúc tôi đang tập trung vào việc hoàn tất cuốn sách này, luôn lay mình trong không gian nhỏ bé giữa lòng mẹ như nhấm đếm, từng tuần từng tuần, vừa vặn trên năm ngón của một bàn tay, chờ ngày phơi mặt với ánh sáng của cuộc đời.

Nguyễn Hoàng Văn

Lời nói đầu

Sống, chúng ta không thể không đụng đến ngôn ngữ cũng như không thể hoàn toàn tách ly ra khỏi không khí chính trị của thời đại. Vấn đề đặt ra là mối quan hệ giữa hai lĩnh vực không thể không đụng đến và không thể tách khỏi này.

Nếu chính trị là nghệ thuật vận dụng và thủ đắc quyền lực thì ngôn ngữ chúng ta sử dụng đã và đang chịu đựng sức nặng quyền lực ấy như thế nào? Và nếu nhân loại đã chứng kiến quyền lực của ngôn ngữ qua ảnh hưởng của các nhà hùng biện cổ đại Hy Lạp hay các thuyết khách Đông phương thì, trong thế giới hiện đại, ngôn ngữ đã thể hiện những quyền năng ấy ra sao?

Vào cuối thập niên 50 của thế kỷ 20, khi thực hiện công trình biên khảo *Lý Thường Kiệt, Lịch Sử Ngoại Giao & Tông Giáo Đời Lý*, Hoàng Xuân Hãn đã dành riêng một chương mang tên "Phản động của Vương An Thạch": từ một "phản động" bình thường như là "phản ứng" nó đã chuyển hoá thành một "phản động" ghê gớm, kèm theo những hệ lụy cực kỳ ghê gớm của hệ thống toàn trị. Nhưng ngôn ngữ không chỉ đổi phận trước áp lực của độc tài chính trị như thế. Nó còn trao thân trước sức ép của độc tài văn hoá, thí dụ *phallocratic*, nền văn hoá nam quyền mệnh danh "độc tài dương vật trị" như có thể thấy ở "khu đĩ" và "lồn mèo", tên gọi những đồ vật thông thường trong xã hội nông nghiệp truyền thống.

Khác người miền Nam, người miền Bắc dùng "địt" thay vì "đụ", dùng "buồi" thay vì "cặc" và vấn đề, ngỡ chỉ đơn thuần là phương ngữ, lại có thể biện giải một cách khá thuận lý qua lăng kính "chính trị của ngôn ngữ". Bên cạnh các thiết chế "đảng trị", "đoàn thể trị" và "công an trị"; chế độ toàn trị còn khống chế con người bằng hệ thống "tiêu chuẩn trị" và chính thứ quyền lực này đã tạo ra sự trớ trêu ngôn ngữ qua việc trao thân đổi phận giữa "tiêu chí" và "tiêu chuẩn".

Vấn đề, như thế, liên quan đến những yếu tố mà hệ thống quyền lực chính trị vận dụng để lũng đoạn nhân cách, của con người nói chung và người cầm bút nói riêng. Hay nói cách khác, để có một sản phẩm "ngôn ngữ chính trị", phải có một hành trình "chính trị của ngôn ngữ"; và để có một sản phẩm "văn học chính trị", ắt phải có những mưu toan mang màu sắc "chính trị văn học" nào đó.

Cuốn sách này là tập hợp các tiểu luận hướng đến những vấn đề như thế và, phần lớn, đã được đăng tải trên hai trang mạng Tiền Vệ và talawas. Sẽ có một vài chi tiết hay luận điểm bị lập lại nhưng tác giả không thể lược bỏ bởi phải tôn trọng bố cục của bài viết và tính liền lạc trong lập luận. Theo từng bậc và từng góc độ, có thể sẽ có những bài không hoàn toàn đề cập đến đề tài "ngôn ngữ/quyền lực" nhưng mẫu số chung vẫn luôn là tác động của quyền lực: quyền lực của một hệ thống cai trị có thể thao túng nguồn sống con người hay quyền lực của một một hệ thống văn hoá với những tín lý, những thói quen thâm căn cố đế. Vấn đề là những quyền lực ấy đã thực sự tác động đến nhân cách và cách sống của chúng ta: cách chúng ta xử sự, cách chúng ta nói, viết, ăn, gọi tên một món ăn hay nơi để đến ăn và, thậm chí, cả cách mà những thành phần bất hảo đặt tên cho thứ thần quyền chỉ tồn tại trong ám ảnh tội phạm của họ.

Đó, nói cho cùng, cũng thuộc về phạm trù của quyền lực và ngôn ngữ.

Nguyễn Hoàng Văn

Bóng đá và văn học

Bóng đá lôi cuốn ở chỗ bất ngờ. Văn học lôi cuốn ở sự khám phá. Xem một trận bóng mà biết trước kết quả thì cũng chán phèo như xem một tác phẩm biết rồi khổ quá nói mãi. Tỷ số bất khả đoán của những trận đấu lớn có thể thay đổi trật tự quyền lực của bóng đá. Những khám phá mới mẻ từ một tác phẩm lớn có thể thay đổi hẳn những cách nhìn hiện thực.

Bóng đá là kiến trúc của đường bóng. Văn học là kiến trúc của chữ. Bóng đá là những đường bóng sắc nét hay uyển chuyển. Văn học là những câu chữ rắn rỏi hay hàm súc ý tưởng. Những động tác vờn bóng hoa mỹ nhưng phối hợp rời rạc không làm nên một trận đấu xuất sắc thì một đại dương những câu chữ màu mè mà thiếu đi sự liền lạc cũng không bao giờ làm nên một tác phẩm hay.[1]

Bóng đá lôi cuốn bằng tốc độ và nhịp điệu biến ảo không cùng của thế trận. Văn học lôi cuốn bằng nhịp điệu của mạch văn và sự liền lạc trong kết cấu tác phẩm.

---

[1] Thí dụ lối đá của các cầu thủ Brazil, tuy rất hoa mỹ điệu nghệ nhưng nhiều khi chỉ nặng phần trình diễn, thiếu sự phối hợp ăn ý nên trận đấu chán phèo.

Cái hay của bóng đá gần với cái hay của phê bình văn học hơn là văn học nói chung. Bóng đá căng cứng áp lực. Phê bình thẳng thắn đi vào vấn đề. Bóng đá chờn vờn thế trận nhưng dứt điểm cái rụp. Phê bình khúc chiết lý luận nhưng kết luận cái ào.

Bóng đá phải ồ ạt tấn công. Phê bình phải thẳng thắn, không khoan nhượng. Bóng đá nhạt thếch vì nơm nớp phòng ngự. Phê bình nhạt thếch vì hoang mang, thiếu tự tin. Bóng đá hấp dẫn ở những cú sút căng phồng lồng ngực. Phê bình hấp dẫn ở những luận điểm chan chát sát phạt. Bóng đá là những đường bóng bay như đường đạn. Phê bình là lưỡi dao sắc lạnh loại bỏ cái thừa của nhà điêu khắc để tôn tạo cái đẹp của tác phẩm.

Bóng đá đốn mạt vì trò dàn xếp. Phê bình khốn nạn vì trò xu phụ. Bóng đá thô bỉ vì trò ăn vạ.[1] Phê bình dơ bẩn ở trò vu khống. Bóng đá nhợt nhạt vì trò cơ hội chủ nghĩa.[2] Phê bình mất sinh khí vì thời thượng và phải đạo.

Thưởng thức bóng đá thì nên *take side*, phân cực. Đọc phê bình nên có quan niệm, lập trường. Xem hờ hững trung dung thì bóng đá lạt lẽo vô vị. Đọc ba phải thì phê bình vô duyên.

---

[1] Xem những trận đấu có các đội Paraguay, Ý, Argnetina, Bồ Đào Nha: cầu thủ của các đội này thường xuyên đóng kịch, giả vờ bị chơi xấu để may ra trọng tài trừng phạt đối thủ.

[2] Đa số các đội tham dự World Cup 2006 đều chọn chiến lược phòng ngự: thủ chặt khung thành và chờ chực cơ hội để tràn lên tấn công theo lối "hit and run" nên thường chỉ bố trí một tiền đạo. Sự thể khiến World Cup 2006 trở nên nhạt phèo đến độ Franz Beckenbauer, Trưởng ban tổ chức, đã rầu rĩ tuyên bố: nếu có thể thì sẽ loại những đội chỉ chơi với một tiền đạo.

Phía nào của bóng đá cũng phải tôn trọng tính công bằng và phía nào của phê bình cũng phải hướng tới tính duy mỹ và duy lý.

22.6.2006

Đơn giản và ăn liền

Khoảnh vườn của tay chơi miệt vườn cầu kỳ với đủ sắc phong lan, những hòn đá giả sơn, những cây kiểng uốn hình phụng, hạc, những cội *bonsai* cổ quái hai ba người ôm có gắn tượng tiên ông đánh cờ bên suối: trông phức tạp đấy nhưng so với một cái vườn thiền Nhật đơn sơ một khoanh cát và vài tảng đá, chắc chắn là... đơn giản hơn mấy bậc.

Em gái mê nhạc *boléro* nội hoá chưng diện thật công phu, mặt em, môi em, móng tay móng chân đủ màu loè loẹt; tà áo em uốn éo chỉ màu hình đài hoa, cánh bướm; thậm chí cả gót hài em lấp lánh kim tuyến: trông phức tạp thật nhưng kể ra thì quan niệm của em về cái đẹp cũng đơn giản thôi.[1]

Đứt cuống lìa cành, trái táo chín rơi xuống đất trông đơn giản như bao sự rơi khác, cái hiện tượng được chấp nhận như một chân lý có sẵn. Chỉ đến khi Isaac Newton không chịu ăn sẵn thì "triết học tự nhiên" mới mở một chân trời mới: một sự thể tưởng là đơn giản, qua bộ óc khác người của Newton, đã "đẹp" một cách cực kỳ phức tạp, cái đẹp của trí tuệ, cái đẹp của *logic*, cái đẹp ở đỉnh cao chưa từng

---

[1] Xem bài "Sơn, Sến, Sawyer, Sử"

thấy khi sử dụng phép toán về những lượng nhỏ nhất để mô tả vận động của những vật thể lớn nhất.[1]

Nhà thơ ôm ấp khát vọng sử thi. Tỷ mỷ, chỉn chu, nhà thơ khổ công gom góp những "hình tượng thế hệ" hay "thời đại" để nhồi nhét cho bằng hết vào bài thơ duy nhất theo phép cộng tự sự, thì, trông tuy phức tạp đấy, có khi bản trường ca có dung lượng cao ấy chưa chắc đã hàm súc hơn một bài hài cú dăm câu. Morris West nhanh nhạy chộp bắt những biến cố nóng hổi vòng quanh trái đất chỉ để kể chuyện, sự kiện này tới sự kiện kia, chuyện nọ chồng lên chuyện kia, dày cộp, thế nhưng đọc đi đọc lại thì chuyện vẫn cứ là chuyện, đã tìm thấy cái gì phức tạp hơn?

Cái tưởng là đơn giản, có khi, lại mở ra một chân trời tráng lệ, nguy nga; còn bỏ công làm lời để tạo cho bằng được một cái đẹp tráng lệ thì, thường, lại ngây ngô bộc lộ một sự thật thà thẩm mỹ. Từ thẩm mỹ của bộ óc đến thẩm mỹ của con tim hay con mắt, luôn có sự mập mờ hay lẫn lộn như thế và, thường, sự mập mờ lẫn lộn nào cũng là chỗ để chính trị và thương mại chen chân.

Chính trị hay thương mại chen chân bởi, nhiều khi, "văn chương đơn giản" chỉ... đơn giản là sự mạo xưng của văn chương ăn liền.

Văn chương ăn liền không hẳn là văn chương.

Hoặc, chúng là những sản phẩm thương mại. Như những sản phẩm thương mại, chúng phổ biến theo sức tiêu hoá

---

[1] Thời Newton vật lý học được gọi là "Triết học tự nhiên". Định luật hấp dẫn của Newton và thuyết Tương đối rộng của Albert Eistein được xem là hai cột mốc đỉnh cao trong lịch sử khoa học. Để chứng minh định luật này, Newton đã phát minh ra phép toán vi - tích phân và sau đó, đến lượt, ông sử dụng định luật này để mô tả vận động của các hành tinh trong vũ trụ.

của thị trường: nhân danh độc giả, nhiều khi, chỉ là nhân danh thị trường, không hề nhân danh văn chương, thẩm mỹ.

Hoặc, chúng là những sản phẩm tuyên truyền: "Nhà thơ cũng phải biết xung phong."[1]

Chỉ những tác giả ăn liền mới cần độc giả ăn liền và, phải chăng, chỉ những nhà chính trị ăn xổi ở thì mới tâm đắc với thứ văn chương xung phong theo lối ăn liền?

1.8.2007

---

[1] Câu thơ từng trở thành "giáo lý" cho thơ của Hồ Chí Minh.

Sự sa đoạ của Trương Nghệ Mưu

Cái "rực rỡ", "hoành tráng" hay "bất ngờ" với những chùm pháo hoa tưởng chừng phủ kín Bắc Kinh trong đêm khai mạc Olympic là một sự phô trương vô hồn, tương tự cái kỳ vĩ nhưng trống rỗng không thần sắc trong *Giáp vàng phủ kín kinh thành*, cũng do một tay Trương Nghệ Mưu sắp đặt.[1] Cơ hồ, càng nếm vị vinh quang, một Trương Nghệ Mưu đầy nét nhân văn trong những tác phẩm đầu tiên càng bước thụt lùi và, có thể nói, lễ khai mạc Olympic Bắc Kinh 2008 là bước thụt không thể thụt thêm. Bước sa đoạ cuối cùng.

Từ những *Phải sống, Thu Cúc đi kiện, Treo cao đèn lồng đỏ, Không thiếu một ai* đến một *Anh hùng* "hoành tráng" bằng những kỹ xảo điện toán, chúng ta đã cảm nhận cái sự sa đoạ ấy rồi. Trong những tác phẩm đầu tiên, người xem đã theo người nghệ sĩ để chau mày hay khóc cười cùng những thân phận đang bươn chải, đang ngoắc ngoải lặn hụp dưới sự vùi dập của hệ thống, một hệ thống đạo lý bó buộc nghiệt ngã, một hệ thống quan liêu chỉn chu nhưng vô lý đến khôi hài, một hệ thống toàn trị sởn da gà. Với *Anh hùng* thì khác. Người nghệ sĩ không chia sẻ nữa mà

---

[1] Các công ty phát hành phim tại các nước nói tiếng Anh đặt tên phim là *Curse of the Golden Flower*. Nguyên tác Hoa ngữ tên phim có nghĩa là *Khi áo giáp vàng phủ kín kinh thành* (When Golden Armour Covers the Entire City), tại Việt Nam báo chí dịch là *Hoàng kim giáp*.

vọt lên và, tệ hơn, còn hoá thân thành chính cái hệ thống ấy. Nhẹ dạ, yếu bóng vía, choáng ngợp trước tài hoa của người nghệ sĩ, không khéo chúng ta sẽ bị thuyết phục để rồi nhìn cõi nhân gian bằng chính cái ánh mắt mà bạo vương Tần Thuỷ Hoàng đã nhìn hay những hậu thân cỏn con của bậc bạo vương đang ngụ tại Trung Nam Hải muốn nhìn. Nhưng hành tinh này đâu thể nào chịu đựng cả tỷ hay mấy trăm triệu bạo vương? Chỉ có từng ấy kẻ mê muội nhìn nhân gian bằng con mắt của bạo vương để ngoan ngoãn đội lên đầu một nhúm đếm trên đầu ngón tay những bạo vương. Và đó chính là những gì chúng ta có thể loáng thoáng đọc được từ những khoảng tối chen giữa mấy màn trình diễn phô trương nhưng máy móc trong lễ khai mạc nói trên.

Trước hết là cái văn hoá biển người. Chiến tranh Trung - Nhật và nội chiến Quốc - Cộng: biển người. Chiến tranh Cao Ly: biển người. Chiến tranh biên giới Việt - Trung: biển người. Chiến tranh kinh tế, cũng biển người. Đến cái màn phô diễn "hoành tráng" và "rực rỡ" bắt đầu từ cái thời khắc "lục bát" đầy mê tín, cũng là biển người.[1] Biển người và biển người. Màn trình diễn nói là "chắp cánh cho đất nước bước vào thế kỷ 21" lại khởi đầu một cách rất ư là mê tín, nên chặng còn lại của thế kỷ cũng chẳng có gì hứa hẹn là sẽ vượt qua những ràng buộc của dị đoan quá khứ.[2] Và như thế những thế hệ biển người nối tiếp nhau trên xứ sở ấy sẽ còn tiếp tục làm con tin của thứ tín lý đã bám rễ mấy ngàn năm, tín lý về thiên mệnh Trung Hoa, tín lý về

---

[1]"Lục bát": sáu số tám trong giờ khai mạc: 8 giờ 8 phút 8 giây ngày 8 tháng 8 năm 2008.
[2]Editorial Board, "The opening ceremony for China's coming century", *The Sydney Herald Morning*, August, 9-10 th, 2008.

sự ưu việt Trung Hoa, thứ tín lý đã làm nên chủ nghĩa quốc gia Đại Hán.

Đó là một lẽ. Ở một lẽ khác thì cái lễ hội khai mạc của kỳ hội thể thao, vốn đã được hình thành với mục đích khai tử việc quân bị, lại tôn vinh hình ảnh của quân bị, ngay trong những nghi thức trang trọng nhất. Vào thập niên 70 của thế kỷ 19, khi vận động cho việc khôi phục cuộc tranh tài Olympic cổ đại, Nam tước Pierre de Coubertin đã nhấn mạnh đến mục tiêu xây dựng một nền "văn hoá thể thao" để hướng tới việc giải trừ quân bị. Thay vì vác súng ra trận, giới trẻ nên ra sân tranh tài. Thay vì hùng hổ giết nhau theo luật riêng của từng quốc gia, những chủ nhân tương lai của thế giới nên thi thố sức lực với nhau theo luật chung của mọi quốc gia. Gần gũi nhau hơn, họ sẽ dễ thông cảm nhau hơn và từ đó có thể dần dà đưa những từ ngữ như "chiến tranh", "tuyên chiến" hay "quân đội" vào nằm yên trong viện bảo tàng của ngôn ngữ. Cho đến hôm nay cái mục tiêu ấy vẫn chưa đạt được và Olympic chưa bao giờ ngăn cản nổi chiến tranh, chỉ có chiến tranh ngăn cản Olympic, nhưng dẫu sao thì Olympic vẫn chưa hề bị khai thác một cách trơ trẽn để phô trương sức mạnh độc tôn như thế, trừ Olympic Berlin 1936, khi nước Đức nằm gọn trong bàn tay của Adolf Hitler, một Tần Thuỷ Hoàng da trắng.

Olympic 1936 là màn phô trương cho tính ưu việt của "tông tộc vĩ nghiệp" Aryan. Olympic 2008 là màn phô diễn cho sức mạnh Đại Hán. Phô bằng bất cứ giá nào và mánh lới nào.

Có lẽ đây là lần đầu quân phục xuất hiện trong nghi thức khai mạc Olympic. Quân phục trong lễ chào cờ. Quân phục trong nghi thức châm đuốc, cái ngọn lửa thiêng lấy vùng đất thiêng Olympia rồi mang đi khắp thế giới như một thông điệp của sự thông cảm và hợp tác, hoà bình. Mà cũng không cần đến những bộ sắc phục võ biền ngay đơ ấy nữa. Hình ảnh chiến thuyền cổ phục dựng bằng kỹ xảo quang học và điện toán bao trùm cả một mảng không gian lớn, cố nhắc lại quá khứ bá quyền. Những biển người, trong đủ loại đồng phục, rập ràng và máy móc như một đoàn quân diễn binh. Mặt đăm đăm, không một nụ cười, họ trình diễn như là họ đang huấn nhục, như thể đang chịu một sự theo dõi và kiểm soát toàn diện. Trong màn gõ trống khai diễn, họ chỉ đơn thuần làm cái việc minh hoạ cho những âm thanh soạn sẵn theo chương trình điện toán. Máy móc, vô hồn vô cảm, hoàn toàn thiếu những ngẫu tính cần có cho không khí cởi mở của hội hè. Vẫn chưa hết. Olympic là ngày hội của người sống mà những quân nhân, trong những bước chân ngay đơ như chết, đã tiếp rước lá cờ như thế hệ "tiền phong" của họ từng rước hình hài người cầm lái vĩ đại khi đã tẩm đầy thuốc ướp. Vắng bóng người cầm lái vĩ đại nhưng, cơ hồ, cái nghi lễ rực rỡ kia cũng nồng nặc một mùi thuốc ướp. Olympic là ngày hội của tinh thần thượng võ, là nơi mà con người phải thi thố bằng tài năng thực của mình nhưng, chỉ tiếng hát của một đứa trẻ thôi, cũng có trò gian vặt; chỉ là chuyện bắn pháo hoa thôi, cũng có chuyện giả cầy.

Những chuyện như thế, về mặt văn học, dễ làm chúng ta nghĩ đến những ẩn dụ của George Orwell; với *Animal Farm* là những trò mỵ dân, những mánh lới gian lận vặt; với *1984* là hình tượng Big Brother thấy hết, kiểm soát hết. Hẳn nhiên, không ai có thể gọi những thành viên của cái biển người ấy là "animal" nhưng nếu lễ hội ấy là sự phản ảnh những diện mạo của đất nước thì có lẽ xứ sở ấy chính là một "Human Beings Farm" cực lớn. Một cái trại cực lớn với đa số "bình đẳng kém" và một thiểu số "bình đẳng hơn". Một cái trại với những "Big Brother" kiểm soát bằng hết. Một cái trại rất cần những tác phẩm như *Anh hùng* cho cả tỷ người "bình đẳng kém" tưởng tượng rằng mình đang "bình đẳng bằng" để chấp nhận cái thế giới quan của thiểu số "bình đẳng hơn". Và như thế thì, nhìn rộng hơn, cái thông điệp "Một thế giới một giấc mơ", như là chủ đề chính của Olympic năm nay, cũng cần phải hiểu khác đi.

Chủ nghĩa Đại Hán, thực chất, là một thứ chủ nghĩa thực dân. Thực dân cổ điển hay thực dân hiện đại cũng đều nơm nớp bảo vệ quyền ăn cướp của mình và văn hoá thực dân còn là một thứ văn hoá sen đầm. Khi phô trương những hào quang quân sự quá khứ, khi cho sắc phục quân nhân xuất hiện trong nghi thức chủ chốt của ngày hội hướng đến sự thông cảm và hoà bình thì, hẳn là, những kẻ đang rao cao cái thông điệp "Một thế giới một giấc mơ" vẫn chưa chừa được cái "nết" sen đầm Đại Hán. Mọi quốc gia có thể bình đẳng nhưng một số quốc gia thì, với sức mạnh và sự ưu việt "không thể chối cãi" của mình, phải "bình đẳng hơn". Phải hơn với bất cứ giá nào. Và hơn với bất kỳ mánh lới thủ đoạn nào.

Hầu như cùng thời với Orwell, trong bối cảnh chủ nghĩa toàn trị Stalinist đang hầm hừ đe doạ thì Virgil Gheorghiu, trong *Giờ thứ hai mươi lăm*, đã báo động về hiểm hoạ hình thành của thứ người máy đầy ứ tham vọng mang tên "uỷ viên chính trị". Con người trong thời đại kỹ thuật, theo Gheorghiu, phải tuân thủ những quy luật của máy móc và sẽ hành xử theo đúng quy luật cứng ngắc của máy móc để rồi từ từ trở thành những "nô lệ kỹ thuật". Những nô lệ kỹ thuật đơn thuần đã đáng sợ. Những nô lệ kỹ thuật ôm ấp tham vọng công dân còn đáng sợ hơn, thứ nô lệ hãi hùng mà, theo Gheorghiu, đã được người Nga đào tạo một cách bài bản với những "uỷ viên chính trị". Nhưng Trương

Nghệ Mưu là một nghệ sĩ chứ không phải là nô lệ kỹ thuật. Nếu có làm nô lệ, người nghệ sĩ chỉ có thể làm nô lệ cho những giá trị thẩm mỹ và nhân văn và khi phát ngôn bằng cái giọng sặc mùi toàn trị như trong Anh hùng chẳng hạn, người nghệ sĩ ấy đã phát ngôn y như một nô lệ của hệ thống. Bây giờ, trong lễ khai mạc Olympic Bắc Kinh, cũng không hề có nghệ sĩ Trương Nghệ Mưu mà chỉ có "uỷ viên văn hoá" Trương Nghệ Mưu. Cái khái niệm "văn hoá" đã bị nhiễu xạ như đã từng nhiễu khi bị cưỡng duyên cùng "quần chúng" để làm nên "văn hoá quần chúng", khi bị nhét giữa "cách mạng" và "vô sản" để làm nên "cách mạng văn hoá vô sản".

Nhưng Trương Nghệ Mưu là Trương Nghệ Mưu, và đó là chọn lựa của ông ta, như một người Trung Hoa. Ông ta có thể chọn lựa để làm một nghệ sĩ tự do. Ông ta có thể nuôi nấng cái tham vọng "uỷ viên" trong cái hệ thống toàn trị mang sắc màu Đại Hán ấy, chúng ta có thể nói gì hơn? Cái cần nói là ở chính chúng ta. Là ít ai trong chúng ta nhận ra, hay, ít ra là, công khai phát biểu về sự sa đoạ của người từng là nghệ sĩ trong một lễ hội hào nhoáng nhưng cực kỳ đáng sợ. Cho dù không có những mánh lới lươn lẹo, cho dù không có chuyện hoa pháo giả cầy đi nữa, lễ hội rực rỡ ấy vẫn không đáng để trầm trồ,như thế. Ngay từ đầu, giữa những tiếng xuýt xoa thán phục của những người nhẹ dạ, đây đó vẫn nghe thấy những nhận xét tỉnh táo như của Yossi Melman, một người Do Thái có mặt tại chỗ, chẳng hạn.[1] Lễ hội hoành tráng và rực rỡ đó chỉ là một lễ hội vô

---

1 "A soulless ceremony", trích một đoạn: "Still, from where I sat, the ceremony looked soulless. No doubt, the production was grandiose and the ceremony rich in color, but it was somewhat schematic and mechanical, even a touch militaristic."

hồn với sắp đặt từ trước, với tính chất cơ giới và thậm chí tính chất quân sự sắt máu. Như là những con mồi của chủ nghĩa Đại Hán, ít ra chúng ta phải đủ nhạy cảm để nhìn ra những điều mà một kẻ nhởn nhơ bên lề như Melman nhìn thấy chứ? Bàn về nó, báo chí Việt Nam chỉ có khen ngợi và khen ngợi. Họ sững sờ thán phục. Họ kinh ngạc, bất ngờ. Họ mất cả hồn vía và họ nhai đi nhai lại với tần số thật cao những từ ngữ rất kêu với những "hoành tráng", "kỳ vĩ" và, thậm chí, "thành công, đại thành công". Thật là đáng thất vọng quá.

Nhưng đây không phải là lần đầu tiên tôi thất vọng như thế. Đâu năm năm trước, sau khi thất vọng với *Người Mỹ trầm lặng* của Phillip Noyce trong rạp chiếu, tôi còn thất vọng nhiều hơn khi đọc những lời lẽ khen ngợi rặt giọng "uỷ viên" của những tên tuổi có thẩm quyền ở Việt Nam mà nhà sản xuất mượn lời để quảng cáo trên báo chí tại Úc.[1] Rồi đâu đó, những "uỷ viên" không chính thức nữa.[2] Phim thì đầy những sai sót lắt nhắt về lịch sử và truyện phim thì xoay quanh mấy biến cố chính trị ở Việt Nam qua những lần đánh đĩ của một cô gái Việt.[3] Hết phó thác

---

http://www.haaretz.com/hasen/spages/1009915.html

[1]Có thể đọc lại lời này trên website của BBC: http://news.bbc.co.uk/2/hi/asia-pacific/2582575.stm

[2] Các bài của Hoàng Ngọc Hiến, Nguyễn Bình Dương, Đặng Nhật Minh, "Phim Người Mỹ trầm lặng", talawas.org, 8.1.2003.

[3] Thí dụ những chi tiết liên quan đến nhân vật Trịnh Minh Thế (Quang Hải). Đó là cảnh Trịnh Minh Thế dẫn quân đi nghênh ngang ở giữa Sài Gòn vào lúc chưa diễn ra trận Điện Biên Phủ, tức trước năm 1953. Hay cảnh ký giả Thomas Fowler (Michael Cain) vào chiến khu phỏng vấn Trịnh Minh Thế và căn vặn về một vụ thảm sát ở một làng quê Bắc Bộ khiến thủ lĩnh này "chạm nọc" và nổi điên. Những chi tiết này hoàn toàn thiếu chính xác trên khía cạnh thời gian và không gian.

thân xác cho một ký giả Anh thì phó thác cho một nhân viên tình báo Mỹ, và khi nhân viên tình báo Mỹ mất mạng thì quay về với vòng tay người Anh. Một thiếu nữ tượng trưng cho thân phận Việt Nam mà cứ đi đánh đĩ vòng vòng, đánh đĩ đến tưởng là vĩnh cửu. Vậy mà, trong lời lẽ của những "uỷ viên văn hoá" chính thức hay không chính thức, Noyce lại là người "rất tôn trọng lịch sử và văn hoá Việt Nam", người "rất yêu Việt Nam, có tấm lòng với đất nước và con người Việt Nam". Thậm chí, chỉ một hiệu ứng âm thanh bình thường dựa vào một ca khúc trên đẳng cấp trung bình trong đó thôi, họ còn nhìn ra cả một "bình diện vĩnh cửu" trong cái không gian thoang thoảng mùi đánh đĩ. Như thế, xét cho cùng, thực tâm Noyce đâu có tôn trọng "lịch sử và văn hoá Việt Nam" hay "rất yêu Việt Nam"? Ông ta chỉ yêu và tôn trọng chính ông ta. Ông ta yêu và hết lòng với tác phẩm của ông ta, trong cái thế giới quan của ông ta, như một đạo diễn chuyên nghiệp. Vấn đề là ông ta diễn tả lịch sử Việt Nam đúng theo cái lăng kính lịch sử của lực lượng toàn trị. Mỹ thì phải xấu. Các lực lượng kết thân với Mỹ cũng phải xấu. Và khi nghệ sĩ thiên tả tuân thủ nghiêm nhặt những điều này thì lịch sử Việt Nam, nhìn từ khoảng hở giữa những lần cô gái Việt dạng chân ra cho hai gã da trắng trèo lên, cũng đường đường chính chính là một thứ "lịch sử và văn hoá Việt Nam được tôn trọng".

Nếu "thao tác" là một từ thời thượng, từng được sử dụng nhiều lần theo kiểu "thao tác văn học" thì, rõ ràng, lối "đánh giá" hay "cảm thụ" trên cũng là một thứ "thao tác". Như những nô lệ kỹ thuật phải thao tác đúng theo quy luật vận hành của cỗ máy, để cảm nhận và để tư duy thì những nô lệ an phận hay những nô lệ đầy tham vọng của hệ thống toàn trị cũng phải máy móc "thao tác" đúng theo lề luật của hệ thống. Và nếu lễ khai mạc Olympic Bắc Kinh của Trương Nghệ Mưu là sự sa đoạ của một tài năng lớn thì, khi chúng ta khiếp vía ca ngợi và thán phục cái sự sa đoạ ấy, phải chăng chúng ta còn sa đoạ và ngu xuẩn hơn thế đến mấy bậc?

10.8.2008

"Hội Nhà văn cặc nhỏ"

Đại hội nhếch nhác của "Hội Nhà văn" kết thúc ở Hà Nội, kéo theo những tiếng thở dài ngao ngán, những lời bình phẩm mỉa mai, cay độc. Đa số xem rằng đó là một hội *gì gì* đó chứ không phải là hội của những nhà văn và chuyện này làm tôi nghĩ đến một hội khác, ra hội, ở tận New York: "Hội Cặc nhỏ".

Tôi phải nói ngay rằng tôi hoàn toàn nói chuyện đứng đắn. Và tôi cũng xin nói ngay rằng tôi không phải là... hội viên của cái hội ấy, "Small Penis Support Group", đúng ra phải gọi là "Nhóm giúp đỡ cặc nhỏ". Hội này được Robert Woodworth thành lập năm 2003 ở New York, được ký giả Mark Ellwood giới thiệu với độc giả Úc vào năm 2004 trên tạp chí *Good Weekend*, phụ trương cuối tuần của *The Sydney Morning Herald*, một nhật báo đứng đắn và uy tín tại Sydney.[1]

Cái hội tưởng là nhảm nhí nhưng "hội ra hội" này, không chừng, sẽ là một giải pháp thiết thực để vực dậy cái "Hội Nhà văn" không đáng mặt là mái nhà chung cho các nhà văn trên đất nước chúng ta.

Cứ diễn dịch theo sự giới thiệu của Ellwood thì Hội Cặc nhỏ ra đời là để giúp những kẻ không may trưởng thành

---

[1] Mark Ellwood (2004), "Measure of a man", *The Sydney Morning Herald GoodWeekend*, August 28th, 2004.

với một con cu... vị thành niên vượt qua mặc cảm thua thiệt, tạo cơ hội cho họ thu thập những kinh nghiệm và kiến thức hữu ích để có thể khẳng định mình qua những khí chất thiết yếu của đàn ông. Họ -- bất kể là đàn ông thứ thiệt, đồng tính, hay lưỡng tính -- có những mối "bận tâm lớn" của đời mình và, qua các buổi họp thường xuyên, có thể thảo luận với nhau các đề tài liên quan đến... kiếp nhỏ cu. Đề tài đó có thể mang tính triết học hay đo lường học như "What small is small?"; có thể bộc lộ tinh thần... lịch sử hay ý nghĩa phân tâm học như "So when did you first realise your penis was so small?" và, tất nhiên, cũng có thể mang ý nghĩa luân lý hay thực dụng theo trường phái "Học làm người" như "Empowerment, Not Endowment".

Một cách cụ thể thì đề tài "học làm người" trên ngụ ý các hội viên phải lăn vào bếp thì mới có ăn chứ không thể ngồi yên trong xó bếp đợi thức ăn lăn vào. *Ăn vóc, học hay,* đã sống trong cõi đời này thì phải vươn lên tự tạo số phận cho mình, không buông xuôi, không ngồi yên dựa dẫm vào thứ trời ban sẵn: nếu ông trời đã "dở" với mình thì mình phải học để được quyền "hay" với thiên hạ. Mà để "hay" như thế thì họ có thể hành động theo sự mách nước khá là cụ thể của E. Jean Carroll, nhà bình luận nữ chuyên xuất hiện trên các tạp chí phụ nữ như *US Elle*: "Nếu đám *gay* mà chịu đầu tư thời gian cho nghề nghiệp như đã bỏ ra bao nhiêu thì giờ chỉ để suy gẫm về kích cỡ bộ phận sinh dục của mình thì ngay lúc này họ có thể nắm cả cái thế giới này. Họ ám ảnh với con cu của mình như là các cô ám ảnh với trọng lượng của cơ thể. Quả là một chuyện ngu xuẩn. Bọn cặc nhỏ bao giờ cũng là những bạn tình hay hơn bởi phải rướn thêm một quảng đường đi phụ."

Qua mấy thông tin chấm phá như vậy chúng ta cũng có thể nghiệm ra ý nghĩa mấu chốt của vấn đề. Hội ra đời vì nỗi buồn nhược tiểu của kiếp nhỏ cu, những phận nhỏ cu thì vượt qua số phận bằng cách hợp quần để trao đổi kiến thức và kinh nghiệm, chẳng hạn như những "mẹo", những "bí quyết" tối ưu để có thể "rướn" thêm một cách tối ưu.

Như thế, chúng ta có thể thấy rằng hội ấy hoàn toàn khác với cái "hội" của các nhà văn chúng ta. Hội Nhà văn ấy đâu có ra đời để tạo cơ hội cho các hội viên "hay" hơn như những nhà văn giàu sáng tạo và có nhân cách cao đẹp? Và khi chạy quanh xin chữ ký giới thiệu để xin một chân hội viên như thế những kẻ cầm bút ấy lăng xăng cũng đâu có nung nấu trong đầy ý nghĩ về mình như một nhà văn đúng với những phẩm giá phải có của nhà văn? Như có thể thấy qua bao nhiêu tài liệu chồng chất theo năm tháng, cái hội ấy đâu không hề ra đời vì mục tiêu thuần túy văn học. Mà, với bao nhiêu là bằng chứng dồn ứ lại theo thời gian, cũng có thể thấy được rằng chính cái hội ấy đã thô bạo chà đạp lên phẩm giá của bao nhiêu là nhà văn, và bao nhiêu là "hội viên nhà văn" đã chà đạp lên đầu nhau để hoàn tất những mục tiêu hoàn toàn nằm ngoài phạm vi văn học.

Như thế, suy rộng ra một chút, vấn đề còn là cái "văn hoá phường hội" của chúng ta. Một dân tộc chỉ mạnh khi từng cá nhân hay từng tổ chức nhỏ nhỏ đầu tư tài nguyên hạn chế của mình trong những phạm vi hoạt động hạn chế nhưng thích hợp của mình. Có làm như thế thì họ mới khai thác hết tiềm năng của mình và, cộng lại, từng sức mạnh nhỏ sẽ làm thành sức mạnh lớn của cộng đồng. Hội Mít thì chỉ nên tập trung vào chuyện Mít và nếu khăng khăng lo xa những chuyện của Xoài, Ổi hay Cóc thì tại sao không gia nhập Tổng Hội Xoài, Mặt Trận Ổi hay Đảng Cóc để tung hoành những chuyện như thế trong những tổng hội, những mặt trận hay đảng như thế? Không tập trung vào tầm hoạt động thích hợp của mình mà nhấp nha nhấp nhổm với toàn những mục tiêu lớn lao ngoài tầm với thì hậu quả chỉ là một sự cãi vã triền miên, đấu đá triền miên: chuyện lớn cũng không xong mà chuyện nhỏ cũng không xong.

Trở lại với Hội Nhà văn. Rõ ràng là đất nước rất cần một hội thực sự là hội của các nhà văn, một hội biết khuyến khích các hội viên đoạn tuyệt với tâm lý thụ động của loài ăn sẵn: *Empowerment, Not Endowment*. Mà để được như thế thì các hội viên của nó có thể học rất nhiều từ phong cách "sinh hoạt hội" của những kẻ đã biết cách "hay hơn" dù đã hẩm hiu trưởng thành với những con cu không chịu làm… người lớn.

Họ cũng có thể học bằng cách tổ chức hẳn một "chi hội" như thế, tại sao không?

Như đã nói, vấn đề mấu chốt là chủ trương của hội và tinh thần của các hội viên. Hội ra đời như một giải pháp thiết thực để đáp ứng những nhu cầu có thực của hội viên. Các hội viên thì làm việc vì mình và vì sự tồn tại của hội. Nếu "Hội Cặc nhỏ" ra đời vì thôi thúc bản năng của những kẻ muốn con cu vị thành niên của mình phải trưởng thành theo mình thì một "Hội Nhà văn" đúng nghĩa phải hình thành từ thôi thúc sáng tạo và nhu cầu bảo toàn phẩm giá của người cầm bút. Khi mang được cái phong cách "vì mình - vì mục tiêu - vì hội" ở thôi thúc bản năng vào khát vọng sáng tạo thì cái Hội Nhà văn nhếch nhác kia mới có thể khá lên để đóng góp vào sức mạnh chung của cộng đồng, dân tộc.

Rất có thể sẽ có một số hội viên đủ tiêu chí cảm thấy ngần ngại, cảm thấy xấu hổ, nghĩ rằng tham gia một tổ chức như "Chi Hội Nhà văn cặc nhỏ" sẽ làm giảm đi thế giá đàn ông của mình: thực ra, suy nghĩ thế là nông cạn, là ấu trĩ bởi có nhưng nhỏ cũng còn khá hơn là không có.

Cứ theo dõi các thông tin quanh Đại hội Hội Nhà văn vừa qua thì có mấy ai thoát được cái cảm tưởng buồn buồn rằng, phần đông, các hội viên của nó chỉ là những anh đàn ông không có cặc?[1]

16.8.2010

---

[1] Dĩ nhiên là Hội Nhà văn còn có các nữ hội viên nhưng đây là một vấn đề giới tính tế nhị nên tôi xin tránh.

Cô Ba thích thịt quay

Từ nay cuốn tự điển về thần thánh của tôi lại có thêm một nhân vật mới: "Cô Ba".

Cô không phải là người đẹp có tiếng một thời ở Nam kỳ, có hình trong nhãn hiệu "Xà bông cô Ba" chế từ dầu dừa, sản phẩm nội hoá cũng có tiếng một thời ở Nam kỳ. Không rõ cô Ba mới này đẹp hay xấu, nhưng, nhất định, nói theo giọng Nam bộ của Sơn Nam, cô phải là một "nhơn vật đặc biệt". Cô đặc biệt ngay ở chữ "cô": sao không là "dì", là "mợ", là "thím" hay "bà Ba" mà là "cô Ba"?

Thì tạm giải thích bằng tính gợi hình ở ngôn ngữ xưng hô. Nếu nhắc đến "dì Ba" chúng ta thường nghĩ đến một bà vợ bé thịt da mơn mởn bên ông chồng già khụ mắc chứng đau lưng và những khi chiều xuống hay ngồi ho sù sụ. Nếu nói đến "mợ Ba" thì chúng ta có khuynh hướng tưởng tượng nên một phụ nữ trung lưu trắng da dài tóc có phần lắm mồm và hơi ác nghiệt với đám con cháu ăn nhờ ở đậu. Còn khi nói đến "thím Ba" thì chúng ta hay nghĩ đến một phụ nữ ngồi xắn quần nấu cám lợn hay sàng gạo trong một chái bếp tranh tối tranh sáng nào đó. Riêng "bà Ba" thì, mất hết trang nghiêm, bà dễ nhắc chúng ta nhớ lại thời còn con nít với câu nói toàn những chữ bắt đầu bằng "b": "Bà Ba bả bán bánh bèo bên bờ bể, bả bị bọn bộ binh bắn bể bụng!"

Chữ "cô" thì khác hẳn. Sang ra, nó còn thiêng lên với mùi nhang khói cùng câu kinh tiếng kệ và nhắc đến mấy "cô" son phấn loè loẹt, quần áo lụa là loè loẹt, điệu đàng với thanh gươm gỗ, dải lụa gấm hay cái mái chèo trên tay như thể đang xông pha giết giặc, chuẩn bị treo cổ giữ trọn tiết liệt hay đang chèo thuyền qua sông. Hễ mỗi lần cô xướng trước điện thờ "Đông, tây, nam, bắc cũng có cô...ô... ô... ô... ô..." với âm ô vuốt đuôi thật dài thì, kính cẩn và tâm thành, đám đệ tử ngồi chầu ba bên lại chổng người sát đất để Dạ ạ ạ ạ..." với làn hơi thật dài trong tiếng mõ lách cách đưa nhịp, trong tiếng đàn kìm lo âu rơi rớt tựa từng hạt mưa và tiếng đờn cò nỉ non ai oán như một lời tống biệt. Mà thực. Bầy đệ tử này kính lắm, lo lắm. Họ lo cô... thăng, đi biệt, không ở lại chỉ vẽ để, may ra, cuộc đời họ sẽ sang trang mới tươi sáng hơn, đáng sống hơn; như, mách nước số đề, chẳng hạn; như, giúp họ mau mau thăng quan tiến chức, chẳng hạn.

Cô Ba này cũng thế, thậm chí còn cao hơn một bậc. Đệ tử thờ phượng cô rất chăm và rất thành. Đều đều, mỗi tháng họ cúng một cữ đúng y boong khẩu vị: họ sợ cô bỏ bê còn hơn đám đệ tử chầu đồng sợ cô đồng thăng ngang. Đồng thăng, đám đệ tử sụp lạy dạ rân kia chỉ trật số đề hay chậm thăng quan tiến chức là cùng. Cô Ba mà "thăng", cô Ba mà không chiếu cố, đời họ sẽ tàn: không bị tử hình thì cũng phá sản, ở tù mọt gông!

Cô Ba là hộ thần của đám đệ tử đang dấm dúi buôn bán thứ bột màu trắng gọi là *heroin*.

Tục thờ cô Ba có từ lúc nào? Khi bày biện mâm thức ăn khoái khẩu lên bàn thờ rồi sị sụp lạy cầu xin, đám đệ tử chỉ keo kiệt dâng cho mỗi mình cô thôi hay là hào phóng "thỉnh mời chư vị phúc thần đồng lai phối hưởng" cho cô có bạn có bè? Tục này chỉ có với đám đệ tử trên đất Úc hay nơi nào khác nữa? Thú thật, cái sự "nghiên cứu cô Ba" của tôi cũng chỉ là một câu chuyện tình cờ và vui miệng. Hỏi một câu, được trả lời một câu. Hỏi câu nữa, thêm một thông tin. Nhưng sâu thêm thì tịt. Thành tín cách mấy và đã tốn tiền hương khói cách mấy, đám đệ tử cũng mù tịt về cô. Đời người có bốn cái khoái, họ chỉ biết về cô mỗi một thứ khoái: thịt quay, vịt hay heo được tất nhưng quan trọng là phải cúng kèm nước tương. Trừ miếng ăn là miếng tồi tàn kia ra họ chỉ biết thêm một điều, rất chắc: cô Ba thiêng lắm!

Thì cô thiêng. Cô giúp họ tai qua nạn khỏi, đi lọt một chuyến kiếm vô mấy trăm ngàn đô la, có khi cả triệu. Cô khiến mắt đám cớm và nhân viên quan thuế mờ hẳn, khiến mũi mấy con chó săn ma túy ở phi trường nghẹt đi dù *hàng* nằm sờ sờ ra đó. Mà cô lại dễ dãi, hoà đồng. Cô không cầu kỳ bắt đám đệ tử bặm trợn phải ăn chay nằm đất mà đơn sơ mấy món mặn vừa tiện mang xách, vừa ê hề trong các tiệm thịt quay, một thứ sản phẩm cúng tế mà, dễ thường, về tính công nghệ, chỉ chào thua các món thịt hộp hay mì ăn liền. Thế nhưng một bản khai lý lịch mà chỉ có thể thôi thì đơn giản quá. *Tôi vui chơi giữa đời ối a biết đâu nguồn cội...* (Trịnh Công Sơn) cây có cội, sông có nguồn thì cô cũng phải có gốc gác cội nguồn nào đó chứ? Như, cô có... dượng hay không? Như, cô là cô Ba.... gì? Nếu "Mặt trận giải phóng..." ở Đồng Tháp Mười đã có "cô Ba Định" là tư lệnh phó thì cô Ba của đám đệ tử bặm trợn này cũng phải có chữ gì làm... vốn ở đằng sau chứ? Bên cạnh một chữ nối đuôi làm vốn, cô còn phải có một kỳ tích và một quê hương nào đó nữa, ít ra cũng cỡ như "Cô Ba dũng sĩ quê ở Trà Vinh, chị Hai năm tấn quê ở Thái Bình, hai chị em trên hai trận tuyến" của nhạc sĩ Hoàng Vân chứ? Chẳng lẽ chỉ trần xì là "cô Ba" thôi sao? Có tích mới dịch ra tuồng, huống hồ là một thứ thần hô biến phép thần thông? Đã là một hộ thần có quyền năng bao che, đưa đám đệ tử ra khỏi những tình thế ngặt nghèo và vô hiệu hoá con mắt tinh tường của những hệ thống sen đầm cực kỳ hiện đại, hẳn cô phải có một "câu chuyện đời tôi" ly kỳ hấp dẫn như thế nào đó chứ?

Thế nhưng cái sự nghiên cứu cô Ba của tôi bị bế tắc hoàn toàn. Chẳng có một lớp lang huyền thoại ly kỳ hay bi đát về vị hộ thần đứng bên ngoài pháp luật, sẵn sàng che chở cho những kẻ cũng sẵn sàng bước ra ngoài pháp luật. Chẳng qua cô cũngchỉ là một thứ thần tự phát. Và cô đã "phát" rất sảng theo kiểu vớ quàng vớ xiên nhằm tạo dựng một chỗ dựa tinh thần cho cái nghề đòi hỏi máu liều, làm ra rất nhiều nhưng cực kỳ bất trắc.

Cô Ba như thế, đã xuất hiện như bất cứ thứ thần thánh đời mới nào khác đang xuất hiện nhiều đến độ đếm không xuể giữa những ngày này. Nhưng khác với đa số thần thánh vốn chỉ "phát" ra với tôn chỉ hướng đến con đường cứu rỗi và giải thoát vĩnh hằng ở kiếp sau, cô Ba chỉ "phát" theo cái tôn chỉ cứu rỗi hay giải thoát khẩn cấp cho cái cuộc đời tạm bợ này. Là đấng cứu rỗi khẩn cấp và tạm bợ, bản lý lịch của cô cũng tạm bợ như một đấng hộ thần vô sản căn cơ, thậm chí, vô sản cả cá tính, trừ cái tính thích nhìn bầy đệ tử gặp lưng con heo hay con vịt quay có làn da đỏ như da mặt Quan Công.

Dầu sao thì, trong bất cứ tình trạng khẩn cấp nào, và với bất cứ phản ứng quàng xiên tạm bợ nào, chúng ta cũng có thể lần ra hai dấu vết xác định: bản năng của kẻ chơi và môi trường chứa đựng cuộc chơi. Khi đưa cô Ba lên bàn thờ như một đấng hộ thần, khi sì sụp lạy cô cùng con heo hay con vịt quay chín vàng giòn, đám đệ tử cũng đã thể hiện những bản năng tín ngưỡng của mình và đã chọn lựa theo đúng những điều kiện thuận lợi nhất.

Cứ nghĩ: dù không cần phải dũng mãnh cỡ Từ Hải "Vai năm tấc rộng thân mười thước cao" nhưng, theo lẽ thường, bậc hộ thần của đám đệ tử bặm trợn kia cũng không nên đứng về phái yếu chứ? Thế nhưng sao họ không dâng thịt quay cho "chú Ba", "bác Ba", hay "cậu Ba" mà lại phục tùng một phụ nữ chân yếu tay mềm? Lại nghĩ: từ xưa đến nay, có quay về cúi đầu tạ tội , có bao giờ đứa con lầm lạc tìm về với cha? Chỉ có vòng tay mẹ mới là vòng tay bao dung và đám đệ tử làm cái nghề bị cả xã hội lên án kia cũng phải tìm kiếm sự che chở và tha thứ trong vòng tay của một nữ hộ thần ví như lòng mẹ. Xa hơn, còn có quán tính của tín ngưỡng trong chọn lựa đó nữa. Tín ngưỡng dân gian của ta tràn ngập những nữ thần và niềm tin đó còn thể hiện cả ở những tôn giáo du nhập từ ngoài. Chúng ta có bà Chúa Liễu Hạnh, bà Hoả, bà Thủy và, trong khi người Ấn chỉ có Phật ông, chúng ta lại có thêm Phật bà, chưa kể một danh sách của những Phật bà đầy "bản sắc dân tộc", từ Phật mẫu, tức con gái nàng Man đến Quan Âm Thị Kính, còn gọi là Quan Âm tống tử; từ Quan Âm Diệu Thiện, tức Bà chúa Ba cho đến Bà Bụt chùa Dâu v.v... Với một truyền thống tín ngưỡng như thế thì, khi chọn một đấng hộ thần, ai cũng có khuynh hướng thiên về một bà hay một cô, theo quán tính của nếp nghĩ.

Quán tính của nếp nghĩ nghĩa là... không cần suy nghĩ. Cần có một vị thần để thờ, thì dù không tên, không lai lịch, chí ít thần đó cũng phải có một cái danh chung chung theo thứ hạng để mà.. tồn tại: không "cô Ba" thì cũng "cô Hai", "cô Tư", hay "cô Năm", "cô Sáu"! Nhưng một khi đã vớ sảng như thế thì cũng phải vớ sao cho tiện miệng, cho trơn tru, cho dễ phát âm và, chợt, trong cái danh sách dài của "Cả, Hai, Ba, Tư, Năm, Sáu, Bảy, Tám, Chín, Mười" ấy, "Ba" đã trở thành đáp số tối ưu bởi, đứa bé có bập bẹ tập nói, nó cũng bập bẹ chữ "ba" trước tiên. Như thế, một cách ngẫu nhiên, cô Ba trở thành hộ thần của đám đệ tử biếng làm, biếng suy nghĩ, biếng cả cái sự mỏi miệng trừ khi chửi thề ăn thua đủ, chỉ chăm chỉ cái sự một chuyến đi lọt bằng mười năm cày. Cô Ba, trong cảnh đó, trở thành một nữ thần không tên, không cội nguồn và không bản sắc. Và sở thích của cô, cũng trong cảnh đó, phải phù hợp với tính tiện ích với bầy đệ tử lanh liều. Cô không ăn chay mà xơi mặn, và chỉ xơi những gì tiện nhất, dễ kiếm nhất với đám đệ tử nhưng cũng từng được xem là sang nhất từ sâu trong tiềm thức, từ trong tín ngưỡng dân gian của một xứ nghèo, nơi thịt quay là một món hàng xa xỉ. Cứ như thế, mỗi tháng một lần, từ trên bàn thờ ngập ngụa khói nhang, cô Ba lại "đồng lai phối hưởng" hay "độc lai tận hưởng" món thịt quay chấm với nước tương, vịt hay heo, trước mặt đám đệ tử bặm trợn nhưng rất tâm thành.

Khi cảm thấy lơ láo và bất an, khi phải đối diện với chuyện hoạ phúc khó lường, con người càng có nhu cầu tìm một nơi nương tựa tinh thần để bày tỏ "tâm thành". Không phải ngẫu nhiên mà những nghề nghiệp phụ thuộc thiên nhiên nhất, phó thác cho sự may rủi nhiều nhất, như nghề rừng và nghề biển chẳng hạn, lại là nghề cúng bái nhiều nhất. Thì cứ cho là cái mặc cảm phá sơn lâm - đâm hà bá nhưng mặc cảm ấy phải xuất phát từ cái tâm lý bất an của một nghề nghiệp bất trắc bởi tai hoạ có thể ập đến bất cứ lúc nào. Đời sống càng bất trắc thì những niềm tin càng vỡ vụn nhiều hơn. Nghe những lời than phiền về tình trạng mê tín trong giới đảng viên từng được xem là vô thần, kể cả những thành phần cao cấp: đất nước nằm trong sự định đoạt của họ và, đến lượt, họ lại phó thác phần lớn quyền quyết định trong tay bọn thầy bói hay thầy phong thủy. Điều đó, xét cho cùng, cũng tự nhiên thôi bởi, dù là vô thần, bản chất của những kẻ phủ nhận thần thánh này cũng là mê tín: mê tín trước lãnh tụ và giáo điều thì, khi những lãnh tụ và giáo điều đã hết thiêng, họ phải vớ đại cái gì đó để bám víu, để tin, để giải toả tâm trạng bất an của mình chứ? Mà không chỉ là đám đệ tử phạm pháp của cô Ba, không chỉ là những đảng viên vô thần trong phiên chợ tàn ý thức hệ, trên mức độ toàn cầu, tình trạng vỡ vụn và manh mún của tín ngưỡng đó đã thể hiện ở sự xuất hiện của hàng ngàn giáo phái làng nhàng, tạp nham, lớn nhỏ khác nhau, xuất hiện như những biến tấu lạc loài từ những tôn giáo lớn đã xuất hiện ngàn đời. Những giáo phái làng nhàng như thế xuất hiện mỗi ngày mỗi nhiều, nhiều đến độ đếm không xuể, từ Davidian Branch đến Aum Supreme Truth, từ Sukuyo Mahikari đến Temple of Vampire, Wicca, Ralian v.v..

Có lẽ đó là hậu quả của một sự khủng hoảng về tinh thần và một sự mất cân bằng về tín ngưỡng. Cứ mỗi lần nhân loại gặp một cuộc khủng hoảng lớn về tinh thần là một lần có thêm tôn giáo xuất hiện. Và mỗi lần họ bị khủng hoảng về niềm tin, là một lần những tôn giáo đó được "cải cách", được "chấn hưng" hay bị chia ba, chia bảy. Cứ sau những chu kỳ cân bằng và mất cân bằng như thế, tình hình tôn giáo càng thêm khởi sắc và càng "hỗn nguyên" hơn.

Trong tình trạng "cân bằng" con người cảm thấy bằng lòng với những quyền năng siêu nhiên mình đang trông dựa. Nhưng càng phát triển, xã hội càng nẩy ra những nhu cầu mới, những gánh nặng vật chất mới kèm theo những áp lực tinh thần mới. Trong khung cảnh thay đổi với tốc độ chóng mặt đó, nếu chỗ dựa kia xưa cũ kia vẫn cứ rề rà dẫm chân tại chỗ, vẫn cứ man mác siêu hình hay tệ hơn là thoái hoá và sa đoạ thì, nhiều hay ít, cách này hay cách khác, giới tín đồ cũng phải tìm tới những chỗ dựa tinh thần mới. Họ cần một lời khuyên cụ thể và... ăn liền cho một cảnh ngộ cụ thể trước mắt mà bậc tu hành thì cứ nhai đi nhai lại mấy lý thuyết siêu hình chán tai. Người ta đến với nơi thờ phượng trang nghiêm để tìm quên cảnh đời bát nháo thế nhưng lại gặp cảnh thờ phượng bát nháo. Chính tình trạng hụt hẫng hay cái tâm trạng vỡ mộng từ tình trạng giẫm chân tại chỗ hay tình trạng chính trị và thương mại hoá tôn giáo kia lại là cơ hội của những giáo phái mới cũng không kém phần thương mại hay chính trị. Như những tay chơi mới, họ nắm được những nhu cầu mới. Để lấn vào sân của những tín ngưỡng cũ, họ lại bám vào quán tính của cái cũ. Họ xào nấu cũ mới và tạo ra những món nộm tín ngưỡng mới, tuy khá sỗ sàng nhưng cũng khá là dễ xơi. Cũ họ có "vô vi". Tầm tầm, không mới mà chẳng cũ, họ có... điện, cái dòng dịch chuyển của những hạt *electron* hay các *ion*, âm hay dương, trong cái nhìn đầy tính mê tín. Mới, họ có *cloning*, của khoa sinh vật học phân tử. Rồi lời Phật chen chúc lời Jesus Christ hay Mohammed trong cái lưỡi của những giáo chủ bằng xương bằng thịt, những kẻ vẫn đều đặn tiêu hoá và bài tiết như bất cứ con người phàm tục nào khác.

Và trong cái rừng nấm tín ngưỡng hỗn nguyên đó chúng ta còn thấy cả hình bóng lẻ loi và khiêm tốn của cô Ba. Khác với những kẻ nhìn xa trông rộng với sự giải thoát đời đời, dù là đời đời một cách rất ăn liền, "đạo" của cô thực tế hơn nhiều khi chỉ hướng đến sự "cứu rỗi" theo đơn vị chuyến hàng. Cô "cứu" một chuyến, đệ tử tiền vô bạc triệu. Cô "không cứu" một chuyến, đệ tử "tin những bàng hoàng". Nếu Karl Marx bảo tôn giáo là thuốc phiện của quần chúng, tôn giáo đã ru ngủ họ, làm thui chột ý thức đấu tranh của họ thì "đạo" của những kẻ nuôi mộng làm giàu từ chế phẩm của thuốc phiện này là... thuốc phiện của ai?

Trả lời câu hỏi này, xem ra, rất dễ mích lòng đám đệ tử bặm trọn của cô. Khi công cuộc "nghiên cứu cô Ba" của tôi chỉ mới mon men đi xa ở khoản gia vị, thắc mắc là trong đĩa nước tương dâng kèm thịt quay có được đâm ớt và tỏi hay không, đệ tử vui miệng của cô đã giận dữ quắc mắt, sừng sộ bảo rằng tôi hỏi xấc.

Trời, tôi quan tâm đến miếng ăn của cô mà bảo là tôi xấc, *logic* ở chỗ nào?

24.4.03

Tay mẹ nối đầu rồng

Chưa thấy nghệ sĩ nào làm xấu quê hương của mình như Phạm Văn Hạng. Cũng chưa thấy nghệ sĩ nào dai dẳng bám trụ cái công việc ngu muội hoá nhận thức thẩm mỹ dân mình bằng nhà điêu khắc ấy, qua hai công trình mang tính dấu mốc của Đà Nẵng: *Mẹ Nhu* cứng đờ chỉ lối 1985 và *Đầu Rồng* loè loẹt bê vàng 2013, nghĩa là suýt soát ba thập niên.

Suýt soát ba thập niên nhưng chỉ nhích nhắc một đoạn đường rất ngắn mà, thậm chí, không đáng mặt là "đường" dẫu chỉ một đoạn thực ngắn. Chỉ lởn vởn, xà quần. Xà quần từ thứ mỹ học "công nông binh trí tiến lên" cho đến "mỹ học nhà đòn", quan niệm màu mè về cái đẹp theo kiểu ma chay tang tế của mấy bang hội người Hoa.

Có thể thấy ngay cái mỹ học màu mè ấy ở con rồng sắt bò trên cây cầu bắc qua sông Hàn, vàng choé và đồng bóng, nhìn xa như một cái cáng khiêng hòm, một món hàng mã hạng sang hay một thứ vật dụng trang trí phong thủy của người Trung Quốc. Nhưng tôi phải nói ngay rằng nhà điêu khắc này không phải là tác giả của mớ hổ lốn ấy. Cây cầu là tham vọng khẳng định mình của đám vua vùng, thứ lãnh chuá tân thời mà, đến thế kỷ 21 rồi, trình độ thẩm mỹ vẫn chưa thoát khỏi mỹ học "lân rồng" và phần việc của kẻ mệnh danh nghệ sĩ này, tập trung ở điểm nhấn đầu rồng, chỉ là tiếp tay phụ hoạ.

Nhưng vấn đề là vai trò của người nghệ sĩ. Nếu chúng ta kỳ vọng ở giới trí thức sự dũng cảm của trí tuệ và lương thức qua việc thách thức những chính sách gây hại cho đất nước và nhân quần thì, trong lĩnh vực thẩm mỹ, chúng ta cũng có quyền kỳ vọng tương tự với người nghệ sĩ. Là người, họ phải ngay thẳng với cái chân và cái thiện. Là nghệ sĩ, họ phải tự trọng với cái đẹp. Vạn nhất, không ngăn cản nổi những công trình vừa làm kiệt quệ sức dân, vừa tầm thường hoá nhận thức thẩm mỹ của người dân thì, ít ra, họ phải có sự tự trọng tối thiểu để bất hợp tác, không tiếp tay với những công trình vừa hút kiệt nguồn sống của nhân dân, vừa hoàn toàn hủ lậu và bệnh hoạn về cái đẹp.

Thế nhưng trải dài gần ba mươi năm, qua hai công trình thật tốn kém, nhà điêu khắc mệnh danh "người con đất Quảng" vẫn vậy. Vẫn chưa lớn, chưa thật sự trưởng thành trong tư cách nghệ sĩ mà, tệ hơn, còn lún sâu hơn trong cốt cách "văn công". Mẹ Nhu giữa ngã tư Thanh Khê và Đầu Rồng ở đoạn giữa sông Hàn. Mẹ đồng, đầu rồng sắt. Mẹ ghép đầu từ gần hai ngàn vỏ đại bác Mỹ và đầu rồng cũng hàn, cũng ghép, bằng thép, chẳng rõ thép Mỹ hay thép Tàu. Nhưng cả mẹ cả rồng, như là đồng lòng, đều cùng nhìn một hướng.

Đầu tiên là *Mẹ Nhu*, một hình mẫu "mẹ đào hầm".[1] Xưa mẹ đào hầm và mẹ hy sinh rồi, đến lúc đó, 1985, kỷ niệm

---

[1] Tên chính thức của công trình là "Mẹ Dũng Sĩ", được người Đà Nẵng gọi tắt là "Mẹ Nhu". Tên thật là Lê Thị Dãnh (? – 1968), từ năm 1967 đã đào hầm bí mật trong nhà để nuôi giấu cán bộ nằm vùng, đặc biệt là "biệt động thành". Ngày 21-12-1968, cơ sở bị bố ráp. Theo tài liệu tuyên truyền thì 7 "biệt động thành" vùng chống trả và thoát ra khu, riêng bà mẹ thì bị giết. Cổng thông tin điện tử Đà Nẵng viết về bức tượng: "Sau ngày thành phố Đà Nẵng được giải phóng, nhà điêu khắc Phạm Văn Hạng đã tạc tượng Mẹ Nhu bằng cách ghép nối hàng nghìn vỏ đạn đồng đại bác của Mỹ. Bức tượng đồ sộ cao hơn chục mét của bà mẹ anh hùng mặt hướng về phía cửa biển Đà Nẵng, trong tư thế

10 năm chiến thắng, mẹ vụt đứng lên ở cửa ngõ của Đà Nẵng để chỉ lối soi đường.

Nhưng mẹ, ở đâu, và bao giờ, cũng là... mẹ. Nghệ sĩ phải có khả năng cảm nhận tinh tế hơn người, tinh tế đến mức có thể nghe được cả tiếng cây cỏ bật mầm trong khoảng lặng hiếm hoi giữa hai đợt xung phong ngay trên trận tuyến thì, với mẹ, họ phải thấy được đâu là vòng tay nên đặt chứ? Tay mẹ, dẫu xương xẩu nắng mưa hay êm đềm vị sữa, không nên là cánh tay chỉ hướng. Tay mẹ, nên mở ra, rộng rãi. Tay mẹ, cần khoanh lại, vỗ về. Mẹ rộng mở bao dung và mẹ khép lại chở che, chở che cho cả những đứa con hư lúc thất bại cùng đường huống hồ đây đã chính danh là bà mẹ "Che chở mỗi bước chân con bước"?[1] Nhưng theo cái mỹ học "tiến lên dưới ánh soi đường", mẹ cứng đờ chỉ hướng tiến lên. Tiến như những công-nông-binh hùng hục tiến trong những công trình điêu khắc đại trà, những bảng hiệu tuyên truyền cũng rất đại trà: tiến theo hướng phất cán cờ, tiến theo mũi nhọn lưỡi lê, tiến theo đầu ruồi AK-47, tiến với tay súng *binh*, tay búa *công*, tay liềm *nông* và màu mè thêm, là tay sách cùng cặp mắt kính *trí*. Cứ thế mẹ chỉ. Chỉ như ông Lenin sắt máu *Hai sách lược của Đảng Dân chủ – Xã hội trong thời kỳ dân chủ*, như ông Mao tàn bạo *Mâu thuẫn luận*, như ông Hồ trần sì tác phong *Sửa đổi lối làm việc* hay như, con người quyền lực nhất thời ấy, cái ông Lê Duẩn ít chữ lắm lời:

đang phất tay ra lệnh "tiến lên", được đặt trên đại lộ Điện Biên Phủ dẫn vào trung tâm thành phố."

[1] Trích từ bài thơ "Đất quê ta mênh mông" của Dương Hương Ly (Bùi Minh Quốc)

Dưới là cờ vẻ vang cuả đảng vì độc lập, tự do vì chủ nghĩa xã hội tiến lên giành những thắng lợi mới.[1]

Nhưng mẹ rất kiệm lời, chỉ dẫn đờ đưa tay về biển. Oái ăm thay, theo hướng mẹ, lớp lớp đàn con âm thầm và hồi hộp dắt díu nhau ra biển, dẫu dắt díu trong đớn đau ray rứt với ý nghĩ một đi không trở lại, cơ hồ chỉ thấy mỗi "thắng lợi" ở tận bên kia biển. Rồi thì đàn con thầm lặng, không ít đứa, đã nhởn nhơ ngược hướng, lăng xăng nhăng nhít với những "thắng lợi" mang về. Rồi thì những mẹ khác, bằng xương bằng thịt, cũng từng là "mẹ đào hầm", lò dò lặn lội những bước chân ngược hướng theo từng chặng hành trình oan ức.[2] Chỉ có cái Đầu Rồng thời thượng. Chỉ cái đầu loè loẹt này là theo mẹ để ngóc nhìn cùng một hướng trong âm hưởng của khẩu hiệu "Tiến ra biển lớn" đã rỗng tuếch, sáo mòn.

Cái Đầu Rồng nhìn lên lưng lửng là phần "nghệ thuật" nhất của công trình xây dựng tốn kém theo tham vọng chứng tỏ mình và lưu dấu đời sau, thứ tham vọng mà những *pharaoh* Ai Cập đã thành hay một Saddam Hussein đã cố nhưng hoàn toàn thất bại. Tham vọng của đám vua vùng hãnh tiến mà tài kinh bang tế thế chẳng qua là vét sạch tài nguyên để dựng lên một bề mặt hào nhoáng: tài nguyên không nằm sâu trong lòng đất thì tài nguyên chính là bề mặt của đất và họ đã đua đòi như những ông lý

---

[1] Tên những tác phẩm giáo điều của các lãnh tụ cộng sản này.

[2] Tôi thử *google* mấy chữ "Mẹ liệt sĩ khiếu kiện" thì chỉ trong vòng 0.31 giây đã nhận được 515,000 kết quả. Thử liệt kê những kết quả đầu tiên:
i/ Mẹ liệt sỹ 90 tuổi trong túp lều xiêu vẹo
ii/ Khiếu nại của mẹ liệt sĩ Nguyễn Thị Nguy về đất bị thu hồi: Những …
iii/ Đừng để mẹ liệt sĩ phải hoài công khiếu nại
iv/ Một mẹ liệt sĩ mỏi mòn chờ đợi phép công

trưởng khi vét sạch đất hương hỏa của mình hay của người để cung phụng cho cái nhu cầu "khẳng định mình" trong quan niệm thẩm mỹ "sơn son thếp vàng". Phong cách "kinh bang" không khá. Cảm quan thẩm mỹ cũng không khá. Gắng gượng khẳng định mình bao nhiêu đi nữa kết cuộc cũng chỉ là một thứ sản phẩm chắp vá nên, dẫu đã vẽ vời bằng những khẩu hiệu rung trời với mục tiêu "biển lớn", chỉ mới vượt một con sông không lớn lắm thôi, con rồng mỏng manh đã hụt hơi, tận sức.

Rồng, không tiến ra biển nổi mà, cơ hồ, phải bám trụ, ở bờ Đông sông Hàn.

Bờ Đông của một thời là An Hải, làng chài, còn được thi vị hoá trong vài cái tên là Đông Giang. Bờ Đông của một thời chiến tranh là đất của dân tản cư, của những trại lính, của những *snack-bar*, của gái điếm và của cô hồn các đảng. Bờ Đông của thời bình, lúc mẹ đứng lên ở Thanh Khê chỉ lối, từng bị dè bỉu trong cái nhìn trịch thượng của những thị dân bờ Tây như là "Quận Ba", đất "nhà quê", thứ đất của thứ dân chài và những thị dân hạng hai nửa quê nửa tỉnh. Nhưng rồi thì bờ ấy cũng đổi đời như một mảnh đất bê vàng để "rồng" – ví như một biểu tượng "tinh hoa" — bị lụy bờ, sụm xuống. "Khát vọng hoá rồng" đã bị nhấn chìm trong ma lực bê vàng.

Không ai có thể đưa ra một dự phóng chính danh là "khát vọng" khi ngang tàng chà đạp lên sức người và sức đất nhưng đó lại là những chuyện mỉa mai rất thực. Những đám "nhà quê" – bờ Đông hay bờ Tây – đã bị đuổi đi và những cao ốc, những biệt thự lộng lẫy, những khu đô thị khang trang đã nối đuôi nhau mọc lên, choáng ngợp. Một dải biển dài đã bị "ngăn sông cấm chợ" và những resort hạng sang nối tiếp mọc lên, san sát. Dân chài đang mất biển và những thị dân, nửa quê nửa tỉnh hay toàn phần là tỉnh, cũng bị mất biển: không được sống bằng biển quê hương, họ cũng không được tắm cả biển của quê hương. Sức dân và sức đất đã bị chà đạp tàn mạt thế nên "rồng" cứ là yếu ớt mỏng manh, không thể bay ra tới biển.

Nhưng dù không là như thế, dù mãnh liệt và vũ bão, dù hừng hực khát vọng thì rồng vẫn là… rồng. Chúng ta có thể nói thao thao bất tuyệt về con rồng thời Lý, thời Trần hay thời Lê; chúng ta có thể bơm thổi cho rồng vàng "tiến ra biển lớn", có thể chôn vùi "rồng Nam phun bạc đánh đổ Đức tặc" của thực dân Pháp một thời nhưng, suy cho cùng, rồng nào cũng là rồng, cũng là một thứ sản phẩm thực dân. Nếu thực dân là một thế lực ăn cướp, cướp đất và cướp cả tư cách con người thì dân tộc chúng ta đã bị đặt trên đe và trên thớt của của bao nhiêu là kẻ cướp. Sau bọn cướp đất phương Bắc thì đến bọn cướp đất phương Tây. Hết băng cướp đất phương Tây thì đến đảng cướp đất toàn trị.[1] Chưa thoát ra khỏi cái búa của giặc cướp toàn trị thì lại lấp ló cái mã tấu của giặc cướp phương Bắc, tình thế thật là rối ren và bi đát quá.

Rối ren và bi đát hệt tình cảnh mà những thế hệ như Phan Chu Trinh đã đối mặt khi thức tỉnh ra rằng, để cứu lấy mình, tộc Việt phải tự "đả phá" lấy chính mình: ngày nào còn tiếp tục nhai lại những giáo điều đã học của ông thầy Tàu, như là một sản phẩm của thực dân cũ, ngày đó tộc Việt không thể nào mạnh lên để thoát khỏi ách thực dân mới, không thể "ngửng mặt nhìn năm châu bốn bể". Và chính sự thức tỉnh này đã mở lối cho cuộc vận động "chấn hưng dân khí và dân trí" nhằm đục bỏ sự nô lệ về tinh thần để xây dựng một ý thức quốc gia mới.

---

[1] Bài "Thực dân, nô lệ, ăn mày"

Tôi vẫn nhớ như in nét mặt của điêu khắc gia kiêm hoạ sĩ Lê Thành Nhơn, cách đây mười mấy năm, trong một lần họp mặt tại nhà của nhà phê bình Nguyễn Hưng Quốc. Lê Thành Nhơn say sưa nói về một ý tưởng sáng tạo mà, cho đến lúc trút hơi thở cuối cùng, anh vẫn không có cơ hội thực hiện: một hình khối nửa người nửa đá, hai tay vung ra, tay đục và tay buá, dùng chính sức của mình đục nên hình vóc của chính mình.

Tác phẩm chưa thành của người nghệ sĩ sống hết mình cho nghệ thuật, cơ hồ, cũng là giấc mơ chung bất thành sau bao thế hệ. Bởi vượt qua kiếp đá, vươn lên thành người, hiểu trong hoàn cảnh của chúng ta, là "mạnh lên", là "ngửng mặt nhìn năm châu bốn bể". Kể ra thì đó cũng chính là điều gói ghém trong khẩu hiệu "Tiến ra biển lớn" khi ngụ ý ước vọng thoát khỏi hoàn cảnh nhược tiểu để hoà nhập với thế giới như một sân chơi bình đẳng. Và đó vẫn tiếp tục là một giấc mơ xa vời khi "dân trí" và "dân khí" chưa được "chấn hưng".

Rõ ràng là "dân trí" từng thấp lắm nên bọn ăn cướp toàn trị mới có thể thành công với những lớp mặt nạ my dân "bình đẳng", "tự do" và "độc lập". Nhưng cả khi những lớp mặt nạ ấy đã rớt xuống để hở bộ mặt của thứ đầu trộm đuôi cướp ra rồi thì "dân khí" phải thế nào đó nên mới có những thế hệ tiếp nối nhau nhẫn nhịn sống chung. Một dân tộc sống chung với bầy ăn cướp. Một dân tộc tự điều chỉnh mình để thích nghi với những trò ăn cướp. Một dân tộc cam tâm trong vai của một nạn nhân trường kỳ.

Để dân tộc vượt qua thân phận yếu hèn không thể "ngửng mặt nhìn năm châu bốn bể" thì từng cá nhân phải ngửng mặt sống như những con người. Phải vượt qua cái tâm lý nhẫn nhịn và thích nghi trường kỳ, phải vung đôi tay của mình lên đục bỏ những căn tính nô lệ đã kết tủa trong chính não trạng của mình. Công việc lớn lao đó đòi hỏi sự góp phần của người nghệ sĩ bởi, nếu không nâng được cảm quan của công chúng về những giá trị chân thiện mỹ lên thì, ít ra, họ cũng không thể cam tâm dìm nó xuống, không thể cam tâm bắt tay hợp tác với những trò mỵ dân cực kỳ hao tổn tài nguyên nấp dưới cái bóng nghệ thuật.

Mà tự thân người nghệ sĩ cũng vậy. Hắn phải tự vung tay lên để tự tạo lấy hình vóc và tầm cỡ của hắn hay ít ra là để tự giải thoát cho hắn. Ngoan ngoãn đục đẽo tô nắn theo ngón tay duy ý chí của những kẻ đang thao túng nguồn sống của nhân dân thì, dù thực hiện hết công trình "phì đại" này đến công trình "phì đại" khác, trọn kiếp hắn cũng chỉ "tròn kiếp văn công". Những tác phẩm minh hoạ càng đồ sộ và hoành tráng theo cuồng vọng khẳng định mình của những kẻ cầm quyền hãnh tiến, tư cách nghệ sĩ của hắn càng bé lại, choắt lại, co rúm trong vòng khép của đôi tay cơ hồ hoá đá.

Nhưng thế, hoá đá, kể cũng là sang. Đã "tròn kiếp văn công" thì nói gì là đá, con tim hắn, khối óc của hắn còn tệ hơn, không đáng mặt là đá mà, xét cho cùng, chỉ là một nhúm đất bạc màu.

1.6.2013

Khu đĩ và lồn mèo

Hồi còn ở quê tôi đã lấy làm thắc mắc với "khu đĩ", tiếng dùng để chỉ hai đầu hồi tam giác của những căn nhà bốn mái, tranh hay ngói, nhà ở hay miếu đường v.v... Sang Úc lại tình cờ, trong một tiệc cưới, nghe một anh Đại Hàn lấy vợ Việt kể về sự ngạc nhiên của mình khi, trong một căn nhà ở phố cổ miền Trung mùa lụt, được chỉ cho con đường thoát hiểm: "Không lo, cứ ở yên trong nhà, nước lên thì leo lên gác. Nước lên nữa thì chui qua khu đĩ trèo ra!"

Không tiện hỏi nhưng tôi đoán là trong cái lần "va chạm văn hoá" đó, không ít thì nhiều đầu óc anh chàng họ Kim hay Phác kia cũng bật ra mấy câu hỏi như tôi,"Đĩ ở đâu vậy cà?", "Đĩ gì cái nơi ấy?", chẳng hạn. Thậm chí, nếu tiếng Việt đã khá rồi anh ta sẽ còn đi xa hơn với "khu dành cho đĩ" hay "cái... khu của con đĩ" vì, ngoài "khu" như là vùng miền, tiếng nói của chúng ta còn có "khu" là thứ mà người ta thường... chổng lên trong một tình cảnh trớ trêu bất đắc dĩ hay một tư thế hưởng thụ đầy chủ động nào đó. Mà chưa hết: "đĩ" nhưng là lăng loàn con đĩ hay chỉ thân yêu... mẹ đĩ, má sắp nhỏ, cái chữ "đĩ" bình thường như hồi Tây chưa qua, chưa có mấy me tây dùng dặng bộ tịch "Tháo nhẫn ma-nhê vứt xuống sông / Thôi thôi tôi cũng mét-xì ông"?

Dù sao thì -- bất kể là khu miền, bất kể là khu của con đĩ hay mẹ đĩ -- những hình tượng gợi nên đều có cái gì đó dung tục và kiêng kỵ đối với một mái nhà nền nếp, nhất định lấy trung hiếu làm đầu, nhất định không thể thiếu một vị trí trang trọng cho việc thờ tự.

Lê Văn Đức, trong *Việt Nam Tự Điển*, cho đó chỉ là sự đọc trại của "thu kỷ", và "thu kỷ", đến lượt, lại được giải thích như là: "rường, trính, giàn hay cây xà đâm ngang hai cột cái để chịu sườn nhà cho chắc."[1]

Vốn liếng phương ngữ miền Trung, ít ra là của đất Quảng, cho tôi thấy có điều gì lấn cấn. Cũng là những vật dụng làm nên cái nhà cả thôi nhưng thứ gì phải ra thứ đó, bộ phận này chẳng thể nào lẫn lộn hay... đồng nghĩa với bộ phận kia: "khu đĩ" là "khu đĩ", "rường" là "rường", "trính" là "trính" mà "cây xà đâm ngang hai cột cái" là... cây xà, được người miền Trung gọi là "đòn đông" và cụ Lê, trong bộ tự điển, gọi là "đòn dông". Làm sao cái "khu đĩ" hình tam giác ấy lại gộp vào mình toàn bộ mái sườn, từ rường tới trính, giàn và cây xà, gần như toàn bộ hệ thống cấu trúc gánh vác mái nhà?

Mà người Bắc cũng gọi hai cái đầu hồi ấy là... "khu đĩ", cụ Vương Hồng Sển, một người đặc... Nam kỳ, đã dò hỏi được thế. Mà cụ lại nghi ngờ rằng cái sự tầm nguyên "khu đĩ - thu kỷ" kia chẳng qua là sự chấp nhận vô điều kiện từ một ước đoán chưa chắc gì chính xác của Huỳnh Tịnh Của, trong *Đại Nam Quốc Âm Tự Vị* (1895).[2] Ám ảnh với cái sự tầm nguyên chưa hẳn đúng nên, suốt "nhiều năm và nhiều sách", cái cụ già say mê đồ cổ và... chữ cổ đã dày công lục lạo mà chẳng hề lần ra một đầu mối khả tín cho

[1] Lê Văn Đức, (1970), *Việt Nam Tự Điển*, Khai Trí, Sài Gòn.
[2] Vương Hồng Sển, (2003), *Tạp bút năm Nhâm Thân 1992 – Di Cảo*, Nhà Xuất bản Trẻ, TPHCM, (tr. 132-136).

đến khi vớ được mấy trang viết của Trương Vĩnh Ký. Thì ra là thế. Thì ra, "khu đĩ" vốn là "cu đẻ". Thì ra, cái khoảng trống hình tam giác ấy lại là nơi trăng thanh gió mát, cái nơi mà bầy cu tranh nhau chọn làm nơi lót ổ để lâu ngày bị trại thành "khu"!

Song song với "khu đĩ" còn có "lồn mèo": cụ Vương gọi nơi cu đẻ có hình tam giác ấy là "cái khu lật ngược" còn cụ Lê, rõ hơn, gọi là "lồn mèo". Xin trích: "Lồn mèo: đầu hồi, góc giụm hình tam giác nơi hai mái nhà giáp nhau: Dán bùa lồn mèo."

"Khu đĩ" rồi "lồn mèo", nhưng cái hình tam giác của giống mèo này xuất phát từ đâu? Bên cạnh mấy con cu bay vào đẻ, đó còn là nơi mèo trèo lên rình chuột hay giấu con chăng? Khi mà đa số soạn giả tự điển đều e ngại cái sự đụng độ với "lồn", chẳng hạn như Nguyễn Lân trong *Từ điển từ và ngữ Việt Nam* chỉ dám mon men cưỡi ngựa xem hoa với hai lần "lồn" và "lồn lột", cái sự tra cứu hay tầm nguyên "lồn mèo" hẳn là chuyện khó.

Mà khó thật. Tìm mãi thì không thấy sách vở nào nói thêm. Hỏi những người Bắc có tuổi thì ai cũng lắc đầu, không biết "lồn mèo" là cái chi chi mà cũng chẳng biết "bùa lồn mèo" dùng để yếm thứ ma quỷ gì.

Dù sao thì cũng còn có cụ Lê: ít ra là, nhờ cụ, chúng ta cũng biết được dăm ba đồng loại của "lồn mèo" về mặt từ vựng. Tỏ ra vô tư và khoa học trước cái cơ quan đảm nhận những chức năng thầm kín của người phụ nữ, bộ tự điển cụ Lê khởi sắc hẳn lên với một loạt những từ ngữ nép bóng sau... "lồn", nào là "lồn lá tre", "lồn lá vông", "lồn xa", rồi "lồn trâu". Ba danh từ đầu chỉ những dụng cụ trong khung cửi, như một loại con thoi đặc biệt nào đó. Danh từ thứ tư chỉ một kiểu cổ áo bà ba. Rồi cả cùng hiện diện, cùng bình đẳng với cái "lồn mèo" có hình tam giác ở hai đầu hồi căn nhà bốn mái.[1]

"Lồn mèo", như thế, có lẽ cùng thời với cái khung cửi, thứ "tư liệu sản xuất" mà hôm nay chúng ta chỉ có thể tìm thấy trong viện bảo tàng; với áo bà ba, kiểu áo càng ngày càng vắng bóng chủng giữa một thời đại tiêu thụ theo kiểu mì ăn liền.

Thế nhưng, cho dù cái sự tầm nguyên "khu đĩ" hay "lồn mèo" quan trọng đến đâu đi nữa, ý nghĩa của công việc này chẳng có gì là sâu sắc cho lắm. Có chính xác và thú vị cách mấy đi nữa thì nó cũng chỉ đóng khung trong dăm ba từ riêng biệt thế thôi: chúng ra đời như thế nào? chúng đã bị đọc trại ra sao? đã bị biến âm như thế nào? Vấn đề là chúng ra đời rồi được sàng lọc trong những cung cách hay lớp lang nào đó để trở thành một bộ phận của tiếng Việt? Để được con người thời đó chấp nhận một cách hồn nhiên, chẳng hề đỏ mặt, tía tai?

---

[1] Lê Văn Đức, sđd.
Xin trích những từ ngữ liên quan trong tự điển này:
-Lồn lá tre: Thứ lồn xa hẹp bề ngang, để gác con quay kéo vải
-Lồn lá vông: Thứ lồn xa bầu bầu, để gác con quay kéo vải
-Lồn mèo: Đầu hồi, góc giụm hình tam giác nơi hai mái nhà giáp nhau: Dán bùa lồn mèo.
-Lồn trâu: Cổ áo bà ba rộng mà thon.
-Lồn xa: miếng gỗ xẻ một đầu, dùng gác con quay kéo vải.
-Cặc bần: Rễ cây bần, rễ cứng đuôi nhọn đâm ngược và ngay lên chơm chởm khỏi mặt đất từ 20 đến 40 cm
-Cặc khỉ: Cốm thèo lèo bằng bột chiên dầu hình tròn lối 4 cm, bằng đầu đũa ăn.
-Cặc vịt: vật dùng khui rượu, rút nút ra khỏi ve (tire-bouchon)
-Bòi: Dương vật, vật kín của đàn ông (dùng tránh tiếng tục)

Cái chính là cái "lớp lang" ấy!

Kể ra thì cũng lớp lang thật. Nếu "lồn" hay "khu đĩ" -- dù là "khu đĩ" như một cách nói trại -- xuất hiện ê hề trong nhà thì hình ảnh đối cực của nó, "con cặc", không là như thế. Cái giống của người đàn ông hiếm khi ru rú ở xó bếp trong nhà mà là chan hoà với thiên nhiên khác với thứ của đàn bà chỉ ru rú trong xó bếp. "Cặc" cho chúng ta thấy sông suối, thấy cây xanh, thấy những mầm chồi tiếp dưỡng sự sống; "lồn" chỉ cho chúng ta thấy cái khung gỗ ngày nay bị phủ bụi trong viện bảo tàng. "Cặc" thoải mái đi ra giao tế bên ngoài. "Lồn" ru rú bên trong cái không gian chật hẹp giữa hai "khu đĩ".

Sông rạnh miền Nam có loài bần với những sợi rễ ngoi lên từ mặt sình trông khá gợi tình: tiếng nói chúng ta có "cặc bần". Bên bờ những lạch, suối ở miền Trung có những cội dứa hoang với những rễ cây thon thon nhô đầu đâm ra rồi trườn xuống, lăm le đâm vào bờ suối: chúng ta có "cặc dứa". Cốm thèo lèo dài và tròn cỡ gần nửa tấc, bày bán ê hề ngoài chợ: tiếng nói chúng ta giàu thêm với "cặc khỉ". Rồi khi Tây đến làm biến nghĩa từ "mẹ đĩ" thì, bên chai rượu chát lạ mang theo, tiếng Việt giàu lên với "cặc vịt", thứ dụng cụ khui rượu có đoạn thép cứng loắn xoắn như cái giống của con vật lúc nào cũng có thể mở mồm quang quác "cặc cặc cặc" như thể những anh chàng tứ thời bất mãn!

Vấn đề là: tại sao, tại sao khi đi chúng ta ra ngoài thì gặp toàn là "cặc" mà về nhà chỉ thấy toàn "lồn", dù là những cái "lồn" trên khung cửi? Tại sao đàn ông thì "dương vật", tức cái "vật" mang tính "dương", thật là trừu tượng và bao quát trong khi đàn bà thì lại trần xì cụ thể là "âm hộ" hay "cửa mình", với "hộ" hay "cửa" gắn bó với căn nhà có hai "lồn mèo" ở hai đầu? Thậm chí, thiêng liêng như cái "bùa lồn mèo" thì cũng chỉ là "dán bùa lồn mèo", dán lên cửa hay lên vách tường thế thôi; còn như phóng khoáng, bành trướng, ngang tàng hay thách thức cho lắm, kiểu "Gái Mỹ Tho lồn kho ba trách / Con trai xứ này nhóc nhách đòi ăn" thì cũng chỉ bó buộc trong phạm vi ba cái "trách", thứ vật dụng nấu nướng ở xó bếp chứ đâu thể xa hơn?

Số phận người phụ nữ đã được định sẵn trong phạm vi căn nhà và xó bếp hay chăng?

Có lẽ thế thật. Thời đó, cái thời của những cái khung cửi cũng là thời đại hầu như tuyệt đối của quan niệm "Nam nội, nữ ngoại", của "Nhất nam viết hữu, thập nữ viết vô". Giữa một xã hội độc tài kiểu dương vật trị gọi là *phallocratic* như thế, khi mà nữ giới phải cam chịu một số phận hẩm hiu và phục tùng dưới sự áp chế của nam giới thì những biểu tượng giới tính của họ trở phải gắn bó với những hình ảnh thể hiện sự cam chịu và phục tùng đó. Họ thức khuya dậy sớm bên cái khung cửi hay lẩn quẩn trong cái không gian tối tăm ở giữa hai cái đầu hồi thì biểu tượng của họ cũng phải lẩn quẩn bên trong cái không gian đó. Cùng lắm, khi phải thay thế cho đàn ông ở những sứ mạng cực chẳng đã bên ngoài -- tỷ như đòi nợ hay tranh giành nhau những chuyện đầu tôm xương cá chẳng hạn -- họ mới được phép mang biểu tượng giới tính của mình ra dương oai diễu võ với đời: "Bà vặt cái lông lồn thứ tám, bà chẻ tạm làm tư, bà chẻ dư làm mười, bà trói cổ mầy lại."[1]

---

[1] Dẫn theo Vương Hồng Sển, sđd, tr. 53. Tác giả cho biết là khi đi ngang một khu phố ở Sài Gòn, nghe một người đàn bà chửi lộn nên ngừng lại để ghi chép.

Có đi ra, người phụ nữ chỉ được phép mang những gì của mình để đảm nhiệm cái việc mà gã đàn ông khinh khi, làm cao không muốn dây vào. Còn người nam có đi ra, có hướng ngoại thì đó là một biểu hiện, một ràng buộc và là một tiêu chí phái tính:

> *Chồng người vượt lạch qua ngòi*
> *Chồng em giữ bếp cho bòi ăn tro*

"Bòi" chính là "buồi", là sinh thực khí của nam giới: đàn ông phải vượt lạch qua ngòi, phải bay nhảy, hướng ngoại mới là đàn ông, mới xứng đáng để hưởng những cái dành riêng cho đàn ông. Đàn ông mà cứ ru rú trong xó bếp chính là niềm tủi hổ của người phụ nữ. Đó là thứ đàn ông vứt đi, chỉ xứng đáng cho bòi ăn tro!

Như thế, phải chăng là, trong một xã hội đầy tinh thần độc tài dương vật chế thì, vô tình, khi mượn những biểu tượng giới tính để diễn tả cái gì đó cụ thể, người ta cũng phải tuân theo một lớp lang lệ bộ đã in hằn sâu trong vô thức?

Không phân công mà sao bên thì khinh khoát bay nhảy mà bên thì ru rú một xó?

Không phân công mà sao chính những thân nam nhi chân cứng đá mềm phá lệ, chấp nhận thân phận ru rú trong nhà lại bị chính chị em mai mỉa và xem thường?

Mới và chính thống

Mới lật mấy trang đầu của *Từ điển từ mới tiếng Việt* – xuất bản năm 2002, do Tiến sĩ Chu Bích Thu, nguyên là Trưởng phòng từ điển của Viện ngôn ngữ học, làm chủ biên – tôi, trong một thoáng ngỡ ngàng thảng thốt, cứ vội vã tự trách mình là hãy còn lạc hậu quá, bảo thủ quá.[1]

Tôi lạc hậu với ý niệm "mới", chẳng hạn. Cứ nghĩ rằng "mới" phải là những gì chưa từng có, hay có đó, đã thi thố với đời từ lâu nhưng nay mới trở mình với mấy ngữ nghĩa mới hay công dụng ngữ pháp mới thì – ngay trong bộ tự điển dành riêng cho "từ mới" – lại thấy hàng hàng lớp lớp những từ ngữ quá quen, ràng buộc trong những ngữ nghĩa quá quen nếu không nói là... quá cũ. Tôi bảo thủ với ý niệm "tương đối" khi mà, ngay trong lời nói đầu, đã thấy nhóm tác giả rào đón với sự "xem xét một cách tương đối" trước cái "mốc thời gian 1985 – 2000" thế mà, dễ thường, những từ gọi là "mới" kia đã từng xuất hiện cách đây ba tới phần tư thế kỷ trong *Hán Việt Tự Điển* của Đào Duy Anh, xuất bản vào năm 1931, và xuất hiện với những ngữ nghĩa chẳng hơn chẳng kém là bao nhiêu. Thế nhưng đấy, chẳng qua, chỉ là căn cứ vào cái tiêu chí sách vở thế thôi.

---

[1] Viện Ngôn ngữ học (2002), *Từ điển từ mới tiếng Việt*, Nhà xuất bản thành phố HCM. (Ban biên tập bao gồm: TS Chu Bích Thu (Chủ biên), PGS TS Nguyễn Ngọc Trâm, TS Nguyễn Thúy Khanh, TS Nguyễn Thanh Nga, TS Phạm Hùng Việt).

Những từ ngữ như thế phải ra đời và phải được sử dụng trước đó một khoảng thời gian nào đó rồi mới được tác giả ghi nhận trong bộ sách của mình chứ?

Những "từ mới", dù là xem xét một cách "tương đối" đi chăng nữa, mà lại có thể cũ tới non non một thế kỷ được sao?

Ngay từ "từ mới" đầu tiên, trong trang đầu tiên, là "á hậu", đã thấy có gì đó lấn cấn. Gọi là từ mới thì cũng chẳng sao. Nếu ở nửa này đất nước một thời, trong cái cảnh gọi là phồn vinh giả tạo, người dân đã biết thế nào là hoa hậu và á hậu thì, với một nước Việt đã được thống nhất, những lớp trẻ sinh sau đẻ muộn hay lớp già bận bịu với cái sự làm điểm tựa thành đồng chưa hề biết thế nào là cái vương miện dành cho người đẹp nhất nước cũng phải cố chờ. Chờ cho đến lúc làn gió mệnh danh "The wind of change", nói theo một bài hát của nhóm Scorpian, thổi từ Moscow thổi về Hà Nội rồi mới biết được, từ những con người xương thịt cùng thời với mình, thế nào hoa hậu, thế nào á hậu. Thế nhưng nếu "á hậu" đã là "từ mới" thì người chị em song sinh "hoa hậu" cũng phải là "từ mới" chứ? Vậy mà đoá hoa hạng nhất thì được xem như quen thuộc, được xem như thể là "ấy của cha ông mua để lại", khác hẳn với đoá hoa xếp hạng hai. Cái sự phân biệt "cũ-mới" ở đây, như thế, hẳn phải có gì đó rất khác thường.

Cái sự khác thường này được tiếp nối, cũng ngay trong trang đầu tiên, với những "an lạc", "an lành", "an nguy", vốn dĩ rất là quen thuộc, vốn dĩ đã thu hút sự chú ý của Đào Duy Anh hơn ba phần tư thế kỷ trước rồi những tác giả đời sau, tỷ như Lê Văn Đức, với Việt Nam tự điển, xuất bản năm 1970 ở Sài Gòn. Lật tiếp trang hai, ngay từ vị trí đầu tiên, lại thấy "an nhiên", cái từ mới đã xuất hiện ngay trong bộ sách cụ Đào từ lâu. Mà chúng ta cũng chẳng cần bám vào cái tiêu chí "tự điển bản vị", chẳng phải mệt nhọc tra cứu để so sánh với những gì mà cụ Đào hay cụ Lê đã ghi nhận từ trước. Những "áo cưới", "ăn liền", "ăn nhanh", "ăn theo", "ẩn chứa", "ẩn ức", "bãi nại", "bãi tắm", "bàn thảo", "bản quốc", "bán dạo", "bán quán", "bảng hiệu", "biến ảo", "biến cải", "biến dịch", "biến chủng", "biểu tượng", "biệt lệ", "biệt nhãn", "bình xịt", "bỏ mối", "bố cáo" vân vân và vân vân mà – trong thời điểm năm 2002, với tính "tương đối" của "mốc thời gian 1985 – 2000" – được xem như là "từ mới" thì, có lẽ, nhóm tác giả cần phải đưa ý niệm "mới" và "tương đối" lạ lùng của mình vào bộ tự điển mới là phải phép. Thế nhưng, dẫu có chịu khó băng qua gần 300 trang giấy khổ lớn dằng dặc những từ "cũ cụ Đào cụ Lê - mới bà Chu" chẳng thể nào kể xiết thì cũng hoài công dã tràng xe cát thôi. Chẳng thấy đâu là "mới". Cũng chẳng thấy đâu là "tương đối". "Mới" và "tương đối" hiểu theo nghĩa... mới.

Nhưng, nghe ra lại thấy quen quen. Thứ ngôn ngữ quen quen của cái thời gọi là... quá độ. Nếu "mới", một cách chính thức và thành văn, hằng là ngôn ngữ đầu môi của thời quá độ thì, hầu như, "tương đối" đã trở thành một thứ kinh nhật tụng của một xã hội đã được đoàn ngũ hoá. Mà thực. Ngoài những khẩu hiệu hay nghị quyết mang tên "trận địa mới", "xã hội mới", "văn hoá mới", "dân chủ mới", "truyền thống mới", "thời đại mới" v.v... tính từ về cái sự không-phải-cũ ấy còn sáng choang trong mô thức về con người lý tưởng mà – nói theo nhà văn Thế Uyên trong tập bút ký *Con đường qua mùa Đông* – cứ là lòng vòng, trúc trắc và tối tăm như một câu thần chú: "Muốn xây dựng xã hội xã hội chủ nghĩa ta phải xây dựng con người mới xã hội chủ nghĩa. Chúng ta chỉ có thể có con người mới xã hội chủ nghĩa với điều kiện là theo chủ nghĩa xã hội, thực hiện xã hội chủ nghĩa làm tiền đề cho việc xây dựng con người mới xã hội chủ nghĩa. Như vậy việc xây dựng con người mới xã hội chủ nghĩa và xã hội xã hội chủ nghĩa có quan hệ qua lại biện chứng với nhau." Rồi đến "tương đối", thứ từ ngữ dường như mang tính gây nghiện trong không khí phê và tự phê, trong những lập ngôn kiểu "đánh giá tình hình chung" có thể tìm thấy ở bất cứ cơ quan và đoàn thể nào, thậm chí từ tận lớp học cấp "cơ sở". Chẳng ra quái gì, thậm chí rất tệ thì "tương đối bình thường". Nhàn nhạt, vô thưởng vô phạt thì "tương đối tốt". Mà, hễ đã kha khá chút đỉnh rồi thì lại, nhất định, phải là "tương đối xuất sắc". Cứ như thế, như một nghịch lý, trong thời đại của sự tuyệt đối hoá, từ sự sáng suốt tuyệt đối của bậc lãnh đạo cho đến sự đúng đắn tuyệt đối của chủ nghĩa soi đường v.v..., cái ý niệm "tương đối" ấy lại được vận dụng đến là vô tội vạ, đến là bệnh hoạn. Cứ như thế, xin lỗi ông Albert Einstein, người người lớp lớp lại cặm cụi xây dựng chủ nghĩa xã hội bằng... chủ nghĩa tương đối, cặm cụi mãi cho đến khi làn gió "Wind of change" thổi về thì mới giật bắn người kêu gào... đổi mới. Nào là: "Đổi mới hay là chết". Nào là: "Đổi mới để tồn tại". Đổi mới và đổi mới. Đổi mới như một "sự nghiệp" của toàn dân. Đổi mới từ trong tư duy. Dẫu vậy, dẫu ghê gớm là thế, dẫu khí thế và sinh tử là thế, cái "mới" ấy chẳng qua cũng chỉ là cái trò mượn màu trinh tiết, cái trò vỏ lựu máu mồng gà thế thôi. "Đổi mới" chỉ để đưa người nông dân về với ruộng đồng của họ, chỉ để đưa người tiểu thương về với hàng quán hay chợ búa của họ, để mời gọi ông Tây ông Tàu quay lại đầu tư y hệt bao nhiêu năm về trước v.v... thì có gì là... mới?

Đổi mới, như thế, chỉ là một sự mới tái chế. Đổi mới ngay trong tư duy nhưng vẫn cứ là lẩn quẩn, lòng vòng. Mới kiểu "cũ người mới ta".

Thì, "cũ người mới ta". Nhưng có gì là "người" hay "ta" trong cái chuyện ngôn ngữ chứ? Cũ với Pháp Lang Sa nhưng mới với An Nam của thế hệ Phạm Quỳnh, Nguyễn Văn Vĩnh – từ những "yên sĩ phi lý thuần", "đức khắc mô lạp tư" đến "ti vi huyết quản" v.v... – thì chẳng có gì đáng nói, nhưng nếu "cũ cụ Đào cụ Lê mà mới bà tiến sĩ Chu" thì, sự thể, phải có cái gì đó rất đáng mổ xẻ.[1] Tại sao, tại sao cụ Đào – cụ Đào của năm 1931– và cụ Lê ở Sài Gòn năm 1970 nhất định là "người" trong khi bà Chu cùng nhóm cộng sự viên tại Viện ngôn ngữ học hôm nay lại là "ta"?

Trục trặc có lẽ xuất phát từ đây, từ cái nhìn chính thống. Trục trặc đã không nằm về khía cạnh phương pháp luận mà là ngay từ ý niệm xuất phát. Những nhà ngôn ngữ học, dù chuyên nghiệp và cần mẫn cách mấy đi nữa thì vẫn, nếu đã xuất phát với những khái niệm lẫn cẫn và một tư duy lẫn cẫn, cũng chỉ có thể đi đến những tìm tòi hay những kết luận lẫn cẫn.

Có lẽ thế thực. Có lẽ tư duy về cái mới đã bị trói buộc bởi cái nhìn chính thống. Cứ nghĩ: nếu "á" là một từ cũ, "hậu" là một từ cũ, và "hoa" cũng là từ cũ thì, tại sao, "á hậu" lại là từ mới trong khi "hoa hậu" lại là... di sản cha ông? "Bột ngọt" và "mì chính" cũng chỉ là hai từ ngữ song sinh, cũng cùng gọi tên một sản phẩm có gốc gác ngoại quốc thế thôi, vấn đề chỉ là cách biệt địa lý nam-bắc thế mà, trong khi "bột ngọt" được xem là từ mới thì "mì chính" nghiễm nhiên là... "ấy của cha ông mua để lại". Rồi "tác quyền",

---

[1] "Yên sĩ phi lý thuần", tức "cảm hứng" (inspiration), "đức khắc mô lạp tư" là "dân chủ" (democracy), hai khái niệm hoàn toàn mới với thời đó, người ta chưa biết dịch là gì nên chỉ biết phiên âm theo người Tàu.

trong màu áo... "từ mới". Cứ nhớ: ngay trong thời thuộc địa, nhà thơ Quách Tấn đã đại diện cho gia đình nhà thơ Hàn Mặc Tử đứng đơn đòi nhà phê bình Trần Thanh Mại bồi thường "tác quyền" rồi mà? Cứ nhớ, đâu trong những thập niên cuối 60 và đầu 70 ở Sài Gòn, Linh mục Thanh Lãng cũng đã đặt vấn đề đạo văn và tác quyền với hai ông Phan Canh và Nguyễn Tấn Long qua cuốn sách viết về thi ca bình dân rồi mà? Nhưng "tác quyền", như là một khái niệm ngoại đạo giữa một thể chế xây dựng trên nền tảng của chủ nghĩa công hữu, lại bị nhấn chìm bởi cái nhìn chính thống. Và như thế, khi lý thuyết công hữu đó tan tành theo làn gió đổi mới, "tác quyền" chợt hiện ra như một cái gì đó thực.. mới.

Rõ ràng, cái nhìn chính thống đã can thiệp vào cả sự phân biệt từ mới và từ cũ. Như những "an lạc", mà những kẻ ưa suy tư theo hơi hướng nhà Phật thường dùng với "cõi đời an lạc". Như những "an nhiên" v.v... mà thiên hạ vẫn sử dụng tự thuở nào, thuở nao. Trong cái thời mà thế gian này bị cái nhìn chính thống phân chia bạn thù rạch ròi như là "ba dòng thác cách mạng" đang ào ào chuyển động, thời của cái sự sôi sục đấu tranh – sôi sục đấu tranh trên hai, ba mặt trận đến độ cỏ cây cũng phải động tình... tranh đấu: "Mỗi gié luá đều muốn thêm nhiều hạt / Gỗ trăm cây đều muốn hoá nên trầm" (Chế Lan Viên) – ắt hẳn bất cứ thứ gì liên quan đến một thái độ cầu an và phớt đời đều bị xem là thứ... tà ma ngoại đạo. Thậm chí, cả cái "áo cưới" cũng chẳng thoát khỏi cái số phận này. Chẳng lẽ, trong ngày cưới, những tiểu thư Hà thành cùng thời với cô Loan trong Đoạn Tuyệt của Nhất Linh lại diện cái áo thường mặc lúc đi hóng mát bên bờ Hồ Tây? Chẳng lẽ, mấy chục năm sau đó, cô đào Thẩm Thúy Hằng lại diện cái áo thường mặc trên sân tennis bước lên xe hoa để bắt đầu cho cuộc đời của... bà Nguyễn Xuân Oánh? Có lẽ, trong suốt mấy mươi năm đề cao "đời sống văn hoá mới", đề cao tập quán "đám cưới văn minh" vốn dĩ chỉ tốn kém dăm ba bịch bánh kẹo và dăm ba gói trà thế thôi, "áo cưới" đã trở thành cái gì rất là... ngoại đạo và phi chính thống. Và như thế, kể từ khi làn gió đổi mới thổi từ Moscow thổi về để người người – xin lỗi hương hồn nhà thơ Nguyễn Đình Thi – "rũ bùn đứng dậy"... sang cả và trưởng giả, cái mà mấy cô kia từng mặc ngày lên xe hoa chợt trở thành cái gì rất... mới.

Ý niệm "mới" ấy, như thế, đã đi quá cỡ... tương đối. Mà "tương đối" thì, trong một môi trường xã hội dựa trên sự tuyệt đối của những giáo điều, chỉ là thứ ngôn ngữ của cái sự an thần và sự bao biện. Sự đời đâu có luôn luôn cứng ngắt? Sự đời đâu có luôn luôn bất di bất dịch? Sự đời đâu có luôn luôn tuyệt đối như những công thức cộng trừ trong mấy bài toán tiểu học? Và như thế, khi cái gì đó đi chệch ra khỏi tiêu chí chính thống, vốn dĩ rất là tuyệt đối, người ta sẽ phải mượn đến ý niệm tương đối. Tần số lệch lạc càng cao, tần số vay mượn càng cao. Cao mãi cho đến lúc đại lạm phát, đến khi cái "tuyệt đối lý tưởng" chẳng thể nào chịu đựng nổi những "tình hình chung" toàn là "tương đối tốt" và "tương đối bình thường". Và như thế, kết quả phải là những lời kêu gào "đổi mới".

Tư duy về cái mới, trong chiều hướng đó, chẳng hề là một nỗ lực tự thân mà là sự bức bách của tình thế. Và đó chính là một thứ tư duy ăn sẵn. Mới, nhưng không ngụ ý cái sự phiêu lưu và tìm tòi. Mới, nhưng lại dựa trên những định chuẩn đã biết chắc. Mới, nhưng luôn ray rứt với sự bảo chứng của giá trị chính thống. Với một tư duy như thế thì những nỗ lực "đổi mới", trên bất cứ phương diện nào, cũng chẳng đưa chúng ta đến đâu cả. Cùng lắm chỉ là đẩy chúng ta vào cái cảnh của Vân Tiên cõng mẹ trong một câu vè vui thế thôi: hết quay ra thì quay vô, hết quay vô thì quay ra.

Nếu cái nhìn chính thống đã đẻ ra sự đối lập rất là khập khiễng trong quan hệ cũ-mới thì, khái quát hơn, cái nhìn đó còn đưa đến những điều lấn cấn khác trong tư duy về sự đối lập.

Nếu tính đối lập biểu thị ở sự trái nghĩa hay phản nghĩa trong ngôn ngữ thì, nhớ, chỉ hai năm trước đây thôi, các em học sinh ở Cần Thơ đã lâm vào cảnh cứng đờ đầu óc khi bị nhà trường buộc phải tìm cho ra một sự trái nghĩa... không bao giờ có. Trong kỳ thi tốt nghiệp tiểu học ngày 21.5.2002 các em đã phải vắt óc tìm cho ra "từ trái nghĩa" với từ "bà ngoại" để rồi, đâu đó ở Việt Nam, lại nghe ngóng được những tiếng cười thầm chua chát. Cười, là cười cho cái tư duy trái/phản kỳ khôi của những nhà sư phạm miệt vườn. Chua chát, là chua chát trước sự ô nhiễm tình cảm của trẻ thơ khi chúng bị lôi tuột vào cái trò kỳ thị thân tộc, ngay với những hình bóng thân yêu nhất của mình. Mà cả những tác giả của đề thi kỳ dị ấy cũng thế. Họ chẳng thể quyết đoán rằng, trong cái trò kỳ thị "phản-bà ngoại" kia, đâu mới là đáp số. Họ chẳng thể quả quyết đó là "ông nội" hay đó là "bà nội", cho dù, cuối cùng, cũng tạm thời ngã ngũ ở cái đáp án lâm thời với chọn lựa thứ hai. Họ, thầy và trò, cứ là lấn cấn không yên như thế cho đến khi một nhà ngôn ngữ học lên tiếng: Làm gì có từ trái nghĩa hay phản nghĩa với từ "bà ngoại"![1]

Trong ngôn ngữ thì, hiểu một cách tổng quát, tương quan "trái nghĩa" thường chỉ xuất hiện giữa những tính từ và

---

[1] Tin trên báo *Tuổi Trẻ* ngày 23.5.2002. Xem thêm: http://www.talawas.org/ts/ts.html

động từ. Hoặc tương quan đó nói lên sự khác biệt về cấp độ như "rộng" và "hẹp", "cao" và "thấp", chẳng hạn. Hoặc tương quan đó nói lên mối quan hệ loại trừ, như, không "sống" thì "chết", không "lỗi thời" thì "tân tiến", chẳng hạn. Và tương quan đó còn nói lên mối quan hệ đối xứng hay đối nghịch, như, "ở trên" so với "ở dưới", "cho" so với "nhận", "mua" so với bán", chẳng hạn. Thế mà, ngạc nhiên thay, trong một cuốn sách chẳng thể nào xếp hạng miệt vườn, thậm chí còn được xem là kim chỉ nam của cái sự trái nghĩa với ba lần tái bản, tính ở thời điểm năm 1999 là Từ điển trái nghĩa tiếng Việt, cái sự "trái nghĩa" ở đây cũng khập kha khập khiễng như thể cái sự "mới" trong cuốn từ điển về từ mới vậy.[1]

Như, ngoại–nội, ở trang 176, chẳng hạn. Giỏi lắm, như đã thấy, ngoại-nội có thể trái nghĩa nhau như những tính từ với hàm ý "ngoài" và "trong" nhưng làm sao, như những danh từ, lại có thể trái nghĩa nhau về mặt thân tộc? "Ngoại–nội" – trong "Cháu bà nội, tội bà ngoại" – làm sao có thể trái nghĩa nhau cho được? "Giống cái" trái nghĩa với "giống đực" nhưng khó mà nói rằng "người đàn ông" thì trái nghĩa với "người đàn bà"? Cứ như thế, trong cuốn từ điển mỏng manh với 270 trang chúng ta bắt gặp không ít những mối quan hệ trái nghĩa kỳ cục như thế. Nào là "đỏ - xanh". Nào là "nếp - tẻ". Nào là "thiên nhiên – xã hội" rồi "sản xuất – tiêu dùng" v.v... Thì, nói "khuôn mặt hồng hào" thì "hồng hào" có thể trái nghĩa với "xanh xao", nhưng, như là một cặp danh từ, làm sao "xanh" có thể xem là trái nghĩa với "đỏ"? Mà "xanh" là... xanh như thế nào?

---

[1] Dương Kỳ Đức, NguyễnVăn Dụng và Vũ Quang Hào, 1999, *Từ điển trái nghĩa tiếng Việt*, Nhà xuất bản Khoa học xã hội, in lần thứ tư (xuất bản lần đầu vào năm 1985).

Của da trời và của biển cả hay của cây rừng? Rồi, "thiên nhiên", chẳng hạn. "Thiên nhiên", như trong "sản vật thiên nhiên", giỏi lắm, cũng chỉ có thể trái nghĩa với "sản vật nhân tạo" thế thôi. Còn trong vai trò của một danh từ, làm sao "thiên nhiên" có thể trái nghĩa với "xã hội"?

Sự thể, có lẽ, đã có sự can thiệp phần nào của cái nhìn chính thống. Khi xã hội rầm rộ tán dương cho cái sự "Dám vươn mình cai quản lại thiên nhiên" (Tố Hữu) thì, hẳn là, "thiên nhiên" phải bị xem là đối lập với "xã hội". Khi xã hội cổ vũ cái sự thắt lưng buộc bụng và cái sự "mỗi người làm việc bằng hai" thì, hẳn nhiên, "tiêu dùng" bị xem là đối lập với "sản xuất", cho dù, trong cái nhìn kinh tế học thuần túy, tiêu thụ lại là một yếu tố quan trọng có tác dụng kích thích nền sản xuất. Rồi còn dấu ấn nặng nề của của truyền thống với tệ kỳ thị giới tính và, thậm chí, phân biệt nội-ngoại. Như: nam thượng nữ hạ. Như: Nhất nam viết hữu, thập nữ viết vô. Và như, nữ nhân ngoại tộc, chẳng hạn.

Nếu truyền thống ngụ ý một giá trị văn hoá thì, hẳn là, tư duy về sự phân cực và đối lập này phải thể hiện một dấu ấn văn hoá nào đó, rất riêng của chúng ta.

Mà thực. Như cách tư duy và liên tưởng của chúng ta về những gì liên quan đến hai bên trái-phải. Tôi không có đủ kiến thức về ngoại ngữ để kiểm tra tiếng nói của mọi dân tộc nhưng, hầu như, chỉ có chúng ta mới khắt khe với những gì không thuận và không hợp với mình. Thì "phải" của chúng ta – cùng với tiếng nói của bao nhiêu dân tộc khác – ngụ ý "bên phải", ngụ ý cái gì đó thuận tình hợp lý, ngụ ý sự đúng đắn, ổn thoả, chỉ thiếu phần quyền hạn thế thôi. Thế nhưng khi đã xoay sang bên "trái" thì sự thể khác hẳn. "Trái" của chúng ta còn khắt khe hơn với "sai", với "không hợp lẽ", với "không ổn thỏa" và, thậm chí, vi phạm quy ước chung về trí hay về đức. "Right" của người Anh là "đúng" và xa hơn là "quyền hạn" nhưng "left" của họ không hề ngụ ý là "sai". Người Pháp, với "droite" rồi "gauche" cũng vậy. Rồi, khi vay mượn tiếng của người Hán, chúng ta chỉ đồng tình là "hữu lý" và phản bác là "vô lý" chứ đâu có bác là "tả lý" bao giờ? Thuận với mình thì gọi là đúng thì kể cũng chẳng sao. Nhưng, khi xem cái gì "trái" với mình là "không đúng", là "sai", thậm chí "phản động" thì chúng ta đã thực sự tỏ ra khắt khe và cực đoan.

Cái tư duy về sự đối lập và "trái-sai" khắt khe và cực đoan ấy, có lẽ, chính là một sản phẩm văn hoá của thói quen nô lệ. Chúng ta nô lệ vào cái chính thống. Chúng ta nô lệ vào thế lực đang mạnh. Chúng ta nô lệ vào cái chắc ăn, vào cái mình đã thử nghiệm và đã biết chắc, và như thế, chúng ta bị trói buộc với những gì thuận và... phải với con mắt, với lỗ tai và nếp suy nghĩ đã thành quán tính của mình. Mà, khi đã cực đoan trong cái tư duy về sự đối lập mang tính "phải–trái" ấy, chúng ta càng cực đoan hơn trong viện nhận diện bạn-thù. Hễ chống một kẻ xem là thù, chúng ta chống tới cùng. Và chống "cả đường đi". Rồi khi xem kẻ thù đó là bạn, chúng ta quay tung hê hết mình. Và tung hê "cả tông chi họ hàng".[1]

Thay đổi quan niệm về bạn-thù, thực chất, lại là sự thay đổi của cái nhìn chính thống. Và khi hô hào "đổi mới" theo những mô hình mà, tự thâm tâm, vẫn chưa thực sự xem là "bạn", cái tư duy về sự đổi mới kia sẽ còn lấn cấn hơn nữa. Tự thân tư duy về cái mới đã ở trong tình trạng lấn cấn. Trong cái cảnh lẩn quẩn bạn-thù, tư duy về sự đổi mới theo những giá trị chẳng rõ là bạn-hay-thù kia sẽ còn

---

[1] Ca dao: "Yêu người yêu cả đường đi / Ghét người ghét cả tông chi họ hàng".

lẩn quẩn hơn nữa. Và như thế, dẫu đã kêu gào là đổi mới từ trong... tư duy, cái tư duy đổi mới kia vẫn rất là... lạc hậu. Đổi mới, như đã nói, mà cứ tựa vào cái chính thống. Đổi mới mà ngại cái sự phiêu lưu. Đổi mới mà cứ đòi bảo chứng bằng những hệ giá trị đã nắm chắc.

Trong thời đại đa nguyên này thì mọi giá trị được xem là chính thống đều trở nên tương đối. Đổi mới mà vướng víu với cái cối xay chính thống ấy thì, giỏi lắm, chúng ta cũng chỉ lẩn quẩn như những con gà què. Ở trong bất cứ lĩnh vực nào, những nỗ lực đổi mới khập khiễng ấy cũng chẳng đưa chúng ta đến đâu xa mà chỉ lòng vòng từ "thời kỳ quá độ" để rồi đi đến một cái thời "quá" nào khác như, "quá tệ", chẳng hạn.

Hẳn nhiên, ý niệm về tình trạng "quá tệ" ấy phải được đặt trên cái nhìn đồng đại...

28.4.2004

Mì Quảng không biết cãi?

Loay hoay tính tiền tại quầy một tiệm ăn thuộc loại "tổng hợp ba miền" ở Sydney, tính cho cái tô sềnh sệch một nắm sợi phở trắng hếu chán phèo, bèo nhèo mấy khoanh thịt mỡ trắng hếu chán phèo, lổn ngổn mấy cộng giá sống sượng trắng hếu chán phèo, ngao ngán ngay từ lúc mới động mắt; tôi buột miệng hỏi:

- Đó là mì... gì chứ đâu phải mì Quảng?

Bà chủ ngửng mặt lên, hỏi lại, rất "chân tình":

- Vậy mì Quảng nấu như thế nào hở chú?

Mà đó không chỉ là kinh nghiệm của riêng tôi. Một người bạn, tại một tiệm ăn ở Melbourne, cũng từng bị chất vấn ngược như thế: "Vậy mì Quảng nấu như thế nào hở chú?".[1]

Mì Quảng, như thế, đã không hề biết.... cãi cho dù đất Quảng vẫn được xem là đất cãi. Nó không "cãi" để khẳng định mình như phở Bắc hay bún bò Huế, những thứ mà, dù trôi giạt đến đâu, vẫn luôn khẳng định mình qua những hương vị riêng, những thể thức nấu nướng riêng, có thay đổi thì cùng lắm là chỉ trở mình theo những biến tấu thoang thoảng chứ chẳng thể nào tuỳ tiện phá ngang để rồi bẽn lẽn thiếu tự tin trước một câu hỏi ngược. Không biết

---

[1] Thường thì những tiệm này đều bày bán mì Quảng một thời gian ngắn rồi... bỏ cuộc.

cãi, mì Quảng mới trắc trở lận đận ở dải đất hẹp bên này đèo Hải Vân: có gồng mình vào đất Sài Gòn, cùng lắm, cũng chỉ loay hoay trong mấy hẻm vắng Bảy Hiền với cộng đồng người Quảng chứ chẳng thể nào bành trướng ra xa, chẳng thể nào gắn bó như một cái hẹn sáng trưa chiều tối của những người không phát âm giọng Quảng.

Thì nói như Võ Phiến, có đi xa, những món ăn địa phương cũng chỉ đi xa theo những cái tang: hễ mỗi lần đất nước gặp một bất hạnh lớn là thêm một lần một món ăn địa phương tìm đường đến những quê hương mới. Phở "Nam tiến" theo đoàn người di cư sau hiệp định Geneve. Bún bò Huế lục tục vào Nam sau một mùa xuân nhuộm máu và một mùa hè đỏ lửa. Và rồi, sau một đợt trở mình kế tiếp, cả hai lại tiếp bước ra đi, thật xa, cách một hay cách mấy đại dương. Nhưng trước những bất hạnh lớn ấy đất Quảng đâu có nhởn nhơ đứng một bên lề? Và, cho dù người Quảng không làm nên một cuộc đổi quê hương rầm rộ như đợt di cư 1954, ít ra họ cũng góp tay làm nên một Bảy Hiền bề thế ở Sài Gòn đó chứ? Vậy mà mì Quảng vẫn cứ là buồn thiu, lận đận. Trôi giạt trong nước thì quanh quẩn trong mấy hẻm vắng Bảy Hiền. Trôi giạt xa hơn thì cứ là thoạt hiện thoạt ẩn, cứ "mình không là mình" như một kẻ say. Chỉ vì mì Quảng không hề biết cãi![1]

Cãi, trước hết, là một nỗ lực khẳng định mình. Là minh định rõ ràng một thái độ, một thế đứng. Là nhấn mạnh ở mình một bản sắc nhất quán, quyết không để nhập nhằng, lẫn lộn. Người Nam có tiếp nhận bún bò hay phở, họ cũng tiếp nhận cái nguyên thể đến từ đất lạ, nếu có thể thì thêm

---

[1] Ý thơ Lê Thị Ý, đã được Phạm Duy phổ nhạc: "Ngày mai đi nhận xác chồng / Say đi để thấy mình không là mình…"

thắt đôi điều nhì nhằng nho nhỏ sao cho hợp với sắc thái địa phương, chẳng hạn giá sống thay vì giá chín để, có lẽ, tăng tác dụng giải nhiệt cho một miền Nam nóng đến ngốt người thế thôi. Mì Quảng thì khác: ngay từ gốc gác, nó vẫn chưa khẳng định được mình.

Bản sắc của mì Quảng là cái gì đó chông chênh, bất định. Không nói gì đến vùng này và vùng kia, từ nhà này đến nhà kia, mì Quảng đã có thể khang khác chút đỉnh hay khác nhau rất nhiều, khác từ màu của sợi mì, khác ở những cọng rau và khác cả ở phần hồn nằm trong màu nước sền sệch. Cứ theo lời hướng dẫn "Cách làm mì Quảng" đăng trên website Xứ Quảng:

> Mì Quảng cũng như phở, đều được chế tác từ gạo nhưng lại có sắc thái và hương vị riêng biệt. Đúng như tên gọi, mì này nguyên có nguồn gốc xuất phát từ xứ Quảng Nam. Để làm mì, người ta dùng gạo tốt ngâm nước cho mềm, đem xay thành nước bột mịn, vừa trùng (không đặc không lỏng) cho thêm ít phèn sa để cho sợi mì giòn, cứng rồi đem tráng thành lá mì [....] Nước nhưn (nhân) được làm bằng tôm, thịt heo, hoặc bằng thịt gà, có khi được làm bằng cá lóc, thịt bò... rất là đa dạng nhưng phổ biến hơn cả là nhưn tôm thịt hay thịt gà...[1]

thì "hương vị riêng biệt" kia lại là một cái riêng đầy biến dịch, tùy ý và tùy vị. Khi phải chan hoà với bao nhiêu thứ "rất là đa dạng", cái sự đa dạng thể hiện ở dấu chấm lửng nối dài như để hứa hẹn thêm bao nhiêu điều tuỳ nghi khác nữa, mì Quảng khó mà hình thành nên một bản sắc riêng. Trong ngôn ngữ của các nhà kinh tế học, của khoa học về

---

[1] Mục "Món ăn đặc sản", phần "Cách làm mì Quảng" trên website http://www.xuquang.com

thị trường hay về nghệ thuật bán buôn, mì Quảng vẫn chưa đạt đến một trình độ "tiêu chuẩn hoá".

Đó là đặc tính của đời sống đô thị, của những hoạt động mang tính kỹ nghệ và là điều kiện cần và đủ để đưa một sản phẩm nào đó thâm nhập những thị trường mới. Tên của một loại rượu vang, như Jacob chẳng hạn, gắn liền với một hương vị đặc trưng nào đó và, suy cho cùng, một quy trình chế biến đã nâng thành tiêu chuẩn nào đó. Lung tung bản sắc và nhập nhằng tiêu chuẩn, sản phẩm sẽ khiến người tiêu thụ rối tung lên và sự hăm hở tiếp nhận ban đầu sẽ xìu đi, tắt ngấm. Thay vì "cãi" cho mình một bản sắc nhất quán, mì Quảng lại đẩy những kẻ mới tập tễnh làm quen vào cái cảnh phải "cãi" nhau về "tiêu chuẩn" của mình. "Cãi", như vừa mượn tên bày hàng, vừa thiếu tự tin "nấu như thế nào hở chú?".

Thì cũng dễ hiểu thôi: đất Quảng không phải là mảnh đất dồi dào cái ăn nên khoa nấu nướng phải... nghiêng mình theo đất. Nó gặp chăng hay chớ và nó tùy nghi tiện ích. Đại loại cũng là cái sự "có gà dùng gà, có tôm dùng tôm, có lợn dùng lợn" như thể lời hiệu triệu tiện tay súng, tay dao, tay gậy gộc trong thời kháng chiến khó khăn thế thôi. Xa hơn, tô mì sềnh sệch ấy còn là một biểu tượng dở dang của nền văn minh ẩm thực trong những xã hội nông nghiệp trồng luá nước, nền văn minh đầy những ám ảnh... thiếu ăn. Phụ thuộc thiên nhiên, cái ăn ở đó cứ là bấp bênh và sự thiếu thốn triền miên đã đẩy con người đi đến chỗ phải đi đánh lừa cái bao tử của mình: thiếu chất "đặc" thì già tay hơn ở phần "lỏng" và, phần lớn, nghệ thuật ẩm thực ở đó cứ là chan hoà nước non. Không phải ngẫu nhiên mà, ngoài lời chào đầu môi "Ăn cơm chưa?", người Trung Hoa còn có tập quán hay ăn cháo. Không phải ngẫu nhiên mà, ngoài lời hỏi thăm đại loại "Bấy lâu làm ăn ra sao?", thức ăn của người Việt cứ là lỏng bỏng canh, bún, phở, riêu... Riêng mì Quảng thì như nấn ná giữa đường. Nửa, như nó tiếc nuối nước non. Nửa, như muốn vượt cạn, lên bờ. Trông như một trò thoả hiệp.

Kể ra, thì cũng... thoả hiệp thật. Có thoả hiệp, có đầu hàng trước những ràng buộc trong môi trường sống của mình, mì Quảng mới tuỳ nghi tiện ích và chông chênh bản sắc để rồi chẳng thể nào "cãi" được cho mình một "tiêu chuẩn" phẩm lượng trên ý nghĩa ẩm thực và trên ý nghĩa kinh tế, thương mại. Khác xa tô bún bò Huế láng giềng. Cũng là sản phẩm của một vùng đất nghèo thiếu thốn cái ăn, thức ăn ấy vẫn không thoả hiệp, vẫn cố "cãi" cho mình một hương vị riêng, một bản sắc và, hẳn nhiên, một "tiêu chuẩn" riêng.

Thật là khó để đi ngược ngọn ngành lịch sử của từng món ăn nhưng sự thể có lẽ đã nhen nhúm từ trong lịch sử khai phá của miền đất ấy. Kể từ khi Chế Mân dâng đất làm đồ sính lễ trở về sau đất Quảng đã là một môi trường nhân văn và tự nhiên đầy sự đấu tranh. Có thể, Chúa Nguyễn mới lập lệ đưa con trai băng đèo Hải Vân để học nghề cai trị: hễ cai trị vững vàng cái nơi mà giặc giã thì triền miên, con người thì.... hay cãi và thiên nhiên thì khắc nghiệt, ắt sẽ vững vàng trong việc cai quản giang sơn.[1] Có thể, có ngược dòng lịch sử cách mạng, bao giờ chúng ta cũng nghe nhắc đến tên đất Quảng. Có thể, có nghe tin thiên tai, hay nghe tin chiến sự một thời, chúng ta hiếm khi nào nghe sót tên xứ Quảng. Khi phải ngày ngày chường mặt ra trước những thử thách, ngày ngày dùng đến sức vóc như

---

[1] Dĩ nhiên là địa phận Quảng Nam rộng hay hẹp, di dịch theo từng thời kỳ, không cứng nhắc là địa phận tỉnh Quảng Nam của hôm nay.

thế, lẽ nào con người lại mượn đến nước để đánh lừa bao tử của mình? Mì Quảng, như vậy, đã sềnh sệch cái sự ăn chắc mặc bền, và đất Quảng, như vậy, đã tỏ ra không hợp lắm với cái sự cầu kỳ, quy cách. Ăn Bắc, mặc Kinh: người Bắc có thể cầu kỳ với cái ăn; người kinh kỳ, hay Huế, có thể trau chuốt về cái mặc, nhưng người Quảng thì khác. Thử thách trước mặt gay gắt và dằng dai quá nên cái cầu kỳ khuôn sáo hiếm khi có chỗ đứng. Bên kia đèo Hải Vân người ta ý tứ, nhỏ nhẻ. Bên này đèo, người ta ào ào, ngang xương. Bên kia đèo người ta chăm chút, khuôn sáo. Bên này đèo người ta tuềnh toàng, chém to kho mặn. Và như một dấu tích trong mối quan hệ giữa đất và người, tô mì Quảng tùy nghi thoả hiệp và sềnh sệch thực dụng đã không thể hiện được những tính cách lễ nghi và hình thức. Nó là món ăn của sự mộc mạc, xuề xoà.

Đó là món ăn để những bà con xa gần, những bằng hữu hay những láng giềng thân quen chan hoà xì xụp nhân ngày kỵ giỗ, ngày mừng luá mới hay bất cứ dịp vui nào đó. Đó là cái hồn của những quán lá liêu xiêu bên con đường đất hay sùm sụp một góc chợ quê, vỏn vẹn vài ba cái bàn gỗ chông chênh, có những ống đựng đũa bằng tre, có thêm chai rượu đóng nút bằng cùi bắp hay bằng năm lá chuối khô cuộn tròn kề bên. Đó là những cái tô tai bèo vàng rượm những sợi mì màu nghệ hay trắng tinh màu gạo, lác đác những khoanh ớt đỏ rói, những hạt đậu phộng rang chín vỡ tan màu nâu nhạt, thêm vào những mảnh bánh tráng khô nướng lấm tấm hạt mè. Đó là món ăn mà, bên tiếng vỡ lắc cắc của những cái bánh tráng giòn tan, bên những tiếng "khà" bật ra sau một ngụm rượu đế, người ta rổn rảng kể chuyện mùa màng, chuyện chòm xóm, chuyện gia sự con cái và cả chuyện nước non chính sự nữa. "Hương vị riêng" của mì Quảng, một phần, nằm ở sự chan hoà, sự mộc mạc và xuề xoà ấy.

Mộc mạc và xuề xoà, lại không đạt đến một trình độ tiêu chuẩn hoá, mì Quảng trở nên lạc loài giữa môi trường đô thị. Ngay tại bản quán của mình mì Quảng vẫn không chen chân nổi vào những nơi chốn khả dĩ gọi là... đô hội. Mì Quảng, trong trí nhớ của tôi, chưa bao giờ chiếm ngự nổi một vị trí bề thế nào đó trên những đường phố lớn, những trung tâm thương mại đất Quảng. Đà Nẵng -- trên những con đường tấp nập hàng quán, từ Hùng Vương, Ông Ích Khiêm đến Lê Đình Dương v.v... -- chỉ thấy rặt cơm Tàu, cơm Tây, phở Bắc hay bún bò Huế[1]; và muốn thưởng thức mì Quảng có lẽ khách lạ phải lặn lội về hướng ngoại ô, lên đâu Phước Tường, Hoà Cầm, Hoà Khánh hay qua tận An Hải ở bên kia sông Hàn.[2] Bề nổi của Hội An -- với những con đường mang tên Lê Lợi, Nguyễn Thái Học, Cường Để v.v... một thời hay phố chợ -- cũng nào đâu thấy mì Quảng, chỉ thấy "xanh ngắt một màu" cơm Tây, cơm Tàu, rồi phở, như Phở Liến, hay bún, như Bún Bà Tỳ đâu đó thế thôi. Đến đây, muốn thưởng thức món ăn "chính hiệu quê hương" này, có lẽ khách lạ phải loay hoay tìm kiếm

---

[1] Tôi có cảm tưởng rằng chủ nhân của những hàng quán hạng sang trên là người Tàu, người gốc Huế, gốc Bắc chứ ít ai là Quảng chính gốc. Tuy nhiên, nếu đã có một nhu cầu... thị tứ về mì Quảng, tại sao họ không đáp ứng? Điều này còn nói lên tính cách phần nào phi thương mại của người Quảng hay chăng? Đi xa lập nghiệp, hình như đa số người Quảng chỉ lập nghiệp bằng con đường cử nghiệp, con đường chính trị hay một ngành nghề tiểu thủ công nghiệp nào đó (trường hợp tỷ phú Phạm Sanh lại là một ngoại lệ khổng lồ), và khi thiếu những con người có đầu óc thương mại để giới thiệu, hình ảnh của mì Quảng càng èo uột trên đất khách hay chăng?

[2] Cũng xin nêu lên một điểm đáng chú ý khác về nhu cầu tiêu chuẩn hoá (hay kỹ nghệ hoá) của một món ăn và môi trường đô thị. Món ăn bình dân phổ biến tại Đà Nẵng là bún chả cá, là thứ thức ăn mà cả nguyên liệu lẫn việc chế biến đều có thể thực hiện trên quy mô lớn. Cá (các loại cá tạp) đánh bắt từ biển và chả cá được chế biến từ các "lò" chả lớn.

một ngõ hẻm hiếm hoi nào đó hay phải lặn lội ra xa, như Cẩm Hà chẳng hạn, nơi có cái quán nhỏ bên bờ dương thấp thoáng mé nước, nước của sông Thu, cái con sông còn mang tên Nhớ để dạt dào mang nước đổ về cửa Đợi.[1] Mì Quảng, như thế, không hợp lắm với những hơi thở thị thành và người Quảng, có thưởng thức, có lẽ họ cũng chẳng đi xa hơn cái phong thái sơ khai là mấy. Khác với một bún bò Huế mà Võ Phiến vừa nhớ, vừa thăm dò suy đoán, vừa chặc lưỡi tiếc nuối:

> Tôi có cảm tưởng bát bún bò ngày xưa bưng ăn ở Huế nó nhỏ hơn ngày nay nhiều. [...] Xưa kia, nó là cái bát tai bèo, vừa bé vừa cạn lại vừa dày cộm: dung lượng được mấy? Vì thế, thực khách có thể thanh toán bát bún bò tiền chiến thật nhanh chóng, thanh toán trong khi nó nóng hôi hổi, bốc hơi ngào ngạt. Bát bún bò mỗi ngày mỗi nở lớn thêm. Bát lớn quá, ăn mãi một hồi lâu chưa chịu hết, tất nguội lạnh, còn có mùi thơm nào bốc lên từ đống đồ ăn lạnh lẽo nữa?

> [...] Ngày còn trọ học ở Huế, mỗi khi ăn bún bò, cả bọn chúng tôi ở cùng một nhà trọ thường ăn cái bún bò gánh đi bán dạo. Bà hàng bún làm xong bát bún hình như chỉ đặt ngang một đôi đũa trên miệng bát trước khi trao cái bát tai bèo đang bốc hơi vào tay thực khác. Tôi không nhớ có kèm theo muỗng. Chúng tôi vừa ăn vừa húp nước xùm xụp.

> Trước kia, trên đường Nam tiến món phở chưa vượt qua sông Gianh, tôi không biết lối ăn phở theo phép tắc ngày xưa như nó như thế nào. Bây giờ thỉnh thoảng có bậc tuổi tác gốc miền Bắc nhắc rằng ăn phở trước kia cũng không hay dùng đến muỗng. Lý do là ăn muỗng nó hại mùi. [...]

---

[1] Sông Thu Bồn còn được gọi là sông Hoài, chảy ra cửa Đại. Ý này viết theo Nguyễn Tuân.

Vì thế cái muỗng phở trích tuyển đưa lêm mồm nó cũng chịu ít nhiều thiệt thòi. Chịu khó bưng tô phở lên mà húp thì mồm chỉ húp một ngụm mà mũi hưởng được cái thơm của cả tô. Nếu quả thật trước kia ăn phở không dùng muỗng thì, một lần nữa, các bậc tiền hiền đáng ca ngợi.[1]

Dù đã cố "cãi" cho mình một bản sắc riêng, bún bò Huế vẫn không chịu "cãi" cho mình cái phong thái thưởng thức nguyên thủy. Bởi, khi không chịu thoả hiệp với những ràng buộc của môi trường sống, nó đã hướng đến một bản sắc và tiêu chuẩn riêng theo nề nếp quy củ đất kinh kỳ. Bởi, khi không chịu thoả hiệp với phong cách thưởng thức của bậc "tiền hiền", nó lại hướng đến một phong cách mang tính trưởng giả đô thị. Mì Quảng thì khác. Tuỳ nghi để thoả hiệp với những ràng buộc của đất, nó trở nên phi tiêu chuẩn và chông chênh bản sắc. Và, như một món ăn sềnh sệch chắc bền nhưng phải "ăn nóng mới ngon"[2], nó lại đâm ra lấn cấn giữa môi trường thị tứ: thoả hiệp với cái phong thái thưởng thức chan hoà xì xụp sơ khai cũng bị lạc loài; mà "cãi" lại để phù hợp với không khí đô thị hơn qua "cái muỗng hại mùi", cái "hương vị riêng" chông chênh kia lại càng thêm chông chênh và lạc loài hơn nữa. Bởi, ngay từ bản chất, mì Quảng đã là một món ăn thoả hiệp, một món ăn không hề biết cãi!

Mì Quảng có "không biết cãi", ấy là do những con người, như những kẻ nổi danh "hay cãi", đã không hề chịu cãi. Thoả hiệp, không chịu cãi, nghệ thuật ẩm thực của họ trở nên lạc loài trong môi trường đô thị. Thoả hiệp, lấn cấn chuyện cãi hay không cãi, những nghệ thuật khác, với họ,

---

[1] Võ Phiến, "Văn phong, nhân cách", *Văn Học* 150&151, Số đặc biệt về Võ Phiến, 10&11.1998, trang 179-180.

[2] Xem chú thích số 3.

cũng đâm ra dở dang và lạc loài như một tô mì Quảng "mình không là mình".

"Hay cãi" trong chuyện nước non thế sự, người Quảng thể hiện những thiên hướng chính trị và đất Quảng là đất của những người say mê chính trị. Tuy vậy, hiếm có người Quảng nào thành công thật chói chang về chính trị.[1] Có thành công, cái sự thành công hiểu ở những dấu ấn hay di sản để lại trong lịch sử, họ cũng chỉ thành công như những nhà cách mạng, những chiến sĩ đấu tranh, những kẻ nhập cuộc chỉ để "thành nhân". Trong vai trò của những nhà chính trị chuyên nghiệp, nếu không thất bại thì, thường, họ cũng lâm vào cái cảnh lấn cấn, dở dang.

Thực vậy. Nếu cách mạng ngụ ý một vận động thay đổi tận gốc rễ thì chính trị lại ngụ ý một trò chơi thoả hiệp. Như những kẻ đi làm cách mạng, những người thẳng thăn đứng lên để chất vấn, để "cãi" cho đến rốt ráo tận cùng về những giá trị gốc rễ của nền tảng chính trị đương thời, ít ra họ cũng để lại những dấu ấn đậm nét nào đó trong lịch sử. Như những thế hệ đã đấu tranh để "duy tân", "duy tân" từ đầu tóc, vạt áo cho đến những vần chữ mới, chẳng hạn. Như một Phan Chu Trinh với những ý tưởng về dân quyền, một ý niệm hoàn toàn mới trong một xã hội nửa phong kiến nửa thuộc địa, chẳng hạn. Nhưng khi băng

---

[1] Chú giải bổ sung: Võ Chí Công (VCC) là người Quảng Nam được xem là "thành công" nhất về chính trị vì làm đến chủ tịch nước. Đây chỉ là một chức vụ mang tính lễ nghi và trong hệ thống chính trị cộng sản thì VCC lại là người "không biết cãi", bị các nhà quan sát nước ngoài đánh giá là một nhà chính trị "nhạt nhoà", chỉ "theo đuôi" và "bỏ cả đời ra để thực hiện chính sách của người khác" (The Times, Nov 15th, 2011). Sau 1975 VCC là "Trưởng ban Cải tạo Nông nghiệp Trung ương", chịu trách nhiệm chính việc hợp tác hoá nông nghiệp trong khi các đảng viên cấp thấp hơn tại miền Nam dám "cãi" lại chủ trương làm nghèo đất nước và làm đói nhân dân này.

mình vào một trò chơi chính trị thì kẻ nhập cuộc nào cũng
đã ký một khế ước thoả hiệp với những giá trị nền tảng
của thể chế chính trị đương thời, có đấu tranh để thay đổi,
họ chỉ hướng tới những thay đổi lông bông tiểu tiết ở cấu
trúc thượng tầng thế thôi. Tuy nhiên, trong cái môi trường
đấu tranh rất cần đến nghệ thuật thoả hiệp này, bản tính
"hay cãi", cãi đến rốt ráo tận cùng kia, lại là cái gì ngoại
đạo. Và họ đâm ra lấn cấn, dở dang. Cái sự dở dang lận
đận của những kẻ vừa cố đấu tranh hay cố chen lấn với đời
nhưng lại lỡ nóng một dòng máu cách mạng, lỡ thở những
hơi thở có chút gì đó lãng mạn.

Và khi mượn một thứ văn chương khuôn phép để gởi gắm
cái tâm sự gọi là "lận đận" hay "lạc loài" như thế, sự thể
trông cũng dở dang như một tô mì Quảng mình không là
mình. "Hay cãi", họ lại... thoả hiệp với những khuôn phép
văn chương, cái khuôn phép mà ở đó, thường, nếu không
là "thục nữ lòng non", nhân vật giống cái cũng trở thành
những "tà áo trắng cổng trường"; ở đó, thường, nếu không
là kẻ "ngã ngựa" hay kẻ "sinh bất phùng thời", nhân vật
giống đực cũng là gã lãng tử bị đời hắt hủi, là kẻ đang ôm
ấp nỗi sầu "cố xứ" và cuộc say nào cũng thấp thoáng hình
ảnh của những "chén quỳnh tương" hay "chén ly bôi"
v.v... Đất Quảng vẫn được xem là đất của văn chương và
văn chương ở đó, chói chang nhất, bao giờ cũng là văn
chương của cái sự... hay cãi. "Hay cãi" như một Phan
Khôi: không chỉ "cãi" như một nhà lý luận đến độ Tản Đà
phải kêu gọi "Bài trừ nạn Phan Khôi"[1], mà còn "cãi" như

---

[1] Bài "Bài trừ cái nạn Phan Khôi ở Nam Kỳ" ký tên Nguyễn Khắc Hiếu, đăng
trên *An Nam Tạp chí* số 29, 20.2.1932, mở đầu: "Muốn bài trừ cái nạn Phan
Khôi ở trong Nam, cần phải giết bỏ ông Phan Khôi ở trên đàn ngôn luận.
Trước khi muốn giết ông Khôi ở trên đàn ngôn luận, lòng tôi cảm tưởng bồi
hồi, lại nhớ đến khi xưa trong hồi xem tập văn Âm Băng, thấy truyện Viên
Sùng Hoán giết Mao Văn Long vậy."

một nhà thơ: "Tình Già" không phải là một bài thơ "cãi" hay sao? Hay "cãi" như một Bùi Giáng: đời nhà thơ cũng lắm nỗi "long đong" nhưng ông không làm thơ chỉ để than thở cái sự long đong lận đận đó trong khuôn phép mà là làm thơ như một người hay cãi, cãi vào những ước lệ, những hình tượng ngôn ngữ quen thuộc để biến thơ mình thành một thứ mật ngữ rất riêng.

"Quảng Nam hay cãi" nhưng mì Quảng thì quá thật thà, hoàn toàn không biết cãi. Văn chương đất Quảng thì nửa cãi, nửa không. Chỉ những nhà chính trị, những kẻ chen lấn với đời mới đúng là người hay cãi, nhưng lắm lúc họ lại cãi không đúng chỗ, cãi ở những nơi lẽ ra phải cần đến nghệ thuật thoả hiệp. Chính vì thế mà sự thể mới đâm ra lấn cấn, dở dang; và khi sự thể hoá dở dang, họ lại quay sang vỗ về mình bằng một thứ văn chương hiền lành, thứ văn chương hoàn toàn không biết cãi...

5.12.2002

Có thể tham khảo trên trang tư liệu của Lại Nguyên Ân:
http://lainguyenan.free.fr/pk1932/BaiTru1.html

Và bún, và phở, và...

Mặt trận phở vẫn hoàn toàn yên tĩnh nhưng Sydney, những ngày qua, lại ồn ào sôi động mặt trận bún bò.

Mặt trận ở đây, tôi phải giải thích ngay, không phải là chuyện đấu tranh kháng chiến trường kỳ. Mặt trận phở chỉ là chuyện cạnh tranh trong làng phở ở đó thế chân vạc chia ba chia tư hay thế cát cứ mỗi vùng một sứ quân đã "tuyệt nhiên định phận" theo phán xét của khách hàng. Ở Melbourne cũng thế mà ở Sydney cũng thế. Cái thế cân bằng hình thành sau khi kẻ thắng "takes it all" và kẻ bại hoặc từ bỏ cuộc chơi hoặc khép nép "standing small." "Takes it all", kẻ thắng tự tin với tư thế bất khả cạnh tranh của mình và hắn đâm ra kiêu hãnh, cửa quyền.[1] Than vãn lên giá gì mà lên mãi thế ư? Hắn phớt tỉnh Ăng-lê: "Dễ thôi, cứ đi tìm chỗ rẻ!" Cằn nhằn cho sự lai tạp của hương vị Bắc Hà ư? Hắn ngang phè đế quốc thực dân: "Thì cứ về xứ Bắc." Cứ thế, vân vân và vân vân. Hắn ngạo nghễ và cửa quyền trước những kẻ thua cuộc chỉ biết vênh váo trong lặng thầm bằng cái "tinh túy Bắc Hà" khư khư gìn giữ để may ra xả bớt chút sân hận theo phép thắng lợi tinh thần kiểu AQ. Và như thế, tôi cứ tự hỏi mình là, liệu, mai

---

[1] The winner takes it all / The loser standing small, ca từ trong ca khúc "The Winner Takes It All" của Benny Andersson và Bjorn Ulvaeus.

này, cái mặt trận bún bò đang rậm rịch sự ăn thua đủ kia có phân định được một thế cân bằng ở đó kẻ thắng hiu hiu tự đắc với khả năng chiếm lĩnh thị trường còn kẻ bại thì chỉ biết kiêu hãnh trong lặng thầm khép nép với cái bản sắc hằng trường?

Tôi thoáng nghĩ đến điều đó khi nghe một chị bạn kể về cái cảm giác thất vọng trong một tiệm bún bò Huế ở miền Tây Sydney. Cũng như bao tiệm bún bò khác, tiệm mang tên một địa danh Huế. Tiệm khá là đắt khách nên, theo lẽ thường, phải đậm mùi hương Huế thế nhưng chị vẫn không tài nào cảm nhận được chút mùi hương Huế. *Tôi bỏ nhà đi năm mười chín tuổi / Đêm trước ngày đi nằm đợi tiếng chuông*, chị chờ, thấp thỏm, nôn nao, cơ hồ một Nhã Ca nôn nao nằm đợi tiếng chuông Thiên Mụ trước ngày dời đổi quê hương mà vẫn không tài nào nhận ra chút vị của quê hương. Hương vị Huế đã không hiện diện trong một tiệm ăn Huế, mang tên một địa danh Huế, chen chúc những thực khách chấp nhận tốn tiền để có vài khoảnh khắc sống lại cùng với Huế. Tên Huế thì có đó mà hồn Huế thì ở đâu rồi?

Ra đi ai cũng ít nhiều gói ghém bên mình những "tiếng chuông" như thế nhưng chỉ có Huế, cơ hồ chỉ có người Huế mới biết khai thác những cái tên quay quắt kỷ niệm đến là như thế. *Dạ thưa phố Huế bây giờ / Vẫn còn núi Ngự bên bờ sông Hương* (Bùi Giáng), Huế là thơ, là hoạ thế nhưng những "thơ hoạ" ấy đã bị chính người Huế đem ra mặc cả, giày vò. Từ Melbourne hay Sydney cho đến Santa Anna, San Jose hay Toronto, Vacouver, ở đâu cũng thấy hay cũng nghe những Sông Hương, Bến Ngự, Gia Hội, Đông Ba, Vỹ Dạ, Trường Tiền, Đồng Khánh, Cố Đô v.v... lổn nhổn xuất hiện và chan chát cạnh tranh theo bát bún bò. Cũng là "tiếng chuông" gói ghém mang theo nhưng những Sinh Từ, Hồ Tây, Trúc Bạch và Hồ Gươm quay quắt trong niềm nhớ của Mai Thảo hay Vũ Bằng đâu có chen nhau giành giật những cái bao tử thích tiêu hoá phở bò? Tại sao người Bắc có thể mang cả Hà Nội vào đến Hố Nai mà không thể mang những địa danh Hà Nội theo chân bát phở như là những cái tên Huế đã trở thành ngọn cờ hiệu trong cuộc chiến bún bò?

Để hiểu hết vấn đề thì có lẽ chúng ta phải nhìn lại ngọn ngành gốc rễ của vấn đề. Có đến với những quê hương mới thì bún hay phở, nói theo Võ Phiến, cũng đến sau những bất hạnh của quê hương. Phở ào ào Nam tiến sau Hiệp định Genève 1954. Bún bò Huế lục tục "hành phương Nam" sau một Mậu Thân tang tóc 1968 và một mùa hè chảy lửa gần bốn năm sau đó. Từ những đợt di cư đầu tiên cho đến cái lần cùng di cư sau hết, cái lần di cư thực sự đứt đoạn với quê hương vào năm 1975, giữa bún và phở đã có những khoảng cách khác nhau nên phải có những thế cách hoà nhập khác nhau.

Vấn đề, như thế, còn là sự tiếp nhận tại trạm dừng đầu và do đó chúng ta phải nghĩ đến những quy luật thị trường. Một người quen của tôi, sau bao năm lăn lộn trong nghề kinh doanh nhà hàng, đã rút ra một kết luận đầy tinh thần địa phương chủ nghĩa về những Thượng Đế khách hàng. Nhiều nhất là giọng Nam. Thưa hơn là giọng Bắc, giọng Trung. Đặc biệt thưa là giọng nói năng nặng khúc giữa miền Trung. Kể ra thì để đi đến một kết luận tử tế và thuyết phục về một đề tài tế nhị như thế chúng ta phải cầu viện đến những nhà thống kê và dân số học nhưng, dẫu sao, nhận xét kinh nghiệm chủ nghĩa này cũng có những nền tảng nào đó từ mối tương quan văn hoá giữa đất và người. Tính hào sảng của con người tỷ lệ thuận với sự hào sảng của thiên nhiên, và khi miền Nam là một miền đất trù phú thì con người cũng có khuynh hướng phóng khoáng theo cái sự giàu có đó. Đối diện với một thiên nhiên cam go và cay nghiệt thì người Bắc hay Trung cũng cam go cay nghiệt với cả chính mình. Người Nam xả láng, tới bến. Người Bắc và người Trung lo xa, dè đặt. Người Nam biết có hôm nay. Người Bắc và Trung lo toan cho ngày mai, thậm chí cả những ngày mai tiếp nối ngày mai, cái chuỗi dài lo toan kéo dài tưởng chừng tới bất tận. Khi mà cái lưỡi của tuyệt đại đa số khách hàng đều phát âm giọng Nam thì nghệ thuật ẩm thực ăn khách nhất phải là thứ nghệ thuật xem là được đối với những cái lưỡi quen uốn giọng Nam. Phở, như thế, ngay ở trạm dừng đầu, đã phụ tình hương vị Bắc Hà. Và phở phụ phàng cả những cái tên có thể nhớ quay nhớ quắt nhưng chẳng có nghĩa lý gì trong những cái lỗ tai mà mình phải xởi lởi chào hàng. Phở không quyến rũ tình nhân mới bằng điệu đàng cũ. Phở ngả ngớn sa cạ bằng Tàu Bay, bằng Xe Lửa, những cái tên mộc mạc bình dị theo lối sống thẳng thớn của cuộc đất Sài Gòn.

Bún bò Huế thì khác. Bún không di cư theo lịch trình nhất định của một hiệp định của mấy siêu cường mà rải rác lưa thưa theo nhịp độ chiến trường. Từ một muà xuân trắng khăn tang cho đến một mùa hè đỏ hực màu lửa và đen nhẻm màu than. Rồi từ cái mùa hè quằn quại lửa than ấy trở đi, hễ mặt trận càng ầm ì tiếng đạn bao nhiêu thì cái cố đô trầm buồn ấy càng co rút, càng thu mình vắng lặng bấy nhiêu. Từng đợt rồi từng đợt, hiu hắt và âm thầm, từng lớp người thầm lặng bỏ Huế ra đi rồi thầm lặng hoà mình vào cái náo nhiệt của những đô thị phía Nam như Đà Nẵng, Sài Gòn. Trong cái tâm trạng hắt hiu ngơ ngác giữa khung cảnh mới xô bồ sôi động thì, chợt, những không gian bỏ lại, những âm thanh và những hương vị bỏ lại bỗng tha thiết cồn cào, bỗng xốn xang trăn trở như một nhu cầu.

Nhưng Đà Nẵng, Hội An thì nhỏ quá và gần Huế quá nên bún bò Huế không cần thiết phải mang tên Huế, chỉ cần trần trụi "bún bò giò heo" theo bản vị thành phần. Phải xa như Sài Gòn. Và phải lớn như Sài Gòn. Xa cho thấm độ hoài hương và lớn cho thấm thía cái sự hoà mình tan loãng thì con người mới thêm phần gắn bó với huyết thịt của cố hương. Bún bò Huế, như một cái tên, có ra đời, có lẽ, đã ra đời như thế. Và những không gian mang mùi hương và mang tên Huế, có được đặt tên cũng, có lẽ, đã được đặt tên như thế.

Nhưng đến lần di cư thứ hai, cái sự di cư thực sự đứt đoạn với quê hương, thì Huế không còn là của riêng Huế nữa. Huế, và những phần da thịt của Huế, những Sông Hương, Bến Ngự, Trường Tiền, v.v... đã trở thành một phần của quê hương đất nước như một thứ sở hữu chung. Cũng như Tàu Bay, Xe Lửa, Pasteur hay Hùng Vương, Hiền Vương đã trở thành một phần của Sài Gòn bỏ lại, trở thành những mảnh huyết thịt của quê hương bỏ lại nói chung. Và rồi tất cả, trong cái hoài niệm rất chung, đã dễ dàng trở thành những tín hiệu hẹn hò chung. Và phở. Và bún. Và những hương vị quê hương khác. Tất cả đã trở thành một thứ sở hữu chung và do đó phải thích nghi với cái chung. Và như thế những kẻ đau đáu trung thành với riêng một "tiếng chuông Thiên Mụ" phải thất vọng thở dài. Và như thế những kẻ khư khư giáo điều với riêng một mùi phở đã chuẩn hoá qua ngòi bút của Nguyễn Tuân cũng chỉ biết thở dài tiếc nuối cho chút hương xưa; tiếc như thể tiếc cho người tình cũ đã thất tiết, đã trao thân lang chạ với bao khách qua đường.[1]

---

[1] Theo Nguyễn Tuân thì bát phở ngon phải đủ chín, bắp, nạm, mỡ gàu. " 'Tái' là phần 'phát sinh' sau này nhưng có thể chấp nhận. Từng món thịt này phải

Nhưng đâu chỉ riêng người Bắc hay Huế? Ra đi, người Nam cũng đau đáu trong lòng những "tiếng chuông" nôn nao chờ nghe trước lúc lên đường, thế nhưng chúng ta hiếm khi nghe họ đăm đăm khó chịu với cái sự hương vị cũ rơi rớt dọc đường. Người Bắc thì chát chuá chỉ trích và mát mẻ chua cay cho người tình phở không còn trọn vẹn thủy chung. Người Huế thì tỉ tê thương tiếc cho tô bún bò với mùi hương đã rè vỡ tiếng chuông. Nhưng người Nam thì không. Họ thản nhiên. Họ bàng quan, bình lặng. Họ chẳng đăm đăm bắt bẻ hay đăm đăm lớn chuyện như thể cái bản sắc trên đầu lưỡi chẳng phải chuyện đáng để bàn. Cơ hồ, với họ, cái hương cái vị là cảm nhận của hiện tại, những cảm nhận tự do và đầy tính chủ quan chứ không nhất thiết phải là cái khuôn đúc cảm giác theo những tiêu chí về nguồn.[1]

được luộc riêng, thái lớn, nhưng phải mỏng. Nước luộc lắng lấy phần trong cho vào nồi xương. Xương ống trước khi cưa ra để lấy được tuỷ phải dùng bàn chải sắt đánh sạch phần thịt còn bám thì nước phở mới trong. Nồi xương phải đun nhỏ lửa ít nhất là trong 4 giờ, không được đậy nắp và hớt bọt liên tục. Gia vị phải có gừng nướng, hành nướng và hồi nướng, thêm chút quế. Khi nào gần ăn mới cho gia vị vào cùng với nước mắm sống. Rau trong bát phở chỉ là chút phụ gia điểm xuyết gồm hành chần và rau mùi (ngò ta). Nêm vào phở chỉ có thể là tương ớt và giấm, thêm chút nước mắm sống có tiêu. Cũng phải có tí chanh, nhưng vắt ngược phần vỏ để lấy chút hương vị tinh dầu. Bánh phở trước khi cho vào bát phải được dận trong nồi nước sôi riêng và chiếc bát trước đó phải được ngâm nóng. Đường và bột ngọt không thể chấp nhận." Dẫn theo Nguyễn Duy, trong "Phở", đăng trên Sài Gòn Tiếp Thị, 03.11.2005.

[1] Để ý rằng chỉ có các tác giả miền Bắc hay miền Trung than thở, "tiếc" cho vị phở và vị bún bò Huế đã bị đánh mất. Số lượng người cầm bút miền Nam không hiếm, thế nhưng các bài viết về món ăn miền Nam, trong hay ngoài nước, hiếm thấy tác giả nào than tiếc cho hương vụ món ăn cũ!

Khác biệt này chính là khác biệt giữa tính "trung tâm hoá" và "phi tâm hoá" ở mỗi vùng miền. Đất Bắc là đất lề quê thói và đất Huế là đất của những kiểu cách ăn nói và ứng xử trưởng giả và những đặc tính văn hoá này đã ảnh hưởng đến cái đầu lưỡi của con người ở mỗi vùng miền. Kiểu cách đó hoàn toàn xa lạ với đặc tính miền Nam, với nền văn minh đồng bằng sông Cửu Long, vùng văn hoá mà đặc điểm dễ nhận thấy nhất là tính phi tâm hoá.

Bắt đầu từ những biểu tượng cụ thể cho từng miền đã thấy chênh lệch cái sự "tâm hoá" đó rồi. Chọn một biểu tượng mang tính trung tâm cho đất Bắc Hà chúng ta có khuynh hướng nghĩ đến Hà Nội để rồi cô đọng cái địa chỉ văn hiến ấy lại ở vài ba hình ảnh nào đó, như Văn Miếu, hay như Tháp Rùa, của Hồ Gươm, chẳng hạn. Để chọn một biểu tượng của miền Trung thì, xưa nay, chúng ta đã thoải mái cô đọng dải đất ấy ở một cố đô rồi tiếp tục cô đọng một lần nữa ở những biểu tượng như tháp chuông Thiên Mụ hay như Ngọ Môn, chẳng hạn. Nhưng nếu phải chọn một biểu tượng cho nền văn minh đồng bằng sông Cửu Long thì chúng ta biết chọn gì đây? Chọn cây dừa ư? Thì, ở dưới ấy, đi đâu mà không gặp dừa? Chọn một cây cầu khỉ ư? Thì cũng, ở dưới ấy, đi đâu mà không thấy cầu khỉ? Miền Nam là một vùng văn hoá đa tâm nên biết tìm đâu ra một biểu tượng trung tâm? Là một vùng văn hoá đa tâm nên, như một hệ quả, thẩm mỹ của cái lưỡi cũng là một thứ thẩm mỹ đa tâm. Nói đến bún, ở miền Trung, chúng ta nghĩ ngay đến bún bò Huế với mùi hương đã định chuẩn ở ngay thành phố Huế. Nói đến phở, chúng ta nghĩ đến một bát phở nghi ngút khói trong một đêm đông giá lạnh ở Hà Nội, trong một tiệm phở nào đó y hệt bát phở và những tiệm phở đã được Thạch Lam, Nguyễn Tuân hay Vũ Bằng khắc hoạ trong những trang tùy bút của mình. Còn hủ tíu của người Nam thì khác. Nếu Cần Thơ được xem là "Tây

Đô", là trung tâm của đồng bằng sông Cửu Long thì "thủ đô" này đã không thể cai trị cái lưỡi của toàn vùng và có thể, đến đó, chúng ta mới nghe nói tới hủ tíu Mỹ Tho, hủ tíu Sa Đéc và hàng chục biến tấu hủ tíu khác, rồi bún, như bún nước lèo Trà Vinh, chẳng hạn.[1]

Tính trung tâm hoá, ở một mức độ nào đó, có thể nói, là đặc tính của chủ nghĩa bảo thủ, của tinh thần chính thống và giáo điều. Và tính phi tâm hoá, ở những hoàn cảnh nào đó, lại chính là hệ quả của sự cởi mở và của tinh thần đa nguyên. Và như thế, phải chăng, khi đã khư khư bảo thủ ở những cảm nhận ở cái lưỡi thì người ta sẽ có khuynh hướng khư khư cố chấp vào những cảm nhận ở ngay trái tim và ở ngay bộ óc?

Khó mà kết luận rằng đó là một mối quan hệ nhân quả và hữu cơ, nhưng càng lật lại những trang sử hiện đại thì chúng ta sẽ càng tìm thấy bao nhiêu là bằng chứng có thể làm sáng lên cái sự tương liên ngỡ như là rất hàm hồ. Cái bát phở hay tô bún cứng nhắc giáo điều kia vậy mà cũng dính dáng thế nào đó với những phát súng, những nhát chém và những chính sách thụt tới hay thụt lui mà hậu quả là biết bao cảnh đời cay đắng bẽ bàng. Nếu phở bò hay bún bò nhất định phải thế này thế kia như một thứ giá trị trung tâm thì những mệnh lệnh nhận vào và ban ra cũng khư khư một đường lối trung tâm như thế. Chỉ ở miền Bắc hay miền Trung là nơi mà cái mô hình kinh tế Stalinist

---

[1] Danh sách này thật dài: hủ tíu mì, hủ tíu nui, hủ tíu hoành thánh, hủ tíu xào, hủ tíu xá xíu, hủ tíu thịt băm, hủ tíu sườn heo, hủ tíu lòng heo, hủ tíu cá, hủ tíu cua, hủ tíu tôm, hủ tíu gà ta, hủ tíu gà ác, hủ tíu bò kho, hủ tíu bò viên, hủ tíu bò tái, hủ túi bò sa tế, hủ tíu nai sa tế, hủ tíu vịt quay, hủ tíu nấm, hủ tíu măng, hủ tíu chay. Thế nhưng mỗi kiểu hủ tíu này lại chia ra 2 dòng là khô và nước, thành ra nhân lên sẽ có tới 50 kiểu hủ tíu. Ngoài ra còn kể các "biến tấu" khác như hủ tíu chuột, hủ tíu dơi, hủ tíu rắn, hủ tíu rùa v.v…

mới được áp dụng một cách nhất quán, vẹn toàn. Cái lưỡi của người miền Nam không nhất thiết phải tiêu chí này kia thì, cơ hồ, cái mô hình kinh tế áp đặt đã không nhất thiết phải thế này thế kia. Chỉ từ ở miền Nam, chỉ từ những bước đi đột phá của một miền Nam đa tâm và cởi mở thì cái mô hình kinh tế trung tâm hoá sắt máu đó mới chịu chấp nhận đầu hàng, chấp nhận thụt lui để nhượng bộ với một mô thức kinh tế dơi chuột muộn màng. Và, trước đó rất lâu, những năm 52 năm 53 của thế kỷ 20, những bần cố nông miền Nam đâu có được cái cơ hội để hò hét và để thực tập những khẩu hiệu đấu tranh giai cấp cào bằng? Chỉ có những bần cố nông miền Trung, miền Bắc. Chỉ có những lãnh tụ cộng sản miền Trung, miền Bắc. Cái đất mà người ta khư khư với một vị phở hay một vị bún giáo điều, hoá ra, cũng là cái đất mà ở đó người ta khư khư bảo thủ hay nghiệt ngã cực đoan với những tim óc giáo điều.[1] Và, như thế, trong cái cảnh xác chết ngổn ngang sau những trận bắn giết nhau theo luật của chiến trường thì chỉ có Huế, chỉ riêng ở Huế mới có cảnh giết nhau bằng hầm hố đào ngay ở sân trường. Mà không chỉ là do những đảng viên hay những lãnh tụ buá liềm. Trong những xung đột tôn giáo đan xen chính trị sôi nổi của một thời thì chỉ ở Huế, chỉ có Huế mới hừng hực nóng, mới có cái sự hung hăng con bọ xít ở những giáo đồ tưởng là chỉ nhìn cõi trần này là tạm bợ với tâm nguyện hướng tới cõi phúc vĩnh hằng. Và đến tận hôm nay, rải rác đâu đó, Huế vẫn sục sôi hực lửa với những giáo đồ hung hăng con bọ xít cái sự hận

---

[1] Bên cạnh những người miền Nam thì, từ thời chống Pháp hay chống Mỹ, những nhân vật lãnh đạo trong Trung ương Cục miền Nam đều là người miền Bắc hay miền Trung đưa vào như Lê Duẩn, Nguyễn Văn Linh, Mai Chí Thọ, v.v.. Tuy nhiên vấn đề là những nhân vật này đã lăn lộn hoạt động rất sớm ở miền Nam và hiểu rõ đặc tính của người miền Nam.

thù trả miếng bất kể rằng niềm tin của họ lại là niềm tin
hướng tới sự hỷ xả, khoan hồng.[1] Những con người như
thế, liệu, có thản nhiên, có bình lặng chịu đựng một món
ăn quê hương lạc vị, xem như một sự đánh đĩ bản lai căn
gốc cội nguồn?

Nguyễn Tuân, trong Phở, bài tùy bút được xem một thứ
tuyên ngôn về "đạo phở", để phải đạo, đã phải ép lòng để
thấy cho bằng được bao điều cho là lớn lao vĩ đại qua bát
phở quốc túy quốc hồn. Để phải đạo, Nguyễn Tuân đã cố
sắp đặt để phở hiện diện bên cạnh "lịch sử vinh quang",
cạnh "những công trình lao động thần thánh như chiến
thắng Điện Biên" và cả những lãnh tụ được ca ngợi như
thể thiên thần. Và để phải đạo, Nguyễn Tuân đã băn khoăn
suy nghĩ về cảm xúc phở của "các bạn Liên Xô, bạn Ba
Lan, Hung, Tiệp, Đức", những bạn bè anh em đóng khung
trong cái thế giới của sắc đỏ búa liềm.[2]

Ngày hôm nay phở đã đi xa, xa hơn cái thế giới bạn bè hạn
hẹp đó rất nhiều. Và để đi xa như thế phở đã phải khiến
cho những môn đệ của Nguyễn Tuân phải chạnh lòng,
phải tiếc nuối bẽ bàng. Phở, thứ phở của Nguyễn Tuân, đã
đến với bạn bè trong thế giới búa liềm như thế nào chẳng
mấy ai biết được nhưng phở chỉ có thể mở rộng những
bước chân toàn cầu sau khi cởi mở, sau khi trải lòng ra với

---

[1] Để ý tác giả các viết kích động hận thù giữa Phật giáo và Công giáo cũng
như "âm mưu Vatican", nhan nhản trên mạng Internet.

[2] Dù cẩn thận phải đạo như vậy Nguyễn Tuân vẫn bị đánh, bị phê bình nên sau
đó phải viết kiểm điểm, phải trăn trở lột xác. Bài tùy bút này được in trên một
tạp chí văn học ở Hà Nội năm 1957, và đó là thời điểm mà không khí chính trị
khá căng thẳng. Có thể đọc lại tùy bút này trong tuyển tập *Những Áng Văn Ẩm
Thực*, NXBVHTT, Hà Nội, 2001, Thái Hà sưu tập.

muôn vạn nẻo đường.[1] Phở, như thế, đã rộng mở, đa nguyên. Đa nguyên như một thứ hủ tíu đa nguyên, cái món ăn của miền Nam rộng rãi và cởi mở, cái vùng đất mà, trong văn học, cứ tưởng là líu quýu đi sau mà thực ra là đi trước mở đường: mở đường với một nền báo chí tiền phong, với những bộ tiểu thuyết tiền phong, và hẳn nhiên, với con chữ mà chúng ta đang viết hay đang đọc cũng vào hạng mở đường, tiền phong...

26.11.2006

---

[1] Chỉ điểm qua ba nơi là Hà Nội, Melbourne và Sydney thôi đã thấy khác ở ngay bề ngoài. Ở Hà Nội tôi thấy người ta ăn phở kèm với tỏi chua, ở Melbourne thì ăn phở kèm với hành tây chua, còn ở Sydney thì hoàn toàn không có thứ "phụ gia" này.

Phở bản vị, ống đồng bản vị

Tưởng đã bàn đến chán chê chuyện bún phở, sẽ không bao giờ quay lại, đến khi đọc "Chuyện tô phở và lương giảng viên, công an" của Hà Văn Thịnh tôi không thể nhịn được.

Không nhịn nổi, tôi không thể không dẫn lại bài viết về "tô phở 35 đô la" của tác giả, đăng trên trang mạng Bauxite:

> Đọc BBC, 21.1.2011, bài của Alastair Leithead, viết về chuyện ông ấy đi ăn tô phở có giá 35USD (tức gần 800.000 đồng) ở Hà Nội xong, tôi choáng váng và tự thề với chính mình rằng kể từ nay, phải lập thiền để minh định chính xác là mình còn chưa bằng con cóc ngồi đáy giếng, thực ra mình chẳng biết khu trời, đít bụt ở đâu, thành thử, lâu nay, về cơ bản, là chẳng hiểu chút chi chuyện đời, cứ nói như gã đang ăn ốc và... mò!
>
> Alastair Leihead kể rằng ông "quyết tâm" đi ăn bằng được tô phở đắt nhất Việt Nam (có khi là cả thế giới) vì ông không nghĩ nó có nguyên liệu là thịt bò Kobe (Nhật Bản) nên đắt mà ông muốn biết ai có đủ tiền để ăn, tiền đâu mà ăn? ... Câu chuyện kể tiếp rằng một nhân viên chính phủ thấy mình có lỗi khi ăn tô phở đắt chừng ấy và một Ủy viên Trung ương Đảng vội vàng chui vào chiếc xe Mercedes bóng lộn sau khi phát hiện có phóng viên nước ngoài nhìn thấy.

Cái tài của các nhà báo phương Tây là họ luôn phát hiện những vấn đề lớn từ những câu chuyện nhỏ. Phở thì bác Nguyễn Tuân đã bàn từ cái thời anh Ba D. chưa đi mẫu giáo nhưng từ cái chuyện phở để rồi xót xa, nước mắt giàn giụa không phải vì ớt cay thì có lẽ bác Nguyễn phải gọi Leihead là bậc thượng thừa.

Trường đại học nơi tôi công tác, nhận giảng viên (những người giỏi nhất) vào để đi dạy nhằm phát huy nền tảng dân trí, dân khí của nước nhà với lương khởi điểm là 1.290.000 đồng! Chỉ có trời mới biết được giảng viên làm sao sống nổi khi tiền thuê một căn phòng nhỏ nhất có thể là 500.000 đồng, chưa kể tiền xăng xe, tiền ăn... Làm sao đọc sách cho yên, giảng bài cho tốt khi cái bụng cứ réo những câu khẩu hiệu nhàm chán, nhọc nhằn như có thực mới vực được đạo, cơm ăn một bát sao no? Một cựu sinh viên của tôi, được giữ lại trường hơn 10 năm, lương bây giờ là 2,4 triệu đồng. Thằng bạn cùng lớp với nó, học dốt thì đạt đến cỡ âu thâu rầu (ôi thôi rồi), vào làm công an, nay đeo lon thượng úy, lương hơn 4 triệu đồng – tức là bằng lương của tôi, người đã có 34 năm đứng trên bục giảng đại học!

Sự dối trá không phải tìm ở đâu xa – nó diễn ra ngay trước mắt chúng ta, xung quanh chúng ta. Tại sao lương công an cao vòi vọi còn lương của trí thức thì thấp lè tè, thấp hơn cả cái lai quần chị Dậu? Hỏi là đã trả lời vì nó minh bạch hoá một thực tế phũ phàng rằng coi trọng trí thức, phát triển giáo dục chỉ mãi là những khẩu hiệu rối rắm mà thôi. Nói "thương" (tội nghiệp) cho trí thức cũng chẳng khác gì chuyện dân gian: Một người vợ nghèo, đi làm về, đói bụng, ăn một tô phở xong, thương chồng quá nên mua cho anh ta hai củ khoai.

Chống tham nhũng ở đâu trong khi tại sao không đến quán phở 35USD để lườm ngang một chút? Những lời nói có cánh như bèo dạt, mây trôi, dân đen chúng tôi nghe quen và quá đủ rồi. Ban chống tham nhũng ở tất cả các địa phương trên cả nước có dám công khai tài sản cá nhân, có dám chứng minh rằng lương của một giảng viên đại học chỉ bằng số tiền trả cho một Ủy viên Trung ương ăn một tô phở rưỡi (trong trường hợp BBC không sai) ? Tại sao có thể bịp bợm chương hồi, lì lợm khó tả và dối trá thì bền vững đến mức phải bàng hoàng?

Người dân biết nhiều lắm chứ không phải u mê như các ngài vẫn tưởng. Hãy đừng thay đổi bằng mồm mà, trước hết, hãy bắt đầu từ tô phở 35 USD. Bảo đảm rằng ngay cả người giàu khi ăn tô phở như thế cũng phải đắn đo nhiều lắm. Thế nhưng, các quan chức của ta, họ dễ ăn, dễ mặt dày mày hợm lắm, vì tiền của dân đóng góp, các vị cứ vơ vào và tiêu pha có cần phải tính toán gì đâu...”[1]

**

Tác giả là một nhà sử học và bài viết trên là một lát cắt chớp nhoáng về hiện trạng xã hội Việt Nam nhìn từ tô phở 35 đô la. Tôi xin phép kéo dài thêm, ngược thời gian đến mức có thể ngược được qua mấy thông tin ít ỏi còn giữ được.

Cũng phở, trong cuộc họp tháng 10.2003, khi quốc hội Việt Nam lại bàn về chuyện kinh tế – xã hội, nữ đại biểu Hoàng Thị Hường của tỉnh Quảng Nam đăng đàn phát biểu:"Khi lương 210,000 đồng thì bát phở ở quê 3,000 đồng, nhưng lương 290,000 đồng thì bát phở đã lên 5,000

---

[1] Xem: http://www.boxitvn.net/bai/16653
Và bài gốc bằng Anh ngữ:
http://news.bbc.co.uk/2/hi/programmes/from_our_own_correspondent/936722
3.stm

đồng. Chính phủ nên xem xét thế nào để mức lương tối thiểu phải tương ứng với mức sống trung bình."[1]

Những kẻ mỵ dân có thể bảo: lương ngày càng tăng, đời sống ngày càng sung túc, kinh tế - xã hội ngày càng phát triển, ai dám bảo ngược? Nhưng không cần nói chuyện "đồng đại / lịch đại" xa vời, chỉ cần tính theo "phở bản vị" thôi đã thấy. Lương chưa tăng, công sức của một công bộc quốc gia xứng đáng 70 tô phở. Lương tăng rồi thì chỉ 58 tô thôi, nghĩa là một bước thụt lùi của đất nước trên khía cạnh kinh tế - xã hội.

Cũng năm 2003, trong bài tản văn "Phở hoài cảm" đăng trên tạp chí *Hợp Lưu*, nhà văn Hoàng Phủ Ngọc Tường đã hồi tưởng về cái thời "ăn phở hoàng kim" của mình. Đó là năm 1957, khi tác giả từ Huế vào Sài Gòn học sư phạm và sáng nào cũng xơi một tô phở tái. Khi đó, học bổng dành cho sinh viên sư phạm mỗi tháng 1,500 đồng trong khi giá phở Sài Gòn chỉ có một đồng mỗi tô.[2]

Tính theo "phở bản vị" thì suất học bổng này trị giá 1,500 tô, chưa kể cái sự được trú miễn phí tại ký túc xá. Không biết có phải do đời sinh viên này nồng... hương phở quá hay không mà gã sinh viên ấy đã cần mẫn lãnh trọn vẹn số học bổng trị giá 72,000 tô rồi quay về Huế tiếp tục múa may lên bục giảng, phải chờ đến lúc bị dồn vào thế cùng sau biến động miền Trung mới chịu bỏ ra khu tham gia "cách mạng". Nhà "cách mạng" này, nhìn theo "phở bản vị", đã không đành lòng giã từ hương phở đô thị để dấn

---

[1] Thông tin này được tôi thu thập trên mạng Internet khi viết các tiểu luận về bún, phở, mì Quảng,, nay các trang chủ không còn giữ nữa!

[2] Có thể xem bài này trên:
http://my.opera.com/phopo/blog/show.dml/3270922

thân sớm sủa như mấy nhà "cách mạng" Trương Tấn Sang, Nguyễn Minh Triết...

Bọn này làm "cách mạng" là để vừa "đánh đuổi đế quốc xâm lược", vừa làm một cuộc "cách mạng giai cấp" nhằm "thay đổi nền tảng xã hội, đưa đất nước tiến tới chủ nghĩa cộng sản", cái hình thái kinh tế - chính trị mà họ khoe khoang là "mùa xuân nhân loại". "Xuân nhân loại" đâu chưa thấy, cả trên lý thuyết cũng không thể thấy nổi, chỉ thấy những bước thụt lùi rất cụ thể theo phở bản vị. Sau gần nửa thế kỷ, từ 1957 đến 2003, cuộc cánh mạng mà Tường, Sang và Triết tham gia đã hạ thấp chỉ số kinh tế - xã hội một cách khủng khiếp: từ 1,500 tô phở cho một "chuẩn công bộc quốc gia" của thể chế cũ xuống chỉ còn 58 tô cho một "công bộc quốc gia" thực thụ của chế độ "rực rỡ tên vàng" hiện tại.

Nhưng để công bằng thì cần phải bù trừ theo sự thăng trầm trong phẩm lượng của tô phở sau một thời gian dài như thế. Thời gian cách biệt thì hẳn phẩm lượng phở cũng ít nhiều cách biệt, hay nói theo các nhà kinh tế học là những "value-added", những phần "giá trị gia tăng" đã thêm vào hay bị tước mất của tô phở?

Tiếc là không có tài liệu nào giúp chúng ta định giá chính xác cả. Chỉ có thứ phở thượng lưu với phần "giá trị gia tăng" là những khoanh thịt bò Kobe, thứ thịt bò thượng hạng với những "vân" mỡ thơm phức lan tỏa trong súc thịt như thể vân gỗ cẩm lai hay vân đá *marble*, loại phở chỉ hợp với túi tiền của những "công bộc quốc gia" hạng thượ lưu, những kẻ tiêu tiền như rác, không thua gì "Trần Trinh Huy" hay "George Phước" ngày nào.[1]

Bao giờ cũng vậy, những kẻ giàu xổi, cái bọn giàu lên không phải bằng mồ hôi hay trí tuệ của mình, thường có thói tật hãnh tiến rất xấu là nôn nao "khẳng định mình" qua phong cách ăn chơi, ăn chơi sao cho hơn người, cho khác người. Nhưng phong cách ăn chơi không chỉ là mức độ vung tiền qua cửa sổ mà còn là bản lĩnh trong cái sự vung tiền. Nếu những tay ăn chơi Huy, Phước ngày cũ nghênh ngang, ung dung tự tại và bất cần đời với cách tiêu tiền của mình thì những công bộc thượng lưu hôm nay mới tồi tàn làm sao: ăn tô phở mà thập thò thập thỏm, lén lút như là quân ăn vụng.

Tại sao một cư dân thuộc địa có thể ngang tàng ăn chơi ngay tại thủ đô mẫu quốc, mà một ủy viên trung ương – "đại biểu kiệt xuất" của "giai cấp tiền phong" đang cầm quyền – lại hoảng sợ bỏ chạy trốn ngay trên đất nước "độc lập - tự do - hạnh phúc" của mình?

Ăn tô phở tưởng là rất sang mà cực kỳ hèn, phải chui vào xe Mercedes núp, quá bằng tên tướng xâm lược Thoát Hoan ngày nào khi bị quân đội nhà Trần truy đuổi và mai phục, phải chui vào ống đồng cho quân sĩ khiêng chạy.[2]

---

[1] Trần Trinh Huy (Công tử Bạc Liêu hay Hắc Công Tử) và Lê Công Phước(George Phước, Bạch công tử), là những tay chơi khét tiếng trong thập niên30 – 40 của thế kỷ trước, từng du học tại Pháp và khét tiếng ăn chơi tại đây.

[2] Thoát Hoan là con trai thứ 9 của Hốt Tất Liệt, hai lần chỉ huy toán quân xâm chiếm Việt Nam. Năm 1285, trên đường tháo chạy, khi gặp toán quân phục kích của Hưng Vũ Vương Hiến (con trai Trần Quốc Tuấn), Thoát Hoan đã chui vào ống đồng nấp cho quân lính khiêng để chạy thoát về Tư Minh.

Đã chơi thì phải biết chịu, ham chơi mà không dám chịu bao giờ cũng bị xem là hèn. Mà đã hèn thế thì làm sao đáng mặt là "giai cấp tiền phong" nói gì là đảm nhận những vai trò như "đỉnh cao trí tuệ" hay "đại biểu kiệt xuất" của giai cấp đó?

Phẩm giá của "giai cấp cầm quyền" có thể hạ thấp đến mức ấy hay sao?

Như thế chúng ta cần mở rộng vấn đề bằng một thứ thước đo mới, cái "ống đồng Thoát Hoan". "Phở bản vị" cho phép chúng ta đánh giá thành tựu kinh tế - xã hội của một "chính quyền cách mạng", "ống đồng bản vị" giúp chúng ta nhìn rõ bản chất "cách mạng" của bọn nhà cầm quyền ấy.

Xưa tên tướng xâm lược Thoát Hoan chui vào ống đồng núp. Nay bọn cách mạng cầm quyền này chui vào... Mercedes núp: chiếc xe hơi bóng lộn này, suy cho cùng, cũng là một thứ "ống đồng".

Nhưng vẫn có cái khác. Chúng ta không biết cái ống đồng của Thoát Hoan có công dụng cụ thể như thế nào, nó là một chiến cụ của toán quân ở tiền phương hay chỉ là một dụng cụ trong tay đội quân tiếp liệu ở phía sau mặt trận? Nhưng gì thì gì, nó cũng là một phương tiện chiến tranh hẳn hoi trong khi cái "ống đồng - Mercedes" của ngài ủy viên trung ương chỉ là một thứ "phở 35 đô la" không hơn không kém.[1]

Va chạy trốn vì va biết đó là của phi nghĩa và vấn đề cần đặt ra ở đây là sự ngớ ngẩn của nhà cầm quyền khi dùng một thứ phi nghĩa này để che đậy một thứ phi nghĩa khác,

---

[1] Bài "Biện chứng Mercedes"

phải mượn một "tô phở 35 đô la nghĩa bóng" để che đậy cho tô phở 35 đô la nghĩa đen".

Chí ít, chúng ta có thể tạm rút ra ba ý nghĩa của chi tiết này.

Thứ nhất là thái độ hai mặt với lề luật của kẻ cầm quyền ấy: luật ở ngay căn nhà của va và luật bên nhà hàng xóm.

Trong nhà mình thì va thây kệ, xem như chỉ có luật rừng: chính va là pháp luật. Nhưng chưa cần bước sang nhà bên, chỉ cần người bên ghé mắt nhìn sang thôi, va đã chột dạ, đã lo lắng nghĩ đến luật của nhà bên. Chính vì chột dạ và lo lắng như vậy nên khi thấy thấp thoáng bóng dáng của một ký giả nước ngoài, va mới co giò chạy, chui đầu vào cái ống đồng Mercedes núp kín.

Thứ hai là tình trạng phi nghĩa toàn diện, giả trá toàn diện, phi nghĩa và giả trá đến độ "không nơi ẩn núp", phải mượn một sự giả trá này để che đậy cho một sự giả trá khác.

Thoát Hoan có bại trận, phải chui vào ống đồng núp thì, dù rất hèn, cái ống này vẫn là nơi che chở thực sự công hiệu, có thể bảo vệ y trước trận mưa của những mũi tên tẩm thuốc độc. Và khi bỏ chạy như thế, Thoát Hoan vẫn còn có chỗ để chạy về, còn được ông bố Hốt Tất Liệt tạo cơ hội để đoái công chuộc tội. Mà cả khi bị thất bại trong cuộc xâm lược sau cùng ấy thì, dù bị bố giận dữ truyền lệnh đày ải, vĩnh viễn không cho về kinh đô, y vẫn còn có một vùng biên ải để mà tung hoành. Còn nhà cầm quyền của chúng ta thì thậm chí không có một cái "ống đồng" ra hồn với ý nghĩa về một sự che chắn thực sự công hiệu với tô phở hở 35 đô la nghĩa bóng chồng lên tô phở 35 đô la nghĩa đen đã nói ở trên.

Thứ ba là bản chất xâm lược. Va chạy trốn và chui núp như thể một tên tướng xâm lược vì chính va cũng là một tên ăn cướp và xâm lược. Nhưng nếu tên tướng xâm lược vẫn còn có chỗ để ẩn núp, để chạy về, thì va hoàn toàn không có.

Vì sao? Vì tên tướng ấy là người phương Bắc, y đến xâm lược nước ta và cướp bóc dân ta. Còn va? Va xâm lược chính đất nước của mình, cướp bóc chính đồng bào của mình.

1.2.2011

Trong và ngoài chiến tranh

Chiến tranh kết thúc rồi thì, nhìn từ văn chương, bên này hay bên kia, cũng có cái gì đó "kết thúc" theo. Trong cuộc chiến chúng ta nhìn khác. Bước ra ngoài lại nhìn thấy khác. Cứ như là xoay đi nửa vòng lượng giác một trăm tám mươi độ, đó đây, lại thấp thoáng bóng dáng của những kẻ chiến bại anh hùng và những người chiến thắng ngại ngùng. Kẻ bại, cơ hồ, nhiệt tình và khí thế hơn xưa trong khi kẻ thắng thì, cứ là, rụt rè và ngượng nghịu hơn xưa.

Rụt rè, ngượng nghịu như một Chế Lan Viên. Nhà thơ của thời bình không còn là nhà thơ thời chiến, cái thời ngất ngây hào khí chiến đấu, quyết giành chiến thắng nữa. Từ những vần thơ như được ướp men say, ướt đẫm ước mơ và tràn trề dự phóng, tưởng chừng đã đạt đến cực điểm vinh quang, đạt đến "đỉnh cao của lịch sử":

Hỡi sông Hồng tiếng hát bốn ngàn năm
Tổ quốc ta có bao giờ đẹp như thế này chăng
Chưa đâu trong những ngày đẹp nhất
Khi Quang Trung cưỡi voi vào cửa Bắc
Và Hưng Đạo Vương đẹp quân Nguyên trên sóng Bạch Đằng...

(Chế Lan Viên -- "Tổ quốc ta có bao giờ đẹp như thế này chăng") đến những ám ảnh, những trăn trở ngậm ngùi:

Mậu Thân 2000 người xuống đồng bằng
Chỉ một đêm còn sống có 30
Ai chịu trách nhiệm về cái chết của 2000 người đó?
Tôi!
Tôi, người viết những câu thơ cổ võ
Ca tụng người không tiếc mạng mình
trong mọi lúc xung phong
Một trong 30 người kia trở về sau mười năm
Ngồi bán quán bên đường nuôi đàn con nhỏ
Quán treo huân chương đầy mọi cỡ
Chả huân chương nào nuôi được người lính cũ
Ai chịu trách nhiệm vậy? Lại chính là tôi!
Người lính cần một câu thơ giải đáp về đời
Tôi ú ớ
Người ấy nhắc những câu thơ tôi làm
Mà tôi xấu hổ!
Tôi chưa có câu thơ nào hôm nay
Giúp người ấy nuôi đàn con nhỏ
Giữa buồn tủi chua cay
Tôi có thể cười....

(Chế Lan Viên — "Ai?Tôi?")

thì cái cuộc chiến vĩ đại, hoành tráng và chất ngất lý tưởng kia, trong hồi ức, chỉ còn là cái gì đó phi lý và vô nghĩa. Và buồn.

Cuộc chiến của bên kia thì thế. Cuộc chiến của bên này lại, thoạt đầu, chỉ là một thứ "tai trời ách nước", một trò đánh nhau không mục đích:

Kẻ thù ta ơi những đứa xâm mình
Ăn muối đá và say sưa chiến đấu
Ta hiền khô, ta là lính cậu
Đi hành quân rượu đế vẫn mang theo

Mang trong mình những ý nghĩ trong veo
Xem cuộc chiến là tai trời ách nước
Ta bắn trúng ngươi vì ngươi bạc phước
Vì căn phần ngươi xui khiến đó thôi
Chiến tranh này cũng chỉ một trò chơi
Suy nghĩ làm gì lao tâm khổ trí
Lũ chúng ta sống cuộc đời vô vị
Nên chọn rừng sâu núi cả đánh nhau....

(Nguyễn Bắc Sơn - "Chiến tranh Việt Nam và tôi"),

Chiến tranh, như thế, chỉ là một phần số, một chọn lựa chẳng đặng đừng. Nó đến rồi nó đi, bình thường, tự nhiên và... bất đắc dĩ như bao điều khác:

Mỗi ngày ta đến lớp
Mỗi năm một số con gái lấy chồng
Mỗi năm một số con trai ra trận
Mỗi năm ta ho vào những ngày đông

Những bữa cơm trưa nghe máy bay rền rĩ
Những chiều mưa dầm nghe tiếng nhà ai khóc than i ỉ
Những đêm lặng im nghe tiếng thở dài của ta
Những sáng mai hồng nghe tiếng xe hồng thập tự từ xa
Nhà nhà được tin: mùa xuân sắp chết
Một tiếng súng vu vơ: một tiếng than dài "chấm hết"

(Đỗ Tấn - "Thời gian")

Dù dữ dội và khốc liệt cách mấy đi nữa, chiến tranh cũng chỉ rề rà tồn tại như cái gì đó bên lề. Thờ ơ và, hầu như, vô cảm xúc. Có gay gắt, có trừng trừng đối diện bằng thái độ nhập cuộc thì cũng dễ dàng đi đến một sự sụp đổ trong linh hồn như Phan Nhật Nam sau những dấu chân nám lửa, trải dài cả tiền tuyến lẫn hậu phương:

"Chúng tôi rời Sài Gòn trong hơi thở nhẹ nhõm, một tháng ở thủ đô đủ để tạo thành sụp đổ tan hoang trong linh hồn, đủ để thấy rõ sự phản bội của hậu phương, một hậu phương lừa đảo trên máu và nước mắt của người lính..." (Phan Nhật Nam - Dấu Binh Lửa)

Cứ thế, từ kẻ thờ phào rời xa ánh sáng đô thành để tìm về rừng sâu núi cả đánh nhau cho đến kẻ lăn lộn mật khu nôn nao ngày về thành phá phách:

Mai này đụng trận ta còn sống
Về ghé sông Mao phá phách chơi
Chia bớt nỗi sầu cùng gái điếm
Đốt tiền mua vội một ngày vui

(Nguyễn Bắc Sơn - "Trong mật khu Lê Hồng Phong")

cuộc chiến hiếm khi hiện lên ra như thực là nó. Dữ dội ác liệt thì xem nhẹ, hư vô hoá, như thể chuyện đùa; trái ngang và phản trắc thì quên hậu phương tìm về tiền tuyến, quên trong những trận đánh say sưa, rúng động cả rừng sâu núi cả. Phải đợi đến khi cắt ngang cái rụp thì những ý nghĩ xem cuộc chiến một "trò chơi", với số đông, mới là cái gì đó trái đạo. Bây giờ cuộc chiến mới được thực sự khoác vào những sắc áo lý tưởng và trở thành trận sống mái giữa tự do và ngục tù, giữa quê hương và lưu đày, giữa sống và chết, giữa nhân phẩm và nô lệ v.v... Nó không còn là những cuộc hành quân vô vị tiếp nối với những cuộc vui vội vàng, có men cay, có gái điếm, và có những màn rong chơi, phá phách. Cái tư thế "hiền khô", "lính cậu" ngày nào đã lùi bước khi một Mai Thảo – "vua vũ trường", tác giả của những câu chuyện ái tình ngòn ngọt thời tao loạn -- cũng hăm hở xắn tay áo lấy bút mực làm vũ khí:

"Tâm thức hợp nhập trường kỳ vào đại thể của quê hương. Vào vận hạn của đất nước. Theo tôi lâu dài và duy nhất là đối tượng lớn lao và vinh hiển nhất phải hướng về của văn học Việt Nam hải ngoại, không có hướng nào khác..."

"Vua vũ trường" mà còn hăm hở là thế thì nói gì đến người khác? Cứ như là những thế hệ từng, trong những ngày hiệp định Geneve chưa ráo mực, hùng hục đem những "pho thơ" và "biển nhạc" ra để hành hạ và đòi "lấp" cho kỳ đầy con sông Bến Hải; bây giờ văn chương bên này cũng rôm rả ý thức và hì hục trách nhiệm như thế.Một thứ văn chương "xâm mình". Cái ồn ào của kiểu văn chương "phục quốc", văn chương hùng hục đòi lấp cạn biển Đông này, nhìn từ một góc độ rất xa, cũng chẳng khác gì cái ồn ào của Tố Hữu khi nhà thơ "cho đảng phần nhiều" này lăng xăng bày ra những sứ mạng gần, xa:

Ta vì ta, ba chục triệu người
Cũng vì ba ngàn triệu trên đời

hay xoành xoạch lôi kéo tổ tiên ra trận:

Bốn mươi thế kỷ cùng ra trận
Có đảng ta đây, có bác Hồ...

(Tố Hữu - "Ra Trận")

Chúng ta, như thế, có giáp mặt với cuộc chiến, cũng chỉ giáp mặt một cách... xâm mình. Chúng ta rềnh rang khí thế cho cuộc chiến lằng nhằng những ràng buộc ý thức hệ và lý tưởng khó mà có thực hay xốc nổi rùm beng cho cuộc chiến không bao giờ lập lại y nguyên, từ cuộc chiến hồ đồ thu gom cả "bốn mươi thế kỷ" cho đến cái cuộc chiến rùm beng "trường kỳ vào đại thể của quê hương". Nhược tiểu hầu như về mọi mặt, chúng ta cũng thiếu sẵn sàng cũng ở mọi mặt, và như thế, khi đến với chiến tranh, chúng ta cũng đến một cách dễ dàng nhưng lại từ giã cuộc chiến ấy trong những cung cách không thể nói là dễ dàng, những cuộc chiến quá tải về ý thứ hệ và lý tưởng. Chính vì thế mà, nếu không lăng xăng thể hiện những vai chiến bại anh hùng chúng ta cũng lấn ca lấn cấn và khổ sở trong vai trò của những kẻ chiến thắngngượng ngùng.

Và cũng chính vì thế mà, dường như, chiến tranh lại tạo nên một thứ mẫu số chung văn chương, cái mẫu số chung cho những anh lính "hiền khô", cho những chàng "lính cậu", những người lính với khẩu súng bất đắc dĩ hay khẩu súng thật thà trên tay và những "ý nghĩ trong veo" trong đầu. Trong những tác phẩm xuất sắc nhất của mảng văn học chiến tranh, bao giờ cũng có mặt những tác phẩm nhìn về cuộc chiến bằng con mắt hồn nhiên, khinh khoát và đại lượng như thế; từ cái hồn nhiên của người nông dân trẻ áo lính "Quờ chân tìm hơi ấm đêm mưa":

> *Lũ chúng tôi*
> *Bọn người tứ xứ*
> *Gặp nhau hồi chưa biết chữ*
> *Quen nhau từ thuở một, hai*
> *Súng bắn chưa quen*
> *Quân sự mươi bài*
> *Lòng vẫn cười vui kháng chiến*
> *Lột sắt đường tàu*
> *Rèn thêm dao kiếm*
> *Áo vải chân không đi lùng giặc đánh*
> *Ba năm rồi gởi lại quê hương*

> ("Nhớ" - Hồng Nguyên)

đến nét lãng mạn của người lính, phảng phất một dáng dấp thư sinh:

> *Cùng mắc võng trên rừng Trường Sơn*
> *Hai đứa ở hai đầu xa thẳm*
> *Đường ra trận mùa nay đẹp lắm*
> *Trường Sơn Đông nhớ Trường Sơn Tây*

> *Một dãy núi mà hai màu mây*
> *Bên nắng bên mưa khí trời cũng khác*
> *Như anh với em, như nam với bắc*
> *Như đông với tây, một dải rừng liền*

("Trường Sơn Đông, Trường Sơn Tây" - Phạm Tiến Duật)

hay vẻ bất cần và bạt mạng của người lính mang phong cách tay chơi thị thành:

Ngày vui đời lính vô cùng ngắn
Mặt trời đã thoắt ở phương tây
Nếu ta lỡ chết vì say rượu
Linh hồn ta chắc sẽ thành mây bay...

(Nguyễn Bắc Sơn - "Trong mật khu Lê Hồng Phong")

hoặc cái cười khinh mạn mà chua xót, bỉ thử mà trong veo, đầy độ lượng của một Cao Tần:

Nếu mai mốt bỗng đổi đời phen nữa
Ông anh hùng ông cứu được quê hương
Ông sẽ mở ra nghìn lò cải tạo
Lùa cả nước vào học tập yêu thương
Cuộc chiến cũ sẽ coi là tiền kiếp
Phản động gì cũng chỉ sống trăm năm
Bồ bịch hết không đứa nào là Ngụy
Thắng vinh quang mà bại cũng anh hùng.

(Cao Tần - "Mai mốt anh về")

Không "xâm mình",cuộc chiến còn là một tiếng vọng xa xa nữa, cái tiếng vọng băng qua những khoảng cách nào đó, không gian hay thời gian. Từ chốn rừng sâu núi cả chiến tranh dội về thành phố qua những tiếng đại bác ì oàng đêm đêm. Rồi từ một quá khứ xa xăm nhưng tưởng như rất gần, chiến tranh lại vọng về hiện tại như một ám ảnh quay quắt khôn nguôi. Ngày nào, nếu những nhân vật của Nhã Ca cảm nhận cuộc chiến qua từng Đêm nghe tiếng đại bác như những mối lo âu thì nay, khi những tràng pháo đã ngưng, những nhân vật của Bảo Ninh lại nghe thấy tiếng dội ấy như một ám ảnh quá khứ, như một nỗi buồn. Nỗi buồn chiến tranh.

Thì, những tràng đạn pháo đã ngưng mà tiếng dội của nó, đâu đây, tưởng chừng vẫn ì oàng vọng về , tưởng chừng vẫn còn mối lo âu, vẫn còng những nhức nhối. Xoa dịu những vết thương xưa, nghĩ cho cùng, cũng là tìm kiếm những mẫu số chung như thế. Mẫu số chung của những "ý nghĩ trong veo". Mẫu số chung của những cái nhìn khinh khoát, đại lượng: Ta bắn trúng ngươi vì ngươi bạc phước. Và, hẳn nhiên, cái mẫu số chung ở đó quá khứ xung đột chỉ là một thứ tiếng vọng của thời gian: nó đã qua rồi và sẽ không bao giờ lập lại...

Biện chứng Mercedes

Trong những chuyện nửa đùa nửa thật về chiến tranh, hễ nghe đến chuyện "bộ đội đánh đồn kiếm thịt hộp" là tôi cười cho qua, chuyện lọt vô tai này cho ra qua lỗ tai kia. Thường, những chuyện như thế, tôi vẫn xếp vào loại nhảm, thứ tuyên truyền ba xu kiểu "ba thằng Việt cộng bu cọng đu đủ không gãy". Tôi nghĩ: làm sao người ta lại có thể tự rẻ rúng con người mình như thế? Làm sao những con người từng phơi phới câu "xẻ dọc Trường Sơn", băng qua nghìn dặm đường dài gian khó, dài và khó bằng mấy con đường Tây tiến "nghìn thước lên cao nghìn thước xuống" của Quang Dũng thời nào chỉ để liều chết băng qua lửa đạn với những ý nghĩ nhẹ tênh và phàm tục trong đầu?

Mãi như vậy cho đến lúc tôi khám phá ra rằng, có khi, những chuyện đùa như thật lại là chuyện thật như đùa; rằng, có khi, những điều cho là tầm thường phơ phất lại là những bộ phận hữu cơ và mang tính nhân quả nhất của những ý đồ đao to búa lớn tưởng chừng chất chứa toàn điều cao cả và sâu nặng. Chính những ý nghĩ nhẹ tênh kiểu ám ảnh lon thịt hộp ấy lại là sản phẩm không thể tránh khỏi của một tiến trình lên gân dài lê thê, lên từ thời chiến lên cho tới thời bình.

Và như thế, những ý nghĩ nhẹ tênh ấy cũng làm nên một góc nhìn về những cuộc chiến, đã chấm dứt hay đang tiếp tục, dù là một góc nhỏ thôi, rất nhỏ.

Nhỏ như những lon thịt hộp nhỏ làm nên khuyết điểm lớn của người lính giải phóng trong trận đụng độ chính quy Mỹ-Việt đầu tiên ở thung lũng tử thần Ia-Đrăng năm 1965, cái trận đụng độ mà 35 năm sau vẫn còn... đụng độ. Đụng qua những trang hồi ký bên này, bên kia. Đụng qua những thước phim mù khói và toé lửa của Hollywod kiểu *We were soldiers* và những phản ứng hậm hực hay những lời tiếng chì chiết nặng nề sau đó.[1] Thế nào đi nữa, phía này hay phía nọ, hết thảy cũng chẳng vượt qua những điều khổ quá nói hoài về cuộc chiến là bao khi bên nào cũng chăm chăm tái hiện quá khứ để tự khẳng định mình. Hoặc là những anh hùng chiến thắng vinh quang, thứ người hùng "kẻ thù nào cũng đánh thắng, trở ngại nào cũng vượt qua, nhiệm vụ nào cũng hoàn thành". Hoặc là những người hùng "gặp thời thế thời phải thế", thứ người hùng bi tráng ở đó những ý nghĩa như màu cờ sắc áo, nghĩa khí đồng đội, sự gan góc và bất khuất trước sức mạnh kẻ thù v.v. đã cộng hưởng với nhau để níu lại phần nào chiều nghiêng ở cán cân thua thắng. Gì thì gì, những đặc tính người hùng kiểu nào cũng lấn át những tính cách con người - con người với những gì phàm trần nhất, do đó thực nhất và, có thể nói, nhân bản nhất – để tăm tắp trở thành những cơ phận đơn giản và bền bỉ trong cỗ máy chiến tranh. Chỉ có

---

[1] Phim *We Were Soldiers* dựa trên cuốn *We Were Soldiers Once... And Young* (Chúng tôi từng là lính và... còn trẻ), viết về trận đánh lớn đầu tiên của quân đội Mỹ tại Việt Nam, trận Ia Đrăng vào tháng 11.1965. Chỉ huy quân Mỹ là Trung tá Harold G. Moore, sau lên trung tướng. Chỉ huy bên Việt Nam là Thượng tá Nguyễn Hữu An, sau lên thượng tướng. Vì thủ vai Nguyễn Hữu An trong phim "xuyên tạc phẩm chất quân đội cách mạng" và "tô điểm cho hình ảnh các binh sĩ Mỹ, trong khi bôi nhọ tên tuổi những người lính Việt Nam" này, tài tử Đơn Dương đã bị báo chí và chính quyền công kích một thời gian dài, với nhiều kiến nghị "xử lý". Sau đó Đơn Dương được chính quyền Mỹ can thiệp và đã di cư sang Mỹ.

những chi tiết nhỏ như lon thịt hộp. Nó đủ nhỏ so với một trận đánh lớn nên mới vượt qua những kẽ hở của nỗ lực tái hiện quá khứ theo mô thức sử thi hay anh hùng ca để, một cách vô tình, níu kéo lại phần nào tính chân thực.

Tôi không bôi nhọ ai. Tôi cũng không hoài công tham gia cái trò phản tuyên truyền nhảm nhí mà chỉ lập lại "những điều trông thấy" của người trong cuộc, thứ người trong cuộc với lập trường đầy mình cỡ ông tướng Đặng Vũ Hiệp, Chủ nhiệm Chính trị của mặt trận hồi ấy, như đã kể lại trong Ký ức Tây Nguyên:

> "Khuyết điểm thứ ba, công tác giáo dục và tổ chức cho bộ đội ý thức thu hồi chiến lợi phẩm, nhất là vũ khí trang bị chưa đầy đủ. Chưa tận dụng lấy vũ khí địch để diệt địch, còn nặng về lấy thức ăn. Có đồng chí đang đánh nhau vẫn ngồi ăn. Lại có anh em diệt địch xong, lấy thuốc lá vừa hút vừa xông lên đánh tiếp".[1]

Kể ra, ông Đặng Vũ Hiệp có nặng lời kiểm điểm thì cũng phải thôi. Tưởng tượng cảnh anh bộ đội Cụ Hồ nhồm nhoàm cái miệng giữa trận địa, sẵn sàng "bắn bắn bắn vào đầu quân Mỹ" với khẩu AK-47 Nga ở tay bên này, cái lon thiếc Mỹ xanh màu *olive* và thơm mùi thịt nguội ở phía bên kia. Tưởng tượng cảnh, dưới bóng cờ hồng phấp phới thêu hàng chữ "Quyết chiến Quyết thắng", người lính giải phóng "cầm gươm, ôm súng, xông tới" với họng súng toé lửa trên tay và đôi mắt "mang hình viên đạn" sáng rực trên mặt. Hãy tưởng tượng: anh siết cò bắn gục hay vung lê đâm gục một tên lính Mỹ. Rồi tưởng tượng tiếp: anh cúi xuống loay hoay bên cái xác chết rướm máu và nóng hổi

---

[1] ĐặngVũ Hiệp (2002), *Ký ức Tây Nguyên*, Nhà xuất bản Quân đội nhân dân, tr. 82.

để tìm cái gì đó thơm thơm, rồi anh lóng ngóng tay súng tay diêm, rồi miệng anh bốc khói thơm lừng, rồi anh "cầm gươm, ôm súng, xông tới" tiếp. Cũng dưới một bóng cờ hồng phấp phới. Cũng với đôi mắt mang hình viên đạn. Cũng với họng súng toé lửa trên tay. Có thêm chăng là thêm một điếu thuốc thơm cháy đỏ trên môi và những cảm giác khoan khoái nào đó tràn ngập trong hai buồng phổi. Có cấp chỉ huy nào muốn đoàn quân oai dũng của mình bị tỳ ố khí hùng? Có cấp chỉ huy nào mà muốn đoàn quân bị cám dỗ vật chất làm giảm đi khí thế tiến công?

Mà, không phải đợi đến trận đánh Mỹ đầu tiên và không phải ngay giữa một trận đánh ác liệt mới có những khuyết điểm dây dưa chiến lợi phẩm như thế. Cứ đọc *Hồi ký* của tướng Trần Độ, chương thứ 13 "Lần đầu ra trận", viết về Chiến dịch Biên giới 1950, sẽ thấy. Nào là "thuốc lá, bánh kẹo, bơ sữa nhiều lắm" trong một đồn binh Pháp. Nào là nguyên cả hầm rượu "đủ cho lính đồn của địch uống cả năm", những giọt rượu chiến trường dễ gợi nhắc tới một điển cố Trung Hoa mà Nguyễn Trãi từng đưa vào "Bình Ngô Đại Cáo": *Nhân dân bốn cõi một nhà, dựng cần trúc ngọn cờ phấp phới / Tướng sĩ một lòng phụ tử, hoà nước sông chén rượu ngọt ngào.* Thì, tướng và quân, hết thảy cũng cùng ngọn cờ phấp phới trên đầu thế nhưng xưa nay sự tình có khác. Tướng xưa được vua ban ly rượu quý không nỡ uống một mình nên đổ hết xuống sông để toàn quân cùng hưởng, dù chỉ là hưởng hương hoa, hưởng để lấy tình, để trên dưới một lòng. Những thứ chiến lợi phẩm trong bếp kia thì khác. Chúng không được san sẻ kiểu "trên dưới một lòng" mà phải dồn về một mối, vừa khệnh khạng bề trên mà vừa chi ly bần tiện. Hồi ấy ông Trần Độ là chính ủy trung đoàn, là người từng đồng cam cộng khổ với lính nên hiểu và thông cảm với tiếng kêu réo trong con tỳ con vị của họ, cái sự thông cảm đã khiến bậc đàn anh cộng sản Trần Đăng Ninh, vị Trưởng ban thu dọn chiến trường khư khư và chi ly cái nguyên tắc dồn về một mối, cao giọng lên lớp, thậm chí cảnh cáo và đề nghị thi hành kỷ luật.[1]

---

[1]*Hồi ký Trần Độ.* Có thể theo dõi trên website: http://dactrung.net/truyen/noidung.aspx? BaiID=uZoJtBuQZS zg0ZFGY8W6G w%3d%3d. Xin trích lại đoạn này: "Sau chiến thắng của chiến dịch, bộ chỉ huy lập một ban thu nhận chiến lợi phẩm. Có anh em đã đụng phải một hầm rượu, đủ cho lính đồn của địch uống cả năm. Các thứ thuốc lá, bánh kẹo, bơ sữa nhiều lắm. Đó là chưa kể súng ống, quân trang, quân dụng, máy móc, thuốc Lơ Mo lấy về cả kho. Ông Đinh Đức Thiện đem pha trộn với thuốc ta hút. Các đơn vị cũng lấy hút. Thuốc này một người hút khói thơm lan cả một vùng. Sôcôla thì lính mình nông dân chê đắng. Tôi thích chụp ảnh cũng đi mò phim. Có chỗ thấy cả đống nhưng không dùng được nữa vì anh em không biết tưởng kẹo đã bóc ra cả. Cuộn phim cũng bọc giấy bạc như kẹo. Hôm tôi đi qua Đông Khê vừa giải phóng, thấy một nhóm chiến sỹ đang ngồi nhai bánh, ăn kẹo. Cán bộ thu dọn chiến trường đến quát tháo đòi kỷ luật, bắt anh em đưa nộp hết bất cứ thứ gì đã thu nhặt được với cái lẽ: chiến lợi phẩm lớn nhỏ đều là tài sản quốc gia, là chiến quả đổi bằng xương máu. Với máu thanh niên vốn xôi nổi, tôi rất ghét cái thói lên lớp dạy đời, nên đứng lên cãi lại. Tôi cũng nói ngang ngược không kém: Các anh có biết chiến thắng này do ai không? Và ai đổ xương máu ở chiến trường này. Có phải là những người lính không? Trước khi đi vào trận đánh họ vui vẻ ăn bưởi rừng, ổi ma thay cơm, măng rừng thay thịt cá. Bây giờ chiến thắng rồi, có tí chút chất tươi vui vẻ với nhau. Các anh phải lên lớp làm gì nặng nề thế! Thôi các anh đi đi. Đây là đơn vị chúng tôi. Chúng tôi chịu trách nhiệm ở đây không cho ai lấy. Sau tay này báo cáo với ông Trần Đăng Ninh, trưởng ban thu dọn chiến trường - vốn là người rất nghiêm khắc. Trong một cuộc họp sơ kết chiến dịch mấy chục ngày Ninh phát biểu nhiều điều, trong đó có điều tôi không ngờ tới: Một chính ủy trung đoàn nói như thế này đây... Như thế là không được, là vô kỷ luật! Thế là cộng với cái tội vô kỷ luật nào đó, ông ấy đề nghị Quân ủy mặt trận thi hành kỷ luật và tôi bị cảnh cáo trong chiến dịch. Thực tình tôi rất thương anh em chiến sĩ. Hồi chuẩn bị chiến dịch, cả thời gian dài lương thực thiếu thốn phải vào rừng kiếm các thức ăn thay cơm, phải nói là ai cũng chịu đói khổ. Thấy anh em đụng tới chiến lợi phẩm như những thứ lặt vặt đó, tôi không cho là vi phạm kỷ luật chiến trường, không nỡ nặng lời với họ. Với lời phân tích của ông Trần Đăng Ninh cho là khuyết điểm thì tôi cũng đành chịu. Hôm về dự tổng kết chiến dịch ở vùng chợ Chu, tôi lo ngay ngáy. Sau khi bị kỷ luật tôi cũng buồn. Buồn vì sự kém cỏi không đủ trình độ xử lý các công việc cho tốt. Giữa lúc mọi người vui sướng phấn khởi về chiến thắng, riêng tôi vừa buồn vừa lo, về dự tổng kết mà

Tôi không có ý "điển hình hoá" câu chuyện. Tôi cũng không ca ngợi hay chê bai mà chỉ muốn nói lên rằng, với những chuyện không thể tách rời khỏi cuộc chiến như thế, chúng ta có thể gợi nên một góc nhìn về cuộc chiến, về vai trò của những lớp người khác nhau trong cuộc chiến; rằng, bên những khung cảnh hoành tráng đầy tính lên gân và vắng hẳn hơi thở con người, vẫn tồn tại những góc khuất tuy chẳng hào hùng gì nhưng lại rất thực, rất ấm áp tình người và, nhất là, chẳng có gì sai quấy hay đáng xấu hổ cả, như chính lời ông Trần Độ:

> "Thực tình tôi rất thương anh em chiến sĩ. Hồi chuẩn bị chiến dịch, cả thời gian dài lương thực thiếu thốn phải vào rừng kiếm các thức ăn thay cơm, phải nói là ai cũng chịu đói khổ. Thấy anh em đụng tới chiến lợi phẩm như những thứ lặt vặt đó, tôi không cho là vi phạm kỷ luật chiến trường, không nỡ nặng lời với họ. Với lời phân tích của ông Trần Đăng Ninh cho là khuyết điểm thì tôi cũng đành chịu."

Hồi đó ông Trần Độ chịu là phải, cũng như sau này ông đành chịu. Thời chiến, Chính uỷ trung đoàn Trần Độ muốn những người lính dưới quyền thoải mái cái bao tử và con tỳ con vị với mấy thứ bánh kẹo lặt vặt lính Pháp bỏ lại sau một trận đánh cam go. Thời bình, Thứ trưởng văn hoá Trần Độ muốn những "chiến sĩ văn hoá" thoải mái cái đầu sau những gò bó ràng buộc đã chịu đựng suốt thời chiến cam go.[1] Nhưng thời nào cũng vậy: thu dọn những

---

lòng ngay ngáy." (Sau đó, trước ngày khai mạc hội nghị Trần Độ được Trường Chinh gọi lên gặp và vấn đề được bỏ qua. Ông Trần Độ là người rất thân cận với Trường Chinh.)

[1] Trần Độ, sđd, tập II, chương 3, đề cập đến nghị quyết 05 về văn hoá và những trò đấu đá nội bộ liên quan.

"lợi phẩm" chiến tranh hay hoà bình là phần việc của những bề trên.

Mà kẻ bề trên thì chỉ khư khư cái lý thuyết bề trên. Thứ lý thuyết cho phép họ vĩnh viễn là bề trên. Thứ lý thuyết vĩnh viễn xem bề dưới đơn thuần là những cơ phận ngoan ngoãn trong khuôn khổ của những mệnh lệnh, những nghị quyết và những giáo điều. Cứ nghe giọng điệu của những Trần Đăng Ninh cũ hay mới, sẽ thấy. Cứ lật những trang viết hay những nghị quyết bốc mùi giáo điều lỡ mùa của những đàn anh cộng sản phụ trách mảng tư tưởng và lý thuyết hôm nay, sẽ thấy. Sẽ thấy rằng, bất chấp những chuyển biến của thế giới, cái cuộc chiến cũ rích mà Marx rồi Lenin phát động hơn gần hai hay hơn một thế kỷ trước vẫn tiếp tục. Liên Xô hay Đông Âu có tan tành thì, chẳng qua, chỉ là một sự thoái trào. Ngọn cờ búa liềm vẫn phải giương cao. Thời chiến hay thời bình gì thì, hết thảy, cũng chỉ là những pha nóng pha nguội trong cuộc đấu tranh không ngừng dưới bóng cờ hồng Marx-Lenin năm nào, có khác chăng thì chỉ khác với cái đuôi nheo "Tư tưởng Hồ Chí Minh" mới được thêu vào. Mới rợi.

Mới mấy thì cũng chỉ là một bóng cờ hồng. Dưới bóng cờ hồng "Quyết chiến quyết thắng", những chiến sĩ Ia-Đrang vừa sẵn sàng diệt địch vừa tranh thủ nhai thịt hộp, vừa chĩa lưỡi lê nhọn hoắc xung phong với "sức núi dồn tay" lại vừa phì phà thuốc thơm. Dưới bóng cờ hồng Marx-Lenin với cái đuôi nheo tư sản những chiến sĩ búa liềm bề trên chừng như cũng thế. Cũng vừa chiến đấu vừa tranh thủ nhấm nháp. Cũng vừa chĩa cái lưỡi lê đấu tranh giai cấp tiến lên vừa khoan khoái phì phà. Ngày xưa, những anh lính hồn nhiên nghêu ngao câu "Lũ chúng tôi bọn người tứ xứ" hay "Đường ra trận mùa này đẹp lắm" có bất chấp những lần được nắn gân lập trường, những lần nắn gân ý thức tổ chức để ngã lòng trước sức hấp dẫn của miếng bánh cây kẹo hay lon thịt hộp thì cũng là điều dễ hiểu. Họ là con người. Con người bình thường với những nhu cầu bình thường, lặt vặt. Nhưng mấy bề trên búa liềm hôm nay thì khác. Họ đã già nửa đời người đấu tranh, đã già nửa đời người dạy đời bề dưới về ý thức tổ chức hay lập trường đấu tranh và hiện vẫn ngoan cường cái sự tiếp tục đấu tranh, vậy mà họ vẫn không sao cưỡng lại sức thu hút của những nhu cầu vật chất cực kỳ... phản búa liềm. Bất kể trên đầu họ vẫn phấp phới một thứ cờ hồng, có thêm chăng là thêm một cái đuôi nheo tư sản.

Âu cũng là một kiểu cách... bề trên. Chính ủy Trần Độ có thể bị cảnh cáo vì cho phép lính tự thưởng mình sau một trận đánh lớn. Những chiến sĩ ở Mặt trận B-3 năm 1965 có thể bị kiểm điểm vì tự tiện thưởng mình giữa một trận đánh lớn. Nhưng những bề trên cao hơn thì không bao giờ như thế. Ngày trước, sau trận đánh, ông Trần Đăng Ninh thu gom chiến lợi phẩm về một mối để làm gì, có "hoà nước sông chén rượu ngọt ngào" hay không, người cộng sản bề dưới Trần Độ đành chịu, không dám hó hé một câu, không dám hó hé cả khi không chịu cho mình là quấy. Bây giờ, sau một chiến thắng ca ngợi là vĩ đại, chấn động thế giới, những chiến sĩ búa liềm bề trên có tự thưởng mình thì câu chuyện cũng chỉ có thế, khác chăng là khác ở chỗ, so với những "chiến phẩm" của thời bình, so với những tài nguyên quốc gia, những đặc quyền kinh tế – xã hội ngất trời hôm nay thì mấy miếng ăn mà lính Pháp để lại trong bếp cho ông Trần Đăng Ninh ngày xưa chả thấm tháp vào đâu. Nhưng thấm hay không thấm, cái trò tự thưởng luôn là độc quyền của kẻ bề trên mà bề dưới đành chịu. Chịu như ngày xưa ông Trần Độ từng chịu. Như những chiến sĩ Ia-Đrăng ngày xưa từng chịu. Hay chịu như hôm nay, ông Trương Đình Anh, chủ bút của tạp chí VnExpress, đang chịu. Bởi, nếu thời chiến có luật kín của thời chiến thì thời bình có luật kín của thời bình. Luật của những quan toà ăn vụng phạt kẻ nhìn mép, như viên chủ bút dám nhìn vào mấy cái mép sáng màu sơn của những lô xe Mercedes mới toanh nhập nóng mượn cớ Hội nghị đối thoại cao cấp Á-Âu (ASEM).[1]

Và như thế, từ miếng thịt hộp mà anh bộ đội xơi nóng ngay giữa trận địa năm xưa cho đến nước sơn của những chiếc Mercedes lộng lẫy dưới màu cờ buá liềm hôm nay cũng bao hàm một mối quan hệ biện chứng nào đó. Nhai nóng miếng thịt chiến lợi phẩm là một cách tự thưởng mình. Khề khà nhai nguội mấy miếng ấy ở nơi nào đó an toàn, sau khi đã thu về một mối, cũng là cách tự thưởng mình. Thừa cơ một hội nghị quốc tế để nhớn nhác nhập

---

[1] Tổng biên tập tạp chí Tin nhanh Việt Nam (VnExpress) Trương Đình Anh đã bị cách chức vì dám phanh phui chuyện nhập xe Mercedes nhân danh hội nghị ASEM 5 ở Hà Nội. Trước hội nghị, VnExpress đã đưa tin về vụ nhập gần 80 xe Mercedes để đưa đón các nguyên thủ quốc gia đến dự hội nghị ASEM 5 tại Hà Nội. Dĩ nhiên sẽ được nhập miễn thuế và sau đó sẽ bán với giá ưu đãi cho các cá nhân bởi vậy ngay khi xe chưa nhập đã có người đăng ký mua trọn. Ngay sau đó VnExpress đã tổ chức diễn đàn và thu hút nhiều ý kiến phê phán, cho các quan chức này đã lạm dụng danh nghĩa hội nghị quốc tế để thủ lợi. Tin cho biết ông Phan Văn Khải muốn ra lệnh đóng cửa tờ báo ngay nhưng các viên chức ngành văn hoá đã can thiệp, cho rằng mỗi tháng VnExpress có hàng chục triệu người đọc nên quyết định đóng cửa này ngay trước hội nghị ASEM là một điều không hay, chỉ nên dừng lại ở mức độ khiển trách.
Sau khi Trịnh Đình Anh bị cách chức, trang diễn đàn đầy ý kiến chỉ trích chính phủ này đã bị lấy ra khỏi website của VnExpress. Theo báo Hà Nội (9.11.2004) thì "Thủ tướng Chính phủ có ý kiến cho rằng những sai phạm của báo điện tử VnExpress là đặc biệt nghiêm trọng, không chỉ vi phạm luật báo chí và các văn bản quản lý nhà nước về báo chí mà còn gây dư luận xấu trong nước và ngoài nước."
Có thể xem chi tiết trên webstie của đài BBC và RFI qua địa chỉ:
[http://www.bbc.co.uk/vietnamese/forum/story/2004/11/041110_vnexpress_m
ercedes.shtml]
và: [http://www.rfa.org/vietnamese/dacky/2004/11/19/vnexpress/]

nóng những lô xe hơi sang trọng cũng là một cách thưởng lấy mình. Vấn đề là cái quyền tự thưởng. Nhai nóng giữa chiến trường là cá nhân chủ nghĩa, là vi phạm ý thức tổ chức. Khệnh khạng nhai nguội ở hậu cứ, sau khi tập trung về một mối, lại là nhân danh "ý thức tổ chức". Cái ý thức tổ chức về nguyên tắc tập trung đi suốt thời chiến cho tới cả cả thời bình. Để đánh thắng giặc Tây thì phải tập trung hết thức ăn lớn nhỏ trong bếp giặc về một mối. Để xây dựng nền dân chủ thì phải tập trung hết quyền làm chủ vào một mối. Chiến lợi phẩm tập trung và dân chủ tập trung. Một thứ "ý thức tổ chức" cực kỳ cha chú và cực kỳ bề trên.

Hẳn nhiên, chủ nghĩa buá liềm, trên phương diện khoa học, là một thứ chủ nghĩa cha chú và bề trên. Cha chú và bề trên tới mức cực đoan, cuồng tín. Nó bảo thiên hạ sai tất, phản khoa học tất, chỉ mình nó đúng. Nó bắt người ta phải nghe chứ không được cãi. Nó bắt người ta vâng lệnh chứ không được thắc mắc. Nó đội mũ "phản động" cho bất kỳ ai bất đồng và tước quyền làm người của ai bị xem là phản động. Nó bắt người ta phải bịt mắt tiến lên ngay giữa lúc thoái trào. Nó nghênh ngang và nó khệnh khạng, cha chú. Chỉ khi đã cúi đầu thú nhận là đang bị thoái trào và phải loay hoay thêu thêm cái đuôi nheo tự sản, cái sự khệnh khạng cha chú kia mới phần nào xuống nước, vừa khệnh khạng cha chú vừa nhớn nhác dòm trước dòm sau, như là quân ăn vụng...

27.12.2004

Chiến tranh và bệnh vĩ cuồng

Nếu tổn thất đầu tiên của chiến tranh, nói theo Hiram Warren Johnson, là "sự thật" thì, với chúng ta, sau khi cuộc chiến kết thúc đã gần ba mươi năm, tổn thất đó vẫn còn, vẫn tiếp tục gây nên những hệ lụy văn hoá lâu dài.[1]

Hệ lụy văn hoá đặc thù và phổ quát nhất của tổn thất ấy, theo tôi, là chứng vĩ cuồng. Bàn về cội nguồn và diễn tiến của cuộc chiến như một ván cờ cụ thể, từ những diễn tiến tình thế đến những tính toán và những nước cờ rình rập của các ông Joseph Stalin, Mao Trạch Đông hay Leonid Brezhnev trước các ông Harry Truman, John F. Kennedy, Lyndon Johnson hay Richard Nixon; của ông Hồ Chí Minh trước ông Ngô Đình Diệm; của ông Võ Nguyên Giáp trước các ông Henri Navarre hay William Westmoreland; của ông Lê Đức Thọ trước ông Henry Kissinger v.v... là công việc của những sử gia và, kể ra, họ đã làm được kha khá. Chấp nhận hay bài bác, toàn bộ hay từng phần, là tùy vào vị trí của từng phía và, chắc chắn, còn lâu thì từng phía mới nhích đến để chia sẻ ở cái sự gọi là "đại đồng trong tiểu dị". Nếu nhìn từ góc độ văn hoá thì,

---

[1] Diễn văn đọc trước Thượng viện Mỹ năm 1917. Dẫn theo Stephen Pritchard trong "Well, it all depends on what you mean by war", *The Obeserver*, October 7th, 2001

có thể nói, chiến tranh cũng đã gây ở chúng ta những tác động khá "đại đồng", khả dĩ áp dụng cho từng phía. Thế nhưng, trước hết, thế nào là "văn hoá chiến tranh", đặc biệt là của chiến tranh Việt Nam?

Nếu "văn hoá", trên ý nghĩa phổ quát nhất, là một hệ giá thống những giá trị vật chất hay tinh thần mà một cộng đồng cùng học hỏi, sáng tạo và chia sẻ thì, với hệ giá trị đó, cộng đồng đó sẽ có những cách thức phản ứng đặc thù trước những hoàn cảnh đặc thù, như cái đặc thù của từng cuộc chiến, chẳng hạn. Và nếu "chiến tranh văn hoá" là một ý niệm muộn màng, thuộc loại "hậu-Chiến tranh lạnh", thì "văn hoá chiến tranh" chẳng phải là thứ gì mới mẻ. Cứ nhớ, năm 1946, trong cái tâm trạng bàng hoàng thảng thốt trước những mất mát và hoang tàn sau Đệ nhị thế chiến, chỉ một năm sau khi thành lập Liên hiệp quốc để "gìn giữ hoà bình", nhân loại – hay đúng ra là một phần của nhân loại - đã vội vã thành lập UNESCO, cái tổ chức quốc tế mà sứ mạng tối hậu là cổ xúy cho một "văn hoá hoà bình". Cứ nhớ, từ thuở hồng hoang, lịch sử loài người đã gắn liền với lịch sử của chiến tranh như thế nào rồi và, tính ra, có chương sử nào của chúng ta mà không bay mùi gươm giáo hay lửa đạn? Vấn đề là mỗi thời đại con người lại có mỗi phương thức và ý thức thí mạng đặc thù. Từ chỗ va chạm giữa các bộ lạc, trò thí mạng kia đã dần dà leo thang đến màn xung đột giữa cách lãnh địa, giữa các nền quân chủ, giữa các quốc gia, giữa các ý thức hệ để rồi, nói theo ông Samuel Huntington, leo thang đến sự đụng độ giữa các nền văn minh. Mà trong từng thời đại, không phải cuộc chiến nào cũng giống cuộc chiến nào. Có những cuộc chiến bất khả kháng, không thể không diễn ra. Có những cuộc chiến phiêu lưu, thí nghiệm. Có cả những cuộc chiến như đùa, như điên. Rồi chúng diễn ra với những quy mô lớn bé và những mức độ chóng chầy khác nhau, vận dụng những mức độ nội lực hay ngoại lực khác nhau và thu hút những mối quan tâm chú ý, ủng hộ hay phản đối khác nhau. Chiến tranh Việt Nam là một cuộc chiến đặc thù mà văn hoá Việt Nam cũng là một nền văn hoá đặc thù thì, thật hiển nhiên, thứ "văn hoá chiến tranh" của nó cũng đầy tính đặc thù. Cái đặc thù của một xứ sở nhỏ và nghèo vào hàng bậc nhất nhưng lại gánh chịu một cuộc chiến lớn và... giàu vào hàng bậc nhất. Cái đặc thù ở tính khập khiễng giữa một mô thức kinh tế- xã hội lạc hậu vào hàng bậc nhất so với một mô thức chiến tranh "tiên tiến" vào hàng bậc nhất, hiểu như một sự đụng độ giữa hai ý thức hệ, như một vệt cháy nóng bỏng giữa mối xung đột toàn cầu lạnh lẽo như băng. Một xứ sở nhược tiểu chỉ quanh đi quẩn lại với những hoạt động nông nghiệp cò con thế mà có thể lì lợm và say sưa với một cuộc chiến có ý nghĩa mang tầm thời đại nhất hạng, dai dẳng và dữ dội nhất hạng, sử dụng những vũ khí hiện đại nhất hạng và làm tốn kém giấy mực của thế giới nhất hạng thì, "tổn thất đầu tiên của sự thật", nói theo Hiram Warren Johnson, là cái sự thấy mình... nhất hạng. Nét đặc thù nhất của văn hoá chiến tranh Việt Nam, như thế, chính là chứng bệnh vĩ cuồng.

Như một hệ lụy văn hoá, bệnh vĩ cuồng biểu lộ ở những tầm mức khác nhau, tập thể và cá nhân, vi mô và vĩ mô. Ở mức độ tập thể và vĩ mô, nếu bệnh hoang tưởng "mình là nhất" từng dẫn đến sự hình thành của chủ nghĩa kỳ thị chủng tộc hay chủ nghĩa nô lệ, dẫn đến những cuộc phiêu lưu quân sự điên rồ hay những thảm hoạ diệt chủng tồi tệ thì, với chúng ta, căn bệnh đó đã đưa đến tâm lý bảo thủ, ngạo mạn, tự tôn và bài ngoại. Ở mức độ cá nhân và vi mô, nếu bệnh vĩ cuồng khiến từng cá nhân hay từng phe nhóm cảm thấy mình "nhất hạng" theo cuộc chiến thì, sau khi chiến tranh chấm dứt, họ sẽ không chịu nhìn vào sự thật, sẽ cố che giấu sự thật để cố níu kéo cái sự "nhất hạng" theo góc nhìn của mình. Cứ nhớ, những người Đức quốc xã đã hoang tưởng về sự cao quý và sự yêu nước hơn ai hết của dân tộc mình như thế nào? Cứ nhớ, những lãnh tụ Khmer Đỏ đã hoang tưởng như thế nào về năng lực của dân tộc mình để lao đầu vào những cuộc phiên lưu quân sự điên rồ và một cuộc thí nghiệm ý thức hệ ngu xuẩn như thế nào? Nghĩ rằng tổ tiên mình đã dựng được những kỳ quan như Đế Thiên – Đế Thích, nghĩ rằng mình đã đánh thắng một kẻ thù hùng mạnh như đế quốc Mỹ, họ hoang tưởng rằng họ có thể làm được tất. Rồi để ý, những vinh quang rất là... cầu toàn khi mà, liên miên, sau những 5, 10, 15, 20, 25, 30, 35, 40, 45 rồi 50 năm, chiến thắng Điện Biên lại được rầm rộ kỷ niệm như thế nào trong khi cái giá phải trả cho chiến thắng ấy vẫn còn là một bí mật cấm kỵ.[1]

Để ý đến những âm hưởng "tiếng sắt tiếng vàng chen nhau" của cuộc chiến gắng gượng cả gần ba mươi năm sau ngày chiến tranh kết thúc. Để ý đến những cựu chiến binh đã gần nửa đời gắn bó với một cuộc chiến và một màu cờ sắc áo, những người mà, quanh đi quẩn lại, chỉ có thể tìm thấy ý nghĩa ở sự tồn tại của mình dưới màu cờ ấy và cuộc chiến ấy. Tập thể ấy không còn, ý nghĩa sự tồn tại của họ không còn. Cuộc chiến ấy mà bị lãng quên, tập thể của họ sẽ bị lãng quên. Và họ trở nên gắn liền với tập thể. Họ trở thành một bộ phận hữu cơ của tập thể và làm mọi cách để có thể tồn tại một cách có ý nghĩa.

Mà thực. *Ôi Việt Nam xứ sở lạ lùng / Đến em thơ cũng hoá anh hùng / Đến tre xanh cũng hoá thành vũ khí / Đến ong dại cũng luyện thành chiến sĩ* (Tố Hữu): có cuộc chiến chúng ta mới cảm thấy mình "lạ lùng", thấy mình thoát

---

[1] Bùi Tín, (2004), "Fifty Years On", *Far Eastern Economic Review*, 13, May.

khỏi thân phận nhỏ nhoi, nhược tiểu. Có cuộc chiến, chúng ta thấy mình vĩ đại hẳn lên và trở thành "cái gì đó" của nhân loại. Có cuộc chiến, chúng ta mới thấy mình yêu nước, gan lỳ và thiện chiến hơn bất cứ dân tộc nào khác. Có cuộc chiến, mỗi lần ra ngõ chúng ta mới gặp... anh hùng, những lớp người trước kia hầu như chỉ hiện diện trong những điện thờ hay trong mấy trang sử. Có cuộc chiến, chúng ta cảm thấy mình trở thành "lương tri của loài người", cảm thấy rằng mình đang cao cả hy sinh, không chỉ để cứu mình còn để cứu cả nhân loại: *Ta vì ta vì ba chục triệu người / Cũng vì ba ngàn triệu trên đời* (Tố Hữu). Cứ như là Thánh Gióng huyền hoặc của thuở nào, từ thân phận nửa thuộc địa nửa phong kiến chúng ta lại vươn vai đứng dậy, không làm "tiền đồn xã hội chủ nghĩa" thì cũng làm "tiền đồn thế giới tự do". Mà kể ra thì chiến tranh cũng đã... tiếp thị cho cái tên và cho thế giá của Việt Nam thật. Cứ nhớ, từ lối nói "An-nam-mít" đầy khinh miệt thời nào vậy mà, với cuộc chiến, tình thật hay đãi bôi, lại xuất hiện dăm ba kẻ khác thường sống cách xa nửa vòng trái đất rao bán cái giấc mơ "sáng thức dậy trở thành người Việt Nam". Từ thân phận của một thuộc địa nhỏ nhoi, như một phần của "Đông Dương thuộc Pháp", hai chữ Việt Nam đã vươn vai trên trường quốc tế theo cuộc chiến Đông Dương cùng những tính toán chiến lược toàn cầu nuôi dưỡng cái cuộc chiến ấy. Cứ nhớ, theo hồi ức của các ông Hoàng Tùng hay Võ Nguyên Giáp, những năm cuối thập niên 40 khi ông Hồ Chí Minh chưa bắt tay "rèn cán chỉnh quân" cùng đấu tranh giai cấp ở nông thôn như một lời phát thệ với con đường chuyên chính vô sản thì đảng của họ vẫn chưa là cái gì cả trong con mắt của những người vô sản anh em và chuyến đi cầu viện trên đất Tàu và

Nga của ông ta năm đó, nói theo ông Giáp, là một "chuyến đi gian khổ".[1] Cứ nhớ, năm 1951, trong đại hội đảng lần thứ hai ở Chiêm Hoá, Tuyên Quang, chủ tịch đảng Hồ Chí Minh đã yên phận học trò của mình như thế nào khi đứng trước 158 đại biểu chỉ vào ảnh của Stalin cùng Mao và tuyên bố rằng ông ta có thể sai chứ hai lãnh tụ này không thể nào sai. Vậy mà, chỉ vài thập niên sau thôi, với chiến tranh, trong khi bậc lãnh tụ vươn lên tầm cỡ thế giới thì Việt Nam lại nghiễm nhiên trở thành "tiền đồn xã hội chủ nghĩa". Cứ nhớ, giữa thập niên 50, khi ông Ngô Đình Diệm lần đầu đến Mỹ trong tư cách tổng thống nửa nước Việt mới khai sinh sau Hiệp định Genève, hầu như không có một người Mỹ bình thường nào chỉ được vị trí Việt Nam trên bản đồ thế giới. Thế mà, chỉ mấy năm sau thôi, khi đã thành "tiền đồn thế giới tự do", chữ Việt Nam lại đều đều xuất hiện trên những hàng tít lớn của những tờ báo lớn, trên bản tin ngày ngày của màn ảnh ti vi, trên biểu ngữ của vô khối những cuộc xuống đường, xuất hiện trong những đề tài tranh cử và, thậm chí, còn nặn ra được một giải Nobel Hoà Bình, cái giải Nobel đến hai lần... dang dở.[2]

Thì, cũng gọi là "trưởng thành trong khói lửa", thế nhưng cái sự "trưởng thành" rất bất bình thường đó đã biến chúng ta thành những tên vĩ cuồng, vừa lớn lối tự tôn nhưng cũng vừa keo bẩn kỳ thị. Thì, cứ cho là chúng ta đã

---

[1] Xem: Võ Nguyên Giáp (2002), *Đường tới Điện Biên Phủ*, NXB Quân đội nhân dân (chương đầu tiên). Có thể xem thêm đoạn trích trong hồi ký *Những kỉ niệm về Bác Hồ* của Hoàng Tùng, xem chú thích trang 140.

[2] Giải trao cho Lê Đức Thọ và Henry Kissinger sau Hiệp định Paris năm 1973. Lê Đức Thọ từ chối, không nhận giải. Kissinger thì nhận nhưng đến năm 1975 đem trả lại tuy nhiên Ủy ban Nobel không chấp nhận trò này.

hy sinh và mất mát quá nhiều nhưng làm sao chúng ta có thể vin vào đó để nhai đi nhai lại về cái sự cao quý của mình? Trong thời chiến, ông Vũ Hạnh từng mạo danh một người Ý để viết Người Việt cao quý, cái sự "cao quý" mà không ít người lấy làm tự hào, nhưng nếu nói vậy thì chẳng lẽ, nói theo ông Václav Havel, nhà văn và là cựu tổng thống nước nước Tiệp, hễ làm người Việt thì sẽ cao quý hơn là làm người Lào, người Nga hay người Trung Quốc? Làm sao chúng ta có thể căn cứ vào cái sự đổ máu và hy sinh thực nhiều của mình để cao giọng về lòng "yêu nước nồng nàn" của mình, như thể đó là một đặc tính riêng, như thể không một dân tộc nào yêu nước như là chúng ta yêu? Chẳng lẽ người Thái, Ấn Độ, người Anh, người Pháp hay người Ý, người Nhật, không hề yêu tổ quốc của họ? Chẳng lẽ tình yêu mà họ giành cho tổ quốc mình chẳng thể sánh với chúng ta? Sự thể là, khi tham dự một cuộc chiến choáng ngợp như thế chúng ta lại choáng ngợp với những đòi hỏi của cuộc chiến và trở nên lẩm cẩm với những bản vị của chiến tranh. Trong chiến tranh, chúng ta lấy sự gan góc và chấp nhận hy sinh làm thước đo giá trị nên, khi đã trải qua sự đo lường ghê gớm của một cuộc chiến, chúng ta lại có cái ấn tượng rằng không ai ghê gớm bằng mình, rằng đi chệch khỏi con đường khổ nạn như mình là không anh hùng, là không yêu nước. Nếu nước Thái, nhờ vào vị trí địa lý chính trị và sự khôn khéo trong chính sách đối ngoại của mấy ông vua thời trước mà thoát khỏi thân phận thuộc địa, họ đã không yêu nước bằng chúng ta hay sao? Ông Mahatma Gandhi chủ trương đấu tranh bất bạo động đâu phải vì hèn nhát và không yêu nước? Khi nhà cách mạng Phan Chu Trinh tuyên bố "bạo động tất ngu" để phản đối cái sự thí mạng giành độc lập, người đã suốt một đời gian khổ đấu tranh cho dân tộc mình không thể được xem là một nhà ái quốc cao quý hay sao? Mà không chỉ là chuyện yêu nước, chuyện giành độc lập, dấu ấn của thứ bản vị chiến tranh đó đã thẩm thấu vào cả những lĩnh vực ngỡ như chẳng hề liên quan. Như ngôn ngữ, chẳng hạn. Trên chiến trường chúng ta có thể tự hào rằng, dù đối thủ hùng mạnh đến cỡ nào mình vẫn là một một mục tiêu khó nuốt nhưng làm sao có thể lấy làm sảng khoái và tự hào với cái sự khó nuốt của tiếng nói mình? Khi mới xây dựng chữ quốc ngữ, những học giả đi tiên phong không ngớt than thở về cái thiếu của tiếng Việt vậy mà nay đã, đó đây, lại lại nghe lập đi lập lại những giọng điệu tự hào về cái sự khó nhai khó nuốt kia: "Phong ba bão táp không bằng ngữ pháp Việt Nam". Nếu một ngôn ngữ có đáng để tự hào, nó cần phải đáng tự hào ở cái chỗ cô đọng mà súc tích, uyển chuyển mà rõ ràng, chấm phá mà gợi hình, phong phú mà dễ truyền bá chứ tại sao lại tự hào ở cái chỗ bí hiểm và khó nhai?

Chúng ta nói đến "vũ khí tre xanh", đến "trí tuệ Việt Nam" và những "chiến thắng thần thánh", thế nhưng, cứ nghĩ, chỉ có tre xanh và "trí tuệ" suông đó thì làm sao chúng ta có thể làm nên một "Điện Biên Phủ trên không"? Phải có SAM-2. "Trí tuệ" và sự gan góc kinh người đó cũng đâu thể làm nên một Điện Biên Phủ trên bộ? Phải có những cơ man nào là những súng lớn súng nhỏ, phải có cơ man nào là những dàn pháo cao xạ hay những dàn SAM-2 hoàn toàn nằm ngoài... trí tuệ Việt Nam. Bởi, Nguyễn Viết Xuân đâu thể nào giương cây gậy tầm vông lên trời để dõng dạc hô "Hãy nhắm thẳng quân thù mà bắn!"? Bởi, Trị Thiên chỉ có thể vùng dậy, Bình Long chỉ có thể anh dũng và Kom Tum chỉ có thể kiêu hùng với một nguồn hỏa lực hùng hậu, với một nguồn vũ khí không hề mang nhãn mác "Made in Vietnam" chứ?[1] Khi đã "vĩ hoá" cái sự lì lợm và gan góc trước mức độ chết chóc hủy diệt khủng khiếp cùng sự thuần thục của những thao tác kỹ thuật bên những cỗ máy chiến tranh vay mượn hay bố thí thành một thứ sản phẩm của "trí tuệ" thì chẳng có gì khó hiểu khi, trước những "kỳ tích" kiểu Chân dép lốp mà đi vào vũ trụ (Tố Hữu), chúng ta cũng có thể ngửng mặt lên kiêu hãnh, tự hào. Bất quá, nếu xem cuộc chiến là một màn trình diễn, nếu xem thế giới là một "trường đấu tranh" – "trường" đấu tranh của "ba dòng thác cách mạng" hay "ba thế giới" - thì, qua màn trình diễn bằng súng đạn đến từ bên ngoài ấy, chúng ta đã vụt trở thành một thứ... siêu sao trình diễn. Siêu sao trên sân khấu nóng của cái hí trường băng giá mệnh danh Chiến tranh lạnh.

Những siêu sao mùa vụ thoáng nổi thoáng chìm của kỹ nghệ giải trí nào cũng ôm ấp cái ảo tưởng rằng những gì mà kỹ nghệ quảng cáo thổi phồng cho mình chính là thế giá thực sự của mình. Họ nhiễm thói quen làm tiêu điểm của sự chú ý. Theo tinh thần ăn sẵn, họ thích được ca ngợi, thích được bàn đến và sẵn lòng tạo điều kiện để được bàn đến, như những "fan-club", chẳng hạn. Họ nghiễm nhiên xem việc phục dịch mình là nghĩa vụ của kẻ người khác. Họ bịt tai lại trước bất cứ lời phê bình hay chỉ trích nào. Và như một thứ siêu sao thời chiến mà thế giá được vun bồi bằng những tính toán chiến lược chia hai hay chia ba thế giới, chúng ta cũng hoang tưởng và bệnh hoạn như thế. Hoang tưởng về thế giá của mình rằng, nhất định, sau cuộc chiến ghê gớm ấy, thế giới hẳn phải sợ, phải e dè, phải tuân thủ, phải phục dịch hay, ít ra, vẫn xem mình là

---

[1] "Bình Long anh dũng - Kom Tum kiêu hùng - Trị Thiên vùng dậy", khẩu hiệu ở miền Nam trong "mùa hè đỏ lửa" năm 1972.

"lương tri" nhân loại. Cứ nhớ, ngay sau những năm chiến tranh kết thúc, giới lãnh đạo phía thắng đã kiêu ngạo như thế nào với tâm lý "thắng hai đế quốc" để rồi lao đầu vào những mối phiên lưu điên rồ khác? Cứ nhớ, họ đã kiêu ngạo với tâm lý thế giới phải cần mình trước nỗ lực bình thường hoá quan hệ của người Mỹ để rồi, trong nhiều năm sau đó, phải vất vả đôn đáo ngược xuôi chỉ để mua lại cái quyền trả lời "Vâng" từng ngạo mạn bỏ qua.[1] Cứ nhớ, trong những ngày tàn của cuộc chiến, những nhà lãnh đạo phía thua đã hết lời nguyền rủa "đồng minh" như thế nào với cái tâm lý bị bỏ rơi hay bị phản bội. Và cứ nghĩ đến cái tâm lý cho rằng cái sự chìa bàn tay giúp đỡ Việt Nam chính là bổn phận hay, thậm chí, niềm vinh hạnh của thế giới bên ngoài: nhất định, ít nhiều phải có cái quan niệm ấy thì hệ thống quan lại hiện đại ở Việt Nam, từ cấp cao nhất đến cấp thấp, mới bày cái trò gây khó dễ, cái trò vòi vĩnh kiếm chác trước những dự án viện trợ phát triển hay, thậm chí, viện trợ nhân đạo. Rồi, cứ nghĩ đến tâm trạng chua chát bẽ bàng của những cựu tù nhân cải tạo đầu tiên trong chương trình HO, những người từng khấp khởi tin rằng mình sẽ được nước Mỹ choàng hoa đón chào như những anh hùng mà họ phải mang ơn.

Trên lĩnh vực học thuật chứng bệnh vĩ cuồng đó đã dẫn đến thái độ tự mãn, chẳng thèm học hỏi của ai, xem mình là toàn hảo và xem đa số những tri thức hay giá trị bên

---

[1] Nayan Chanda (1986), *Brother Enemy: The War After the War*, Harcourt Brace Jovanovich
Xem thêm hai đoạn trong hồi ký chuyền tay *Hồi ức và suy nghĩ* của Trần Quang Cơ, cựu thứ trưởng ngoại giao Việt Nam. Hai đoạn trích "1977, thời cơ bỏ lỡ" và "Cuộc gặp cấp cao Việt – Trung tại Thành Đô" đã được đưa lên website Diễn Đàn: http://zdfree.free.fr/diendan/articles/u136tqco.html
và: http://zdfree.free.fr/diendan/articles/u134tqco.html

ngoài là rác rưởi. Mới đây, trong bài viết "Một sai lầm thế kỷ trong lý luận phê bình văn học", đăng trên tờ *Văn Nghệ* số 29 ngày 17.7.2004, tác giả Trần Thanh Đạm đã biểu lộ những triệu chứng thô sơ nhất của căn bệnh này.[1] Thực ra, bài viết rối rắm đó không đáng bàn ở nội dung chính, không đáng bàn ở từng luận điểm đúng hay sai mà là ở cách đặt vấn đề, ở cách nhìn nhận vấn đề theo kiểu ếch ngồi đáy giếng. Để bài bác những trường phái lý luận và phê bình thế giới là "rác rưởi" đáng đào thải, để mượn lời người phương Tây vô danh nào đó kêu gọi người khác "hãy giữ lấy truyền thống tốt lành và hiện tại chân chất của mình" và "hãy học ở phương Tây những gì là tinh hoa", tác giả lại lôi ra những giáo điều văn hoá cũ rích mà nguyên Tổng bí thư đảng Trường Chinh trình bày trong cuốn sách mỏng Chủ Nghĩa Mác và Văn Hoá Việt Nam, công bố vào năm 1948 ở chiến khu Việt Bắc. Tác giả đã quên rằng, thực ra, Trường Chinh là một lãnh tụ chính trị chứ không phải là một nhà lý luận phê bình. Tác giả quên rằng điều mà ông Trường Chinh quan tâm là chính sách, là đường lối, là "ta thắng địch thua", là đập bọn "rắn độc" Đệ Tứ, là diệt lũ cường hào địa chủ, là thiết lập nền chuyên chính vô sản trong văn hoá chứ không phải là tôn xưng những giá trị mỹ học. Thì, cứ cho ông Trường Chinh là một lãnh tụ Marxist... nhất hạng, từng được xem là lý thuyết gia của đảng thế nhưng, như ông Vũ Thư Hiên đã chỉ ra trong *Đêm Giữa Ban Ngày*, cái tập giáo điều văn hoá theo luận điểm Marxist kia chẳng qua chỉ là một mớ kiến thức cóp nhặt và ăn theo, cái mớ kiến thức "second-hand" vốn dĩ trở thành một thứ vũ khí hiệu quả của phái chính thống trong những chiến dịch trấn áp văn nghệ, trấn

---

[1] talawas, 19.07.2004.

áp từ các tác giả thuộc phái Đệ Tứ cho đến các tác giả Nhân Văn – Giai Phẩm, cái sự thể mà, càng về sau, họ cố quên, cố tránh không nhắc tới, vạn nhất có nhắc tới thì cũng nhắc tới trong tâm trạng "Trẻ Nho già Lão".[1]

Thì, cứ cho là chúng ta phải học hỏi những "tinh hoa" của phương Tây, tác giả đã quên bẵng đi rằng, trên thực tế, mấy thứ "tinh hoa" mà ông Trường Chinh đã "học" và áp dụng trong cương vị lãnh tụ, quên bẵng đi rằng mấy thứ vũ khí giáo điều kia, như một thứ "tinh hoa", đã đem lại những hậu quả như thế nào. Tôi không muốn sa đà vào những tranh cãi chính trị vô bổ nhưng không thể không nhắc đến những chiến dịch "rèn cán chỉnh quân" hay đấu tranh giai cấp ở nông thôn ở đầu hay nửa sau thập niên 50, những sự thật rành rành mà những người cộng sản chính thống Việt Nam không muốn nghe hết và cũng không muốn ra hết. Tại sao ông Hoàng Tùng, từng là người thân cận của ông Trường Chinh, phải thừa nhận rằng những ngày sau cách mạng tháng Tám 1945 là những ngày hoan hỉ tưng bừng nhưng chiến thắng Điện Biên chỉ đem lại một bầu không khí dàu dàu ảm đạm?[2] Tại sao, tại sao đến

---

[1] Vũ Thư Hiên, (1997), *Đêm Giữa Ban Ngày*, Văn Nghệ, California, chương 18. Theo tác giả thì cuốn *Chủ Nghĩa Mác và Vấn Đề Văn Hoá Việt Nam* của Trường Chinh được sao chép theo cuốn *Chủ Nghĩa Mác Và Công Cuộc Phục Hưng Nền Văn Hoá Pháp* (*Le Marxisme et la Renaissance de la culture Francaise*) của Roger Garaudy, trong đó: "Bố cục cuốn sách gần như giữ nguyên, thậm chí Trường Chinh trích dẫn đúng những đoạn mà Roger Garaudy trích dẫn Marx, Engels, và cả Jean Fréville". Tác giả còn cho biết cuốn *Trường Kỳ Kháng Chiến Nhất Định Thắng Lợi* của Trường Chinh cũng giống hệt cuốn *Trì Cửu Chiến* của Mao Trạch Đông. Ông cũng cho biết cuốn *Sửa Đổi Lề Lối Làm Việc* của Hồ Chí Minh chính là sản phẩm pha chế từ cuốn *Chỉnh Đốn Văn Phong* của Mao Trạch Đông và *Sự Tu Dưỡng Của Người Đảng Viên Cộng Sản* của Lưu Thiếu Kỳ.

[2] Hồi ký *Những kỉ niệm về Bác Hồ* của Hoàng Tùng, nguyên là Bí thư ban bí thư Trung ương đảng. Cuốn sách này đã bị thu hồi sau khi xuất bản, một số

tận bây giờ, sau khi đã "khôi phục" cho những tác giả Nhân Văn – Giai Phẩm, phái chính thống vẫn ngượng ngùng, vẫn cố quên và hoàn toàn không có một lời nào để giải thích cho thật rõ ràng, cho thật tường tận cái sự "khôi phục" đó?

Ông Trần Thanh Đạm có vẻ tâm đắc khi sử dụng chữ "ba lăng nhăng" của Trường Chinh để nói về những lý thuyết "rác rưởi" phương Tây, thế nhưng, cả ở những sự thể thông thường nhất về thế giới Đông – Tây hôm nay, sự hiểu biết của ông ta cũng rất là... ba lăng nhăng. Quay về với phương Đông nhưng Việt Nam có phải là toàn bộ "phương Đông" hay không? Chỉ tự bằng lòng với mình hay tiếp tục quay về với Khổng Mạnh? Hay là, hiện đại hơn, quay về "Ba đại diện" của cựu lãnh tụ họ Giang sau khi thuyết "Ba thế giới" của Mao đã bị xếp xó? Nghe tác giả cả quyết rằng "những con người khôn ngoan, lành mạnh phương Tây đang tìm về thế giới phương Đông như những nơi còn lưu giữ được môi trường thiên nhiên và văn hoá trong sạch", người đọc không khỏi ngạc nhiên và phì cười. Họ phải tự hỏi mình là, liệu, tác giả đang mơ ngủ, đang mộng du, đang đi ngược thời gian, đi ngược hơn nửa thế kỷ về trước, ngược về cái thời ông Trường Chinh cặm cụi xào nấu tài liệu tiếng Pháp ở chiến khu Việt Bắc thành một thứ vũ khí giáo điều, hay, thậm chí, đi ngược về tận thế kỷ 13, lúc Marco Polo lần mò theo Con đường tơ lụa để khám phá phương Đông? Bởi, chỉ cần lật bất cứ bản tin nào về những xã hội phương Đông đương đại thì ai cũng có thể cảm nhận được sự tàn phá ghê gớm của môi trường thiên nhiên, của môi trường xã hội, cảm nhận được sự

chương đã được trích đăng trên website Diễn Đàn: http://zdfree.free.fr/diendan/articles/u123htung.html

băng hoại đáng sợ của những giá trị đạo đức và hay những giá trị văn hoá truyền thống.

Cái cách chúng ta nhìn về mình, hay xem thế giới nhìn về mình trên phương diện học thuật cứ là hẹp hòi và thiển cận như thế. Mỗi lần một trường đại học ngoại quốc mở một tín chỉ về môn Việt Nam học là mỗi lần báo chí trong nước hí hửng loan tin, và loan tin với một cung cách không thể không khiến người ta nghĩ rằng đấy hẳn phải là một chuyện gì ghê gớm lắm, là một vinh dự ghê gớm lắm. Chúng ta lấy làm hoan hỉ khi số lượng đầu sách hay bài báo viết về Việt Nam của những nhà nghiên cứu nước ngoài đã lên tới con số ngàn mà không hề nghĩ rằng, với khoa học, nhân văn hay xã hội, thì có đề tài nào mà không đáng để nghiên cứu. Đại học quốc gia Úc đã từng phê duyệt một luận án tiến sĩ chỉ để nghiên cứu tại sao cô đào Nicole Kidman lại ly dị anh chàng Tom Cruise, cái công trình nghiên cứu với mục đích, qua sự tan vỡ của gia đình cụ thể đó, có thể nhận ra những áp lực của ngành truyền thông đại chúng đối với đời sống gia đình đương đại.[1]Dominique Laporte, nhà triết học Pháp, đã từng cặm cụi bỏ công nghiên cứu cách thức loài người... đi cầu trong từng thời kỳ lịch sử để viết Lịch sử của cứt, để nhìn lại tiến trình văn minh của nhân loại từ vị trí của cái nhà tiêu, như là vị trí của cái tôi, cái tôi đầy tính riêng tư.[2]Trong "Hội thảo quốc tế Việt Nam học lần thứ II" mới diễn ra ở

---

[1] Christine Sams, "Adele set to be doctor of Kidmanology", *TheSun Herald*, April 4th, 2002, trang 9.

[2] Dominique Laporte, (2001), *History of shit.* Cambridge: The Massachusetts Institutes of TechnologyPress. [Nadia Benabid và Rodolphe el-Khoury dịch từ nguyên tác *Histoire de la Merde*.]

Hà Nội gần đây, thu hút gần 500 người, trong đó có 123 nhà nghiên cứu ngoại quốc, những người tham dự đã chưng hửng trước cảnh kết thúc chóng vánh sau "hơn hai ngày và chưa tròn 15 phút"! "Học" như thế thì học kiểu gì? Đấy, quả tình, chẳng qua chỉ là một trò khuếch trương cái sự được chú ý của mình thế thôi, sự khuếch trương nỗ lực nặn ra một "Hội đồng Quốc tế Việt Nam học", như một sự chú ý có cờ có biển, có "fan-club" cho giới khoa bảng ngoại quốc.[1] Mà thế giới bên ngoài có phát triển ngành Việt Nam học, chủ yếu họ cũng phát triển để phục vụ quan hệ đa diện với Việt Nam, thế nhưng trong khi hoan hỉ khi được thế giới bên ngoài nghiên cứu, chúng ta lại chẳng hề biểu lộ một nỗ lực đáng kể nào trong việc nghiên cứu thế giới bên ngoài, dù là nghiên cứu để hoà nhập hay để đương đầu. Nằm sát nách Trung Quốc, liên miên chịu đựng áp lực của Trung Quốc, vậy mà chúng ta chẳng hề nghe ai đá động đến đến sự tồn tại đáng để ý của bộ môn "Trung Quốc học" trong một viện nghiên cứu hay trong một trường đại học nào. Chúng ta làm như thể nghiên cứu mình và đến với mình là nghĩa vụ của người ngoài, còn họ thì, hầu như, không có gì đáng để chúng ta phải học, dù đó là kẻ thù mà chúng ta nơm nớp theo dõi, dù đó là những đối tượng dồi dào cơ hội mà chúng ta cần phải cầu cạnh để giao thương. Mà, xét cho cùng, mãi tới nay, chủ yếu, cái mà chúng ta gây đình gây đám và khiến giới học thuật thế giới chú ý cũng chỉ là di sản của cái trò thí mạng trước đây chứ không phải là những điều có thể khiến chúng ta trở nên "người" hơn. Đến các thư viện hay

---

[1] Bản tin "Việt Nam sáng lên qua những góc nhìn" trên VietnamNet ngày 17.7.2004. Xem:
http://www.vietnamnet.vn/vanhoa/vandekhac/2004/07/176062/

lật các thư mục ngoại quốc để tìm các tài liệu về ngày Tết, chúng ta khó mà tìm cho ra cái Tết của sự hội ngộ sum vầy mà, thay vào đó, chỉ thấy một rừng..."Tet Offensive", cái mùa xuân nhuộm máu và khét lửa năm 1968, cái mùa xuân ngập ngụa những "hố hầm chôn xác anh em".

Lời hát kia của Trịnh Công Sơn làm tôi nghĩ đến một giọng ca phản chiến khác, Joan Beaz, nữ ca sĩ dân ca Mỹ với giọng soprano trong trẻo và chân phương từng xả thân trong những hoạt động phản chiến và nhân quyền. Đời cô, như thế, trong phối cảnh của chúng ta, đã bị phân cách làm hai theo sự kết thúc của cuộc chiến để rồi, ở phía bên này, chúng ta hoan hỉ bằng lòng với nửa trước và hậm hực căm ghét với nửa sau thì, từ phía bên kia, chúng ta lại hoan hỉ ở nửa sau mà ấm ức với nửa phần phía trước. Nếu lịch sử là những câu chuyện mang tính tự sự về quá khứ thì pho tự sự về quá khứ chiến tranh của chúng ta cũng đầy sự phân cách trớ trêu của văn hoá hậu chiến như thế. Hễ thắng thì chúng ta vinh quang. Hễ bại thì chúng ta anh hùng. Thắng, chúng ta không chấp nhận những bản vị của hoà bình để tiếp tục vinh quang trong chiến tranh một cách... cầu toàn. Bại, chúng ta không chịu chấp nhận rằng mình cuộc chiến đã kết thúc để tiếp tục đóng vai anh hùng, để thấy mình oai dũng xông pha mặt trận, cho dù những mặt trận miền đông miền tây hay miền nam miền bắc đều đã, nói như Erich Maria Remarque, hoàn toàn yên tĩnh.

> *Ai nhất thì tôi thứ nhì*
> *Ai mà hơn nữa tôi thì thứ ba*

Trong cái pho tự sự triền miên, pha lẫn hiện thực và huyền thoại của chúng ta về ký ức chiến tranh, cơ hồ, chẳng thể nào tìm thấy một vị trí "thứ nhì" cho thật rõ ràng và thanh thản chứ đừng gì là "thứ ba". Cái thân phận văn hoá nhược tiểu của chúng ta đã bị quá tải, đã không chịu đựng nổi cuộc chiến nên cái tâm lý yên phận mua hoà "tôi thì thứ ba" thanh thản kia đã bị đào thải rồi chăng?

Có lẽ vậy thật. Nếu không như thế thì chúng ta đâu nhao nhao đòi độc quyền chân lý, đòi cả độc quyền chính thống mà cũng đòi cả độc quyền làm nạn nhân? Chúng ta đâu có nhao nhao đòi mình là nhất, dù là những thứ nhất của những nơi đâu nơi đâu chứ chẳng bao giờ thật sự là nhất của mình...

20.7.2004

Ám ảnh vũ khí
và huyền thoại về hiểm hoạ bên trong

Rùa Hồ Gươm liên tục nổi lên thì hệ thống toàn trị bày tỏ ý đồ lặn xuống. Rùa nổi lên, bất định, chờn vờn, như nhắc nhở, như muốn đòi gươm.[1] Hệ thống lặn xuống, dứt khoát,

---

[1] Phó giáo sư Tiến sĩ Hà Đình Đức, giảng dạy tại Đại học Quốc gia Hà Nội, được xem là nhà "Hồ Gươm học" kiêm nhà rùa học, đã bỏ công nghiên cứu rùa Hồ Gươm từ năm 1991. Ông cho biết toàn bộ những lần "cụ rùa" nổi ông đều ghi chép cẩn thận.
- Ngày 26.12.1991, PGS.TS Hà Đình Đức được Đài Truyền hình Hà Nội mời nói chuyện về bảo vệ rùa Hồ Gươm. Đúng 10h sáng hôm đó, "rùa" nổi lên và bài nói chuyện tối hôm đó được minh hoạ cảnh quay phim "cụ" nổi ngay buổi sáng.
- Ngày 10.3.1992, Sở Giao thông Công chính Hà Nội tổ chức cuộc họp bàn phê duyệt Phương án nạo vét Hồ Gươm. Đúng sáng sớm hôm đó, rùa nổi.
- Đúng một năm sau, trong ngày họp phê duyệt "Phương án nạo vét Hồ Gươm" ngày 10.3.1993, rùa lại nổi.
- Trong tuần Hội thảo quốc tế về Tuần lễ Bảo tồn và Tôn tạo Hà Nội lần I (14 - 20.11.1993), đúng ngày 19.11 rùa bò lên nằm trên gò Tháp Rùa. Đầu ngẩng cao hướng về phía đặt tượng vua Lê. Cảnh này đã được nhiều người chụp.
- Ngày 26.8.1999, Bộ Văn hoá Thông tin tổ chức bàn giao mặt bằng Khu di tích tưởng niệm vua Lê cho Sở Văn hoá Thông tin Hà Nội, rùa nổi lên từ 10h30 đến 12h30.
- Đúng 0 giờ 0 phút ngày 1.1.2000, hàng vạn người Hà Nội tụ tập quanh Hồ Gươm để đón chào Thiên niên kỷ mới, khi vừa bắn pháo hoa thì rùa liên tục nổi lên mặt nước.
- 9 giờ sáng 27.9.2000, chính quyền Hà Nội tổ chức lễ khánh thành Khu tưởng niệm vua Lê bên Hồ Gươm, rùa bò lên nằm gối đầu vào kè đá dưới đám rễ si bên chân đảo Ngọc. Rùa nằm vậy từ 8h20 đến 10h20 trước sự chứng kiến của nhiều quan chức.

rõ ràng, quyết mò cho bằng được thanh gươm, với mấy chiếc tàu ngầm.[1] Lặn xuống, cái hệ thống quyền lực từng "đánh thắng hai đế quốc to" đã dìm bản anh hùng ca "bàn tay ta / bách thắng" chìm theo, chìm từ khẩu khí vênh váo "còn cái lai quần cũng đánh" đến thái độ lì lợm chịu đấm đến là trâng tráo: "còn cái lai quần cũng bán".[2]

- Năm 2002, khi Ban Chấp hành trung ương đảng tổ chức Hội nghị lần thứ năm (18/2 – 2/3), ruà liên tục nổi lên.
- Tháng 11.2002, Quốc hội họp kỳ thứ 2, ngày 25.11.2002 xảy ra cảnh "đại biểu chất vấn bộ trưởng" và Tạp chí Thế Giới Mới đăng bài: "Đã tìm được "lý lịch" rùa Hồ Gươm". Ruà nổi lên nhô đầu gần cây phượng góc đường Lê Thái Tổ - Hàng Khay, đầu buổi chiều bơi dần về phía Gò Rùa rồi lặn mất.
- Ngày 18.4.2006, đúng ngày khai mạc Đại hội Đảng toàn quốc, rùa nổi lên. Đến ngày bế mạc 26.4 rùa cũng nổi lên.
Gần đây nhất, đầu năm 2010 trong 3 ngày liên tiếp, từ ngày 1 đến 3.1.2010, "cụ rùa" liên tục nổi lên và gây ra nhiều lời đồn đại.
http://tintuconline.vietnamnet.vn/vn/xahoi/432524/index.html
Nhiều tờ báo chí Việt Nam diễn tả là "cụ rùa" như một "linh vật của thủ đô" và cho biết "cụ" hay nổi lên vào những "sự kiện trọng đại của đất nước".
Tuy nhiên nếu nhìn lại ý nghĩa của truyền thuyết đòi gươm, những hình tượng như vậy cần giải thích khác đi. Nếu ruà Hồ Gươm thực sự là một "linh vật của thủ đô", chắc chắn linh vật ấy xuất hiện để nhắc nhở giới lãnh đạo bất tài phải trả gươm.

[1] Cuối năm 2009, chính phủ Việt Nam đã ký hợp đồng mua 6 tàu ngầm Kilo của Nga với tổng trị giá gần 2 tỷ Mỹ kim. Tin này được Nguyễn Tấn Dũng xác nhận trong cuộc họp báo ngày 15.12.2009 tại Moscow.
Hợp đồng này được ký giữa Tổng giám đốc hãng xuất khẩu vũ khí Nga Rosoboronexport, ông Anatoliy Isaykin, và Tư lệnh Hải quân Việt Nam, Phó Đô đốc Nguyễn Văn Hiến. Theo hợp đồng thì mỗi năm Nga sẽ giao cho Việt Nam một chiếc.
Hợp đồng này bao gồm việc đóng tàu ngầm, huấn luyện cho thủy thủ của Việt Nam và lắp đặt các cơ sở tu dưỡng tại Việt Nam trên bờ để phục vụ tàu.
[2] "Đánh, đánh, 5, 10, 100... năm cũng đánh, còn một cái lai quần cũng đánh!".
Lời của Nguyễn Thị Út (hay Út Tịch), trong "Người mẹ cầm súng" của Nguyễn Thi (1965). Đây là nhân vật thực ngoài đời được Nguyễn Thi tái hiện trong phong trào về anh hùng và chiến sĩ thi đua do Ban Tuyên Huấn Trung ương Cục miền Nam tổ chức.

Trong ngôn ngữ kinh viện thì bản tổng phổ của những huyền thoại anh hùng về người, vật và thậm chí côn trùng – từ người đàn bà cầm súng Út Tịch đã vào sách giáo khoa cho đến ngọn chông tre đã thành thơ nhạc, đôi dép cùn đã thành thánh tích hay những cái nọc ong đánh giặc đã lên màn bạc v.v... -- là một "đại tự sự", cái câu chuyện lớn làm xương sống tinh thần cho hệ thống.[1] Khi bộc lộ ý đồ lặn xuống như thế thì hệ thống đã gồng mình như là một loài nhuyễn thể không xương cố đứng thẳng theo mối ám ảnh về sự cứu rỗi của vũ khí.

Thì chuyện Rùa Thần cũng là một ám ảnh vũ khí. Nhưng nếu huyền thoại Rùa Thần nổi lên đòi gươm thể hiện sự yên tâm thời bình thì ý đồ lặn xuống bộc lộ sự phá sản của huyền thoại "bàn tay ta làm nên tất cả / bách chiến bách thắng" khi tất tả vay mượn, tất tả bán tháo bán đổ, tất tả lặn hụp tìm gươm. Như một ám ảnh sinh tồn, chuyện Rùa Thần là một trong nhiều câu chuyện trong hành trình dựng và giữ nước. Như một bài bản tuyên truyền, đại tự sự "bàn tay ta" là nỗ lực chính đáng hoá chuỗi dài những cuộc phiêu lưu cuồng ngông, cuồng đến mức hy sinh liên tiếp hàng thế hệ và ngông đến mức có thể phát mại cả tổ quốc, phát mại cả phần "giấy" và cả phần "lề". Và nếu huyền thoại Rùa Thần là câu chuyện truyền kỳ thể hiện ám ảnh tự vệ của một dân tộc lép vế thì ý đồ lặn xuống là phản

---

Cuốn sách này đưa vào chương trình văn học phổ thông, trong đó có câu nói trên.
Việc bán bauxit ở Tây Nguyên hay cho Trung Quốc thuê đất trồng rừng tại các khu vực chiến lược chính có khác gì "còn cái lai quần cũng bán"?

[1] Vào thập niên 70-80, sách giáo khoa tiểu học tại Việt Nam có câu chuyện về một chiến sĩ du kích tên Nguyễn Văn Tư (?) dùng ong đánh Mỹ. Thậm chí người này còn huấn luyện để ong phân biệt được lính Mỹ và du kích hay bộ đội để tấn công. Chuyện này còn được tái hiện trên màn ảnh, trong phim hoạt hình mang tên "Binh Ong".

ứng của những kẻ điên cuồng như thế khi đã xì xẹp cơn ngông.

Trước hết là huyền thoại Rùa Thần. Huyền thoại gắn liền với thanh kiếm Thuận Thiên trao cho Lê Lợi như một biểu tượng về thiên mệnh, thế thời. Là vũ khí, thanh gươm ấy không thể hiện một tính chất nào của vũ khí, kể cả những tính chất thần kỳ hoá. Là vũ khí, thanh gươm cũng không hề đòi hỏi ở người sử dụng những kỹ năng hay trách nhiệm tối thiểu nào đó qua những quy ước nghiêm mật như thể lời nguyền. Cũng Rùa Thần, chúng ta có huyền thoại nỏ thần. Ra đời trước gươm thần hơn 16 thế kỷ cây nỏ này cũng vậy. Kể ra thì nỏ thần cũng có một tính năng cụ thể là bắn hạ cùng lúc nhiều mục tiêu thế nhưng ám ảnh tự vệ qua giấc mơ thần thoại cũng khá là đơn giản. Thay vì bắn hạ một mục tiêu thì nâng lên nhiều mục tiêu và như thế thì, ngoài ý nghĩa biểu tượng, xem ra mối ưu tư về chiến tranh của tổ tiên chúng ta đã không đi xa hơn tính năng cụ thể của mấy thứ vũ khí đang có trong tay là bao nhiêu.

Kiếm thần Việt khác xa những thanh kiếm trong thần thoại của người Anh hay Nhật cho dù tất cả đều đảm nhiệm một vai trò lịch sử na ná qua ý nghĩa chính thống hoá. Thanh gươm Excalibur đầy huyền thoại của Hoàng đế Arthur không chỉ đáp ứng những đòi hỏi đa diện của chiến trường ở tính năng làm loá mắt đối phương mà còn nhấn mạnh ở trách nhiệm của người cầm gươm: Arthur, sau khi hoàn tất sứ mạng, đã chủ động và quyết liệt trả lại thanh gươm, cho dù đám cận thần có lươn lẹo dở trò bịt mắt.[1] Thanh gươm

---

[1]Excalibur là thanh kiếm huyền thoại của Vua Arthur (đầu thế kỷ 6). Theo huyền thoại thì thanh gươm có khả năng làm loá mắt kẻ thù và những người cầm vỏ gươm trong tay sẽ được cầm máu cả khi bị thương.

Kusanagi của Nhật cũng thế khi áp đảo cả thế trận bằng cách điều khiển hướng gió và nhấn mạnh ở trách nhiệm của người cầm gươm qua lời nguyền liên quan đến tính mạng.[1]

Vũ khí thần thoại của chúng ta không vươn tới khả năng gây nhiễu với kẻ thù như một đội quân tâm lý chiến hay tình báo, không có khả năng thay đổi hướng gió làm biến đổi thế trận như một sự hiệp đồng binh chủng, cũng không có cái vỏ gươm giữ mạng như thể một lực lượng quân y. Vũ khí của chúng ta cũng chẳng hề ràng buộc các nhân vật liên quan một trách nhiệm tối thiểu nào đó qua bí tích lời nguyền. Bỏ qua tính thần bí thì lời nguyền, thực chất, là sự ràng buộc của tính tín nhiệm và trách nhiệm. Thần trao nỏ và trao gươm để đuổi giặc, giặc rút đi là xong, là hết. Đơn giản. Nhẹ nhàng. Không một chút băn khoăn, trách nhiệm. Lê Lợi phải đợi nhắc, đợi Rùa Thần ngáng đường mở miệng đòi nợ thì mới chịu trả gươm. Dâng nỏ thần cho giặc, Mỵ Châu chẳng hề hấn gì trước tự thân nỏ thần mà chỉ bị cha mình trừng phạt theo lời nhắc của Thần Kim Quy. Mà An Dương Vương, kẻ lẽ ra phải chịu trách nhiệm chính khi để người thân can dự vào những bí mật quốc phòng, cũng chẳng hề hấn gì và, thậm chí, sau khi chém con như một thứ dê tế thần, còn có thể nhẹ nhàng đi vào

---

Trước khi chết Arthur sai một thuộc hạ thân cận trả lại thanh kiếm bằng cách ném nó xuống hồ. Thuộc hạ nhận lời nhưng không đành lòng ném và đã hai lần đóng kịch. Tuy nhiên dọ hỏi, Arthur biết được sự thật và mắng thuộc hạ này một cách gay gắt. Thuộc hạ này phải trả lại gươm và khi ném xuống thì một cánh tay trồi lên tóm lấy thanh gươm kéo xuống hồ.

[1] Kusanagi, Thảo Thế Kiếm. Theo truyền thuyết thì kiếm này mọc ra từ đuôi của Yamata-no-Orochi (Bát Kỳ Đại Xà). Mãng xà này bị dụ uống rượu say và bị giết, khi bị cắt xác ra nhiều khúc thì phần đuôi của nó xuất hiện một thanh kiếm.

thế giới thần nhân. Như vậy thì ám ảnh tự vệ của cha ông chúng ta đã tỏ ra sơ lược, không chỉ không đáp ứng hết tính phức tạp và đa diện của chiến tranh mà, tệ hơn, còn thiếu sự nghiêm minh cần thiết của tính kỷ luật và tín nhiệm.

Khi những huyền thoại vũ khí chỉ ra đời trong tình thế xáp mặt kẻ thù thì có nghĩa là chúng ta chỉ nghĩ đến những cách đối phó nhất thời chứ không bận tâm sâu xa hơn cho chuyện tự vệ muôn đời. Chúng ta chỉ nghĩ đến sự cứu rỗi của vũ khí khi bị đe doạ thôi thì có nghĩa là chúng ta chỉ thấy những mối nguy cụ thể từ bên ngoài chứ không mảy may nghĩ đến những hiểm hoạ tiềm tàng ngay từ bên trong. Chúng ta không có một huyền thoại nào về một thứ áo giáp thần, một cái khiên thần. Chúng ta cũng không có huyền thoại nào về chỗ yếu của mình như là gót chân Archills của người Hy Lạp. Không mảy may băn khoăn đến những điểm yếu của mình thì làm sao có thể xây dựng một ý thức tự vệ lâu bền hay vươn lên trong ý chí tự cường? Chúng ta, cơ hồ, chưa bao giờ thấu đáo trong cái sự tự xét lấy mình. Chúng ta chỉ băn khoăn đến bản sắc của mình vào những lúc lẽ ra phải dốc hết tâm sức đối phó với kẻ thù đang xáp lại thật gần. *Bữa thấy bòng bong che trắng lốp muốn tới ăn gan; ngày xem ống khói chạy đen sì muốn ra cắn cổ*, chúng ta vừa muốn ăn tươi nuốt sống kẻ thù nhưng lại chằm chằm nhìn vào kẻ thù như thể những tấm gương soi để từ đó xác định căn cước và thế đứng của mình.[1] Hơn hai mươi năm sống dưới ách cai trị của Trung Hoa làm chúng ta bừng tỉnh nhận ra rằng chúng ta khác hẳn với người Hán và Nguyễn Trãi đã phải nhấn mạnh

---

[1] "Văn tế nghĩa sĩ Cần Giuộc", Nguyễn Đình Chiểu.

Phong tục Bắc – Nam cũng khác.[1] Nhưng rồi cái "khác" ấy cũng nhạt dần khi chúng ta ê a "chữ nghĩa thánh hiền" của người Hán, ê a những điển cố sách sử chỉ của người Hán. Chúng ta ê a mãi cho đến khi Quang Trung phải nhắc lại trong bài hịch trước giờ động binh: *Đánh cho để dài tóc / Đánh cho để đen răng / Đánh cho nó chích luân bất phản / Đánh cho nó phiến giáp bất hoàn.* Rồi vẫn vậy khi cái "khác" ấy nhạt dần và chúng ta lại tiếp tục ê a cho đến lúc giáp mặt với những "bạch quỷ Tây dương" và cú sốc bản sắc trước kẻ thù hoàn toàn xa lạ này đã bắt chúng ta phải truy nguyên nguồn gốc sâu hơn nữa, truy tận những huyền sử mờ mịt nhất để nhấn mạnh rằng chúng ta không chỉ khác xa người Pháp mà còn khác hẳn ông thầy cũ Trung Hoa, vốn cũng đang thua cuộc và bất lực. Nhưng rồi vẫn vậy và khá đông trong chúng ta lại ê a, thay vì chữ nghĩa "thánh hiền" thì giáo điều của mấy thứ "thánh" không thể nói là… hiền. Ê a những giáo điều Maoist rồi hết lời phỉ báng những giáo điều Maoist nhưng sự thể vẫn vậy, vẫn lòng vòng lui tới, như hôm nay, "Việt Nam - Trung Hoa sông núi nối liền."[2]

Từ An Dương Vương đến Lê Lợi là một chặng đường dài và, cơ hồ, khoảng cách nỏ - gươm 16 thế kỷ cũng là khoảng cách giữa du kích chiến và trận địa chiến. Dân tộc Việt không thạo việc đi ngựa nên cung nỏ chỉ có thể là vũ khí của những đội quân thủ thành hay mai phục chứ không

---

[1] "Bình Ngô Đại Cáo": Núi sông bờ cõi đã chia / Phong tục Bắc Nam cũng khác / Từ Đinh, Lý, Trần, bao đời xây độc lập / Cùng Hán, Tống, Đường mỗi bên hùng cứ một phương…

[2] Màn ca vũ "Việt Nam- Trung Hoa núi liền núi, sông liền sông" được trình diễn trong "Chương trình ca nhạc xuân 2010", được đài truyền hình VTC phát vào vào ngày 30 Tết.
http://www.talawas.org/?p=16335

hề là vũ khí trên trận địa như thể những đoàn quân cơ động và dũng mãnh của Thành Cát Tư Hãn. Từ chiến thuật phòng thủ dựa vào thành lũy hay sự hiểm trở của địa thế, cha ông chúng ta đã chuyển đến nỗ lực tự vệ chính quy và chủ động hơn với những binh đội nắm chặt chuôi kiếm trong tay, một kiểu "chiến tranh quy ước" của thời đó. Như thế thì, ít ra, theo thời gian, ám ảnh vũ khí của tổ tiên chúng ta cũng phần nào tiến hoá.

Nhưng sau đó lại là sự thoái hoá, thụt lùi. Cái sự thoái thụt đã trở thành huyền thoại theo cái đại tự sự lổn nhổn chông tre và lướng vướng lai quần. Hẳn nhiên, những mũi chông và những cái lai quần ấy cũng có những đóng góp nào đó trong cuộc chiến nhưng hệ thống lại vênh váo như thể chỉ có thế và chỉ có thế, như thể vắng bóng những vũ khí Nga -Tàu, như thể không có những dàn phóng SAM-2 hay Kachiusa, những cỗ pháo tầm xa 130 ly, những đoàn Molotova, những hệ thống hậu cần dằng dặc đằng sau những binh đoàn chính quy với khẩu AK-47 hay B-40 trong tay. Cứ diễn ra theo cái đại tự sự chông tre ấy thì cuộc chiến sẽ dây dưa như một cuộc "mai phục trường kỳ" kiểu Maoist mà tác dụng duy nhất là làm dân tộc suy yếu đến trường kỳ.[1] Như thế thì sẽ không chỉ có một mà sẽ có nhiều, rất nhiều công văn tựa cái công văn mà ông Phạm Văn Đồng đã ký vào năm 1957. Như thế thì sẽ không chỉ một vài mà nhiều, rất nhiều khoảnh đất bị rứt khỏi da thịt tổ quốc để đánh đổi những đợt hàng quân viện mà cựu

---

[1] Đây là điều mà hệ thống tuyên truyền của Hà Nội lặp đi lặp lại trong thập niên 80, sau cuộc chiến biên giới 1979: Trung Quốc muốn Việt Nam suy yếu, do đó phải vĩnh viễn chia cắt, và nếu Hà Nội muốn khởi động chiến tranh thì không nên tiến hành chiến tranh quy ước mà chỉ tiến hành chiến tranh du kích.

viên chức ngoại giao Dương Danh Dy vừa mới tiết lộ mới đây.[1]

Hẳn nhiên, hệ thống toàn trị làm thế để nhấn mạnh đến yếu tố "ta", yếu tố con người trong nỗ lực tuyên truyền. Nhưng đâu chỉ là sự gấp gáp và nhu cầu tuyên truyền tức thời của thời chiến? Chỉ mới đây thôi, năm 2004, Hội nhạc sĩ Việt Nam lại hâm nóng cái đại tự sự ấy khi trao giải

---

[1]"Điều gì đang xảy ra trong bang giao Việt-Trung?", Mặc Lâm phỏng vấn Dương Danh Dy, đài RFA 2.7.2009.

Ông Dương Danh Dy từng giữ chức Bí thư thứ nhất tại Toà đại sứ Việt Nam tại Bắc Kinh từ tháng 9 năm 1977, trước khi về hưu năm 1996 là Tổng Lãnh Sự Việt Nam tại Quảng Châu. Trong bài phỏng vấn ông Dy đã thú nhận sự ngây ngô của Hà Nội trong quan hệ với Bắc Kinh và đã nhiều lần ngậm bồ hòn cắt nhượng lãnh thổ.

Trả lời câu hỏi của Mặc Lâm "Dư luận cho rằng trong thời kỳ chiến tranh Việt Nam, Trung Quốc đã viện trợ cho Miền Bắc rất nhiều và có lẽ sự trợ giúp quân sự này đã khiến cho Hà Nội tỏ ra quá mềm yếu trong khi đàm phán về biên giới giữa hai nước, phải không ạ?", ông Dương Danh Dy trả lời:

"Bây giờ cũng không thể kết tội ai được bởi vì nó là chuyện lịch sử rồi. Chúng ta có một số điều hứa. Tôi biết rất rõ những điều hứa này của ta. Ta có những điều hứa trong vấn đề Biển Đông. Cái hứa của chúng ta lúc đó thì có những nguyên nhân là do chúng ta bênh Trung Quốc, có những nguyên nhân do chúng ta dốt, chúng ta không hiểu gì cả. Tôi xin nói thật, tôi đã từng đi điều tra biên giới trên bộ nhiều lần và tôi thấy có những cái đúng là sự ngây ngô khờ dại, có những cái do lúc bấy giờ người ta giúp mình nhưng mà mục đích là đưa hàng hoá sang nhanh chóng hạn.

Như tôi nói làm một con đường đi qua lãnh thổ của Trung Quốc thì là phải qua đèo cao, thế thì đi vòng chân đồi mở rộng sang chỗ đường bằng phẳng đi vòng trên đất nước Việt Nam thì đường ô-tô dễ đi. Lúc không có chuyện thì không sao, nhưng bây giờ anh nói đường của tôi ở đâu thì đất của tôi ở đấy. Thế là mình mất toi mấy chục hecta trở lên. Làm thế nào được! Đấy, lúc đó là trong hoàn cảnh thời chiến. Người ta giúp mình, mình chẳng bao giờ nghĩ tới chuyện đó, có thể là không nghĩ ra, có thể là dốt, vân vân. Bây giờ muốn trách cứ thế nào thì cũng phải chịu thôi."

Xem:

http://www.rfa.org/vietnamese/vietnam/chinh-tri/Vietnam-China-a-long-standing-grievances-historical-MLam-07022009133546.html

thưởng thứ nhì cho ca khúc "Tre Việt Nam" của Trần Quế Sơn:

> *Tre hiên ngang ra tiền tuyến*
> *Tre hùng thiêng dưới hố chông*
> *Tre sợ chi, sợ chi súng thép hay đạn đồng*
> *Tre thiêu thân trong lửa khói*
> *Tre một lòng với núi sông*
> *Tre ngàn năm phất cao ngọn cờ thắng oai hùng...*[1]

Quả là một *logic* lạ kỳ. Đã chui xuống hố mai phục như một thân phận lép vế thì làm sao có thể vỗ ngực là "hùng thiêng"? Bất quá, trong một tư thế như vậy thì ngọn tre chỉ có thể ngun ngút "căm thù" hay sục sôi "hờn phẫn" là cùng và cái lấn cấn trong *logic* "hùng thiêng" này cũng chính là sự lấn cấn của đại tự sự kiêu hãnh tre xanh và kiêu hãnh lai quần. Niềm kiêu hãnh ấy cũng không khác cái niềm tự hào dép lốp của Tố Hữu, một trong những kiến trúc sư chính của cái đại tự ngu dân một cách thảm hại: *Chân dép lốp mà đi tàu vũ trụ.*[2]

---

[1] Hai câu *"Tre hiên ngang ra tiền tuyến/ Tre hùng thiêng dưới hố chông"* còn được hát "giáo đầu" theo kiểu ngâm thơ.

[2] *Bữa cơm khoai, ít cá nhiều rau*
Mà ngăn sông làm điện, khoan biển làm dầu
Chân dép lốp
Mà lên tàu vũ trụ.

Đời vui thế khi ta làm chủ
Anh em ơi, đồng chí mình ơi!
Trẻ lại rồi thế kỷ 20
Và trẻ mãi, mỗi người
Một nhành xuân, của Đảng.

Trích trong bài "Một nhành xuân" của Tố Hữu. Bài thơ đề ngày 17.1.1980, đăng trên báo *Nhân Dân* số Tết, ghi: "Tặng Đảng thân yêu tròn 50 tuổi":

Ngu dân một cách thảm hại là bởi cây tre có thể thiêu thân nhưng một dân tộc thì không nên tự hủy hoại mình. Ngu và thảm bởi cây tre có thể "một lòng với núi sông" nhưng một chính quyền thì không thể bảo vệ sự sống còn của đất nước bằng cách ngu độn hoá dân tộc mình, ngu độn hoá mãi mãi, ngu độn hoá trong thời chiến và ngu độn hoá trong suốt thời bình. Một dân tộc lép vế không thể nào đứng vững lâu dài nếu chỉ lấy sự lì lợm hay lòng can trường ra làm bản vị, không chịu nhìn và suy nghĩ xa hơn bằng trí tuệ của mình. Những sĩ phu trong phong trào kháng Pháp đâu thiếu can trường nhưng tại sao vẫn thua đau và ngọn tre trong tay họ vẫn không thể "phất cao cờ thắng"? Vấn đề là, khi đã nhận ra cái giá quá đắt trong việc mang những vũ khí thô sơ ra để đấu chọi lại những vũ khí cơ giới của người Pháp họ đã thức tỉnh, đã dồn hết tâm huyết vào cuộc vận động Duy Tân để nâng cao dân trí, nâng tầm trí tuệ của dân tộc lên một bậc. Họ, như nhà cách mạng Phan Chu Trinh, đã hiểu ra rằng chỉ có một con đường duy nhất là tự cứu lấy mình, và để cứu mình thì phải sống, phải tự đổi mới mình, phải nâng tầm trí tuệ của mình: *Vọng ngoại tắc ngu, bạo động tắc tử.*

Chính cái tính chất gọi là "nhạy cảm" của cái sự "tắc ngu" và "tắc tử" này nên hơn nửa thế kỷ của đại tự sự chông tre cũng là hơn nửa thế kỷ che đậy và bưng bít. Che đậy như thể chỉ có "bàn tay ta". Bưng bít như không hề trả giá thực đắt bất kể những bằng chứng hậu nghiệm rành rành về cái giá phải trả cho những thế hệ bị đánh mất, cho những phần đất bị cướp mất, cho những thì giờ và vận hội đã vụt

---

Ý thơ "chân dép lốp" được Xuân Sách mượn, đưa vào bài thơ chân dung: "Chân dép lốp mà lên tàu vũ trụ / Khi trở về ta lại là ta".

mất.[1] Lãng mạn hoá thứ chiến tranh nghiến ngấu máu thịt có nghĩa là rẻ rúng hoá nhân phẩm con người. Lãng mạn hoá sự quật cường của mũi chông hay sự gan lỳ của cái lai quần là tầm thường hoá trí tuệ của con người. Càng lãng mạn hoá cái cuộc chiến lai quần ấy bao nhiêu, hệ thống toàn trị càng tỏ ra vô trách nhiệm bấy nhiêu bởi có ý thức được mức độ phức tạp và lâu dài ở những hậu quả chiến tranh thì mới cẩn trọng với chiến tranh, mới tận sức hướng đến những hình thái tự vệ quý trọng giá trị con người.[2]

---

[1] Tổn thất nhân mạng thật sự trong chiến tranh luôn là một con số được giữ kín và văn thơ chính thống bị cấm nói về những mất mát này. Trường hợp Phạm Tiến Duật bị đánh vì bài thơ "Vòng Trắng" là một thí dụ: "Khói bom lên trời thành một cái vòng đen / Trên mặt đất lại sinh bao vòng trắng / Tôi với bạn tôi đi trong im lặng / Cái im lặng bình thường đêm sau chiến tranh / Có mất mát nào lớn bằng cái chết / Khăn tang vòng tròn như một số không…"

[2] Xin trích một đoạn trong bài nói chuyện ngày 2.11.2004 của Tiến sĩ Lê Đăng Doanh, cựu Viện trưởng nghiên cứu quản lý kinh tế Trung ương. Buổi thuyết trình do Ban Tổ chức Trung ương đảng tổ chức nhằm chuẩn bị "tri thức" cho các cấp lãnh đạo cao cấp trước đại hội đảng thứ 10: *Tôi thấy là nên có một cái nhìn đúng đắn. Nhân đây tôi cũng xin báo cáo, tức là hồi năm 81, tôi đi theo ông Nguyễn Duy Trình tham dự Đại hội 16 Đảng Cộng sản Tiệp Khắc. Thế thì bọn Tiệp Khắc, bọn lãnh đạo không nói gì, nhưng bọn chuyên viên Ban chấp hành Trung ương Đảng thì kéo tôi ra một chỗ bảo mày cứ nói mày anh hùng, tao thấy đất nước mày suốt đời đánh nhau mãi, thế thì mày chết, mày khổ, có gì hay đâu? Bây giờ mày lại đi xin tao, chẳng nhẽ mày xin tao lại không cho, có phải là chúng tao thừa thãi gì lắm đâu. Tao nói thật với mày là tao thấy Đức to quá tao cũng không đánh, không đánh thì nó cũng không ở được chỗ tao vì ít lâu sau tao tìm cách đuổi cổ nó đi. Thế thì một bên đánh nhau tơi bời khói lửa, đánh hết cả, mày rất anh hùng, tao thấy là tao vái mày mấy vái. Thế nhưng mà về việc mày đau khổ, mày bị tàn phá này khác... Thì cũng là một thứ triết lý. Có lẽ bây giờ xem xét lại, xem là triết lý nên như thế nào, cái giá phải trả nó đến đâu là vừa phải, chứ không phải cái mặt anh hùng là nó có giá trị tuyệt đối đâu, và cũng không phải trên thế giới mọi người nó đều thừa nhận, thế rồi nói nó nhận mình là anh hùng, là kiên cường. [...] Liên Hợp Quốc xếp như thế này: dưới 735 đôla/một đầu người theo tỷ giá là nền kinh tế thu nhập thấp. Xin báo cáo với các đồng chí, thu nhập thấp chỉ là một danh từ hoa mỹ để nói cái nghèo, thế thôi chứ có gì đâu. Chẳng*

Vì để tự vệ thì vấn đề không chỉ vũ khí mà còn là con người đằng sau những phương tiện tự vệ ấy, là trí tuệ của họ, là mối quan hệ tương liên giữa họ. Thất bại trước sức mạnh cơ giới của người Pháp, những sĩ phu thời trước không chỉ đề xướng vận động duy tân để hướng tới cái ngày "sánh với cường quốc năm châu" mà còn khơi dậy "hồn nước" để thấy rằng tất cả, qua ý nghĩa của tiếng "đồng bào", hay cùng một bào thai, phải cùng chia sẻ một vận mạng.[1] Nói một cách khác thì năng lực sống còn của một dân tộc phụ thuộc vào khả năng xây dựng cái xương sống tinh thần như là nền tảng cho sự gắn kết lâu dài. Gắn kết qua những di sản lịch sử là điểm mấu chốt của chủ nghĩa dân tộc. Gắn kết trong những dự án cho tương lai là trọng tâm của tinh thần quốc gia. Mối quan hệ tương liên của con người phải hoà hợp trong mối quan hệ tương liên giữa di sản kế thừa với tương lai đang hướng tới. Bế tắc lớn nhất của cuộc "khủng hoảng tự vệ" hiện tại là bế tắc từ sự "lệch pha" trong cách nhìn về vận mạng chung bởi,

---

qua nó lịch sự nó không muốn bảo mày là thằng nghèo, thằng lạc hậu thì nó bảo mày thu nhập thấp, thế thôi."
Gần nhất, trong kỳ họp ngày 23.11.2009 Quốc hội CHXNCNVN đã thông qua "Dự Luật Dân quân, tự vệ", trong đó có điều khoản về việc thành lập "Lực lượng dân quân tự vệ biển". Đây cũng là một lối tự vệ, bảo vệ hải phận Việt Nam theo lối du kích chiến, rẻ rúng hoá máu thịt của con người. Vấn đề này đã tạo nên nhiều tranh cãi và theo thư phản đối của Tiến sĩ Cù Huy Hà Vũ thì đây là một "sai lầm chiến lược lớn".

[1]Sự khai sinh của tinh thần quốc gia vào cuối thế kỷ 19 và đầu thế kỷ 20 hình thành với sự về nguồn, tìm về lịch sử và lần đầu tiên người Việt Nam mới nói thật nhiều và khai thác thật nhiều huyền sử Lạc Long Quân – Âu Cơ để nhấn mạnh đến ý nghĩa "đồng bào", tức "cùng một bào thai". Về gốc tích của chữ và khái niệm "đồng bào", xin tham khảo:
Nguyễn Hưng Quốc (2000), "Tính chất thuộc địa và hậu thuộc địa trong văn học Việt Nam", trong VĂN HỌC VIỆT NAM TỪ ĐIỂM NHÌN H(ậu h)IỆN ĐẠI, NXB Văn Nghệ, California, tr. 314.

không những không cùng chia sẻ một quá khứ chung hay một dự phóng tương lai chung, trên tám mươi lăm triệu người Việt cũng không thể chia sẻ được một hiện thực chung.

Không thể là bởi "hiện thực" chưa hẳn những gì xảy ra mà còn là những thứ sắp đặt hay vẽ vời như thể đang xảy ra. Nói một cách khác thì cái "hiện thực" mà chúng ta đối mặt bao hàm cả những gì đang thực sự xảy ra và những thứ mà hệ thống toàn trị đầu tư công sức để tạo ra, hay nói như Chế Lan Viên là "Bánh Vẽ".[1] Có "hiện thực" sôi nổi và rôm rả, được tạo ra một cách trớ trêu theo đúng phương pháp thực dân.[2]Có "hiện thực" nín lặng cái sự nhạy cảm nằm lọt thỏm bên trong tường rào kiểm duyệt, tường rào bằng "lửa" hay bằng mấy thứ máy chém hay vọng gác tư tưởng. Có thể nó hào nhoáng, ê hề hoa hậu siêu hạng. Có thể nó ê chề, ngập ngụa gái điếm mạt hạng. Có thể nó tối tăm ngõ cụt với những ngư dân mất biển. Có thể nó tươi thắm theo tình hữu nghị sơn son trong mười mấy chữ phủi mặt.[3]Có thể nó sáng rỡ, lạc quan theo những hội nghị bao

---

[1]Bài thơ "Bánh Vẽ" của Chế Lan Viên: *"Chưa cần cầm lên nếm, anh đã biết là bánh vẽ / Thế nhưng anh vẫn ngồi vào bàn cùng bè bạn / Cầm lên nhấm nháp / Chả là nếu anh từ chối / Chúng sẽ bảo anh phá rối / Đêm vui…"*

[2] Năm 1939, trong bối cảnh Đệ nhị thế chiến bùng nổ thì phong trào cách mạng diễn ra khắp nơi. Để thu hút một bộ phận lớn thanh niên và công chúng sao lãng những vấn đề chính trị, chính quyền thực dân Pháp bèn khởi xướng phong trào thể thao mang tên "Khoẻ để phụng sự", và giao cho đại tá Ducroy tổ chức Giải Vô địch túc cầu Đông Dương. Cảnh bi hài này được Nguyễn Công Hoan tái hiện trong truyện ngắn "Tinh thần thể dục" đăng trên *Tiểu thuyết thứ bảy*, số 251, 1939. 4Phong trào thể thao sôi nổi hiện tại cũng có mục đích tương tự.

[3]Khẩu hiệu "16 chữ vàng": *"Láng giềng hữu nghị, hợp tác toàn diện, ổn định lâu dài, hướng tới tương lai"*, tuy nhiên đã được dân gian sửa lại thành *"Láng giềng khốn nạn, cướp đất toàn diện, lấn biển lâu dài, thôn tính tương lai"*.

giờ cũng "thành công tốt đẹp". Có thể nó bi thảm cùng đường theo những xấp đơn oan không bao giờ được giải quyết dứt khoát. Vân vân và vân vân nhưng đáng nói là cái hiện thực thực sự xảy ra nhưng lại khiến chúng ta lệch pha nhau, hục hặc chống đối nhau như thể giáp trận. Trong mối quan hệ tương liên giữa quá khứ - hiện tại – tương lai thì, phải chăng, vì thừa hưởng những di sản quá khứ khác nhau, chúng ta lệch pha nhau trong việc thẩm định những phần nối dài của cái di sản ấy? Hay là, vì đứng trên những "hiện thực" khác nhau, chúng ta lệch nhau khi nhìn ngược về phía sau hay nhìn về phía trước?

Như thế thì phải lần lại quá khứ, như cái quá khứ của Tố Hữu trong "Bài ca xuân 1961", chẳng hạn:

Chào 61! Đỉnh cao muôn trượng
Ta đứng đây, mắt nhìn bốn hướng
Trông lại nghìn xưa, trông tới mai sau
Trông Bắc trông Nam, trông cả địa cầu!

Hay một "quá khứ" khác, cũng thập niên 60, của Chế Lan Viên, tác giả của bài thơ về trò vẽ bánh:

Hỡi sông Hồng tiếng hát bốn nghìn năm
Tổ quốc bao giờ đẹp thế này chăng?
Chưa đâu! Và ngay cả trong những ngày đẹp nhất
Khi Nguyễn Trãi làm thơ và đánh giặc
Nguyễn Du viết Kiều đất nước hoá thành văn,
Khi Nguyễn Huệ cưỡi voi vào cửa Bắc
Hưng Đạo diệt quân Nguyên trên sông Bạch Đằng...
Những ngày tôi sống đây là những ngày đẹp hơn tất cả
Dù mai sau muôn vạn lần hơn... [1]

---

[1] *"Tổ quốc bao giờ đẹp thế này chăng?"*, in trong tập "Hoa ngày thường - Chim báo bão", xuất bản năm 1967.

Nhưng những "quá khứ" như thế lại là những "hiện thực" từng được tạo ra, cũng giống như thứ "hiện thực" mà hệ thống toàn trị hiện vẫn đang gắng gượng tạo ra. Vậy thì vấn đề không phải là "quá khứ" hay "hiện tại" mà chính là chúng ta, là cách chúng ta ứng xử với những cái đại tự sự có bề dày trên nửa thế kỷ ấy. Chúng ta u mê, phung phí lòng tin với nó? Chúng ta phớt tỉnh, thây kệ để làm kẻ ngu si hưởng thái bình theo đúng ý đồ của nó? Hay là tỉnh táo như những con người có trí tuệ để trở thành tiêu điểm của sự thù hằn và đố kỵ?

Thù hằn và đố kỵ là bởi trí tuệ không đơn thuần là năng lực hấp thụ kiến thức mà, quan trọng hơn, còn là năng lực phê phán kiến thức. Nếu "đỉnh cao muôn trượng" của Tố Hữu hình thành từ muôn vàn cái "đỉnh" con con thì ai có thể hấp thụ vô điều kiện những thứ "đỉnh" như thế, chẳng hạn cái đỉnh cao nhân cách của con người "như chân lý sinh ra" tên Trỗi:

> *Chúng trói Anh vào cọc, mấy vòng dây*
> *Mười họng súng. Một băng đen bịt mắt.*
> *Anh thét lớn: "Chính Mỹ kia là giặc!"*
> *Và giơ tay giật phắt mảnh băng đen*
> *Anh muốn thiêu bằng mắt, lũ đê hèn...*[1]

Hẳn nhiên là không ai có thể vận dụng *logic* của số học hay hình học Euclid vào việc bình thơ nhưng vấn đề ở đây không phải là Tố Hữu làm thơ mà là ông ta, trong vai trò trưởng ban tuyên huấn, đã chủ tâm tạo ra "hiện thực". Thứ "hiện thực cách mạng" được tạo ra như là một phần của

---

[1] Bài thơ "Hãy nhớ lấy lời tôi" (10.1964) của Tố Hữu, có đoạn đầu:
Có những phút làm nên lịch sử
Có cái chết hoá thành bất tử
Có những lời hơn mọi bài ca
Có con người như chân lý sinh ra

cái đại tự sự mà ông ta có trách nhiệm gầy dựng và nuôi dưỡng. Và Tố Hữu tạo ra một cách thoải mái, nhẹ nhàng, y hệt những hình ảnh đang xảy ra trước mắt về giây phút cuối của nhân vật mà, thoạt đầu ông ta,và cả hệ thống của ông ta, chẳng thể nào biết được cái tên chứ chưa nói là thấy mặt. [1]

Nhân vật thì "như chân lý sinh ra" còn "hiện thực" thì cứ như là "sơ ý tạo ra" bởi, nếu đã bị trói "vào cọc mấy vòng dây" thì làm sao có thể "giơ tay giật phắt"? Nhưng sự thể là thế. Nếu một Nguyễn Văn Trỗi bị trói vào cọc có thể "giơ tay giật phắt" thì cái hệ thống toàn trị thiển cận và khờ dại đến độ cắt nhượng và hứa hẹn cắt nhượng lãnh thổ để đánh đổi hàng quân viện cũng có thể vươn lên "đỉnh cao muôn trượng" và nhìn xa "bốn hướng" lắm chứ. Vấn đề là rất đông trong chúng ta dễ dàng phung phí niềm tin cho những điều như thế, những "hiện thực" vô nghĩa đã đánh đổi bằng những cái giá không thể nói là vô nghĩa.

*Giấy rách phải giữ lấy lề*và trong những cái giá ấy chúng ta còn phải trả bằng "lề". Quá khứ đã ở dưới chân mà tương lai không còn là đích đến thì có nghĩa là lịch sử đã bị dẫm lên, đã bị trói buộc ngay tại điểm dừng. Nguyễn Trãi, Nguyễn Du, Nguyễn Huệ, Hưng Đạo Vương của nghìn xưa chẳng là cái quái gì. Tương lai "muôn vạn lần hơn" sau này cũng chẳng là cái quái gì. Chính những trò như thế, cùng những chính sách như đấu tranh giai cấp làm bại hoại giềng mối đạo nghĩa, hệ thống toàn trị đã

---

[1] Thoạt đầu báo chí và hệ thống tuyên truyền ở miền Bắc không rõ Nguyễn Văn Trỗi là ai nên đã đăng tin theo các bản tin Anh ngữ và Nguyễn Văn Trỗi trở thành "Nguyễn Văn Trôi".
Xem: Hồ Tiến Nghị (2001), "Kỷ niệm làm báo", trong *Thời Gian và Nhân chứng*, Hà Minh Đức, chủ biên, NXB Chính trị Quốc gia, tr. 380.

băm nát phần "lề" đã vun đắp và lưu giữ như những di sản tinh thần trong ý nghĩa lịch sử. Hệ thống chỉ số toẹt những giá trị phải giữ ấy khi còn bị mê hoặc trước cái dphóng tương lai đã vẽ ra trong giáo điều của thánh Mao hay thánh Marx, và khi những thứ "thánh" ấy hết thiêng thì mới hối hả chắp vá cái "lề" mà chính bàn tay mình đã làm cho tả tơi, rách nát. Có thế nên, sau mấy thập niên lạnh khói kể từ ngày Hồ Chí Minh ngồi xổm nói chuyện "bác cháu ta giữ nước", đền vua Hùng lại mù mịt khói nhang và lòe loẹt sắc màu cứ như là màn cải lương Hồ Quảng. Sự quay đầu về trong tuyệt vọng nào cũng khó được xem là một sự tìm về thành thực và chưa bao giờ tổ tiên bị nhục mạ như thế, nhục mạ trong những nghi thức rẻ tiền và giả trá, như cái trò tiến dâng bánh chưng "kỷ lục" nhưng bên trong chỉ là một thứ nhân độn xốp.[1]

Quá khứ đã bị "độn xốp" đã đành nhưng tương lai cũng bị mang ra "độn xốp" và mai này những thế hệ kế tiếp sẽ phải thừa hưởng một quê hương tả tơi rách nát. Từ chỗ phá nát cái "lề" của phần hồn, hệ thống toàn trị đang băm cái "lề" của phần xác. Nơi này bị bán 50 năm, nơi kia bị bán 60, 70 năm. Số lượng sân golf ngày càng dài ra và người cày ngày càng đói ruộng. *Giấy rách phải giữ lấy lề"* nhưng hệ thống toàn trị thì không đếm xỉa gì đến cả những gót chân *Archills* chiến lược khi Tây Nguyên bị bán và rừng thiêng Việt Bắc cũng bị mang ra rao bán. Từ chỗ nghênh ngang, xem trời bằng vung, "còn cái lai quần cũng

---

[1] Năm 2008, Công viên Đầm Sen tại Sài Gòn tổ chức tiến dâng trong lễ giỗ tổ vua Hùng cặp bánh kỷ lục: bánh chưng nặng 2 tấn và bánh dày nặng 1 tấn. Khi đưa bánh ra "dâng" và sau đó cắt chia thực phần tại Đền Hùng, người ta mới phát hiện là bánh được độn xốp cho đỡ... tốn kém.

đánh", hệ thống toàn trị đã chuyển mình đến chỗ ngậm miệng xem vung hơn trời, "còn cái lai quần cũng bán".

Mấy chữ trên là của Út Tịch, người mẹ cầm súng không chỉ để lại dấu ấn với phát ngôn về cái lai quần còn là hành động thờ trẻ khi trèo lên cây dừa đái xuống để phủ nhận bằng thực nghiệm cái định kiến "đàn bà đái không qua ngọn cỏ". Hình tượng ấy không chỉ thể hiện một thứ mỹ học thô lậu về ý chí quật cường mà còn phản ánh thực chất trong kiêu ngạo của một hệ thống toàn trị đầy cuồng vọng. Nếu cô Út trèo lên cây dừa để thấy mình có thể đái qua đầu ngọn cỏ thì hệ thống từng trèo lên như thế để thấy mình "đái" trên đầu thiên hạ hay "đái" trên đầu lịch sử. "Đái" như Tố Hữu, Chế Lan Viên hoặc Hồ Chí Minh đã từng từ trên "đỉnh cao muôn trượng" của đỉnh cao lịch sử, từ trên vũ trụ trong đôi dép lốp, hay từ cơn mê sảng *Tôi dắt năm châu đến đại đồng.*[1] Hết "trèo", hiện nguyên hình "ta lại là ta", hệ thống chỉ có thể bộc lộ mình như một thứ hiểm hoạ từ bên trong khi an nhiên rao bán chính mệnh hệ mình cho một láng giềng từng bị tổ tiên liên miên gọi tên là "giặc".

> *Hỡi sông Hồng tiếng hát bốn ngàn năm*
> *Tổ quốc ta có bao giờ đẹp như thế này chăng?*

---

[1] Bài thơ Hồ Chí Minh làm khi viếng thăm đền thờ Trần Hưng Đạo tại Kiếp Bạc
Bác anh hùng tôi cũng anh hùng,
Tôi, bác cùng chung nghiệp kiếm cung.
Bác thắng quân Nguyên thanh kiếm bạc,
Tôi trừ giặc Pháp ngọn cờ hồng.
Bác đưa một nước qua nô lệ
Tôi dắt năm châu đến đại đồng.
Bác có linh thiêng cười một tiếng
Rằng tôi cách mạng đã thành công

Bây giờ thì con sông được xem là cội nguồn của Văn minh Việt ấy, có lúc, ngay ở thủ đô, chỉ còn là một lạch nước sâu không đầy một gang tay, hậu quả của việc khai thác tài nguyên bất kể những điều tối ky về an ninh, chiến lược.[1]

---

[1] Tin ngày 21.2.2010 cho biết Mực nước sông Hồng tại Hà Nội chỉ còn 10 cm. Xem:
http://vnexpress.net/GL/Xa-hoi/2010/02/3BA1902B/
Hiện tại nước sông Hồng cạn là do thủy điện Hoà Bình, tuy nhiên trong tương lai sông Hồng sẽ còn kiệt sức hơn nữa với thủy điện Sơn La.
Công trình thuỷ điện Sơn La được xây dựng tại huyện Mường La, chặn nước Sông Đà, có công suất dự trù 2,400 MW với chi phí ước tính từ 2.5 - 3 tỷ Mỹ kim. Công trình thuộc về hệ thống bậc thang thuỷ điện trên sông Sông Đà: nếu ở đoạn giữa, trước khi đổ về sông Hồng, con sông này bị chặn lại để làm công trình thủy điện Hoà Bình, thì đoạn trên của con sông là thuỷ điện Sơn La.
Công trình được xây dựng với nguồn vốn thu được bằng cách bán công phiếu và vay vốn với lãi suất nhẹ của Trung Quốc.
Công trình đã được khởi sự xây dựng, dự kiến sẽ lắp đặt tổ máy phát điện thứ nhất trong năm nay và sẽ hoàn tất toàn thể dự án vào năm 2015. Đến lúc đó thì sẽ có rất nhiều thị xã, làng mạc, nhà cửa, trường học và bệnh viện trên một vùng đất rộng 22,000 héc ta bị chìm dưới đáy nước, do đó phải tổ chức cho hơn 90,000 dân cư trên vùng này lập nghiệp ở nơi khác, một công tác đòi hỏi một chi phí ước tính tới 600,000 Mỹ kim.
Về mặt quân sự công trình này cũng có những điểm đáng ngại.
Cần nhớ là khi kế hoạch xây dựng thuỷ điện Sơn La được đưa ra bàn bạc thì các chuyên viên của Bộ Quốc phòng đã lên tiếng đòi hỏi Bộ kế hoạch – đầu tư phải "chừa" tỉnh lộ 12 và thị xã Lai Châu lại: nhất thiết không để con đường và vị trí chiến lược này chìm dưới bể nước.
Thế nhưng trong kế hoạch đã được xét duyệt, hai vị trí này đã bị nước nhấn chìm và bộ quốc phòng chỉ vớt vát một điều: mực nước dâng của hồ trên có tên là Nậm Nhùn chỉ cách biên giới Việt – Trung có 16 cây số.
Đập thuỷ điện Hoà Bình được khởi công xây dựng trong thời chống bành trướng – bá quyền với sự trợ giúp của Liên Xô, và để bảo đảm an toàn quân sự, chính phủ Việt Nam đã chọn giải pháp tốn kém gần như gấp 10 mức bình thường: đặt tổ máy phát điện trong ruột của một núi đá.
Bây giờ thì chính phủ Việt Nam đã bất chấp những cái giá phải trả về mặt quân sự để xây dựng cho bằng được công trình thuỷ điện Sơn La: không chỉ nhấn chìm những vị trí và đầu mối giao thông chiến lược xuống nguồn nước, họ còn "hiến" một cái túi nước khổng lồ sát và chỉ cách biên giới Việt – Trung có 16 cây số.

Con sông ấy từng uốn mình, từng đổi giòng để có một Hồ Gươm hôm nay ngay ở thủ đô nhưng chưa bao giờ sông thê thảm thế, cũng như hồ cũng chưa từng thê thảm thế: *Quanh Hồ Gươm không ai bàn chuyện Vua Lê…*[1]

"Chuyện vua Lê" bây giờ không hẳn là chuyện Rùa Thần mà là chuyện về những hiểm hoạ hiện diện bên trong. Chúng ta không có một huyền thoại nào về gót chân *Archills* nhưng có nguyên một đại tự sự về hệ thống cai trị đã hiện nguyên hình như là kẻ thù trong. Lẽ nào trí tuệ của một dân tộc lại nhẹ hơn tham vọng của một nhúm người?

Và lẽ nào tất cả chúng ta, trên 85 triệu người, lại tiếp tục làm con tin của một hệ thống ngu dân?

18.3.2010

---

[1] Chế Lan Viên, "Người đi tìm hình của nước".

Bao giờ vĩ đại?

"Khi nào Việt Nam mới có một đại tác phẩm hay một cuốn phim vĩ đại?", câu hỏi thì lớn lối và trịnh trọng mà lời đáp thì lãng nhách và vô duyên, trớt quớt như thể mang dao mổ voi ra xẻ... bọ hung.[1] Ngớ ngần và nhảm, ngớ nhảm đến mức cực kỳ.

Thực ra thì một chuyện nhảm như thế không đáng để chúng ta phải mất thì giờ. Vấn đề là những chuyện ngớ nhảm kiểu ấy vẫn tiếp nối nhau lớn lối và trịnh trọng, tiếp nối nhau hoang phí thì giờ và tài nguyên. Đủ cỡ và đủ lĩnh vực, khi thì chúng mô phạm hàn lâm, khi thì chúng hấp tấp *chauvinisim*. Hết băn khoăn "bước ra biển lớn" thì hùng hổ "đi ngay vào hiện đại".[2] Không chung chung "Khi

---

[1] Nguyễn-Khoa Thái Anh. "Khi nào Việt Nam mới có một đại tác phẩm hay một cuốn phim vĩ đại?", *Talawas blog* 17.06.2010. Tác giả sử dụng một nhan đề thật kêu để kể chuyện hai cha con Hoàng Minh Đạo (Đào Phúc Lộc) –Đào Thị Minh Vân như một chuyện có thể khả dĩ dựng phim. http://www.talawas.org/?p=21516

[2] Lời của Hồ Nghĩa Dũng, Bộ trưởng Giao thông – Vận tải: "Làm đường sắt cao tốc vì 'muốn đi ngay vào hiện đại'", *VietnamNet* 25/05/2010. Xem: http://vietnamnet.vn/chinhtri/201005/Lam-duong-sat-cao-toc-vi-muon-di-ngay-vao-hien-dai-912240/

Hay: "Chúng tôi muốn hiện đại ngay", *Tuổi Trẻ* (26/05/2010), 07:59 (GMT+7)

nào Việt Nam mới có tác phẩm lớn?" thì cụ thể "Bao giờ Nobel?", "Bao giờ Oscar?". Chưa tỉnh trí với "Bao giờ đại học đẳng cấp quốc tế?" thì đã nôn nao, hấp tấp "Bao giờ đường sắt cao tốc?".[1] Hình dung sự kết trái của những trí

Hồ Nghĩa Dũng: "Chúng tôi kiến nghị chọn phương án 4 vì muốn đi ngay vào hiện đại. Kinh nghiệm trong lĩnh vực viễn thông cho thấy đi ngay vào hiện đại có thể ban đầu sẽ khó khăn, tốn kém nhưng chúng ta giải quyết được tầm nhìn cho 30-40 năm. Tính ra tổng mức đầu tư sơ bộ của phương án 4 đắt hơn phương án 3 khoảng 15-20%, nhưng giải quyết được vấn đề vận tải hành khách một cách bền vững."
http://tuoitre.vn/Chinh-tri-Xa-hoi/380593/Chung-toi-muon-hien-dai-ngay.html

[1] Các mục tiêu về đại học đẳng cấp quốc tế:

"2025, Việt Nam sẽ có 5 trường ĐH đẳng cấp quốc tế": Chính phủ dự kiến xây 5 trường ĐH đẳng cấp quốc tế từ nay đến 2020 để đến 2025 các trường này tối thiểu lọt "top 400". Xem:
http://vietnamnet.vn/giaoduc/2009/09/868263/

"400 triệu USD có xây được ĐH đẳng cấp quốc tế?", xem:
http://vietnamnet.vn/giaoduc/2008/12/820496/

"180 triệu USD xây trường ĐH quốc tế công lập đầu tiên"
http://vietnamnet.vn/giaoduc/201004/Viet-Nam-se-co-truong-DH-quoc-te-cong-lap-dau-tien-902323/

hay: "Phấn đấu đạt 10 trường ĐH tiêu chuẩn quốc tế vào năm 2010"
http://www.tin247.com/phan_dau_dat_10_truong_dh_tieu_chuan_quoc_te_va_o_nam_2010-11-21342163.html
i/ Thủ tướng Nguyễn Tấn Dũng: "Đường bộ, đường biển, kể cả đường hàng không cũng tính hết rồi, không tải nổi nhu cầu đi lại, việc xây đường sắt cao tốc là cần thiết. Ở Nhật Bản, tôi đi từ Tokyo xuống Osaka bằng tàu cao tốc, nhanh như máy bay, mà không có tai nạn gì. Cần nhớ là họ làm từ năm 1964, mà đến năm 1990 cũng mới trả xong nợ cho Ngân hàng Thế giới. Cũng giống như mình vay ODA bây giờ rồi trả nợ trong 40 năm. Tôi đã yêu cầu tư vấn Nhật, Pháp, Đức, họ đều nói Việt Nam làm đường sắt cao tốc là phù hợp, nếu không thì chậm mất".
i/ Bộ trưởng Bộ Thông tin và Truyền thông Lê Doãn Hợp: "Về dự án đường sắt cao tốc thì Chính phủ và ban dự án sẽ giải trình, nhưng tôi được biết báo cáo Quốc hội mới là báo cáo chủ trương đầu tư sau đó mới làm dự án cụ thể.

tuệ và nhiệt huyết cho tương lai đất nước trong hoài bão xây dựng một viện đại học đúng là… đại học như một "tác phẩm" thì, một viện đại học quốc gia với tầm cỡ quốc tế, như là kết tinh của trên 80 triệu khối óc và trái tim, cũng là một "tác phẩm lớn". Hình dung con đường "thênh thang tám thước / trải dài theo kháng chiến" của Tố Hữu như là một "tác phẩm" thì, cái con đường sắt "sáng cà phê Hà

Nhưng hình như ban dự án này trách nhiệm quá nên làm quá kỹ. Nhiều đại biểu phát biểu khẳng định như mình đã có một "cục" 56 tỷ rồi bây giờ chọn cái gì để đầu tư thì không đúng. Vì nếu mình vay làm đường sắt thì người ta cho vay, còn làm cái khác thì họ không cho vay. Nếu đầu tư cho vùng sâu vùng xa thì họ không cho vay vì không thể trả được, nên chỉ có thể đầu tư từ ngân sách Nhà nước. Như vậy là số tiền này gắn với công trình, 40 năm mới khấu hao xong, nên người cho vay cái này là rất ưu ái với Việt Nam. Theo quan điểm của tôi thì hạ tầng trước sau gì cũng phải làm, làm càng muộn thì giá thành càng cao, làm càng sớm càng tốt, không chỉ là giá thành kinh tế mà còn là giá thành niềm tin và giá thành phát triển. Cái này phải tính rất kỹ. Những ý kiến chúng ta phát biểu đều đúng cả nhưng góc nhìn các nhau nên ý kiến còn khác nhau".
Và:
"Suy ngẫm sau việc "bác" dự án đường sắt cao tốc"
http://phapluattp.vn/201006221224587 81p0c1013/suy-ngam-sau-viec-bac-du-an-duong-sat-cao-toc.htm
Vũ Mão, cựu Chủ nhiệm Ủy ban Đối ngoại của QH khoá XI:
"Thay vì quyết định hết và QH chỉ pháp lý hoá, đến dự án này, Bộ Chính trị không quyết trước mà để QH thảo luận, quyết định. Ngay cả khi thăm dò ý kiến cho thấy tỉ lệ ủng hộ quá bán 57% rất mong manh cũng không có chỉ đạo nào về mặt đảng với các đảng viên trong QH là phải thông qua dự án mà Chính phủ trình… Kết quả của sinh hoạt dân chủ ấy, các đại biểu thoải mái nói lên suy nghĩ của mình và cuối cùng QH nói không với dự án ĐSCT. Nhưng kết quả đó cũng đem lại nhiều suy tư!"
và: "Chính phủ dành bao công sức chuẩn bị một dự án như vậy. Bộ Chính trị thì cũng đã nghe và ít ra đồng ý để Chính phủ trình QH. Quá trình như vậy tốn biết bao tiền của, trí tuệ. Vấn đề là chuẩn bị như vậy đã đầy đủ, chín muồi để trình QH? Thảo luận ở QH thì thấy nhiều ý kiến cho rằng dự án đó chưa thuyết phục, chưa kỹ càng. Và khi thăm dò ý kiến, tỉ lệ ủng hộ rất mong manh. Ở mặt này, tôi nghĩ Bộ Chính trị và cả Chính phủ sẽ còn nhiều suy nghĩ, rút kinh nghiệm."

Nội - trưa dùng bữa Sài Gòn" ầm ĩ thời gian qua cũng là một "đại tác phẩm", cái "tác phẩm" cực lớn mà cũng cực khôi hài khi những nhân vật đầy quyền lực trịnh trọng bước vào sử sách bằng những pho tiếu lâm chính trị, những vai có thật trong những truyện cười có thật để lại cho mai hậu. Cứ như là một đám hề.[1]

Hình dung tiếp một cảnh chầu triều thời vua Tự Đức. Hình dung cái cảnh cãi cọ theo câu chuyện mang tính giai thoại khi các "trí thức làng" ngày ấy bác bỏ những thí dụ cụ thể về "văn minh thái Tây". Hình dung cảnh mấy ông quan thủ cựu gân cổ vùi dập hoài bão canh tân của người đi xa học nhiều tên Nguyễn Trường Tộ trong cung cách kẻ cả của những con ếch ngồi dưới đáy giếng. Nhưng không cần hình dungtheo giai thoại nữa với những buổi chầu có thực hôm nay, của các quan lại lớn bé hôm nay, những kẻ đi thì cũng khá xa nhưng học chẳng được là bao bởi tầm nhìn vẫn quẩn quanh mép giếng. Chỉ lướt qua các bản tin ghi nhanh, các bài phỏng vấn chụp giựt bên hành lang quốc

---

[1] Như các phát ngôn dưới đây:
"Các nước có IQ cao đều làm đường sắt cao tốc"
http://vietnamnet.vn/chinhtri/201006/Cac-nuoc-co-IQ-cao-deu-lam-duong-sat-cao-toc-914859/

Trần Tiến Cảnh, phó chủ tịch ủy ban môi trường quốc hội: "Các nước có chỉ số IQ cao đều xây đường sắt cao tốc. Ra nước ngoài tôi đi thử rồi. Tốc độ nhanh, an toàn, trẻ em đi học, bà mẹ đi làm... Việt Nam không phải nước nghèo, với quyết tâm chính trị, tôi đề nghị phải xây",) nói.

"Các thành viên Chính phủ nói gì về đường sắt cao tốc?":

http://vneconomy.vn/20100525084719914P0C9920/cac-thanh-vien-chinh-phu-noi-gi-ve-duong-sat-cao-toc.htm

hội, chúng ta cũng có thể thấy mồn một cái cảnh tương tự.[1]

Tương tự nhau trong hai tư thế khác nhau. Những ông quan đáy giếng ngày trước tự cao tự đại "làng ta là nhất" để khăng khăng "không theo làng khác", những "làng" xa lạ qua những thí dụ về văn minh kỹ thuật nghĩ là "vô lý". Những quan lại hiện đại thì ngạo nghễ "ta là nhất" để nằng nặc "phải nhất như làng khác", những cái "nhất" tin là "hợp lý" nhưng hoàn toàn phi nhân tính khi đặt nặng giá trị vật chất và tiếp thị mà bỏ qua yếu tố con người.[2]

Tư thế khác nhau nhưng bản chất như nhau, cái não trạng hậu thực dân. Đánh đuổi được thực dân rồi thì ngạo nghễ ta là nhất nhưng rốt cuộc thì cũng chỉ loay hoay, không thoát ra khỏi những khuôn khổ giá trị ở đó những bản vị thực dân luôn được tôn sùng là… nhất. Thực dân Trung Hoa đã bị đuổi đi rất lâu nhưng cái "làng ta là nhất" của những ông thượng thư thời Tự Đức cũng chỉ là một thứ

---

[1] Xem chú thích 2 trang 169 và 1 trang 170.

[2] Xem chú thích trang 172, "Các thành viên Chính phủ nói gì về đường sắt cao tốc?":

i/ Bộ trưởng Bộ Tài chính Vũ Văn Ninh: "Đặt lên bàn tính toán thì hiệu quả kinh tế của dự án này không phải là rất cao, nhưng về lâu dài và tính cả hiệu quả xã hội là tốt".

i/ Bộ trưởng Bộ Giao thông Vận tải Hồ Nghĩa Dũng: "Về hiệu quả kinh tế thì không phải là cao, nhưng xét về hiệu quả tài chính thì dự án có thể lấy thu bù chi, hoàn trả được vốn."
i/ Bộ trưởng Bộ Kế hoạch và Đầu tư Võ Hồng Phúc: "Thời gian vay nợ nhiều của đường sắt là sau năm 2020, nhưng lúc đó nguồn lực kinh tế của ta sẽ khác. Bình quân đầu người của chúng ta bây giờ mới là 1.200 USD, nhưng dự tính trong chiến lược phát triển kinh tế - xã hội, bình quân thu nhập đầu người của chúng ta năm 2020 là trên 3.000 USD.

"làng" theo những tiêu chí giá trị mà thứ thực dân cổ điển này mang đến. Đánh đuổi Tây hay Nhật đi rồi thì những ông thượng thư hôm nay cũng lấn cấn cái sự "phải nhất" theo những tiêu chí Tây hay Nhật như có thể thấy trong cuộc tranh cãi ầm ĩ về dự án đường sắt cao tốc nói trên.

Chúng ta, như thế, chỉ có thể ngạo mạn một cách... phân vân. Chúng ta kiêu hãnh về mình nhưng thiếu tự tin với những bản vị của mình.[1] Chúng ta nhấp nhỏm nhìn quanh để khẳng định mình nên, đến cả những giấc mơ, chúng ta cũng nhấp nha nhấp nhỏm. Mơ tưởng một "cuốn phim vĩ đại về cuộc chiến vĩ đại", chúng ta cũng chỉ chép miệng mơ tưởng theo *Dr. Zhivago,The Killing Fields* hay *The Last Emperor*. Nói về một nền văn học vĩ đại, chúng ta cũng chỉ nhấp nhỏm giải này giải nọ của thế giới bên ngoài y như là cảnh học trò tiểu học nhấp nhỏm chờ thầy xoa đầu cho điểm tốt.

Như cái cảnh nhấp nhỏm "Tiếp thị cho một giải Nobel văn chương Việt Nam", chẳng hạn. Cuối năm 2000, khi nghe nhà văn Cao Hành Kiện nhận giải Nobel Văn Học, một nhà phê bình được giới thiệu là "trẻ và sắc sảo" đã nhanh

---

[1] Hãy theo dõi một thí dụ mới nhất: báo cáo của nhạc sĩ Đỗ Hồng Quân, Chủ tịch Hội Nhạc sĩ Việt Nam trong buổi khai mạc Đại hội Đại biểu toàn quốc lần thứ VI sáng 9.7.2010:
"Thay mặt Hội Nhạc sĩ Việt Nam, nhạc sĩ Đỗ Hồng Quân, Chủ tịch Hội đã trình bày báo cáo Tổng kết của Ban Chấp hành nhiệm kỳ VI. Báo cáo nêu rõ: Trong những năm qua, âm nhạc Việt Nam đã đạt được nhiều thành tựu lớn, tiêu biểu là Nhã nhạc Cung đình Huế và Không gian văn hoá Cồng chiêng Tây nguyên đã được UNESCO công nhận là di sản văn hoá phi vật thể, Ca Trù được công nhận là Di sản Văn hoá phi vật thể cần được bảo vệ khẩn cấp và Quan họ Bắc Ninh được công nhận là Di sản phi vật thể đại diện của nhân loại..."
http://www.cpv.org.vn/cpv/Modules/News/NewsDetail.aspx?co_id=30374&c n_id=412193#MmyR8TXm3lul

như chớp tiếp thị cho giải bằng một bản đề cương đủ vị, có một chút máu huyết *chauvinism,* có một chút óc não hàn lâm, tất cả hoà trộn trong một thứ nước xáo tiểu nông với cách nhập cuộc thực hăng nhưng cách giải quyết thì thực nửa vời, không thể nào tới nơi, tới chốn.[1] Phong vị ấy thể hiện ngay khi tác giả nhấp nhổm nhập đề: "Con rắn ghen ty quả đã mổ trúng sống lưng của chúng ta khi nghe tin giải Nobel văn chương năm 2000 được trao cho Cao Hành Kiện, mặc dù không ai trong chúng ta biết ông ta là ai.". Không cần biết là ai, chỉ biết đó là một nhà văn Trung Hoa, và việc một nhà văn Trung Hoa được giải Nobel đã làm chúng ta ghen ty thế thôi. Chuyện văn học mà ngỡ như là một chuyện "ganh ty nhà hàng xóm" tầm phào. Lẽ nào chúng ta lại ganh ty với giải Nobel như thể là từng thế hệ, theo từng giai đoạn kinh tế, ganh ty với những đồng trang lứa nhà hàng xóm, ganh từ những thứ quần áo thời trang đến các kiểu phấn son, từ chiếc xe máy đến chiếc xe hơi, từ một biệt thự đẹp giữa thời đất đai đã cạn cho đến tài khoản để cho con du học nước ngoài v.v.... Đấy không phải là những thành ý thẩm mỹ mà, cao lắm, nói theo Lâm Ngữ Đường, chỉ là sự bộc lộ của cái sợ. Nếu Democritus từng nghĩ đến một cống hiến lớn cho nhân loại qua việc giải thoát con người ra khỏi nỗi sợ trước Thượng Đế và nỗi sợ trước cái chết thì Lâm Ngữ Đường cho là vẫn chưa xong bởi vẫn còn đó "nỗi sợ ông hàng xóm". Thượng Đế

---

[1] Nguyễn Thanh Sơn, "Tiếp thị cho một giải Nobel văn chương của Việt nam", bài viết ký ngày 7.12.2000, đăng lần đầu tiên trong tạp chí Văn Học năm 2000, sau in lại trong (Phê Bình Văn Học Của Tôi - nhà xuất bản Trẻ 2002).
Bản điện tử có đăng trên Da Màu:
http://archive.damau.org/index.php?option=com_content&task=view&id=303 6&Itemid=1

dẫu không còn, Thần Chết dẫu không còn, con người mê muội chúng ta vẫn bị chi ít nhiều phối bởi ông "Thần Thời Thượng", vẫn sẽ phải tiếp tục khổ sở đóng trò dưới sự chi phối của cái lưỡi hái thời trang.[1]

Nếu chút nóng tiết *chauvinism* là cách vào đề nôn nóng lúc mới bị "con rắn ghen ty [...] mổ trúng sống lưng" thì cách phân giải sâu lắng mang tính hàn lâm cũng chẳng khá hơn gì. Dẫn tên các nhà văn xuất sắc nhất như Nguyễn Huy Thiệp, Phạm Thị Hoài, Trần Vũ, Bảo Ninh, Nguyễn Bình Phương, tác giả khẳng định thế giá của loạt tên tuổi này thông qua cái sự được dịch ra ngoại ngữ, cái sự giành được sự chú ý của giới phê bình ngoại quốc, như trường hợp Nguyễn Huy Thiệp, nhà văn mà tài năng được dịch giả Greg Lockhard hay Kim Leffevre khen ngợi như là "ngang tầm với các nhà văn xuất sắc thế giới" hay một sự "đóng góp cho văn học thế giới hiện đại". Đành rằng điều này đã phần nào nói lên thế giá của tác giả nhưng tại sao chúng ta không thể tự tin nhấn mạnh thế giá ấy theo cách của chúng ta? Mà, cứ theo lý lẽ thông thường, có dịch giả nào cũng chỉ bỏ công với những tác phẩm mà họ cho là xứng đáng hay, xét cho cùng, có dịch giả nào lại không tiếp thị cho công trình chuyển ngữ của mình?

Hẳn sẽ lạc đề một cách vô lối khi tạt ngang sang đề tài không dễ gì đồng ý với nhau là "chức năng" hay "mục tiêu" của văn học. Dẫu sao thì chúng ta cũng có thể vạch ra một giới hạn là xác định cái gì thì không nhất thiết là mục tiêu hay, ít ra, mục tiêu tối hậu, của văn học. Nobel là

---

[1] Lâm Ngữ Đường (1964), *Một quan niệm về sống đẹp*, Sài Gòn, tác giả tự xuất bản. tr. 92.
Nguyên tác Anh ngữ là *The Importance of Living*, xuất bản năm 1937 tại New York, bản dịch của Nguyễn Hiến Lê. Tôi trích trong bản in lại tại California.

một giải thưởng cao quý nhưng đó không phải là thước đo cho tất cả và, xét cho cùng, mục tiêu của nền văn học quốc gia hay bất cứ lĩnh vực nào khác đâu nhất thiết chỉ là hướng tới giải Nobel? Mahatma Gandhi đã năm lần bị bác giải Nobel Hoà Bình nhưng so với một Henry Kissinger hí hửng ôm cái giải ấy trên tay vào năm 1973 thì nhân loại ngưỡng mộ người nào hơn người nào? Sẽ là một chuyện khập khiễng nếu so sánh một nhà văn Trung Hoa với một nhà văn Mỹ khi cả hai cùng viết về Trung Hoa thế nhưng, cứ theo tuyên ngôn Nobel 1938, Pearl Buck được trao giải Văn Học là nhờ những tác phẩm "diễn tả xác thực đời sống của nông dân Trung Hoa" và như thế thì, so với Lỗ Tấn cùng thời, kẻ không chỉ diễn tả xác thực đời sống mà cả tâm não của con người Trung Hoa nói chung, ai gây ấn tượng hơn ai, ai để lại dư âm lâu dài hơn ai, cho dù nhà văn sau không hề có cái vinh dự Nobel?[1] Nói theo Lâm Ngữ Đường thì việc một trường học đào tạo được một vài nhà quán quân môn quần vợt hay túc cầu cũng không quan trọng bằng việc "tập cho toàn thể học sinh biết chơi hai môn đó", việc một dân tộc sản sinh được một thiên tài như Auguste Rodin không quan trọng bằng việc "dạy dỗ để cho tất cả trẻ em và thanh niên trong lúc nhàn rỗi sáng tác được cái gì để tiêu khiển".[2] Đó chính là những cái đẹp. Cái đẹp của thể lực, của lòng thượng võ, và của cảm thức thẩm mỹ. Trẻ biết yêu và hướng đến cái đẹp thì lớn cũng sẽ sống đẹp và xã hội sẽ là một xã hội tốt đẹp.

---

[1] Dẫn theo Mike Meyer, "Pearl of the Orient", *The New York Time*, May 5th, 2006.
http://www.nytimes.com/2006/03/05/books/review/05meyer.html?_r=2&page wanted=all&oref=slogin

[2] Lâm Ngữ Đường, sách đã dẫn, tr. 260 – 261

Trên lý thuyết là thế còn thực tế thì khó là như thế. Nhưng cả trên lý thuyết thì chúng ta cũng chẳng được như thế khi nhấp nhổm chạy đua theo thế giá quốc tế mà chẳng ngó ngàng gì đến việc xây dựng thế giá của mình.

Như thế giá của Tiếng Việt. Ngôn ngữ là chất liệu và phương tiện nền tảng của văn học và, trong khi mơ tưởng một giải Nobel cho Văn Học Việt, chúng ta lại điềm nhiên rẻ rúng tiếng Việt. Tôi đang sống tại một nước nói tiếng Anh và cảm nhận được thế giá của môn Tiếng Anh cũng như của các giáo viên dạy môn học này khi học trò bản ngữ phải học thật nhiều và thật kỹ, thậm chí có khi còn phải học thêm với những ông thầy dạy thêm bởi đó là một tín chỉ quan trọng trong việc mở ra cánh cửa đại học, kể cả những ngành đắt nhất như y khoa hay luật học. Còn Tiếng Việt của chúng ta thì, cứ theo những thông tin tràn ngập trên báo chí, đã bị... lưu vong ngay trên nước mình còn những giáo viên môn này long đong thân phận bên lề ngay giữa cộng đồng chức nghiệp của mình. Chính chính sách giáo dục hiện tại đã góp phần hình thành cái quan niệm cho rằng "Tiếng Việt thì không cần phải học" và có bỏ công học thêm, học kèm, học trò cũng chỉ học các môn khoa học hay ngoại ngữ. Vừa không đóng một vai trò quan trọng trong cánh cửa tương lai, vừa bị rẻ rúng một cách vô tội vạ trên các phương tiện truyền thông hiện tại, tương lai của "Tiếng Việt" ngày càng mờ mịt mà hậu quả nhãn tiền là tình trạng mỗi ngày mỗi xuống cấp.[1] Nếu điều

---

[1] Chuyện này thì có rất nhiều thí dụ minh hoạ, chỉ xin nêu ra thí dụ mới nhất trong Thể Thao & Văn Hoá 25.6.2010, "Tiếng Việt trên báo chí: khó tìm "chuẩn"":

http://www.thethaovanhoa.vn/133N20100625061257610T0/tieng-viet-tren-bao-chi-kho-tim-chuan.htm

kiện cần của một nền văn học lớn là những độc giả lớn thì sự xuống cấp của ngôn ngữ Việt cũng ngụ ý xuống cấp những lớp độc giả Việt, những độc giả chưa từng được xem là... lớn.[1]

Cơ hồ chúng ta rẻ rúng bất cứ thứ gì đang có trong tầm tay của chúng ta nhưng lại vung vít phần lớn thì giờ và tài nguyên cho những điều bên ngoài tầm với. Chúng ta mơ tưởng các giải thưởng quốc tế nhưng chẳng buồn xây dựng hay gìn giữ thể giá cho những giải thưởng quốc gia. Chỉ có những giải nhếch nhác, với những thể thức nhếch nhác, những người trao kẻ nhận nhếch nhác và những tai tiếng nhếch nhác.[2]Chúng ta thập thỏm chạy theo những kiệt tác của thế giới trong khi hờ hững với những kiệt tác của chúng ta. Chúng ta ai cũng có thể đáp ngay rằng *Truyện Kiều* là một kiệt tác nhưng có biết thì, đa số, kể cả nhiều giáo viên tiếng Việt, cũng chỉ biết qua... sách giáo khoa. Có đọc Kiều, đa số chúng ta chỉ đọc những trích đoạn

---

[1] Từ thời tiền chiến các nhà văn như Thạch Lam, Vũ Bằng và Nhất Linh từng than thở về nhu cầu của "độc giả xứng tầm" cho văn học.
Xem: *Những lời bàn về tiểu thuyết trong văn học Việt Nam từ đầu thế kỷ XX đến 1945* do Vương Trí Nhàn biên soạn, (2003) , NXB Hội Nhà văn, tr. 320, 397.
[2] Thí dụ nhà thơ Hữu Thỉnh, Chủ tịch Hội nhà văn, được giải thưởng của Hội Nhà Văn mà báo chí đề cập đến rất nhiều . Hoặc trường hợp Ly Hoàng Ly từ chối giải thưởng: "Vì sao Ly Hoàng Ly từ chối tặng thưởng của Hội Nhà văn?"
http://nld.com.vn/168387P0C1020/vi-sao-ly-hoang-ly-tu-choi-tang-thuong-cua-hoi-nha-van.htm
Hay gần nhất là một giải thưởng nhỏ hơn nhưng không kém ồn ào là Giải thưởng Văn học Đồng bằng Sông Cửu Long và bài thơ "Trăng Nghẹn" của Hoài Tường Phong

http://www.tienphong.vn/tianyon/Index.aspx?ArticleID=192049&ChannelID=7.

trong sách vở nhà trường hay, có khi, trớ trêu hơn, chỉ đọc để... bói Kiều. Chúng ta, như thế, chính là những sản phẩm của chủ nghĩa thực dân. Chúng ta dễ dàng chê một người Việt không biết đến những cái tên như Williams Shakespear là "thiếu học thức" nhưng lại không hề thể hiện khuynh hướng đó với những kẻ có thể xì xồ dăm ba tiếng Tây mà hoàn toàn không biết Nguyễn Du hay Nguyễn Đình Chiểu là ai. Nói theo một nhân vật của Amatop Rasul Gamzatovich Gamzatov thì tại sao ông ta bị xem là không có học bởi không thể nói chuyện với một người Anh, trong khi ngườ Anh này vẫn được được xem là "con người học thức" nhưng chỉ có thể nói chuyện bằng tiếng Anh chứ không thể nói tiếng Avar? [1]

Tôi phải nói ngay rằng tôi không hề chủ trương cái sự "không cần biết Shakespear" hay quan niệm rằng những giá trị Tây phương đều mang tính "thực dân". Chính tiến trình học hỏi Tây phương vào đầu thế kỷ 20 đã hiện đại hoá xã hội Việt Nam và, riêng trên lĩnh vực văn học, đã mang lại những thành tựu rực rỡ như phong trào Thơ Mới hay phong trào viết tiểu thuyết "theo lối mới". Rõ ràng là chúng ta phải học và học rất nhiều nhưng vấn đề là cách học. Nếu thế giới hiện tại được xem như một cái "làng toàn cầu" thì chúng ta phải học sao đó để không trở thành những thành viên hạng hai của một cái "làng" như thế.

Là con tin tinh thần của thực dân Trung Hoa, những thế hệ tổ tiên của chúng ta đã khư khư gìn giữ những thứ học được từ thực dân nhưng giỏi lắm cũng chỉ đạt đến thân phận hạng hai trong hệ giá trị "dĩ Hoa vi trung" sặc mùi

---

[1] Rasul Gamzatovich Gamzatov, *Daghestan của tôi*, NXB Văn Học tr. 70. Bản dịch của Phan Hồng Giang.

thực dân ấy. Nếu dòng văn học chữ Hán trong lịch sử của
chúng ta được mệnh danh là "văn chương bác học" thì đó
cũng chỉ là một thứ "bác học" hạng hai và, thậm chí, một
văn tài xuất chúng "Điểm đầu Canh Tý chửa phai son"
như Phan Bội Châu vẫn bị Lương Khải Siêu, trong cái
nhìn "dĩ Hoa vi trung", cho là "chưa được nhã thuần".[1]
Nếu, vào đầu thế kỷ 20, ý niệm "Tây phương hoá" có cùng
một nghĩa với ý niệm "hiện đại hoá" thì một Nhất Linh
chủ soái của Tự Lực Văn Đoàn đã triệt để "hiện đại hoá"
theo điển phạm Tây phương và làm mưa làm gió trên văn
đàn chính thống trong những năm giữa hai thập niên 30 –
40 thì sau đó, trong những năm cuối của cuộc đời mình ở
đầu thập niên 60, nhà văn này đã ngậm ngùi nhìn lại
những phần "chưa được nhã thuần" trong nỗ lực tồn tại
với "không gian và thời gian" qua các tác phẩm xây dựng
theo điển phạm Tây phương.[2]

Khi nhìn lại như thế, Nhất Linh đã ngộ ra nhiều điều như
tính vớ vẩn của cuộc tranh luận "Vị nghệ thuật hay vị
nhân sinh" tưởng là hàn lâm của một thời , sự ấu trĩ của

---

[1] Phan Bội Châu dự khoa thi hương năm Canh Tí (1900) ở trường Nghệ và
đậu Giải nguyên, câu "Điểm đầu Canh Tý chửa phai son" là của Tú Xương.
Tôi dẫn theo những tài liệu gián tiếp, theo đó thì trong lời tựa trong cuốn Việt
Nam Vong Quốc Sử (1906), Lương Khải Siêu đã nhận xét văn của Phan Bội
Châu "chưa được nhã thuần".
Theo vi.wilkipeia thì *Việt Nam vong quốc sử* in lần đầu tiên chỉ còn một bản
duy nhất giữ tại Thư viện trường Viễn Đông Bác Cổ, nay là Thư viện Viện
Thông tin Khoa học Xã hội ở Hà Nội. Sách này mang ký hiệu A. 2559.
Xem:
http://vi.wikipedia.org/wiki/Vi%E1%BB%87t_Nam_vong_qu%E1%BB%91c
_s%E1%BB%AD

[2] Dẫn theo: Nhất Linh, "Viết và đọc tiểu thuyết", in trong cuốn *Những lời bàn
về tiểu thuyết trong văn học Việt Nam từ đầu thế kỷ XX đến 1945* do Vương
Trí Nhàn biên soạn, (2003) , NXB Hội Nhà văn, tr. 351 -352

quan niệm "văn dĩ tải đạo" mà mấy chục thế hệ đã lưu truyền và, cho tới tận bây giờ, vẫn còn lưu truyền.[1] Tuy nhiên vẫn có nhiều điểm mà nhà văn của một thời vẫn tỏ ra "chưa được nhã thuần" khi vẫn tiếp tục xem tác phẩm lớn của thế kỷ 19 như *Chiến Tranh Và Hoà Bình* của Lév Tolstoy như một thứ điển phạm vĩnh cửu. Một Nhất Linh nhà văn, như thế, xét cho cùng, cũng còn là tù nhân của văn hoá thuộc địa như bao nhà văn hay nhà thơ khác khi đông cứng những giá trị mỹ học chính thống đã học được trong thời thuộc địa là những giá trị thẩm mỹ vĩnh cửu: chủ nghĩa hiện thực, dưới cái tên "nghệ thuật tả chân", là điển phạm vĩnh cữu của văn xuôi còn chủ nghĩa lãng mạn cuối mùa thì lại là điển phạm không thay đổi của thi ca.[2] Nhất Linh dẫn *Theo Dòng* của Thạch Lam để nói về một "tiểu thuyết hay nhất" như là tác phẩm làm "chúng ta yêu, ham muốn yêu, không phải yêu một người nhưng yêu mọi người" nhưng rồi đòi hỏi đó phải là những tác phẩm "dễ có giá trị quốc tế, dịch ra không kém hay".[3] Nhất Linh, như vậy, có vẻ như đã tự mâu thuẫn với mình và còn mâu thuẫn với cả Thạch Lam mà mình dẫn ý. Với Nhất Linh thì trình độ cao thấp của nền văn hoá một nước không phải "ở chính nhà văn mà các độc giả" còn với Thạch Lam thì

---

[1] Nhất Linh, sách đã dẫn, tr. 349 – 351 và tr. 339
Trong chương "Những điều lầm lỗi" Nhất Linh nêu ra 7 điểm, liên quan đến điều trên là hai điểm 6 và 7. 6/ "[…] cho rằng tiểu thuyết gia là một người nghĩ ra cách giải quyết vấn đề"; 7/ …] viết tiểu thuyết để 'làm luân lý'".
[2] Vũ Bằng, trong cuốn *Khảo về tiểu thuyết*, tập hợp những tiểu luận đăng từng kỳ trên Trung Bắc Chủ Nhật từ ngăm 1941 đến 1942 và in thành sách năm 1955, cũng đề cao "nghệ thuật tả chân" và tiểu thuyết "gần đời thiết thực". *Khảo về tiểu thuyết* cũng được in lại trong *Những lời bàn về tiểu thuyết trong văn học Việt Nam từ đầu thế kỷ XX đến 1945*. tr. 163- 321.
[3] Nhất Linh, sách đã dẫn, tr. 345 và tr. 353

"một nhà văn Annam", trước hết, cần phải "diễn tả ra cái tâm hồn Annam":[1]

"Chúng ta cứ việc diễn tả ra cái tâm hồn Annam của chúng ta, những tư tưởng, những ý nghĩ mà chúng ta ấp ủ trong thâm tâm. Chúng ta chỉ có thể bằng các nhà văn ngoại quốc khi chúng ta đi sâu vào tâm hồn chúng ta mà thôi."[2]

Đã muốn đi sâu vào tâm hồn của mình mà còn lấn cấn bởi những cái tiêu chí "dễ có giá trị quốc tế, dịch ra không kém hay" thì có thể nào đi đến tận cùng của độ sâu? Mà, cơ hồ, cả Thạch Lam cũng vậy khi, trong suốt những bài viết tập hợp trong *Theo Dòng*, cũng chỉ nêu những điển phạm Tây phương như là... "sợi chỉ đỏ xuyên suốt".[3] Khi một nhà văn như Phạm Thị Hoài đi đến tận cùng của sự chanh chua trong tiếng Việt xứ Bắc thì văn của tác giả này trở nên khó dịch thế nhưng đó không phải là một việc bất khả và, trên thực tế, ở những mức độ nào đó, đã được thừa nhận và hoà nhập vào những nền văn học khác.[4]

Nếu học hỏi thế giới, với chúng ta, chủ yếu, là học hỏi Tây phương thì cái chúng ta cần phải vượt qua là "mặc cảm Đông phương" trong việc vươn ra thế giới. "Đông phương", theo Edward Said, chính là sản phẩm thực dân. Nếu ý niệm "Đông phương" được Tây phương tạo nên như một "cái khác" từ tầm nhìn *Eurocentric* trong suốt chiều dài lịch sử tư tưởng và mỹ học của nó thì cái mà

---

[1] Nhất Linh, sách đã dẫn tr. 397
[2] Xem Thạch Lam, "Vài ý kiến về tiểu thuyết", sách đã dẫn, tr. 83
[3] *Theo Dòng* được Nhà xuất bản Đời Nay của Tự Lực Văn Đoàn xuất bản lần đầu năm 1941, tập hợp từ các bài viết ngắn mà Thạch Lam đăng rải rác trong hai tờ *Ngày Nay* và *Chủ Nhật*, từ 1939 đến 1940. Có thể tham khảo trong *Thạch Lam tuyển tập*, NXB Văn Học xuất bản năm 2004, từ trang 407 đến 452.
[4] Về bản dịch các tác phẩm của Phạm Thị Hoài và các giải thưởng xin xem: http://www.vietnamlit.org/wiki/index.php?title=Pham_Thi_Hoai

chúng ta cần vượt qua định kiến "khác" do chính những nhà tư tưởng thực dân như thế tạo thành.[1] Nếu lý thuyết về "cái khác" ấy hình thành như sự bất lực của phương Tây trong việc giải đáp những "bí ẩn phương Đông" thì tại sao chúng ta đưa ra cách giải đáp của chính mình mà phải khư khư họ-phương-Tây- khác / mình-phương-Đông- khác? Khi thế giới đã biến thành một cái làng toàn cầu thì, nếu "khác" với Tây phương, chúng ta không thể "khác" trong nỗ lực thất bại đó mà là khác trong tư thế của chúng ta. Chúng ta vừa phải là chúng ta, vừa phải là một thành viên bình đẳng của cái làng toàn cầu ấy.

Để là một thành viên bình đẳng của cái làng ấy thì, trước hết, chúng ta phải là một thành viên tự trọng. Tại sao một người Daghestan bị xem là thất học khi không thể nói tiếng Anh trong khi người Anh không thể nói tiếng Avar vẫn được xem là có học? Để là một thành viên tự trọng thì, trước hết, chúng ta phải tôn trọng sự hiện diện của mình và, do đó, ý thức rõ rệt những nhu cầu của mình để khỏi phải phí thì giờ cho những điều mình không nhất thiết phải cần đến và chưa thể với đến. Tại sao chúng ta không đầu tư vào việc phẩm định những thế giá của chúng ta mà lại nhấp nhổm chạy theo những thế giá hoàn toàn nằm ngoài tầm tay? Tại sao chúng ta phí phạm thì giờ, tài nguyên, và cả những lòng tin cùng khát vọng của cộng đồng với những dự án nửa vời, chẳng bao giờ tới nơi tới chốn?

Chẳng hạn như cái dự án "Tiếp thị Nobel" nói trên, như một thí dụ nhỏ, tiện có trong tầm với. Nhập cuộc thì nhanh nhẩu và xôm tụ nhưng cuối cùng thì dự án cũng chỉ là dự án, một sự "tiếp thị" chung chung với mấy lời kêu gọi

---

[1] Edward W. Said (2003), *Orientalism*, London: Penguin Group.
Cuốn này xuất bản lần đầu năm 1978.

chung chung, theo mấy công thức và giá trị chung chung, hiển nhiên đến độ không... cãi được. Hết "gạt đi sự đố kỵ hẹp hòi" thì "rút ra được những bài học gì đối với văn học Việt Nam". Hết "quá trình nhìn lại mình" thì "vượt thoát khỏi những ảo tưởng" rồi "tạo được sự gặp gỡ của cả hai nền văn hoá" v.v... Dự án "tiếp thị" nào cũng phải thực hiện bằng những biện pháp kỹ thuật cụ thể, theo một lộ trình cụ thể chứ không thể là những khái niệm chung chung với một sự "quyết tâm" chung chung. Mà cả cái sự quyết tâm này thì cũng chỉ nửa vời thế thôi khi, từ đó đến nay, sau 10 năm, tác giả vẫn chưa thể hiện thêm nỗ lực nhỏ nhoi nào trong việc "gạt đi", "nhìn lại", "vượt thoát" hay "rút ra" trong con đường tiến đến giải Nobel kia cả. Ngay từ đầu đã nửa vời. Sau một thập niên vẫn tiếp tục nửa vời. Mười voi không được bát nước xáo.

Không bát nước xáo nhưng có theo đuổi đến cùng thì cũng vậy, giỏi lắm là vài va giọt không đủ thấm chân răng bởi tác phẩm mới làm nên nền văn học chứ không phải giải thưởng. Nếu giải thưởng là một biện pháp thế tục nhằm kích thích và nuôi dưỡng tác phẩm thì, với nền văn nghệ chính thống, cái cần được "tiếp thị" hơn cả phải là những giải thưởng quốc gia. Và nếu công việc phê bình là khám phá để khuyến khích và khai phá để hướng dẫn và mở lối thì cái cần hướng đến những giá trị sắp được công nhận chứ không chỉ là nói leo theo những giá trị đã được thừa nhận.

Điều đó, cơ hồ, xảy ra trên mọi lĩnh vực chứ không là văn học, điện ảnh hay văn nghệ nói chung. Và không chỉ là những dự án cá nhân theo kiểu ngứa miệng nói chơi mà còn là những dự án tầm cỡ quốc gia, những dự án tưởng là tôn vinh nhưng thực chất là coi rẻ chính mình, xem thường những cảm thức và khát vọng sống của cộng đồng mình.

Khi những thế hệ trưởng thành cùng những kẻ cầm giữ trọng trách trách nhấp nhổm trước các "tiêu chí quốc tế" như thể tuổi mới lớn nhấp nhổm trước những tiêu chí của thời trang mà không mảy may chú tâm đến xây dựng một "tiêu chí quốc gia", đất nước sẽ tiếp tục lạc hậu như là một thứ thuộc địa tinh thần.

Trong cái thuộc địa đó chúng ta đã mất bao nhiêu là tài nguyên và thì giờ cho những dự án khẳng định thế giá quốc gia như thể chuyện đua đòi tầm phào, chuyện gái đẹp tiến thân bằng đôi cẳng dài khẳng định mình bằng hàng hiệu và "đại gia" và, đến lượt, hạng trọc phú giàu xổi mang danh xưng "đại gia" thì khẳng định mình bằng những nhân tình chân dài chất đầy người… hàng hiệu. Chúng ta nghe đến những dự án "hoành tráng" với những trường đại học tiêu chí quốc tế nhưng không hề nghe đến một dự án thiết thực ở đó đại học Việt Nam có thể đáp ứng những nhu cầu bức thiết của xã hội Việt Nam. Chúng ta nghe đến những cuộc đua sắc đẹp mang toàn tên "hoàn vũ" nhưng rốt cuộc chỉ động lại cái cảm tưởng chán ngấy về một xứ sở ở đó "hoa hậu tiêu chuẩn quốc tế" nhiều hơn nhà vệ sinh đúng tiêu chí… vệ sinh.

Những cái nhà vệ sinh này cũng đóng một ý nghĩa quan trọng trên khía cạnh nhân sinh bởi ngày nào chúng ta còn muốn sống sạch, sống cho ra con người, chúng ta sẽ còn cần đến nó. Nếu người nghệ sĩ cần hướng đến những ý nghĩa thẩm mỹ trong các mối quan hệ nhân sinh thì giới làm chính trị cần hướng đến những ý nghĩa nhân sinh trong các cơ chế vận hành xã hội. Như thế thì cái mà đất nước chúng ta rất cần hiện tại chính là những nhà vệ sinh như thế. Cần để những công dân bình thường giải quyết nhu cầu vệ sinh, cho phần cơ thể từ lỗ rốn trở xuống. Càng cần hơn nữa là những nhà vệ sinh vô hình để những kẻ cầm giữ trọng trách trên các lĩnh vực chính trị và văn hoá làm sạch cho phần cơ thể của họ, tính từ lỗ rốn trở lên.

Cần hơn là bởi, có làm vệ sinh thật kỹ tim và óc của mình, những kẻ cầm giữ trọng trách ấy mới có thể "ngộ" những nhu cầu khẩn thiết nhất và nhân văn nhất cho cộng đồng của mình. Họ cần ngộ ra rằng, khi so sánh công dân của mình với công dân nước khác, cái mà cần phải chú ý trước hết là quyền được sống tử tế, quyền được học hành tử tế, quyền chọn lựa một chính quyền tử tế chứ không đơn thuần là quyền được đi trên những con tàu có tốc độ suy diễn là... tử tế. Họ cần ngộ ra rằng cái mà người dân của họ cần là những trường học ra trường học chứ không phải những "đại học đẳng cấp quốc tế" chỉ có trong dự án. Và cần ngộ ra rằng những nhà vệ sinh cho phần dưới cơ thể dành cho hơn 80 triệu dân thì cần thiết và giàu tính nhân văn hơn là các hội hè hoa hậu "quốc tế" hay "hoàn vũ" chỉ dành riêng cho một thiểu số ấm cật và rửng mỡ.

Và có ngộ ra như vậy thì họ mới nhận thức được rằng họ, chính họ, cũng chỉ là một thiểu số ấm cật và rửng mỡ, khác chăng là thêm chứng bệnh vĩ cuồng và ỉa bậy, thứ bệnh của bọn người muốn đạt đến sự vĩ đại bằng trò... ỉa bậy.

Chính thứ bệnh này đang biến đất nước trở thành một bãi thải ô hợp của những dự án ngông cuồng, y hệt những bãi hoang để bọn nghiện thú ỉa đồng vải cứt. Cái bọn vừa thậm thụt vãi bậy vừa nhắm mắt hít hà, lẩm nhẩm rằng chỉ một chút nữa thôi, chỉ ráng một chút xíu nữa thôi, cả đám sẽ oai vệ và vĩ đại như những bậc quận công...

17.7.2010

Sơn - Sến - Sawyer - Sử: ả điếm và đồng chí

Nói là một sự học đòi lai căng từ "lửa lựu lập lòe" của Nguyễn Du cũng được, mà nói là một sự nhại giễu non nớt từ "gầu guộc gầm gừ" của Bùi Giáng cũng được, thế nhưng, nó, "Sơn - Sến - Sawyer - Sử", nửa cái *title*, còn hơn thế rất xa bởi đây không chỉ là một biện pháp tu từ qua chuỗi dài âm "S" nối tiếp nhau mà còn là những quan hệ tương liên sâu rộng khó ngờ tới được.[1]

"Sơn" là Trịnh Công Sơn, người viết ca khúc nổi danh đã quá cố. "Sến" thì, tiện tên nhắc luôn một thể, lại là những phong cách biểu hiện hay thưởng thức đại loại "yêu màu tím thích nhạc Trịnh Công Sơn". "Sawyer" là Tom Sawyer, nhân vật nhỏ với những trò tinh nghịch ngợm quái quỷ trong *The Adventures of Tom Sawyer* của Mark Twain, cái tên đã được xếp vào hàng "cổ điển" của nền văn học Mỹ.[2] Và "sử", cuối cùng, chính là ... lịch sử, và tôi đã nghĩ đến mối liên hệ dị thường giữa những điều tưởng

---

[1] Nguyễn Du (Truyện Kiều): Đầu tường quyên đã gọi hè / Cuối tường lửa lựu lập lòe đâm bông. Bùi Giáng: Một hôm gầu guộc gầm ghì / Hai hôm gần gũi cũng vì ba hôm / Bôm ha? đạn hả? Bao gồm / Gồm bao gạo đỏ bỏ gồm gạo đen.

[2] Mark Twain, nhà văn Mỹ (1835 – 1910). The Adventures of Tom Sawyer xuất bản năm 1876.

chẳng ăn nhập gì với nhau này khi theo dõi cuộc tranh luận gay gắt liên quan đến Trịnh Công Sơn.[1]

Trước hết là Sơn - Sawyer, hai nhân vật, có thực và tưởng tượng. Sơn có thực dường như không ai không biết và Sawyer tưởng tượng ở cái thị trấn St. Petersburg nhỏ nhoi ai cũng biết ai nhưng buồn tẻ bên bờ sông Mississippi trong câu chuyện phiêu lưu không chỉ viết cho trẻ con mà viết để "nhắc nhở những ai đã từng là trẻ con".[2] Thằng bé phá làng phá xóm bị cả cái thế giới nhỏ chung quanh xem không ra gì nhưng từ khi khám phá kho tàng để trở nên giàu có thì bao nhiêu tật xấu trước kia đều trở thành đức tính và cu cậu vụt trở thành một thần tượng hoàn toàn không có khả năng làm chuyện... tầm thường. Sawyer tưởng tượng đã vậy mà Sơn có thực, cơ hồ, cũng vậy. Với gia tài ca khúc tính tới con số hàng trăm mà khi nhìn vào đó ai ai cũng thấy gần gần, thấy có thể mượn tạm để xả nhẹ chút đỉnh tâm sự về "thân phận mong manh" hay "tình ái bẽ bàng" thì tác giả của chúng cũng trở thành một thần tượng hoàn toàn mất hết khả năng làm người... đáng trách. Với một gia tài âm nhạc như thế, có thể "đi vào lòng người" như thế, nhất định ông ta không thể nào... như vậy.

Còn lại "sến", "sử". Nếu lịch sử là những câu chuyện về quá khứ thì, trong nỗ lực tái tạo quá khứ để bảo chứng cho hiện tại và tương lai, quyền lực của kẻ chiến thắng chính

---

[1] Cuộc tranh luận trên các trang web Da Màu, Tiền Vệ và Talawas, khởi đi từ bài viết "Tham vọng chính trị của Trịnh Công Sơn" của Trịnh Cung trên Da Màu.

[2] "Lời nói đầu" của Mark Twain: "Although my book is intended mainly for the entertainment of boys and girls, I hope it will not be shunned by men and women on that account, for part of my plan has been to try to pleasantly remind adults of what they once were themselves, and of how they felt and thought and talked, and what queer enterprises they sometimes engaged in."

là cái quyền quyết định câu chuyện nào được kể. Và nếu mức độ bảo chứng đó tỷ lệ thuận với độ thuận tai của những câu chuyện cần kể thì quyền đó còn là thứ quyền quyết định cả cái cung cách sẽ kể. Phải kể sao cho lọt lỗ tai của số đông, càng đông càng tốt. Nghĩa là kể sao cho thật... mùi.

Thế có nghĩa là... sến. Mà, chỉ mới nhìn qua bên ngoài thôi, thứ sử đang được kể của chúng ta đã là một thứ sử khá sến với những dấu hiệu son phấn tích tuồng khi một cái tên trên sân khấu cải lương như Dương Vân Nga có thể trang trọng chiếm chỗ trong lịch sử, kể cả những trang sử cố làm dáng hàn lâm nhất.[1] Sử sách cha ông chỉ ghi nhận nhân vật Dương Thái Hậu nhưng bây giờ thì, sau cái chết của cô đào Thanh Nga nổi tiếng trong thời gian diễn vở Thái Hậu Dương Vân Nga, không ít sử quan của hệ thống toàn trị đã làm hẳn cho bà một bản khai sinh mới: *Vân là chữ lót tên thì là Nga*.[2]

---

[1] Hiện tại nhiều trang web hay tài liệu lịch sử ghi "Dương Vân Nga" thay vì "Dương Thái Hậu" như *Đại Việt Sử Ký* đã ghi. Thí dụ:
TS Nguyễn Quang Lê (2001), *Từ Lịch Sử Việt Nam nhìn ra thế giới*, NXB Văn Hoá Thông Tin, tr. 98.
Đáng chú ý là cuốn sách của ông tiến sĩ sử học này được ông Phan Ngọc Liên, "Giáo sư tiến sĩ – Chủ tịch hội giáo dục lịch sử" viết lời giới thiệu; và ngay trong bài giới thiệu đã khai bút: "V.I Lênin đã chỉ rõ...".

[2] Người đầu tiên nghĩ ra tên Dương Vân Nga là soạn giả chèo Trúc Đường, anh ruột nhà thơ Nguyễn Bính. Tuồng chèo soạn vào giữa thập niên 60, khai thác mối tình giữa Dương Thái Hậu (vợ Đinh Tiên Hoàng) và Thập đạo tướng quân Lê Hoàn, để dễ xưng hô và có tính chất "chèo", ông đặt tên tên Dương Vân Nga. Dẫn theo:
Đinh Công Vĩ (2006), *Các chuyện tình vua chúa hoàng tộc Việt Nam*, NXB Phụ Nữ, tr. 64.
Có lẽ cái tên Dương Vân Nga được loan truyền rộng rãi với cái chết của cô đào cải lương Thanh Nga vào năm 1978, giữa lúc đang đóng vai chính trong tuồng cải lương Thái Hậu Dương Vân Nga.

Nhưng cũng phải tìm hiểu rõ hơn: "Thế nào là sến?". Trong những lời cãi cọ quanh cái tên Trịnh Công Sơn gần đây đã rộ lên mấy lời như thế. Đâu bốn năm trước, trong một cuộc tranh luận sôi nổi, cũng đã rộ lên mấy lời tương tự và, lần nào cũng vậy, như là thân tằm gánh chịu trăm dâu, chủ yếu, bao nhiêu tội vạ về "sến" đều trút hết lên đầu *boléro*.[1] Mà quả là oan cho thân tằm thật bởi đâu phải cứ *boléro* là nhão nhoẹt về phong cách và khả đoán về lớp lang diễn biến? Khỏi phải nói tới một *Boléro* hoành tráng của Joseph-Maurice Ravel, những khúc hát *boléro* sống động của các ca sĩ Mỹ La-tinh cũng đâu có nhừa nhựa hay chảy nước như là những lời ca phát ra từ cái cần cổ của những Chế Linh, Tuấn Vũ, Thanh Tuyền, Giao Linh hay Giang Tử?[2]

Cơ hồ, cũng giống như "ông" Bồ Tát Avalokiteśvara ở Ấn Độ chuyển hoá thành Phật Bà Quan Thế Âm để thích nghi với hệ thống tín ngưỡng nặng dấu ấn mẫu hệ, khi đến xứ Việt thì cái nhịp điệu boléro sôi nổi và dồn dập ở Mỹ La-tinh đã phải chuyển hoá để thích nghi với cái không khí văn hoá nhiệt đới gió mùa ẩm ướt của xứ Việt. Bố cục của những ca khúc *boléro* phổ biến nhất tại Việt Nam, thứ bố

---

[1] Xem cuộc tranh luận trên báo Thanh Niên "Nhạc "sến", là nhạc gì ?" tại địa chỉ:
http://www2.thanhnien.com.vn/Vanhoa/2005/8/23/119856.tno

[2] Joseph-Maurice Ravel, (1875 –1937) là nhà soạn nhạc và nhạc sĩ dương cầm người Pháp, được là nhạc sĩ theo phái ấn tượng. Vở nhạc kịch Boléro của Joseph-Maurice Ravel, trình diễn lần đầu năm 1928 tại Paris, đầu tiên tác phẩm này mang tên Fandango nhưng chỉ một thời gian ngắn đã đổi tên thành Boléro.
Chú ý rằng một ca khúc viết theo điệu bolero của Phạm Đình Chương là "Xóm Đêm" cũng không hề bị liệt vào danh sách "nhạc sến".

cục với tiểu kết cấu chát - chát - chát - chát – chum - chát - chum - chát - chùm lặp đi lặp lại, là một bố cục nặng tính tự sự, rất dễ ăn nhịp với thói quen ưa kể chuyện của chúng ta.

Không hiểu có nên gọi đó như là một thứ "dân tộc tính" hay không, nhưng rõ ràng là chúng ta rất thích kể chuyện. Lịch sử của chúng ta, một bộ phận quan trọng, là những câu chuyện. Hết "Chuyện cũ trong phủ Chuá" là những "chuyện" về các ông Bùi Cầm Hổ, Lê Trãi, Hoàng Đình Trọng, Hoàng Sầm, Đặng Trần Côn...[1] Đạo lý truyền thống của chúng ta, phần lớn, cũng gói ghém trong những câu chuyện. Hết "Cây tre trăm đốt" thì có "Ở hiền gặp lành", hết "Ăn khế trả vàng" thì có "Mài dao dạy vợ". Mà chuyện đời kể chơi hay chuyện đạo lý răn đời, hầu như, chuyện nào cũng có một cái hậu toàn vẹn đúng theo *motif* "ở hiền gặp lành" và, vạn nhất, nếu cái hậu không diễn ra ở trên mặt đất thì nó cũng diễn ra ở trên trời. Không phải là những dân tộc khác không ưa những câu chuyện có hậu, thế nhưng cái khác ở đây là chúng ta say mê những câu chuyện có hậu, mà là những cái hậu thật... mùi, cái hậu càng thăng hoa lấp lánh bao nhiêu thì những lớp lang đưa đẩy tới càng phải éo le ngang trái bấy nhiêu.

Hát một bài *boléro* là kể một câu chuyện hay gởi gắm tâm sự theo một cốt chuyện có đầu có đuôi. Hết "Tôi kể người nghe chuyện tình Lan và Điệp" thì "Ngày xưa ai lá ngọc cành vàng", hết tỉ tê "Tôi với nàng hai đứa nguyện yêu nhau" thì than thở "Tôi nghèo em cũng chẳng cao sang, tay trắng cùng nhau dệt mộng vàng...". Khi Paul

---

[1] Những câu chuyện trong *Tang Thương Ngẫu Lục* của Phạm Đình Hổ (1768 – 1840) và Nguyễn Án (1770 – 1815).

McCartney nghêu ngao "Yesterday, all my troubles seem so far away" thì chàng ca sĩ này cũng làm cái việc kể lể và gởi gắm tâm sự, thế nhưng cái cách kể theo nhịp *boléro* của anh ta đâu có chảy nước theo kiểu của chúng ta? Vấn đề là khi chọn *boléro* thì các nhạc sĩ bình dân của chúng ta đã chọn cái tự-sự-tính của nó. Và khi chọn lớp thưởng ngoạn bình dân mến chuộng cái ướt át và éo le của những tuồng cải lương để khai thác thì họ phải éo le hoá cái tự-sự-tính đó đến độ nhựa ra, chảy nước ra. Thứ *boléro* làm thân tằm gánh chịu trăm dâu kia không phải là *boléro* nguyên mẫu mà là hàng nhập đã nội địa hoá.

Như thế, khi nhạc *boléro* nội hoá bị xem là một thứ âm nhạc giải trí thì cái ý nghĩa "giải trí" này chỉ nên hướng về phía người thưởng ngoạn. Khi giới sáng tác khai thác cái thị hiếu bình dân ướt át kia cho mục đích thương mại thì họ đâu có thuần túy làm cái việc giải trí? Họ còn... lao động nữa và, thậm chí, còn lao động như những nhạc sĩ thực dụng chính hiệu. Và khi nền âm nhạc thực dụng có những câu chuyện ngậy mùi *boléro* dành cho công chúng bình dân thì nền chính trị thực dụng cũng ra sức... lao động với những câu chuyện éo le thích hợp với lỗ tai của giới bình dân.

Éo le như những "mẩu chuyện" của Trần Dân Tiên. Ngay từ năm 1948, trong hoàn cảnh kháng chiến khó khăn, mà Hồ Chí Minh, dưới cái họ Trần, đã nặn ra bằng được cuốn sách đầy những mẩu chuyện bi thiết trong chặng đời hoạt động của mình. Như "mẩu chuyện" về cuộc sống của nhà cách mạng trẻ phải chống chọi với cái lạnh tại Âu châu bằng viên gạch nướng gói trong tờ báo cũ, chẳng hạn. "Mẩu chuyện" phản khoa học tới độ không thể nào tin được, thế nhưng điều quan trọng ở đây là cái mùi... *boléro* của nó.[1] Nếu Châu Kỳ của của làng nhạc bình dân có "Giọt lệ đài trang" thì kẻ mệnh danh "cha già dân tộc" của nền chính trị bình dân có "giọt lệ đời hoạt động". Nếu chàng nhạc sĩ *boléro* ê a về cái quá khứ "Ngày xưa ai lá ngọc cành vàng / Ngày xưa ai nghệ sĩ lang thang" thì vị lãnh tụ *boléro* cũng ê a một giọng về cái "ngày xưa" của nhà cách mạng ôm viên gạch nướng giữa Âu châu hoa lệ trong đói lạnh. Một cáo già chính trị, biết kiên nhẫn rình rập thời cơ đến như thế mà cũng nôn nóng, cũng "mót" cái sự éo le hoá "trang nhật ký đời tôi" để vấp váp những sơ suất sơ đẳng đến thế thì nói gì là những kẻ khác? Và như thế hễ có dịp là chúng ta lại nhét vào lỗ tai nhau những câu chuyện cực kỳ éo le và cực kỳ có hậu.

---

[1] Những mẩu chuyện về đời hoạt động của Hồ Chủ tịch của Trần Dân Tiên, một bút hiệu của chính Hồ Chí Minh. Sách này xuất bản lần đầu tiên tại Trung Hoa năm 1948 và tại Paris năm 1949, được tái bản rất nhiều lần. Đây là một chuyện vô lý trong những "mẩu chuyện" trên:
- "Mỗi buổi mai, ông Nguyễn nấu cơm trong một cái sanh nhỏ bằng sắt tây đặt trên ngọn đèn dầu. Với một con cá mắm hoặc một tí thịt. Ông ăn một nửa và để dành một nửa đến chiều. Có khi một miếng bánh mì với một miếng pho–mát là đủ ăn cả ngày. Ông trọ ở một phòng nhỏ trong một khách sạn rẻ tiền ở xóm lao động. Phòng chỉ vừa kê một cái giường sắt chật, một cái bàn nhỏ và một cái ghế. Chỉ thế thôi, không có gì khác. Về mùa đông lạnh, mỗi buổi sáng trước khi đi làm, ông để một việc gạch vào lò bếp của khách sạn. Chiều đến, ông lấy viên gạch ra, bọc nó vào trong những tờ báo cũ, để xuống nệm cho đỡ rét."
Dẫn theo: http://talawas.org/talaDB/showFile.php?res=9167&rb=08
Bản điện tử do talawas thực hiện theo bản do Nhà xuất bản Văn Học tái bản năm 2001.
Câu chuyện trên đã bất kể những quy luật căn bản của vật lý: sẽ không có "tờ báo cũ" nào chịu được nhiệt độ của viên gạch để trong bếp lò khách sạn từ sáng đến chiều: tờ báo sẽ bốc khói ngay. Một người quen của tôi đã "thực nghiệm" chuyện này với viên gạch trong lò barbeque: chỉ mới vài tiếng đồng hồ thôi là đã không có một thứ giấy báo nào chịu được nhiệt độ của viên gạch.

Tôi đang sống tại Úc và thỉnh thoảng lại, trực tiếp hay gián tiếp, bị nhét vào lỗ tai những chuyện "vào đời" éo le gay cấn từ những "gương thành công" người Việt. Một anh già được thăng quan, được nhà nước gắn cho cái mề đay thì *chát - chát - chát - chát* cái câu chuyện gay cấn khi cả triệu người băng biển tìm tự do bằng thuyền còn riêng ông vượt đại dương bằng... thúng. Ông ta kể, miên man, mê mải, kể từ tuổi trung niên thành đạt cho tới tuổi già hưu trí.[1] Một anh trẻ từng được mẹ bế lên thuyền, khi được nhà nước gắn cho cái mề-đay lại *chát - chum - chát - chum - chát - chùm* về những buổi cắp sách đến trường bằng đôi giày rách dán băng keo và những đêm cúp điện vì thiếu thốn tại một xứ sở có chế độ phúc lợi hào phóng không phải vào hạng tệ trên thế giới.[2] Tôi không có ý nghi vấn

---

[1] Ông Lưu Tường Quang, nguyên là Tổng thư ký Bộ Ngoại giao VNCH và sau này là Tổng giám đốc SBS Radio tại Úc. Theo lời kể thì ông không vượt biên bằng thuyền mà vượt biên bằng... thúng, loại thuyền thúng đan bằng tre, đường kính chỉ 1.5 mét.

Tôi gọi là "miên man, mê mải" kể là do từ "retells" của báo chí Úc. Xem: "On the Raft, All at Sea", by Robyn Ravlich: "...Tuong Quang Luu, honoured as an Australian Achiever of the Year on Australia Day this year, retells his dramatic tale of escape by sea from South Vietnam in a bamboo fishing basket following the fall of Saigon..", trong:
http://72.14.235.132/search?q=cache:dD6XG3U0PSIJ:www.abc.net.au/classic/daily/stories/s612544.htm+Quang+Luu,+escape+oversea+by+basket&cd=1&hl=en&ct=clnk&gl=au&client=firefox-a

Mới nhất (22.3. 2009) lại một lần "retells" khác, xem:
http://www.lyhuong.net/viet/index.php?option=com_content&view=article&id=825:825&catid=51:thuyennhan&Itemid=64

[2] "Đỗ Khoa, 2005 Young Australian of the Year". Xem:
http://www.icmi.com.au/Speaker/Motivational_Speakers/Khoa_Do/Biography
"Khoa's own amazing story - coming to Australia as a refugee on a tiny fishing boat crammed full of people to becoming the 2005 Young Australian of the Year is a journey of courage, resilience and hope amidst incredible opposition. Growing up in the western suburbs of Sydney, Khoa recalls going to school with sticky-taped shoes and coming home to find out that their

mức độ xác thực của những câu chuyện. Tôi cũng không có ý trách cứ cái tật gây phiền là kể đi kể lại câu chuyện. Chuyện có thực hay không có thực đâu có quan trọng lắm. Kể chuyện đi kể chuyện lại đến độ "khổ quá biết rồi" hay ra bộ ra tịch đợi tới thời điểm "cao trào" mới hé môi cũng đâu có quan trọng lắm. Cái quan trọng là hệ số chung giữa chúng, khi những câu chuyện như thế, dù là ở xác suất nhỏ nhất, đều có cơ hội trở thành... lịch sử.

Thì, với không ít người bị nhồi sọ, viên gạch nướng chẳng đã là một huyền thoại lịch sử đó sao? Thì, cũng với số người đó, đôi dép cao su cùn của người ôm gạch chẳng đã là một huyền thoại đó sao? Viên gạch, đôi dép cùn đã trở thành huyền thoại, thì cái thúng tre hay đôi giày rách cũng có thể trở thành huyền thoại lắm chứ. Nếu lịch sử thời trước chúng ta có những huyền thoại về các ông trạng ban ngày nhịn đói đi học ké và ban đêm bắt đom đóm làm đèn dùi mài chữ nghĩa thánh hiền thì lịch sử về cái thời của chính chúng ta, nếu may mắn cho người trong cuộc, cũng có thể "phong phú" thêm với cái huyền thoại về đôi giày rách vào ban ngày và những giờ học không ánh điện vào buổi tối lắm chứ? Nếu lịch sử chúng ta có huyền thoại Phạm Ngũ Lão ngồi đan thúng bên vệ đường, đầu chỉ nghĩ đến việc quân đến độ quên cả ngọn giáo đâm rách đùi chảy máu, thì bây giờ, nếu may mắn, cái thúng kia cũng có thể theo người cưỡi để bơi vào lịch sử lắm chứ.[1]

---

electricity had been cut off because the family couldn't afford to pay the bills."

[1] Trần Hưng Đạo cùng tuỳ tùng đi ngang qua Đường Hào, quân lính đi trước dẹp đường. Thấy Phạm Ngũ Lão ngồi bên vệ đường đang đan thúng, quân lính đuổi đi nhưng Phạm Ngũ Lão vẫn thản nhiên, không để ý gì cả, quân lính cầm giáo đâm vào đùi chảy máu mà ông vẫn

Chữ "may mắn" được lặp lại hai lần, thế nhưng rất hiếm và rất khó để có cái sự "may" suông. Cái "may" ấy chỉ thuộc về những kẻ thắng, bởi quyền kể chuyện, như đã nói, là quyền của kẻ thắng. Thăng một chức quan là một sự thắng cuộc. Được gắn cho một cái mề đay hay trao cho một giải thưởng cũng là một sự thắng cuộc. Nhưng đó chỉ là những thắng cuộc nhỏ nhỏ với những cơ hội kể chuyện nhỏ nhỏ. Thắng nhưng còn phải có khả năng bảo quản cái cuộc thắng đó nữa bởi vấn đề không chỉ là kể chuyện cho hiện tại mà còn là kể cho mai hậu.

Thế mới đúng là... lịch sử. Và chính vì thế nên lịch sử luôn đứng về phía những kẻ thắng lớn. Khi kẻ thắng lớn là một thế lực toàn trị thì lịch sử sẽ đứng về nó như một ả điếm hay một đồng chí, không hơn không kém.

Hình tượng "đồng chí lịch sử" từng nảy sinh qua một chuyện cười dân gian đầy ẩn ý chính trị của cái thời mang tên "bao cấp". Khi một cán bộ dân vận về làng vận động nông dân thực hiện nghĩa vụ mua công trái với chỉ tiêu thật cao bằng những lời lẽ đao to buá lớn, đại loại "Lịch sử đã giao phó, chúng ta không thể thoái thoác", "Lịch sử đang nhìn vào chúng ta, chúng ta không thể lẩn trốn trách tránh nhiệm"; một nông dân ít học đã đứng phắt dậy, hầm hầm: "Lịch Sử là đồng chí nào mà ép chúng ta những chỉ tiêu cao như thế!" Mà đúng là một chuyện khôi hài đau đớn khi thứ sử đang được kể cho trên 80 triệu người Việt chính là một thứ... đồng chí. Khi các giáo trình lịch sử

---

không nhúc nhích. Kịp lúc Trần Hưng Đạo đi tới dừng lại hỏi thì Phạm Ngũ Lão mới trả lời rằng đang nghĩ một câu trong binh thư nên không để ý. Từ đó Phạm Ngũ Lão được trọng dụng và trở thành môn khách của Trần Hưng Đạo.

Chuyện được Phạm Đình Hổ ghi lại trong Vũ trung tùy bút.

nhắc đi nhắc lại cái tên Lê Văn Tám do ông Bộ trưởng tuyên truyền Trần Huy Liệu tưởng tượng ra thì cái gọi là "khoa học lịch sử" ấy đã trở thành một thứ "khoa học đồng chí". Khi anh bộ đội có thật Tô Vĩnh Diện vô tình vấp té nhưng được nhét vào đầu cái ý thức"hy sinh cứu pháo" chỉ để khuấy động tinh thần thi đua giết giặc rồi ngon trớn đi luôn vào sách sử, thì chính cái bộ sử viết ra ấy là gì nếu không là một "đồng chí lịch sử"?[1]

---

[1] Có rất nhiều tài liệu về việc này. Liên quan đến Lê Văn Tám có thể tham khảo tại:
http://vi.wikipedia.org/wiki/L%C3%AA_V%C4%83n_T%C3%A1m
Câu chuyện tuyên truyền: cậu bé Lê Văn Tám bán đậu phộng rang đã tham gia lực lượng kháng chiến. Đêm đêm 1 tháng 1 năm 1946 cậu tẩm dầu lên thân thể và tìm cách lọt vào được kho xăng của Pháp ở Thị Nghè rồi tự đốt, phá huỷ cả kho xăng. Chuyện được ghi trong sách giáo khoa để và tên Lê Văn Tám được đặt tên cho nhiều trường học, công viên tại Việt Nam.
Trong một cuộc họp báo vào tháng 2 năm 2005 tại Hà Nội, nhà sử học Phan Huy Lê cho biết: "Tôi còn một món nợ với anh Trần Huy Liệu mà đến nay chưa trả được. Đó là lúc anh Liệu làm bộ trưởng bộ tuyên truyền (sau cách mạng tháng Tám 1945, Trần Huy Liệu làm bộ trưởng bộ tuyên truyền và cổ động), anh Trần Huy Liệu tự viết về nhân vật Lê Văn Tám, một thiếu nhi tự tẩm xăng vào người và chạy vào đốt kho xăng giặc Pháp ở Thị Nghè. Lúc sáng tác ra câu chuyện Lê Văn Tám, anh Liệu có nói với tôi rằng: "Bây giờ vì nhiệm vụ tuyên truyền nên tôi viết tài liệu này, sau này khi đất nước yên ổn, các anh là nhà sử học, các anh nên nói lại giùm tôi, lỡ khi đó tôi không còn nữa."
Sau 1954 Trần Huy Liệu bị giáng chức, chỉ làm viện trưởng sử học.
Ngoài ra có thể tham khảo bài "Lịch sử Việt Nam đã được minh định ra sao?" tại địa chỉ:
http://vietnamnet.vn/vanhoa/vandekhac/2005/06/454417/
Bài báo này viết về Đại hội đại biểu toàn quốc Hội Khoa học Lịch sử Việt Nam (KHLS) khai mạc sáng 16.6.2005 tại Hà Nội. Tại đây nhiều đại biểu đã "tỏ ra rất bức xúc đối với quan điểm nhìn nhận sai lệch về một số nhân vật lịch sử trong các sách sử của nước ta lâu nay." . Giáo sư Phan Huy Lê đã đề cập đến các nhân vật như Thái sư Lê Văn Thịnh (thời Lý), hay Phan Thanh Giản, Phạm Quỳnh, hình tượng người anh hùng Tô Vĩnh Diện v.v..

Nhưng "đồng chí" ấy, có khi, còn là một ả điếm nữa. Lịch sử, nói theo Zhang Zhenglong, chính là một cô ả bán trôn bởi nếu có quyền hay có tiền là người ta có thể sở hữu cái... trôn của cô ả.[1] Khi ông Viện trưởng sử học Trần Huy Liệu áp chế những tiếng nói bất đồng để ra phán quyết bôi đen cái tên Phan Thanh Giản như là kẻ bán nước thì lịch sử, trong con mắt của ông ta, không hơn gì một cô ả đứng đường.[2] Nhưng Trần Huy Liệu cũng chỉ là kẻ thừa hành chiếu dưới nên, trước hay sau ông ta, những trang sử viết ra cũng chỉ là một thứ gái điếm mà nhà cầm quyền có thể đè ra chơi tuỳ thích. Như cái trang sử về 16 tấn vàng dự

---

[1] "History is a whore: anyone with money or power can srew it." Câu này được trích từ bài "What Is History?" của Zhang Zhenglong đăng trong *China Documents Annual,* August 1990, Volumn 2.
Zhang Zhenglong là sử gia Trung Quốc, đã bị truy tố vào đầu thập niên 90 vì đã phanh phui hoạt động kinh tài bằng thuốc phiện của Quân Giải Phóng Nhân Dân Trung Quốc trong thời Nội chiến Quốc – Cộng và Kháng Nhật.

[2] Trong tạp chí *Nghiên Cứu Lịch Sử* số 55 xuất bản tại Hà Nội vào tháng 10 năm 1963, Viện trưởng Sử học Trần Huy Liệu cho đăng bài "Chúng Ta Đã Nhất Trí Về Việc Nhận Định Phan Thanh Giản."
Quan điểm chung của bài báo là lên án Phan Thanh Giản: thất bại chủ nghĩã, phản lại nguyện vọng và quyền lợi tối cao của dân tộc, cuả nhân dân, là phạm tội dâng thành hiến đất cho giặc.
Theo các tài liệu thì Hà Nội muốn đẩy mạnh tinh thần chủ chiến và Trần Huy Liệu đã sử dụng nhân vật Phan Thanh Giản để phỉ báng thái độ chủ hoà, cho là khuất phục trước sức mạnh của ngoại bang.
Theo Tiến sĩ Phan Thị Minh Lễ thì tuy Trần Huy Liệu nói rằng "chúng ta nhất trí" nhưng ngay trong bài trên ông Liệu đã thừa nhận rằng hai sử gia Chương Thâu và Đặng Huy Vận có lập trường "không ai mong đợi" vì chưa bỏ được cảm tình của dành cho Phan Thanh Giản. Dĩ nhiên hai người đã bị phản đối và chỉ trích.
Tài liệu về việc "đánh giá lại" Phan Thanh Giản khá phổ biến trên mạng Internet, có thể tham khảo tại:
http://www.suutap.com/default.asp?id=1329&muc=3
hay:
http://www.gio-o.com/PhanThanhTamPhanThanhGian.html

trữ của chính quyền miền Nam, chẳng hạn. Suốt 30 năm, từ 1975 đến 2005, khi thiểu số quyền lực của hệ thống toàn trị vừa tuỳ tiện sử dụng khối tài sản quốc gia này lại vừa tuỳ tiện vu cáo kẻ thua cuộc tội ăn cắp ngay trong các tài liệu lịch sử chính thức, kể cả sách giáo khoa, thì cái thứ sử viết ra ấy là gì nếu không phải là một ả điếm?[1]

Trở lại cuộc tranh luận về Trịnh Công Sơn. Nếu hàng trăm ca khúc của tác giả này thực sự tác động vào tình hình đất nước trong suốt một thời chiến tranh rồi lại tiếp tục ám ảnh thế hệ trẻ trong suốt một thời hoà bình thì, công bằng, ngay thẳng, và không tránh né, ông ta phải được phán xét như là một nhân vật lịch sử. Cái khó là khi đối diện với những vấn đề của lịch sử chúng ta hiếm khi đối diện với một cái nhìn công bằng, ngay thẳng và không tránh né. Chúng ta vẫn còn phí phạm niềm tin cho những đồng chí lịch sử. Chúng ta vẫn ngây ngô ngờ ngệch trước "bảy chữ tám nghề" của mấy ả điếm lịch sử.[2] Và chúng ta vẫn tiếp tục khoái những câu chuyện trong cái phong vị *boléro* nội hoá.

Phong vị đó chính là cái lớp lang khả đoán và bất di bất dịch kiểu sau "chát chum chát chum" thì phải đến "chát

---

[1] "Câu chuyện 16 tấn vàng tháng 4-1975", *Tuổi Trẻ* 01/05/2006. Xem: http://www.tuoitre.com.vn/Tianyon/Index.aspx?ArticleID=135370&ChannelID=20

[2] Truyện Kiều của Nguyễn Du, từ câu thứ 1209: "Này con thuộc lấy nằm lòng / Vành ngoài bảy chữ, vành trong tám nghề / Chơi cho liễu chán, hoa chê / Cho lăn lóc đá, cho mê mẩn đời."
Bảy chữ vành ngoài là: Khốc, Tiễn, Thích, Thiêu, Giá, Tẩu, Tử. Đây là bảy mánh khóe bên ngoài để dụ dỗ khách về mặt tình cảm.
Tám nghề là dành cho kỹ thuật hành lạc: kích cổ thôi hoa, kim liên song tỏa, đại chiến kỳ cổ, mạn đả khinh sao, khẩn thuyên tam trật, tỏa tâm truy hồn, tả chi hữu chì, nhiếp thần phiến tỏa.

chùm", quyết không thể là "chát chúm" hay "chát chụm".
Quen với những chuyện sử sặc mùi *boléro* nội hoá, chúng
ta quen luôn với cái *logic* khả đoán của chuyện thần tiên
dành cho trẻ con khi tin rằng những nhân vật lịch sử như
thế thì phải như thế, nhất định không thể là... như vậy. Ở
đây, trong phạm vi bài viết này, việc cá nhân Trịnh Công
Sơn "như thế" hay "như vậy" không quan trọng. Điều
quan trọng là cái logic như thế - như vậy. Lập luận rằng
một nhạc sĩ có thể viết nên những ca khúc "thấm đẫm tình
người" thì phải mất hẳn cái khả năng làm những việc trái
với tình người, thì có khác nào cho rằng kẻ "cả đời hy sinh
cho dân tộc" sẽ mất hết khả năng an hưởng hạnh phúc
riêng tư? Có khác nào lập luận rằng kẻ đã ôm viên gạch
nướng suy tưởng về con đường cứu nước thì hoàn toàn
không có khả năng làm cho một người đàn bà rên lên vì...
sướng?

Khi lập luận như thế thì, rõ ràng, chúng ta mang cái sở
thích hay tình cảm văn nghệ của mình ra sử dụng như là
một thứ thước đo của lý trí. Sở thích ngụ ý những chọn lựa
đã trở thành thói quen. Tình cảm ngụ ý những ràng buộc,
những quan hệ, kể cả quan hệ phe đảng. Và chính những
logic của chọn lựa, của thói quen, của những ràng buộc
hay những quan hệ phe đảng ấy đã được nhai tới nhai lui
trong cuộc "tranh luận" về Trịnh Công Sơn, kể cả thứ
logic mà các "đồng chí" đã từng giở ra với các "đồng chí"
trong cái thời đen tối mang tên Nhân Văn - Giai Phẩm.
Khi hệ thống truyền thông toàn trị ào ạt tấn công kẻ đi
chệch ra khỏi thói quen trong tư thế bị trói tay và bịt
miệng thì, rõ ràng, hệ thống đó đang ra sức bảo vệ những
câu chuyện đang được kể như một thứ "đồng chí" của
mình, y hệt những gì đã nó làm trong cái thời kỳ từng

công khai thừa nhận là ấu trĩ, tối tăm.[1] Nếu muốn bảo vệ "nhân cách trong sáng" của một nhân vật lịch sử thì ít ra cũng phải bảo vệ kẻ đó trong những thế cách trong sáng và có nhân cách chứ? Khi bảo vệ câu chuyện quen tai về một nhân vật lịch sử bằng cách sỉ vả nhân cách không chỉ của người nói chuyện lạ tai mà cả những thân nhân ngoại cuộc thì đó sẽ là gì nếu không gọi là lối hành xử của một ả điếm hay một tên ma cô của lịch sử?[2]

Lịch sử luôn phức tạp và nghiệt ngã nhưng chúng ta cứ thích nhét vào lỗ tai nhau những chuyện thần tiên. Thần tiên là chuyện chỉ nên dành cho con trẻ nhưng chúng ta vẫn cứ nhét là vì, nói theo Mark Twain, hiếm khi chúng ta tự nhắc nhở rằng mình đã từng là trẻ con. Chúng ta xử sự như những kẻ vĩnh viễn là trẻ con...

4-11.5.2009

---

[1] Toàn bộ hệ thống báo chí tại Việt Nam đều đăng bài hay dẫn lời những cá nhân đả kích Trịnh Cung, không cho Trịnh Cung cơ hội bảo vệ mình hay ít ra là đăng bài đồng tình với Trịnh Cung.

[2] Nguyễn Đắc Xuân, "Thư gởi hoạ sĩ Trịnh Cung về chuyện lừa người nổi tiếng vào chuyện tuyên truyền chính trị rẻ tiền". http://damau.org/archives/5372

"Sống chung", như một lời nguyền

Cơ hồ hai chữ "sống chung" không còn là nó nữa, như một động từ bình thường. Nó đã vượt qua chính nó rất nhiều để trở thành một nhân sinh quan, một văn hoá rồi bám riết chúng ta, ám ảnh chúng ta như một lời nguyền.

Chỉ cần đánh hai chữ ấy lên trang mạng *Google* rồi thêm vào chữ "với" chúng ta sẽ tìm thấy cả ngàn bài báo bắt đầu như thế để mở đầu cho những câu chuyện hay hiện thực ngang trái và bẽ bàng, cay đắng và bi phẫn hay, theo cách nói thời thượng nhất, là "đầy bức xúc". Môi trường bị ô nhiễm trầm trọng, kêu gào mãi mà vẫn thế, thôi thì "sống chung với ô nhiễm". Ra đường có bộ mặt rình mồi của viên cảnh sát giao thông, dắt con đến trường xin nhập học có đôi mắt cú vọ của những nhà giáo dục, đến các trụ sở nhà nước làm *ăn mày* thì có bộ mặt câng câng cửa quyền của các loại cán bộ hay thư lại, mỗi nơi mỗi kiểu nhưng kiểu nào cũng vậy, tất cả đều lăm lăm với một "cứu cánh" duy nhất là vòi tiền, vạch mặt mãi mà vẫn thế thì thôi đành vậy, xem như định mệnh đã an bài: "sống chung với tiêu cực". Cứ thế, bên cạnh những "khói / bụi / rác / tiếng ồn / ung thư / lũ chồng / thủy điện / dự án treo / quan liêu / tiêu cực / tham nhũng" của hầu như toàn xã hội khá là tuyệt vọng, khung cảnh còn khởi sắc thêm với "sống chung với tin đồn" khá là nhảm nhí của các kiểu nữ với đôi chân rõ dài cặp ngực rõ bự và những phán ngôn xanh rờn như cố chứng tỏ rằng bộ óc đi kèm cũng rõ dài và rõ bự tương ứng, khá là ồn ào và nhảm nhí.

Và bây giờ, sau thứ "sống chung với tin đồn" ồn ào nhảm nhí chúng ta còn có thêm "sống chung với kiểm duyệt", có phần ồn ào nhưng không nhảm nhí chút nào.[1]

Khi thái độ "sống chung với" đầy cam chịu đã thẩm thấu vào mọi ngóc ngách và cấp độ của đời sống vật chất hay tinh thần như thế thì nó không còn đơn giản và... hồn nhiên như một quyết định riêng lẻ nữa. Với một quyết định riêng lẻ thì đó là một thái độ sống riêng, một chọn lựa riêng, trong một hoàn cảnh riêng. Khi mà thái độ ấy lập đi lập lại ở hầu như mọi lĩnh vực thì nó đã là một nhân sinh quan. Khi mà nhân sinh quan ấy được cả cộng đồng đồng lòng chia sẻ thì nó đã là một... văn hoá.

Kể ra thì chuyện "sống chung với kiểm duyệt" mới gây ồn ào cũng chẳng mới mẻ gì. Trừ những ngoại lệ chói chang như Nhân Văn – Giai Phẩm thì cái sự "sống chung" này đã khởi sự đã lâu, đã có hơn nửa thế kỷ, đã dày vò hành hạ bao nhiêu thế hệ và đã -- một cách nhỏ giọt, rỉ ra rỉ rích -- kể đi kể lại nhiều lần.[2] Sự ồn ào mới đây có rộ lên thì, có lẽ, cũng chỉ rộ lên từ hiện tượng truyền nhiễm ngược khi

---

[1] Dương Tường, "Sống chung với kiểm duyệt", talawas 16.1.2009. Xemvà các bài liên quan trên talawas:
- "'Thơ đến từ đâu': Biên tập hay kiểm duyệt?", Thận Nhiên, 13.12.2009
- "Lý Đợi trả lời phỏng vấn của talawas: Thơ phải đến từ sự tự do mà chúng ta đang tìm kiếm" 10.12.2009
- "Quan điểm của tôi về việc xuất bản tác phẩm", 5.12.2009
- Thơ đến từ đâu", và một số câu hỏi dành cho anh Nguyễn Đức Tùng", Nguyễn Tôn Hiệt, 4.12.2009

[2] Nguyễn Hưng Quốc. "Chế độ kiểm duyệt sách báo tại Việt Nam", talawas 14.12.2009

nhân sinh quan "đành vậy" của những cây bút bất đắc chí bên trong hệ thống kiểm duyệt lây lan sang những cây bút tự nguyện từ bên ngoài hệ thống. Cũng chính vì sự ồn ào về hiện tượng truyền nhiễm ngược này mà, có lẽ, lần đầu tiên, nhân sinh quan cam chịu này mới được biện giải thành lời, như là một thứ tuyên ngôn:

> Vậy mà khi sách ra, vẫn có những sửa đổi, cắt bỏ sau thỏa thuận cuối cùng, thậm chí loại cả bài (trường hợp Lý Đợi). Đó thật là điều đáng tiếc. Có thể có nhiều lí do, nhưng suy cho cùng, nguyên nhân sâu xa vẫn là sự ngự trị của chế độ kiểm duyệt ngặt nghèo, áp lực của nó luôn đè nặng lên tất cả những người làm công tác biên tập. Đó là một thực tế, thực tế ở một nước mà tất cả các nhà xuất bản đều là của Nhà nước, thuộc quyền quản lí của Nhà nước, cái thực tế ấy ta phải tạm chấp nhận sống chung với nó như người dân ở một số vùng cao phải sống chung với lũ vậy.[1]

Hẳn nhiên, người dân vùng cao phải sống chung với "lũ" bởi "lũ" là phần số, là định mệnh của họ. Họ cất tiếng khóc chào đời ở đó, xương cốt tổ tiên của họ chôn vùi ở đó, cái nhau đã nuôi dưỡng họ ngày còn là bào thai trong bụng mẹ đã hoà nhập vào mạch đất đó: còn gắn bó với mạch đất đó thì họ còn phải chấp nhận sống chung với lũ. Như thế, nếu phải "sống chung với kiểm duyệt" như là phải "sống chung vơi lũ" thì tác giả, nhà thơ kiêm dịch giả Dương Tường, đã xem thứ mà ông ta phải "sống chung với" này như là một phần số, một định mệnh không thể nào thoát nổi. Khi phần số ấy dày vò người cầm bút từ năm này sang năm khác, dày vò suốt cả cuộc đời, không tài nào trút bỏ, không tài nào thoát nổi thì cũng có nghĩa là

---

[1] Dương Tường, bài đã dẫn

là nó đã đeo bám họ như một thứ lời nguyền. Vấn đề là, trên góc độ rộng lớn của cả một cộng đồng, những "lời nguyền" như thế đã tác động như thế nào đến nếp nghĩ, đến cách ứng xử của con người.

Như thế thì chúng ta phải ngược trở lại với lời nguyền đầu tiên. Cái lời nguyền nguyên thủy đã được nhà thơ kiêm dịch giả nêu ra như một thứ đòn kê, một thân tằm gánh chịu trăm dâu, lời nguyền đã làm nên truyền thuyết Sơn Tinh - Thuỷ Tinh.

Đầu tiên là đám cưới hụt của Thuỷ Tinh. Vì đi trễ, chậm chân hơn nên con gái của vua Hùng thứ 18 về tay thần núi Sơn Tinh, vị thủy thần này đã đùng đùng nổi giận và đều đều dâng nước mỗi năm để trả thù, cái mối thù dữ dội của kẻ đã chấp nhận luật chơi nhưng trơ trên đòi làm lại luật chơi ngay sau khi thua cuộc. Như thế thì ông thần nước này là một ông thần xấu tính. Ông thần này xấu vì tổ tiên chúng ta lúc ấy còn ở trên núi, còn nương tựa vào thần núi và hậu quả là kẻ ở trận tuyến bên kia phải không được tốt, phải là một kẻ xấu chơi. Nhưng càng ngày, trong tiến trình phát triển, càng rời bỏ vùng núi chật hẹp để di dân xuống đồng bằng rộng lớn và phải càng cam chịu "sống chung với lũ" nhiều hơn, tổ tiên chúng ta càng phải học cách "chơi" với các loại thuỷ thần nhiều hơn. Cứ thế, cho đến khi thành Cổ Loa dựng lên ở châu thổ sông Hồng, thần rùa Kim Quy đã đường đường thay thế vai trò của thần núi Sơn Tinh bằng cách ra tay giúp đỡ An Dương Vương xây thành và chế tạo vũ khí.

Như thế, chỉ riêng việc "sống chung với lũ" thôi thì ở hai môi trường khác nhau tổ tiên chúng ta đã hình thành nên hai thứ thế giới quan khác nhau. Còn ở trên núi cao, còn tựa vào núi để chống chọi với lũ lụt, thần núi là thứ thần "của ta" trong khi thần nước bị xem là đối thủ. Nhưng khi dời xuống đồng bằng thì những ông thần đến từ sóng nước đã trở thành đồng minh và thậm chí là một thứ đồng minh cơ mật và trọng yếu vào hàng bậc nhất qua hai lần trao vũ khí. Hết nỏ thần cho An Dương Vương thì đến gươm báu cho Lê Lợi và thủy thần đã từ vị trí đối thủ chuyển mình thành một đồng minh thiết yếu trong các cuộc đấu tranh chống lại âm mưu thôn tính của láng giềng phương Bắc.

Mà láng giềng này cũng là một thứ lời nguyền. Nếu lãnh tụ Porfiario Diáz của Mexico một thời từng than thở là *"Poor Mexico, so far from God, so close to The United States"* thì, cơ hồ, người Việt Nam nào cũng có thể thốt lên một câu tương tự cho tổ quốc của mình.[1] Nếu "Trời" được xem là biểu tượng của công lý tự nhiên trong tín ngưỡng dân gian thì Trời ở đâu đó xa quá, trong khi đó thì gã láng giềng phương Bắc ấy xấu chơi lại ở gần chúng ta quá.

Nghĩa là bên cạnh việc "sống chung với" những "ô nhiễm / tiêu cực / kiểm duyệt" thì chúng ta còn phải "sống chung với phương Bắc". Và nếu thế hệ hiện tại phải "sống chung với kiểm duyệt" trong từng chữ viết thì, trong cuộc "sống chung" với láng giềng này, họ cũng phải chấp nhận thêm một tầng kiểm duyệt. Hai năm trước, khi những người Việt yêu nước thể hiện cách "sống chung" của mình bằng các vụ biểu tình liên đến chủ quyền biển đảo, hệ thống toàn trị chẳng đã "kiểm duyệt" họ một cách thô bạo qua những biện pháp trấn áp thô bạo là gì?

Họ bị trấn áp thô bạo bởi đó không phải là cách "sống chung" mẫu mực mà hệ thống chín trị đó mong muốn.

---

[1] José de la Cruz Porfirio Díaz Mori (1830 –, 1915), tổng thống Mexico từ 1876 đến 1880 và 1884 đến 1911. Sau chết trong cảnh lưu vong tại Pháp.

Tháng Giêng năm 2005, khi tàu vũ trang phương Bắc tàn sát và bắt cóc các ngư dân Việt Nam ngay trên vùng biển Việt Nam, các nhà toàn trị ấy đã "sống chung" bằng cách bịt tai bịt mắt, không nhắc nhở gì đến sự kiện đẫm máu này. Thậm chí, ngay trong thời gian ấy, và ngay tại thủ đô, họ đã thể hiện cách "sống chung" mẫu mực của mình bằng cách "vui mừng" dự tiệc do chính phương Bắc chiêu đãi, "vui mừng" khẳng định tình hữu nghị với phương Bắc ngay trong bữa tiệc.[1] Bây giờ, đầu tháng Chạp năm 2009,

---

[1] Ngày 8.1.2005 tàu vũ trang Trung Quốc bắn chết 9 ngư dân và bắt sống 8 ngư dân tại vùng biển ngoài khơi Thanh Hoá.

Mãi đến ngày 13.01.2005, nguyên phát ngôn viên Ngoại giao Lê Dũng mới lên tiếng: "Việt Nam đã yêu cầu phía Trung Quốc có các biện pháp tích cực nhằm ngăn chặn và chấm dứt ngay những hành động sai trái trên, cho điều tra và xử lý nghiêm những kẻ bắn chết người."

Ngày 14.1.2005, báo Thanh Niên ở Sài Gòn mới "mạnh dạn" đưa tin: ngư dân Trung Quốc tấn công. Suốt giai đoạn này những tờ báo "chính thống" Nhân Dân, Quân Đội Nhân Dân hoàn toàn dửng dưng.

Theo Thông tấn xã Việt Nam thì tối 14.1.2005 Đại sứ Trung Quốc Tề Kiến Quốc tổ chức tiệc chiêu đãi mừng kỷ niệm lần thứ 55 ngày thiết lập quan hệ ngoại giao giữa Việt Nam và Trung Quốc (18.1.1950.18.1.2005). Nguyên Ngoại trưởng Nguyễn Dy Niên và phó chủ tịch quốc hội Trương Quang Được đến dự.

Theo Bộ Ngoại giao thì tại đây Niên đã "bày tỏ vui mừng dự kỷ niệm trọng thể" và "khẳng định trước sau như một, Việt Nam coi trọng quan hệ với Trung Quốc; Đảng, Nhà nước và nhân dân Việt Nam sẽ làm hết sức mình vun đắp quan hệ hữu nghị truyền thống và hợp tác toàn diện với Đảng, Nhà nước và nhân dân Trung Quốc anh em theo phương châm "16 chữ" và tinh thần "bốn tốt" mà lãnh đạo cấp cao hai Đảng, hai nước đã xác định, nhằm xây dựng mối quan hệ hữu nghị truyền thống, hợp tác toàn diện, tin cậy lẫn nhau giữa nhân dân hai nước Việt Nam - Trung Quốc ngày càng bền vững và đơm hoa, kết trái."

Ngày 15.1.2005 Bộ ngoại giao Trung Quốc tổ chức họp báo và cho biết lực lượng tuần duyên của mình đã bắn chết "vài kẻ cướp có vũ khí và bắt sống tám kẻ khác" vì những người này định cướp thuyền đánh cá của người Trung Quốc.

Ngày 15.01.2005, website của báo Nhân Dân chạy hàng tít lớn: " Mở rộng quan hệ hợp tác Quốc hội Việt Nam.Trung Quốc", đưa tin phái đoàn quốc hội Trung Quốc sang Việt Nam dự hội nghị Diễn Đàn Nghị Viện Á Châu. Thái

những nhà toàn trị ấy lại tiếp tục "sống chung" bằng cách giả đui và giả điếc như thế. Không mảy may đề cập gì đến việc hải quân Trung Quốc cướp tàu đánh cá của ngư dân Quảng Ngãi đã đành, những cái loa chính thống nhất của hệ thống đã không ngượng miệng nói đến lòng "nhân đạo" của một nhà ngoại giao Trung Quốc, trị giá chưa bằng một phần mười tài sản đã bị cướp.[1]

Bình Dương lần thứ 13 (APFF.13). Trong buổi tiếp đoàn, do Phó Chủ tịch Cố Tú Liên dẫn đầu, nguyên Chủ tịch Quốc hội Nguyễn Văn An đã bày tỏ "mong muốn mở rộng hơn nữa quan hệ hợp tác giữa cơ quan lập pháp Việt Nam và Trung Quốc" và "góp phần làm phong phú thêm mối quan hệ láng giềng hữu nghị, hợp tác toàn diện và tăng cường thêm sự tin cậy lẫn nhau giữa hai nước."

Xem các trang web:

http://www.mofa.gov.vn/vi/cn_vakv/ca_tbd/nr040818094447/ns05011713245
8?b_start:int=0

http://www.greenspun.com/bboard/q-and-a-fetch-msg.tcl?msg_id=00Ckd1

http://www.bbc.co.uk/vietnamese/forum/story/2005/01/050113_chinavietfishi
ng.shtml

http://www.bbc.co.uk/vietnamese/regionalnews/story/2005/01/050113_chinav
ietfishemen.shtml

[1] Trong hai ngày 7 và 8.12..2009 hải quân Trung Quốc bắt ba tàu của ngư dân Việt Nam, vào Hoàng Sa, dàn cảnh quay phim mang thuốc nổ và sau đó tịch thu hai tàu mới, dồn tổng cộng 43 ngư dân lên tàu cũ cho về.

Ngày 13.12.2009 một số tờ báo tại Việt Nam đưa tin về hành động cướp bóc của Trung Quốc với ngư dân Việt Nam thì báo Nhân Dân và Công An Nhân Dân lại im đi. Thay vào đó là tình hữu nghị và tình hữu nghị và thương Việt – Trung.

Thí dụ trên báo Bộ Công An là hai bản tin:

1/ "Việt Nam – Trung Quốc: Thúc đẩy hợp tác ứng phó với cuộc khủng hoảng tài chính toàn cầu".

2/ "Trung Quốc hỗ trợ đồng bào vùng lũ tỉnh Quảng Trị 10.000 USD".

Bản tin thứ nhất liên quan đến cuộc hội thảo ở Hạ Môn. Đoàn đại biểu Đảng Cộng sản Việt Nam do Tô Huy Rứa dẫn đầu, đến để "Trao đổi kinh nghiệm bảo vệ xã hội chủ nghĩa.

Báo Công An Nhân Dân ngày 13/12/09, xem:

http://www.cand.com.vn/vi-vn/thoisu/2009/12/123737.cand

Như thế có nghĩa là, cho dù có xấu chơi cách mấy đi nữa thì, với hệ thống toàn trị, những láng giềng phương Bắc phải được xem như là những đồng minh dễ chơi và thân thiện. Nếu phải tiếp tục "sống chung với kiểm duyệt" ươn hèn này thì liệu, trong mai hậu, thế giới quan của chúng ta, những nhận thức của chúng ta về đất nước, về dân tộc, về hiện thực, về công lý sẽ bị méo mó như thế nào nữa?

Theo nguyên lý tiến hoá "Survival of the fittest" thì những thế hệ sống sót trong mai hậu phải là thế hệ thích nghi với mấy thứ mà họ phải "sống với" ấy nhất. Mà để thích nghi với kiểu "sống với" ấy thì họ phải biết đui và biết điếc để, từ những hành động tàn bạo với đồng bào của mình, có thể nhìn ra được "tình hữu nghị" hay "lòng nhân đạo" của thủ phạm hay đồng phạm đã gây nên tội ác đó.

Tương tự, nếu phải tiếp tục "sống chung với khói / bụi / mùi thối / tiếng ồn / tiêu cực / tham nhũng" thì, trong mai hậu, nhân cách và thể trạng của thế hệ tương lai cũng phải biến dạng để thích nghi với đời sống ấy nhất. Hẳn nhiên, kẻ thích nghi với bộ máy tham nhũng và quan liêu nhất phải là những kẻ giỏi luồn lọt nhất, nghĩa là dễ dàng bán rẻ nhân phẩm nhất. Và, hẳn nhiên, những kẻ thích nghi với tình trạng ô nhiễm và độc hại nhất phải là những kẻ có đặc điểm thể chất gần gũi với các loài sinh vật quen sống trong môi trường xú uế như sâu bọ, giun dế nhất: từ làn da đến lỗ mũi, lỗ tai, buồng phổi, con mắt và quả tim, tất cả phải biến dạng để thích nghi. [1]

---

[1] Xem:
http://vietbao.vn/The-gioi/Trung-Quoc-379-no-le-lo-gach-duoc-cuu-thoat/20706681/159/

Nghĩa là một sự thoái hoá để con người Việt Nam thụt lùi, trở nên gần với giống thú hay, thậm chí, tệ hơn là sâu bọ hay dòi bọ.

Trong bài viết xem như là tuyên ngôn của những cây bút chấp nhận "sống chung với kiểm duyệt", nhà thơ kiêm dịch giả Dương Tường kêu gọi:

> "Bình tĩnh và khách quan nhìn lại, tình hình bây giờ đã khác xa thời chúng tôi. Tin tôi đi, thế hệ chúng tôi đã sống những ngày tăm tối hơn nhiều, quay trái quay phải đều đụng tabou!"

Nhưng đời sống không chỉ có chuyện "kiểm duyệt văn chương" và nỗ lực đăng cho được dăm ba một bài thơ, xuất bản cho được dăm ba tập thơ, tập truyện hay cuốn tiểu thuyết. Chúng ta phải đặt cách ứng xử "sống chung với" trên một bình diện rộng hơn, như là "nhân sinh quan" của một dân tộc đang trên đà thoái hoá. Thứ nhân sinh quan cam chịu cái xấu và cái ác, cho phép cái xấu và cái ác tồn tại, cố gắng cách thích nghi với cái xấu xấu và cái ác để rồi trở thành một phần của nó hay là đồng minh của nó.

Và chúng ta không thể chỉ nhìn lại rồi so sánh chỉ để được... yên tâm. Sự phát triển và sinh tồn của một dân tộc phải được đánh giá trên cái nhìn đồng đại chứ không phải là lịch đại và do đó chúng ta phải nhìn ra ngoài, nhìn sang láng giềng và nghĩ tới tương lai.

Mà, cứ nghĩ đến tương lai thì khó mà giữ được bình tĩnh. Cứ tiếp tục cái nhân sinh quan hay văn hoá "sống chung với" này thì, một ngày nào đó, có lẽ khuôn mặt của chúng ta cũng ngơ ngơ ngác ngác y hệt những nô lệ trong các lò gạch lậu Trung Quốc ngơ ngác trước ánh mặt trời, những người Trung Quốc bị chính đồng bào của mình dí vào kiếp sống tối tăm, tối tăm đến nỗi khi được giải thoát vào tháng Sáu năm 2007 họ đã mang những hình thể hao hao như loài khỉ và, về tâm trí, có kẻ thậm chí không nhớ nổi mình là ai.

Và cũng như họ, rồi thế hệ sống sót trong mai hậu sẽ không nhớ nổi mình là ai, như những nhà toàn trị hôm nay không cần biết mình là ai, không cần biết hiện thực là gì, đơn giản xem kẻ hiếp đáp đồng bào mình là kẻ "lạ" và đơn giản nhìn láng giềng của mình qua khẩu hiệu nhàm tai "hữu nghị 16 chữ vàng".

Cứ tiếp tục cái triết lý "sống chung" này mãi thì, e là, một ngày nào đó chúng ta sẽ trở thành một thứ sâu ruồi hay dòi bọ của nhân loại…

19.12.2009

Cầm quyền và cầm tri thức

Đã có "nhà cầm quyền" rồi thì có lẽ chúng ta cũng nên tạo thêm cách gọi tương đương thay cho "trí thức", danh từ vẫn thường gây tranh cãi. Nhà "cầm quyền" là kẻ nắm giữ quyền lực còn họ thì, như những cái túi tri thức, là giới "cầm tri thức".

Đây không đơn thuần là trò chơi chữ. Lần quần mãi với những bắt bẻ lắt nhắt theo tự vị Tây – Tàu trong cuộc tranh luận bất tận quanh đề tài "trí thức" thì chúng ta nên nghĩ đến một cách tiếp cận khác hơn để may ra loại bỏ xác suất gây nhiễu xạ, lạc đề. Thay vì bơm vào cái "túi" ấy những ưu tư rồi nhét vào đó những nghĩa vụ cao cả theo đòi hỏi khắt khe của danh từ "trí thức" đỏng đảnh, thì tại sao chúng ta không thể, ngay từ đầu, giản dị hoá vấn đề bằng cách xem đó như là kẻ "cầm tri thức"? Nếu "nhà cầm quyền" là một khái niệm trung tính, thì lớp người này cũng nên là như thế. Khoan nói đến những tiêu chí khó khăn như sự "lương thiện / dũng cảm / trách nhiệm " của "người trí thức" v.v..., họ cần phải bình thường trước đã, không xấu không tốt trước đã, chuyện phong thần hãy để hạ hồi.

Để đi đến chỗ hạ hồi thì phải trải qua những va chạm cọ xát, và cách tiếp cận này không chỉ là một biện pháp tu từ mà còn là một ý hướng phương pháp luận. Với một điểm xuất phát bình đẳng như thế, với hai quân bài "tri thức" và "quyền lực" như thế, chúng ta có thể xem va chạm ấy như là một canh bạc. Và với những canh bạc như thế, chúng ta có thể nhận ra tư cách của từng tay chơi qua từng cách cọ xát một khi họ đã theo đuổi ván bài.

Nhưng đó không hẳn là hai quân bạc rạch ròi. Giữa hai thứ đã có sự lẫn lộn mà ngay trong một thứ thôi cũng có thể có sự nhập nhằng. "Tri thức" có khi cũng bị sử dụng như một thứ "quyền lực" mà "quyền lực" cũng có khi nhập nhằng đóng vai "tri thức". Hãy tưởng tượng khung cảnh của xã hội tiền sử khi những vị pháp sư đầu tiên, bằng trí tưởng tượng của mình, giải thích những hiện tượng thiên nhiên như sấm sét, giông bão. Khi những thành viên cộng đồng răm rắp tuân phục mạng lệnh của họ để tìm kiếm sự yên thân giữa một thiên nhiên đầy đe doạ thì những "tri thức" ấy đã là hiện thân của quyền lực. Hãy nhớ lại giọng điệu của ông Nguyễn Tấn Dũng trong cuộc họp báo đầu năm 2009 khi viện dẫn quyền lực toàn trị để ấn định một "tri thức" mới về khai khoáng học và môi trường học. Giới cầm tri thức lên tiếng về những thiệt hại môi sinh của dự án bauxite Tây Nguyên ư? Ông tể tướng Việt Nam đầu thế kỷ 21 khẳng định rằng "khoa học kỹ thuật" có thể chế ngự các tác hại ấy, thứ "khoa học" được minh định với nào là "chủ trương lớn của Đảng và Nhà nước", nào là "nghị quyết đại hội", nào là "Đảng và Bộ Chính trị đã ba lần nghe, kết luận".[1]

---

[1] *Tuổi Trẻ*, 5.2.2009, Võ Văn Thành phỏng vấn.
Hỏi: Thưa Thủ tướng, vừa qua đại tướng Võ Nguyên Giáp có một bức thư gửi Thủ tướng về vấn đề khai thác bôxit ở Tây nguyên. Xin hỏi Thủ tướng đã nhận được bức thư này?
Đáp: "Thư của đồng chí Võ Nguyên Giáp tôi đã nhận được. Khai thác bôxit Tây nguyên là một chủ trương lớn của Đảng và Nhà nước, đã được nu trong nghị quyết đại hội X của Đảng và Bộ Chín trị đã ba lần nghe, kết luận về phát triển bôxit Tây nguyên. Chính phủ đã phê duyệt một quy hoạch về bôxit Tây nguyên với tinh thần là phát triển hiệu quả, bền vững. Có ý kiến cho rằng khai thác bôxit Tây nguyên sẽ có vấn đề môi trường. Nội lực, tiềm năng đất nước

Từ ông thầy mo thời cổ đại đến ông tể tướng thời hậu hiện đại là cả một chặng đường dài, thế nhưng cả hai lại nhất quán với nhau ở trò chơi ngụy tín.[1] "Tri thức" của cả hai đều là tri thức dỏm. Cả hai đều ngay ngáy che đậy hay hùng hổ đe nẹt để cộng đồng chấp nhận món hàng giả của mình như là hàng thật và chuyện có khác chăng cũng chỉ khác ở mức độ kỹ thuật. Khi những kẻ tinh ranh nhất ngồi lại với nhau, cùng toa rập với nhau rằng cái gì đó là đúng thì, giữa một đám đông mông muội, cái điều toa rập kia sẽ trở thành... "tri thức". Khi cái thời mông muội không còn nữa thì trò toa rập ấy sẽ phát triển thành một hệ thống vĩ mô với những lớp lang giáo huấn và kỷ luật dày đặc nhằm uốn nắn "tri thức" theo những mục tiêu quyền lực duy ý chí. Như thế thì không chỉ là ông thầy mo và ông tể tướng mà là suốt cả cái chặng đường ở giữa, bởi sự tồn tại của hệ

---

trước hết là con người, thứ hai là đất đai. Hiện nay chúng ta đất chật người đông.

Còn khoáng sản không phải là vô tận, trong đó có dầu thô, thép, đồng, kẽm, đá ôi để sản xuất ximăng... Có những loại khoáng sản khai thác một số năm nữa sẽ không còn. Bây giờ chúng ta đã tìm được là bôxit, theo tài liệu của Liên Xô để lại trước đây có 8 ti tấn, thuộc loại trữ lượng có cỡ của thế giới... Đương nhiên khai thác phải hiệu quả, có tính tới vấn đề môi trường.

Các đồng chí tin rằng trong điều kiện khoa học kỹ thuật hiện nay, cùng với những nhận biết của Chính phủ thì hoàn toàn có thể thực hiện đúng nghị quyết của Đảng là khai thác hiệu quả, làm ra bôxit, làm ra nhôm nhưng vẫn bảo đảm được môi trường, bảo đảm sự phát triển bền vững, bảo đảm an ninh chính trị của đất nước. Ít hôm nữa sẽ có hội thảo do Phó thủ tướng Hoàng Trung Hải chủ trì, trình bày với tất cả các nhà khoa học, các nhà báo quan tâm đến vấn đề bôxit Tây nguyên qua những vấn đề đặt ra, phương án khai thác thế nào, công nghệ thế nào để tạo sự đồng thuận."

[1] Nhiều người Việt vẫn cảm thấy xa lạ, thậm chí dổ kỵ với từ "hậu hiện đại". Từ lâu, giới nghiên cứu vẫn xem rằng chúng ta đang sống trong kỷ nguyên hậu hiện đại: kỷ nguyên hiện đại bắt đầu từ việc đập phá ngục Bastille vào năm 1787 và chấm dứt với việc đập phá bức tường ngăn đôi Berlin vào năm 1989.

thống chính trị hay thần quyền nào cũng ít nhiều dựa trên một hệ tri thức riêng, đóng khung trong những nguy tín riêng, áp đặt như là chân lý. Mặt trời quay chung quanh trái đất. Tông tộc vĩ nghiệp Aryan là thượng đẳng. Chủ nghĩa đế quốc là đêm trước của cách mạng vô sản. Đồng chí Stalin và đồng chí Mao Trạch Đông không bao giờ sai hay, thậm chí, trong cái giai đoạn mệnh danh "một thời ấu trĩ", "trăng Trung Quốc phải tròn hơn trăng nước Mỹ".[1]

Vượt qua những nguy tín như thế có nghĩa là gây hấn với hệ thống. Và như thế thì, dù là kẻ cầm tri thức hay kẻ cầm quyền, sự gây hấn này đều nói lên "nhân cách trí thức" của họ.

Nhưng nhân cách ấy, nhìn trong canh bạc, lại là phong cách lật bài. Mà để hiểu cách lật này thì phải xác định uy lực của từng thứ quân bài. Như là hai kiểu lá bài, có khác nhau đến mấy đi nữa thì "tri thức" hay "quyền lực" cũng đều ngụ ý một hình thức thẩm quyền. Thẩm quyền của nhà cai trị là thứ quyền lực duy ý chí dựa trên khả năng kiểm soát cái chìa khoá kho súng và chìa khoá tài nguyên. Thẩm

---

[1] Việt Phương (sinh năm 1928) là một nhà thơ Việt Nam thời kỳ chiến tranh, nổi tiếng với tập thơ "Cửa mở". Sáng tác hai mươi năm trước thời mở cửa, những câu như
Cuộc Đời Như Vợ Của Ta Ơi

Năm xưa ta nói rất nhiều "cực kỳ" và "hết sức"
Tội nghiệp nhất là ta nói chân thành rất mực
Chưa biết rằng "trời" còn xanh hơn "trời xanh"
Ta thiếu sự trầm lắng đúc nên bởi nhiệt tình.
Ta cứ nghĩ đồng chí rồi thì không ai xấu nữa
Trong hàng ngũ ta chỉ có chỗ của yêu thương
Đã chọn đường đi, chẳng ai dừng ở giữa
Mạc Tư Khoa còn hơn cả thiên đường.
Ta nhất quyết đồng hồ Liên Xô tốt hơn đồng hồ Thụy Sĩ
Mường tượng rằng trăng Trung Quốc tròn hơn trăng nước Mỹ…

quyền của tri thức là tính không thể thay thế và không thể
bóp méo của những sự thật hay quy luật khách quan. Bằng
quyền lực bao trùm của mình, nhà cầm quyền "ra giá" cho
sự tuân phục của giới cầm tri thức. Bằng thẩm quyền
"không thể thay thế" của mình, giới cầm tri thức "làm giá"
với kẻ cầm quyền. Làm giá và ra giá, hai bên có thể cò kè
mặc cả với nhau, thông đồng thoả hiệp với nhau, hay xả
láng sát phạt nhau, một xanh cỏ hai đỏ ngực. Khi canh bạc
có thể yên ả hay thăng trầm nóng lạnh với sự thông đồng
hay chạy đua giữa hai thứ thẩm quyền như thế thì cũng có
nghĩa là nó đã ít nhiều thể hiện những nguyên tắc của lý
thuyết về sự cạnh tranh mà John Forbes Nash đã diễn tả
như là một trò chơi.

Trong *Game Theory*, thiên tài toán học từng đoạt giải
Nobel Kinh Tế 1994 này cho rằng cuộc chơi nào cũng
vậy, tay chơi nào cũng tìm ra một cách chơi để thắng và
khi tất cả cùng chơi với một ý đồ thì họ sẽ ngẫu nhiên tạo
nên một thế cân bằng: vạn nhất, nếu một tay chơi thay đổi
cách chơi để phá vỡ cân bằng đã đạt thì hắn ta không chỉ
gây tổn hại cho người khác mà còn tự rước thiệt hại về
mình. Sự cân bằng gọi là Nash Equilibrium này, hình dung
đơn giản theo một thí dụ trong giáo trình Microecomics
dành cho sinh viên kinh tế năm thứ nhất, là câu chuyện
"cạnh tranh" giữa hai ông chủ cây xăng đối diện nhau.
Chia đều một số khách như nhau, với giá bán ngang nhau,
cả hai cùng chia đều một số lợi tức như nhau. Nếu một bên
hạ giá để giật khách thì bên kia cũng sẽ có hành động
tương tự để giữ lấy khách và cái trò phá bĩnh này sẽ leo
thang mãi cho đến khi giá cả bị hạ tới mức không thể hạ
thêm. Đã cùng đường cạnh tranh mà lượng khách chỉ chia
đều có thể trong khi hai phía đều è cổ bỏ công làm lời thì
rõ ràng là hai bên đã cùng bị thiệt hại như nhau, bởi vì một
bên dại dột phá vỡ cân bằng.

Kinh tế học là khoa học xây dựng trên tiền đề về lòng tham của con người. Kinh tế học cho rằng hành vi nào của chúng ta cũng bị chi phối bởi cái phương châm tối đa hoá lợi nhuận và tối thiểu hoá thiệt hại. Chăm chăm với lợi nhuận ngụ ý lòng tham. Ngay ngáy với thiệt hại ngụ ý nỗi sợ. Tham lam quyền lực luôn ngụ ý sự sợ hãi cho một viễn tượng mất hết quyền lực nên, càng tham càng sợ, nhà cầm quyền càng nghiệt ngã và bần tiện trong việc vận dụng cái chìa khoá kho súng và chìa khoá kho tài nguyên. Sợ và tham trước những thứ đe doạ và cám dỗ ấy, kẻ cầm tri thức có thể nhượng bộ để bóp méo hay thay thế những thứ không thể làm thế theo đòi hỏi duy ý chí của nhà cai trị. Cân bằng Nash có đạt được trong cuộc cạnh tranh giữa hai thứ thẩm quyền, cũng đạt từ thúc đẩy của hai thứ tham - sợ này.

Nhưng đời sống không đơn thuần là một mô hình kinh tế học và cuộc đời của mỗi con người không đơn giản là chuỗi dài những quyết định lời lãi. Nhân loại chẳng đã tiến những bước dài một cách hoàn toàn phi... kinh tế hay sao? Mà, riêng trong lĩnh vực của mình thôi, kinh tế học đã bao giờ quán xuyến trọn vẹn một chặng đường ngăn ngắn? Cuộc đại khủng hoảng mang tên Great Depression 1930 đã làm thế hệ thời ấy nghi ngờ "bàn tay vô hình" của Adam Smith và hướng đến "bàn tay can thiệp" của John Maynard Keynes. Bốn thập niên sau, cuộc suy thoái của thập niên 1970 đã đẩy Keynes vào tình trạng bị bỏ rơi để ý tưởng của Smith tái sinh và, cộng với những biến tấu màu mè khác, trở thành trường phái "tân cổ điển". Cuộc suy thoái tài chính toàn cầu bộc phát gần hai năm trước lại khiến phái tân cổ điển bị lôi ra nguyền rủa để mở ra một chu kỳ mới cho chủ trương... tân can thiệp. Kinh tế học là thế, chưa bao giờ ra môn ra khoai. Kinh tế học thường gây ở chúng ta cái cảm tưởng bất an về chu trình lòng vòng lui tới chừng ấy chuyện và, theo thời gian, nẩy thêm vài biến tấu hoa sói hoa hoè. Kinh tế học cho rằng chúng ta nên thủ thân, giữ chặt con chim trong tay và chớ có dại dột thả mồi bắt bóng, viển vông với hai con chim trên bụi cây. Nhưng rõ ràng là nhân loại đã tiến những bước thực dài với những nhân vật khác người, những người khổng lồ có thể thoải mái thả mồi bắt bóng để theo đuổi những thứ còn lơ lửng trên trời. Từ nghiên cứu khoa học cho đến sáng tạo nghệ thuật, thường, những kẻ cống hiến nhiều nhất, đưa ra những bước tiến mang tính đột phá nhất, lại là những kẻ "viển vông" nhất, những kẻ không chút tiếc nuối với những thứ ổn định trong tay để theo đuổi những giấc mơ thật lớn, thật cao vời.

Một dân tộc lớn là một dân tộc luôn hướng tới những dự án lớn và do đó rất cần đến sự dẫn đường của giới cầm tri thức có giấc mơ lớn. Nhà cai trị cũng có những giấc mơ lớn nhưng, như những kẻ dễ bị quyền lực làm sa đoạ nhất, lại là những kẻ dễ mắc bệnh vĩ cuồng nhất và do đó tính cần thiết của giới cầm tri thức không chỉ quan trọng ở vai trò dẫn đường mà còn quan trọng trong vai trò phá bĩnh để ngăn, không cho cộng đồng bị lôi kéo vào những cơn điên duy ý chí. Nói theo *Game Theory* thì một dân tộc không thể lớn khi giới cầm tri thức ngay ngáy gìn giữ "cân bằng" với giới cầm quyền, thứ "cân bằng" hình thành theo nguyên lý tối đa hoá lợi nhuận và tối thiểu hoá thiệt hại nên, do đó, luôn nghiêng về vị trí của kẻ đang nắm chìa khoá của kho súng trong tay và kho tài nguyên trong túi.

Trở lại với giới cầm tri thức Việt Nam, có tiếng là phò chính thống. Não trạng phò chính thống, thực chất, là não trạng ăn chắc mặc bền của một nước thiếu ăn lại hay loạn lạc. Ăn chắc mặc bền, họ đố kỵ sự phiêu lưu, đố kỵ sự gây hấn và khư khư ôm chặt những gì đang có. Với một não trạng như thế, giới cầm tri thức Việt Nam đã tiếp nối cái truyền thống tự điều chỉnh mình để tồn tại trong mối quan hệ cộng sinh với giới cầm quyền để gìn giữ những con chim đang nằm trong tay. Và chính cái truyền thống này đã làm dân tộc liên miên thiếu kẻ dẫn đường và tiếp tục nhỏ nhỏ như một dân tộc chậm tiến và lạc hậu.

Lạc hậu như... "dân tộc Việt Nam" của ông Hoàng Xuân Nhị, cái dân tộc chỉ "bắt đầu hình thành vào năm 1930 khi đảng cộng sản ra đời".[1] Hoàng Xuân Nhị được hệ thống

---

[1] Đào Duy Anh (2002), *Nhớ nghĩ chiều hôm*, NXB Văn Nghệ TPHCM, tr. 150.

"Trong Tập san Đại học sư phạm số 5 thì ông Hoàng Xuân Nhị lại cho rằng mãi đến năm 1930 với sự thành lập của Đảng cộng sản Đông Dương 'lần đầu tiên trong lịch sử Việt Nam, trải qua mấy nghìn năm, dân tộc Việt Nam bắt đầu hình thành'".

Đào Duy Anh không nói rõ năm tháng phát hành, tuy nhiên suy diễn theo các thông tin trong bài thì tập san này phát hành vào đầu năm 1956.

Năm 1913 Stalin viết cuốn sách mà bản dịch Anh ngữ là *Marxism and the national question*, các tài liệu tiếng Việt dịch tên cuốn sách này là "Chủ nghĩa Mác và vấn đề dân tộc".

Tiếng Nga "Нация" (natia), trong tiếng Anh, Pháp và Đức cũng là "nation", nếu dịch sang tiếng Việt là có thể dịch là "quốc gia" và "dân tộc", tuy nhiên đây là hai khái niệm khác nhau.

Khái niệm "dân tộc" thì đã có từ lâu, còn khái niệm "quốc gia" – như là sản phẩm của cuộc cánh mạng kỹ nghệ và dân quyền tại Âu châu -- chỉ đến với Việt Nam từ cuối thế kỷ 19 – đầu thế kỷ 20.

Theo Đào Duy Anh thì Stalin đã đưa ra nhiều cách giải thích mù mờ nên khiến nhiều người lẫn lộn.

Đầu tiên Stalin cho rằng "nation" là cộng đồng hình thành sau khi chấm dứt đời sống bộ lạc.

Thế nhưng trong phần chính, khi nói về lịch sử các nước Âu châu, Stalin cho rằng để gọi là "nation" thì phải hội đủ 4 yếu tố chung: kinh tế, ngôn ngữ, lãnh thổ, tâm lý, trong đó yếu tố kinh tế được xem quan trọng nhất.

Thấy được điểm sai này nên năm 1929 Stalin cho xuất bản cuốn *The National Question and Lenism* để giải thích tiếp, cho rằng có nhiều loại "nation" trên thế giới, và loại "nation" đã nhắc trong cuốn sách năm 1912 là nói về các "nation tư sản".

Theo Đào Duy Anh thì ông Hoàng Xuân Nhị lại "tiếp tục hiểu sai ý của Stalin". Sau khi tham khảo *Đại bách khoa toàn thư Xô viết*, ông khẳng định

toàn trị xưng tụng là "nhà văn hoá lớn" và thậm chí còn trang trọng tên phố, tên trường nhưng, thực chất, cũng chỉ là một cái túi chứa chữ và, tệ hơn, còn chứa khá nhiều thứ chữ chưa tiêu.[1] Bằng mấy chữ chưa tiêu hoá hết của Vladimir Ilyich Lenin hay Joseph Stalin, vốn dĩ đã hồ đồ, "nhà văn hoá lớn" chỉ có thể ngớ ngẩn hoá những nguy tín hồ đồ của mấy lãnh tụ duy ý chí. Vấn đề là, dù ngớ ngẩn đến mấy đi nữa thì, như một nhà cầm tri thức phò chính thống, ông ta tỏ ra cực kỳ được việc. Ông thay mặt nền học thuật toàn trị trong cuộc chiến chống lại "bọn phản động Nhân Văn – Giai Phẩm".[2] Cả cuộc đời "học thuật"

"Theo sự nghiên cứu của khoa học viện Liên Xô... thì trên thế giới chỉ có hai loại dân tộc thôi" (dân tộc tư sản và dân tộc xã hội chủ nghĩa). Đào Duy Anh, sđd tr.154 - 155.

[1] Hoàng Xuân Nhị (1914 – 1990), Quê Đức Thọ, Hà Tĩnh, du học Pháp vào năm 1935 và đậu cử nhân và thạc sĩ triết học. Năm 1946 về nước kháng chiến, sau 1954 dạy tại Đại học Sư phạm Hà Nội rồi chuyển về Đại học Tổng hợp Hà Nội, chức vụ cuối cùng là Chủ nhiệm khoa Ngữ văn, Đại học Tổng hợp Hà Nội.Tên Hoàng Xuân Nhị được đặt cho một con đường ở Tân Phú (Sài Gòn) và một trường học tại Cà Mau.

[2] Ngày 16 và 17.10.1956 Hoàng Xuân Nhị đăng bài "Chủ nghĩa nhân văn của chúng ta" trên báo *Nhân Dân*, nội dung chứng minh "văn nghệ phải có đảng tính và văn nghệ sĩ phải triệt để phục tùng sự lãnh đạo của đảng".Sau đó Bùi Quang Đoài và Trương Tửu tranh luận với Hoàng Xuân Nhị trên tạp chí *Nhân Văn* số 4 (5.11.1956) và Giai phẩm mùa Đông số 1 (28.11.1956). Có thể xem bài "Tự do tư tưởng của văn nghệ sĩ và sự lãnh đạo của Đảng Cộng sản Bôn-sê-vích" của Trương Tửu trên diễn đàn talawas ngày 20.4.2007 tại: http://www.talawas.org/talaDB/showFile.php?res=9790&rb=08 và bài "Chủ nghĩa nhân văn của ông Hoàng Xuân Nhị" của Bùi Quang Đoài trên talawas ngày 10.3.2007: http://74.125.153.132/search?q=cache:ymvJ8A4i_uUJ:www.talawas.org/tala DB/showFile.php%3Fres%3D9416%26rb%3D08+B%C3%B9i+Quang+%C4 %90o%C3%A0i,+talawas&cd=1&hl=en&ct=clnk&gl=au&client=firefox-a

của ông ta, ông ta đã bỏ hết công lao để xây dựng đảng tính cho nền văn học.[1] Trên phương diện mỹ học thì sự

Ngày 27.12.1956 Hoàng Xuân Nhị trả lời Bùi Quang Đoài và Trương Tửu trên báo *Văn nghệ* số 153 (27.12.1956) bằng bài "Về bài báo của Lê-nin năm 1905, vạch rõ nguyên lý của nền văn học có Đảng tính". Có thể xem bài này trên diễn đàn talawas ngày 28.8.2008, do Lại Nguyên Ân biên soạn: http://www.talawas.org/talaDB/showFile.php?res=14081&rb=0106

Trong bài viết đăng trên Nhân Văn số 4, sinh viên Bùi Quang Đoài viết: "Một là ông Nhị không tiêu hoá được tài liệu, hai là ông Nhị đã lợi dụng tài liệu để xuyên tạc . Nó không đúng với tinh thần trung thực của người trí thức."

Và: "Xuất phát từ lệch lạc đó, Hoàng Xuân Nhị cho rằng nhờ có Đảng mới có tự do tư tưởng. Như ý kiến tôi vừa trình bày, tôi hỏi lại ông Nhị là có Đảng rồi mới có quần chúng hay có quần chúng rồi mới có Đảng? Như thế thì rõ ràng là không phải có Đảng người văn nghệ sĩ mới có tự do tư tưởng mà ngay những thế kỷ trước cũng như thời kỳ trước cách mạng, mặc dầu thực dân đàn áp khủng bố, Vũ Trọng Phụng, Nguyễn Công Hoan vẫn kiên quyết tự do tư tưởng, tố cáo "cái xã hội chó đểu" buộc tội giới cầm quyền bấy giờ. Lúc ấy họ ấy họ có là đảng viên đâu; chỉ có là sáng tác phẩm của họ chịu ảnh hưởng ít nhiều của phong trào đấu tranh cách mạng mà thôi."

[1] Không kể các "bài báo khoa học" có thể thấy được điều này qua 7 công trình nghiên cứu hay dịch thuật liệt kê trên trang web của Đại học Quốc gia Hà Nội:
- *Chống tư tưởng tư sản phản động hiện đại trong mĩ học và văn học nghệ thuật* (giới thiệu, lược dịch, biên soạn). Trường Đại học Tổng hợp Hà Nội xuất bản.
- *M. Gorki - Đời sống và sự nghiệp*. Nxb Sự thật, 1958 - 1959.
- *Lịch sử văn học Nga thế kỉ 19*. Nxb Văn hoá, 1960.
- *Nguyên lí mĩ học Mác - Lênin, tập 1*. 1961, 1963.
- *Lênin và tính đảng trong văn học cách mạng hiện đại*. 1970, (in rônêô).
- *Chủ nghĩa xét lại hiện đại trong văn học nghệ thuật ở một số nước*. Đại học Tổng hợp Hà Nội, 1974.
- *Tìm hiểu thơ Hồ Chủ tịch*. Nxb Đại học và Trung học chuyên nghiệp, 1976.
Chú ý là trong mục "Các bài báo khoa học, trang web này đã loại bỏ hẳn hai bài báo nêu trên. Tuy nhiên cũng có rất nhiều bài sặc mùi đảng tính như:
- "Tìm hiểu luận điểm của Các Mác về quan hệ biện chứng giữa tính bi kịch lịch sử và tính hài kịch sử của những giai cấp, tập đoàn thống trị trong xã hội có áp bức bóc lột". *Tạp chí Văn học*, số 4/1969.
- "Nội dung tính Đảng Cộng sản và tính nhân dân trong văn học cách mạng hiện đại". *Tạp chí Văn học*, số 1/1970.
- "Tìm hiểu tính Đảng trong thơ Hồ Chủ tịch". *Tạp chí Văn học*, số 3/1971.

mẫn cán của ông ta đã góp phần bóp chết văn học, đẩy nó vào con đường thất bại. Trên phương diện chính trị thì đó lại là một sự mẫn cán được việc, bởi đã xô đẩy nền văn học đến vị trí nghiêng tựa vào hệ thống. Nhưng có vậy thì mới có "nhà văn hoá lớn" nép mình bên "đảng vĩ đại", và đó chính là một kiểu cân bằng được việc, hai bên cùng có lợi. Thứ cân bằng khi kẻ cầm tri thức hồ đồ gặp kẻ cầm quyền hồ đồ: hồ đồ đến đâu cũng mặc, miễn là được việc.

"Được việc" như nhà cầm tri thức Mai Quốc Liên trong mối quan hệ với nhà cầm quyền Lê Đức Thọ, qua lời kể của chính ông Mai Quốc Liên:

> "Nghe tôi nói một hồi về văn chương Nguyễn Trãi – dạo ấy đang là hồi kỷ niệm về Nguyễn Trãi và về thơ Đường, bất chợt bác ngắt lời tôi. – Cháu có thể dạy bác học được? – Ấy chết, sao bác lại nói thế ạ? – Thì bác làm chính trị, bác đâu có thì giờ nhiều... Khiêm tốn quá mức chăng? Để làm gì chứ, với tôi, một người trẻ tuổi chẳng có danh vọng gì so với hàng vạn người khác mà bác có "dưới trướng"? [...] Nghĩ cho kỹ cũng là điều đơn giản thôi: nếu cần "dạy" về chữ Hán, về thơ Đường, thơ Tống thì dĩ nhiên đám Hán học chúng tôi có thể làm được lắm chứ. Tại sao mình phải ngạc nhiên. Bác Lê Đức Thọ có phong thái giản dị, dễ thân, dễ gần chứ không cậy quyền uy mà "hách", điều anh em văn nghệ chuá ghét ở một số người. Tôi để ý thấy bác thường mặc chiếc áo đại cán quân đội đã cũ, trên mình chỉ có cái đồng hồ đeo tay mặt trắng – có lẽ là của Thuỵ Sĩ là "có giá". Một lần bác mời tôi ăn cơm. Những năm đó mà có chả rán, gà luộc, giò chả... là sang lắm. Nhưng bác ăn được ít, vừa ăn vừa nói

---

- "Nhân dịp kỉ niệm lớn, đọc lại Các Mác và gợi ý mới về lí luận văn học nghệ thuật". *Tạp chí Văn học*, số 3/1983.
- "Những kỉ niệm về văn học Xô Viết". *Tạp chí Văn học*, số 2/1983.

chuyện rồi chỉ vào các đĩa thức ăn "cháu ăn vã đi". Tôi buồn cười trong bụng, ăn làm sao xiết: nhất là nó có nghĩa là ăn thức ăn mà không ăn cơm..."[1]

Ít hay nhiều, nhà cầm quyền nào cũng muốn thể hiên vai trò của một nhà cầm quyền có học. Họ phải mang cốt cách có học để, qua đó, tạo thêm ánh hào quang cho mình và, từ đó, góp phần củng cố thế đứng của mình. Tính như thế thì, với nhà cầm quyền Lê Đức Thọ, ông thầy Mai Quốc Liên là một nhà cầm tri thức cực kỳ... được việc.

Giống như đại đa số các lãnh tụ toàn trị trên cái xứ nông nghiệp đói khổ nhưng có thể tự sướng với danh hiệu "nước thơ", ông Lê Đức Thọ cũng không thoát khỏi sức hút của thứ thời trang "lãnh tụ yêu thơ". Bên cạnh hình ảnh ông trùm quyền lực bóng tối Lê Đức Thọ, còn có thêm hình ảnh "nhà thơ Lê Đức Thọ". Bên cạnh sáu tập thơ riêng của "nhà thơ Lê Đức Thọ", còn có thêm hai tập thơ chung và đó đây những bài phê bình "vị người bề trên" nhạt thếch.[2] Ông Lê Đức Thọ hiểu rõ trình độ văn chương của mình nên ý thức được cái nhu cầu kèm cặp. Và ông thầy Mai Quốc Liên không chỉ đem mớ kiến thức về Hán-Nôm hay Đường thi ra đánh đổi lấy bữa "ăn vã" mặn mòi mà, theo suy diễn "dường như", quan hệ hai bên còn bắt cầu từ những quan hệ tào lao khác, dẫu xa xôi vớ vẩn cũng

---

[1] GS TS Mai Quốc Liên "Lê Đức Thọ như tôi đã biết", trong (2000), *Nhớ về anh Lê Đức Thọ*, NXB Chính trị Quốc gia". Tr.280.

[2] Từ 1968 đến 1986 Lê Đức Thọ đã xuất bản 6 tập thơ, với các nhà xuất bản Văn Học, Giải phóng, Quân Đội Nhân Dân. In chung trong *Thơ kháng chiến* (Văn học 1995) và tập *Hồ Chí Minh – Sóng Hồng – Lê Đức Thọ - Thơ Việt Nam 1954 – 1964* (Văn học 1997). Thơ Lê Đức Thọ được những nhà phê bình như Bảo Định Giang khen hết lời nhưng cũng hết sức gượng gạo.

đủ để một nhà cầm quyền đa nghi đặt để lòng tin.[1] Nhưng điều đáng bàn không phải là văn chương của Lê Đức Thọ mà là chủ trương văn nghệ của Lê Đức Thọ. Đó là cái chủ trương đã đẻ ra một nền "văn nghệ minh hoạ" với toàn những nhân vật mà, nói theo lời ai điếu của nhà văn Nguyễn Minh Châu, "không những cái đau khổ, hoạn nạn mà cả cái vui, cái hạnh phúc của họ nó cũng nhem nhuốc, nhớn nhác, tội nghiệp".[2] Khi sự "nhem nhuốc" này là hệ quả không thể thoát khỏi từ trói buộc của nguy tín "hiện thực xã hội chủ nghĩa" thì vấn đế cần đặt ra là ông Mai Quốc Liên, như là ông thầy văn chương của nhà cai trị, đã ngay ngáy giữ gìn, không dám vượt qua, không dám gây hấn với nguy tín đó.

Ông Mai Quốc Liên nói đến lễ kỷ niệm Nguyễn Trãi, tức năm 1980, 600 năm ngày sinh tác giả "Bình Ngô Đại Cáo". Như thế thì trước đó không lâu, chính "học trò" Lê Đức Thọ của ông ta đã chủ trì buổi đấu tố nhà văn Nguyên Ngọc, tác giả bản "Đề Dẫn" tại hội nghị nhà văn tháng 6 năm 1979, được hiểu như là sự gây hấn với những nguy tín hiện thực xã hội chủ nghĩa. Nhà văn Nguyên Ngọc muốn đẩy nền văn học thoát khỏi cái hành trình "nhem nhuốc" nhưng Lê Đức Thọ, như là một trong những tiếng nói quyền lực cuối cùng, cương quyết bảo vệ cái sự "nhem nhuốc" được việc đó. Ông ta trả ngược "tâm thư" của Bùi

---

[1] Mai Quốc Liên, bài đã dẫn. Lê Đức Thọ chủ động "gọi" tác giả "lên chơi". Tác giả cho biết bố vợ của mình là luật sư Ngô Ngọc Sáng, thời kháng chiến là chủ tịch tỉnh Mỹ Tho, khi ông Mai Chí Thọ (Em ruột Lê Đức Thọ) là Trưởng ty Công an. (sđd – tr. 278). Mai Quốc Liên chỉ đoán rằng "dường như" ông Lê Đức Thọ biết điều này nên "thân" với mình.

[2] Nguyễn Minh Châu "Hãy đọc ai điếu cho một giai đoạn văn nghệ minh hoạ",Văn nghệ, Hà Nội, số 49 & 50 (5-12-1987)

Minh Quốc về các viên chức văn nghệ khi nhà thơ này ngây ngô tìm đến ông ta như vị cứu tinh, bày tỏ những thủ đoạn đấu tố đê hèn trong Hội nhà văn đối đối với Nguyên Ngọc. Ông ta đích thân chủ trì buổi đấu tố Nguyên Ngọc tại Ban Bí thư.[1] Bảo vệ hệ thống chính trị của mình, ông ta cẩn thận và cầu toàn trong việc bảo vệ một nền văn học được việc và một đội ngũ văn nghệ sĩ được việc, những kẻ

---

[1] Bùi Minh Quốc, "Làng văn một thời, và..." talawas 23.6.2004
http://www.talawas.org/talaDB/suche.php?res=2180&rb=0102
Tác giả kể về không khí đấu tố của Hội nhà văn đối với nhà văn Nguyên Ngọc sau bản Đề cương Đề Dẫn đọc trong hội nghị tháng 6 năm 1979.
"Vào thời gian Ban bí thư trung ương Đảng chuẩn bị nghị quyết về công tác tư tưởng, có mời một số văn nghệ sĩ họp để nghe ý kiến. Cuộc gặp này do đồng chí Lê Đức Thọ, uỷ viên Bộ chính trị chủ trì. Nhà văn Nguyễn Trọng Oánh, quyền tổng biên tập tạp chí Văn nghệ Quân đội đi họp về, vẻ mặt rầu rĩ, kể với tôi: trong cuộc họp, nhiều người, trong đó có cả các uỷ viên Đảng đoàn Hội nhà văn mà hăng hái dữ dằn nhất là ông Chế Lan Viên đã lớn tiếng phê phán Nguyên Ngọc hết sức gay gắt vì bản Đề Dẫn, kết cho Nguyên Ngọc các tội rất nặng như chống nghị quyết của Đảng, quan điểm tư sản.v.v.
[...] Các diễn biến tiếp ở Hội nhà văn, hàng ngày anh Nguyên Ngọc thường về kể với tôi và anh Oánh. Anh Ngọc cho biết ở bên ấy đã dấy lên một không khí cực kỳ tệ hại y như các cuộc đấu tố hồi cải cách ruộng đất mà anh là đối tượng bị đấu. Phần lớn ý kiến đều có tính truy bức, quy anh là quan điểm tư sản, là chống lại các nghị quyết của Đảng."
[...] Anh Oánh bàn với tôi, bây giờ cần làm ngay một việc gì để góp phần làm sáng tỏ sự thật, cho tình hình đừng phát triển xấu thêm nữa. Theo anh thì phải viết thư khẩn lên ông Lê Đức Thọ để ông biết điều gì đang xảy ra ở Hội nhà văn, và với cương vị và trách nhiệm hiện thời, ông ắt có biện pháp thích hợp.
[...] Ra khỏi nhà Nguyên Ngọc, Nguyễn Trọng Oánh rỉ tai cho tôi biết số nhà riêng của ông Lê Đức Thọ ở phố Nguyễn Cảnh Chân..... Dựng xe trước cổng, tôi vừa ấn nhẹ nút chuông thì lập tức cánh cổng hé mở, một người lính mang súng ngắn từ bốt gác gỗ dựng sau tường rào bước ra đứng nhìn tôi với cái nhìn lạnh rợn người."
Tuy nhiên sau đó thì thư bị ném vòng trở lại: "Tôi thuật lại cho anh Oánh nghe cuộc chạm trán giữa tôi với hai ông Xuân Thiều, Chính Hữu. Anh Oánh chu miệng thở dài, lắc đầu: "Thôi bỏ mẹ, thế là thư tụi mình gửi cho ông Lê Đức Thọ bị ném vòng trở xuống rồi. Hèn nào mấy hôm trước thấy lão Nguyễn Thanh cứ thì thọt xuống gặp Xuân Thiều có vẻ bí mật lắm, thì ra là chuyện này."

không chút xấu hổ tự nhận là "hạt bụt", chỉ lấp lánh được vài tia sáng là nhờ tựa mình vào đảng.[1]

Như một cá nhân, ông Lê Đức Thọ có quyền yêu văn chương theo kiểu của mình. Ông Mai Quốc Liên cũng có quyền dạy học trò theo kiểu riêng của ông ta tuy nhiên vấn đề ở đây là chính sách, là những tác động vĩ mô. Khi kể lại câu chuyện trên thì ông Mai Quốc Liên đã là "Giám đốc Trung tâm Quốc học" nên, như là nhà lãnh đạo nền "quốc học", dù là một kỷ niệm nhỏ với nhà lãnh đạo, điều mà ông ta hướng đến phải là cái gì đó sâu rộng hơn chứ? Nghe ông ta "nói một hồi", nhà cầm quyền mời ông ta về dạy học. Vậy thì sau khi "học", không chỉ là "một hồi" mà rất nhiều hồi, nhà cầm quyền có đưa ra những "mời mọc" mới nào trong chính văn chương của ông ta và, quan trọng hơn, trong cái chủ trương văn nghệ đã đẻ ra những cái cười hay cái đau "nhem nhuốc, nhớn nhác, tội nghiệp" hay không? Ông "giám đốc trung tâm quốc học" không mảy may đề cập, dù chỉ một dòng. Ông nhớ phong cách xuề xoà của kẻ cầm quyền. Ông nhớ bữa ăn vã toàn thịt và chả giữa cái thời cơm độn. Ông tự hào nhắc lại những quan hệ

---

[1] Bùi Minh Quốc, bài đã dẫn:"Buổi bế mạc, nhà văn Nguyễn Đình Thi, người vừa được "bầu" lại làm Tổng thư ký tỏ ra rất xúc động và mừng rỡ. Niềm xúc động ấy khiến ông khi thay mặt BCH mới được "bầu" phát biểu trước đại hội, thốt lên một câu nổi tiếng: 'Chúng ta, những nhà văn, chúng ta chỉ là những hạt bụi, nhưng là những hạt bụi lấp lánh ánh sáng của Đảng'. Hôm sau, tình cờ tôi gặp nhà sử học Trần Quốc Vượng, ông Vượng cứ nhìn tôi bằng cặp mắt như thể tôi là ông Nguyễn Đình Thi, và lắc đầu tặc lưỡi mà bảo: 'Nhà văn các ông... hừ... Việc gì phải thế nhỉ?...' Một anh bạn tôi bên ngành giáo dục, nhà ở gần chợ Bắc Qua, kể với tôi rằng, có một cô buôn gà thường ghé sang nhà anh xem ti vi nhờ, tối qua theo dõi màn hình tường thuật buổi bế mạc đại hội nhà văn, khi nghe xong ông Nguyễn Đình Thi hùng hồn tuyên bố câu ấy đã hồn nhiên bật ra một lời bình phẩm: "Gớm, cậu đéo láo mà lịnh thế?'' (Xin phép bạn đọc, tôi phải ghi nguyên xi thế mới giữ trọn được cái khí lực ngôn ngữ đặc biệt của nhà bình luận dân gian)...

tào lao có thể đã giúp ông được lãnh tụ đặt để lòng tin. Cách đặt vấn đề ấy khiến chúng ta không chỉ nghi ngờ nền "quốc học" ông ta điều hành mà còn nghi ngờ phong cách học thuật mà một bậc lãnh đạo nền quốc học lẽ ra phải có. Chúng ta nghi ngờ nhưng hệ thống toàn trị thì có thể yên tâm bởi đó là một cách đặt vấn đề vô hại. Nó tầm phào nhưng vui vui, cũng được một vài trống canh. Nó yên phận, nhỏ nhoi, nghĩa là không liên quan gì đến chuyện vĩ mô, đại sự. Tức là nó không mảy may động đến những nguỵ tín và, do đó, khá là được việc.

Cơ hồ, cái giá để trả cho sự được việc của giới cầm tri thức Việt Nam đã thấp đến mức thấp chưa từng thấy. Thời Lê –Trịnh, được xem là thời kỳ suy tàn của Nho giáo, thế nhưng những thành phần có học thời ấy vẫn giữ được những thế giá nào đó của mình. Một lời của Nguyễn Bỉnh Khiêm đã buộc Trịnh Kiểm dừng tay, không dám tận diệt nhà Lê. Trịnh Sâm, vị chúa đời thứ 9 nhà Trịnh, đã phải bỏ ra bao nhiêu công phu mới có thể lôi kéo được một ông "thầy dạy kèm" cho mình trong nghiệp bá? Mở khoa thi Hương năm 1779, Trịnh Sâm đã mang những ghi chép trong Luận Ngữ về Quản Trọng và bá đạo để thăm dò và, đánh hơi được ý đồ phủ Chuá, nhiều sĩ tử đã thi nhau đề cao bá đạo. Thế nhưng Trịnh Sâm không dám công khai, ra mặt. Xuất sắc nhất trong nhóm phò chính thống này là Trần Trọng Tốn nhưng Trịnh Sâm không dám cả việc cho Tốn "bảng hổ đề tên" mà, thay vào đó, bí mật ra lệnh đánh trượt rồi bí mật triệu về phủ Chuá để sử dụng như một cố vấn đắc lực.[1] Cả trong thời cực thịnh của Nho giáo với

[1] Lê Kim Ngân (1974) *Văn hoá chính trị Việt Nam – Chế độ chính trị Việt Nam thế kỷ XVI và XVI*, Phân khoa Khoa học xã hội, Viện Đại học Vạn Hạnh, tr. 230 –233. Dẫn theo: TS Nguyễn Hoài Văn (2002), *Tìm hiểu tư tưởng chính*

quyền uy tuyệt đối của vua Lê Thánh Tôn, canh bạc cầm quyền – cầm tri thức cũng không hề dễ dãi với cái giá của một bữa ăn toàn thịt. Lương Thế Vinh là một tài năng xuất chúng đã được nhiều lần tiến cử nhưng cả đời cũng chỉ lẩn quẩn với vai trò của một viên thư lại nhỏ trong triều chỉ vì sự đố kỵ của chính Lê Thánh Tôn. Lê Thánh Tôn cần giới cầm tri thức phụng sự chủ trương độc tôn Nho học mà Lương Thế Vinh thì gan góc, phá vỡ quan hệ cân bằng. Lê Thánh Tôn bài bác Phật giáo thì Lương Thế Vinh đề cao Phật giáo, với "Bài ký về chùa Diên Hựu". Lê Thánh Tôn đề cao thơ phú thì Lương Thế Vinh chú ý đến những giá trị thực dụng, với *Đại thành toán pháp*. Lê Thánh Tôn ghét chèo thì Lương Thế Vinh bông đùa với chèo, bằng *Hý phường phả lục*.[1]Có nhìn lại như thế thì mới thấy rằng chưa bao giờ giới cầm tri thức Việt Nam tự rẻ rúng mình như là hôm nay. Một nhà khoa bảng tiếng tăm như Hoàng Xuân Nhị có thể dễ dãi bán mình với những "nghiên cứu khoa học" theo đó thì có đảng mới có dân tộc, có đảng mới có tự do tư tưởng. Một bậc "quốc học" như Mai Quốc Liên thì quên hết những khía cạnh mang tầm "quốc học" của vấn đề, chỉ nói tới bữa ăn ngon và những quan hệ tào lao với nhà cai trị. Những tài thơ tài văn hàng đầu thì hân hoan rạp mình xuống đất, vui vẻ ví mình là hạt bụi và an nhiên đấm gục bạn bè và đồng nghiệp bằng những lời lẽ oan nghiệt nhất trong cái thủ tục "ăn thịt người" dưới danh xưng "phê bình kiểm điểm".

---

trị Nho giáo Việt Nam từ Lê Thánh Tông đến Minh Mệnh, NXB Chính trị Quốc gia, ytr. 209.

[1] Nguyễn Đăng Thục (1992) *Lịch sử tư tưởng Việt Nam*, tập 6. NXH TP Hồ Chí Minh, tr. 60 –91. Dẫn theo TS Nguyễn Hoài Văn, sđd.

Cái gì đã khiến giới cầm tri thức Việt Nam sa đoạ, tự rẻ rúng mình như thế này? Câu trả lời, có lẽ, là cái "lớp lang" giáo huấn và kỷ luật đã nhắc ở trên.

Mỗi thiết chế cai trị đặc thù đều có một phương thức phân phối tri thức đặc thù và quyền lực ở đây chính là quyền phân phối, kiểm soát và công nhận tri thức Khi hệ thống toàn trị Stalinist nhuốm màu phong kiến theo đuổi một chủ trương tri thức bần tiện và ác nghiệt thì những sản phẩm ưng ý nhất của nó cũng ít nhiều như thế.

Hệ thống cầm quyền nào cũng hướng đến việc đào tạo những thành phần cầm tri thức trung thành và được việc. Quốc Tử Giám, được xem như là trường đại học đầu tiên của Việt Nam, có ra đời thì cũng chỉ ra đời với mục tiêu phân phối tri thức cho dòng dõi quý tộc hay quan lại, nghĩa là lớp người gắn bó với thiết chế chính trị thời ấy nhất. Để thành đạt trong hệ thống công nhận tri thức qua các trường thi bằng lều thì các sĩ tử thời ấy phải thuộc lòng Tứ Thư, Ngũ Kinh,. Minh Tâm Bửu Giám, v.v... và, tất cả, không thoát ra ngoài lý tưởng trung quân. Thay thế cái học khoa cử, hệ thống giáo dục thực dụng của chính quyền thuộc địa cũng chỉ nhắm đến việc đào tạo những viên chức được việc trong guồng máy cai trị: học gì thì học, những học sinh thời ấy họ phải học cho được cái công nghiệp khai hoá của nhà nước bảo hộ thuộc địa và sự lớn mạnh không thể khuất phục của nhà nước đó. Tất nhiên, đó toàn là những mô thức phân phối tri thức vị lợi thế nhưng, đến mô thức của hệ thống toàn trị Stalinist, cái tính vị lợi ấy đã trở nên bần tiện và ác nghiệt.

Hệ thống đó xây dựng trên nền tảng ý thức hệ mà ý tưởng chủ đạo được tóm gọn và nhai đi nhai lại trong mấy chữ "đấu tranh giai cấp". Mà "đấu tranh giai cấp" thì, từ đầu, ngay ở bài Quốc tế ca, đã bộc lộ cái ẩn ức lợi quyền "Bao nhiêu lợi quyền ắt qua tay mình / Đấu tranh nay là trận cuối cùng". Như thế thì, từ đầu, "đấu tranh giai cấp" cũng chỉ là cuộc chiến đấu xuất phát từ những ẩn ức kinh tế, nghĩa là ẩn ức của lòng tham và sự sợ. Để bảo vệ cái nền tảng chính trị xây dựng từ lòng tham và sự sợ này thì phải có một hệ thống phân phối tri thức tham sợ tương ứng. Tham và sợ, hệ thống phân phối tri thức ấy bần tiện với chính sách lý lịch cay nghiệt của một thời. Tham và sợ, hệ thống ấy tiếp tục bần tiện với cái quyền công nhận tri thức ở mức cao nhất với chính sách tập quyền cao nhất, qua cái gọi là "Hội đồng chức danh giáo sư nhà nước", có lẽ là thứ "hội đồng" độc nhất vô nhị trên thế giới.[1]Tham và sợ, hệ thống đã trở nên bần tiện vào hàng bậc nhất khi chính sách kiểm duyệt của nhà nước xưng là độc lập tỏ ra khe khắt hơn hẳn chính sách kiểm duyệt của bộ máy cai trị thực dân.[2] Khi bần tiện vào hàng bậc nhất như thế thì hệ quả là sự ác nghiệt của đòn thù với những biện pháp kỷ luật dành cho những nhà cầm tri thức dám gây hấn như Hữu Loan, Phùng Quán, Nguyễn Hữu Đang, những biện pháp lẽ ra không nên dành cho đồng loại.[3] Hệ thống đã như thế thì

---

[1] Có lẽ đây là một hội đồng độc nhất vô nhị trên thế giới. Tại các nước thì các danh vị giáo sư hay phó giáo sư là do các trường đại học hay viện nghiên cứu cấp, chỉ tại Việt Nam thì việc này bị "trung ương tập quyền". Khi việc này thuộc về hệ thống cầm quyền thì chắc chắn việc phong giáo sư không còn độc lập, chỉ thuần túy dựa trên tiêu chí khoa học.

[2] Xem bài "Thực dân, nô lệ, ăn mày"

[3] Phùng Cung, vì viết truyện ngắn "Con ngựa già của chuá Trịnh" nên bị 7 năm tù giam; Vũ Duy Lân, một chuyên viên của Bộ Nông lâm, vì bị nghi là cho Nguyễn Hữu Đang một áo len khi đang đi tù nên bị tù 7 năm. Về Hữu Loan thì cuộc phỏng vấn được phát thanh ngày 12-10-2002 trên BBC đã cho biết: "Năm 1956, tôi không ở nữa mà tôi bỏ tôi về thẳng, bỏ Đảng, bỏ Cơ quan để về thẳng nhà để đi cày, đi thồ. Cánh ấy (bọn ấy) không cho bỏ, bắt tôi phải xin, bắt tôi phải viết đơn xin, tôi không xin... tôi có cái tự do của tôi...cái chuyện bỏ Đảng là tôi muốn bỏ là tôi bỏ không ai bắt được.... Tôi bỏ tôi về, tôi cứ về...tôi phải đi cày, đi bừa, đi thồ, đi đốn củi đưa về, đi xe đá để bán thì

những sản phẩm được việc nhất của nó cũng phải như thế. Đó là những ông "thầy" sáng mắt trước bữa ăn ngon, những "nhà văn hoá lớn" sẵn sàng phủ nhận lịch sử, những nhà văn nhà thơ vui vẻ rạp đầu xuống đất ví mình là hạt bụi và không ngần ngại sử dụng những lời lẽ ác nghiệt để "ăn thịt" đồng nghiệp.

Hẳn nhiên là không chỉ có những sản phẩm ưng ý và được việc. Chúng ta từng nhắc tới nhà văn gây hấn với nguy tín hiện thực xã hội chủ nghĩa là gì? Chúng ta từng nhắc đến những kẻ gây hấn bị hệ thống đối xử với những cung cách bần tiện và ác nghiệt, không ra con người là gì? Mới đây, sự gây hấn ấy đã lập lại trong câu chuyện quanh việc giải tán Viện nghiên cứu phát triển (IDS), chuyện đã khiến nhà cai trị đòi "xử lý thích đáng", trong một cung cách rất là trơ trẽn và bần tiện.[1] Nhà cai trị đã viện dẫn quyền lực toàn trị để ấn định "tri thức" riêng về khai khoáng học và môi trường học. Nhưng giới cầm tri thức trong cuộc thì thiếu

---

là nó làm tôi đủ cách, xe nó không cho xe, nó bắt xe đến nỗi sau cuối cùng không xe được tôi phải đi xe cút kít Tôi làm cái xe cút kít tôi đi.. xe cút kít nó cũng không cho... nó xui người bắt bánh xe, không bán cho tôi nữa... có lần tôi phải gánh bộ, gánh bằng vai... tôi cũng cứ nhận để tôi gánh..Tôi cứ gánh tôi làm, không bao giờ tôi chịu khuất phục."

[1] Viện Nghiên cứu Phát triển (Institutes of Development Studies - IDS) viết tắt là IDS là một think tank, viện nghiên cứu chính sách tư nhân độc lập đầu tiên ở Việt Nam, đã thu hút sự chú ý của giới quan tâm chính trị - thời sự trong và ngoài nước. IDS được các nhà khoa học tự thành lập năm 2007 và tự giải tán ngày 14.9.2009 sau khi chính phủ ra Quyết định 97/2009/QĐ-TTg (ký ngày 24.7.2009) trong đó nêu ra những điều khoản khiến viện không thể hoạt động theo tiêu chí của mình. Viện trưởng là Tiến sĩ Nguyễn Quang A, nhà văn Nguyên Ngọc cũng là một thành viên.Ngày 24.9.2009 ông Nguyễn Tấn Dũng tổ chức cuộc họp "triển khai thực hiện Quyết định 97", tại đây tuyên bố phải "xử lý thích hợp" việc giải tán IDS và "những phát biểu thiếu tinh thần xây dựng của một số cá nhân" thành viên IDS.

điều gào vào lỗ tai họ những tác hại vĩ mô của chiến lược phát triển dựa trên thứ "tri thức" bị cưỡng bức đó. Từ những xác quyết kỹ thuật, "bền vững" hay "không bền vững", va chạm, chuyển sang những xác quyết pháp lý với "hợp pháp" hay "không hợp pháp". Từ bên trong hệ thống, họ vượt ra ngoài bằng cách viện dẫn lẽ luật bên ngoài, nghĩa là phá vỡ cân bằng và dẫm lên nguy tín pháp lý của hệ thống.[1] Như thế thì, cho dù canh bạc chưa đi đến chỗ hạ hồi, cách lật bài như thế đã thể hiện nhân cách trí thức của các tay chơi. Vấn đề là những tiếng nói trí thức như thế hãy còn thưa thớt trong khi nhà toàn trị thì càng ngày điên cuồng hơn trong giấc mơ duy ý chí.[2] Tiếng nói của họ đang chìm dần trong tuyệt vọng và canh bạc đang là một canh bạc bi quan khi cảnh sát phạt chỉ diễn ra một chiều với vai trò nhà cái của nhà kẻ cầm quyền, với cảnh xum xoe của những nhà cầm tri thức phò chính thống, những kẻ "sáng mắt sáng lòng" trước miếng ngon, vận dụng mọi thứ triết lý để biện giải cho cái sự cầu cạnh miếng ngon.

Một nhà cai trị nổi tiếng là minh quân như Lê Thánh Tôn mà không thể hiện được nhân cách trí thức trong cách đối xử với một tài năng như Lương Thế Vinh thì nói gì là những nhà cầm quyền của một hệ thống toàn trị bần tiện và ác nghiệt? Thế nhưng vẫn không thiếu cảnh xum xoe.

---

[1] Theo Tiến sĩ Nguyễn Quang A thì khi soạn thảo-ban hành Quyết định 97, cơ quan hữu trách đã không tổ chức lấy ý kiến của các đối tượng chịu sự tác động trực tiếp của văn bản và cũng không công bố dự thảo ít nhất 60 ngày trước khi trình lên thủ tướng. Theo ông thì về thủ tục điều này không chỉ vi phạm pháp luật Việt Nam mà còn trái với cam kết quốc tế.

[2] Chưa xong mối lo về dự án bauxite Tây Nguyên thì đến các mối lo cho các dự án phát triển kém vững bền và duy ý chí khác như điện nguyên tử Ninh Thuận, thủy điện Lai Châu. Cũng phải kể thêm một dự án mang nợ:"4 đại học đẳng cấp quốc tế - đào tạo 20.000 tiến sĩ".

Bi kịch của dân tộc chúng ta hôm nay, oái ăm thay, lại là nét hài trong cái cảnh khóc cười này. Khóc cười với những nhà toàn trị thiển cận ngọng nghịu về những giấc mộng vĩ cuồng. Khóc cười với mấy thứ triết lý cao vời mà kẻ cầm tri thức mang ra để biện minh cho sự cầu cạnh bần tiện của mình.

Ông Hoàng Xuân Nhị từng vững tin vào tri thức của Stalin. Những nhà toàn trị hôm nay vững tin vào tình hữu nghị và hứa hẹn của một láng giềng từng bị điểm mặt trong hiến pháp là "kẻ thù nguy hiểm".[1] Giới cầm tri thức xa xa thì vững tin vào miếng ngon của nhà toàn trị và hệ quả là những lời tán tụng đầy nhà. Ông Hoàng Xuân Nhị đã tin và đã xoá bỏ một chương dài trong lịch sử dân tộc, còn họ thì, với những chính sách điên cuồng và những lời tán tụng "đầy nhà" ấy, sẽ dẫn đến sự xoá bỏ nào đây?

Khi những lời tán tụng phò chính thống càng ngày càng lấn át những tiếng nói trí thức dũng cảm, tôi không thể nào xoá bỏ những ý nghĩ vô cùng đen tối và bi thảm về đoạn kết ấy ra khỏi cái đầu của mình. Đen tối và bi thảm như khung cảnh bên trong gia đình Vương viên ngoại lúc cuộc đoạn trường của cô con gái đầu lòng thực sự mở màn:

Đầy nhà vang tiếng ruồi xanh...

11.12.2009

---

[1] Sau cuộc chiến biên giới năm 1979, Hiến pháp nước CHXHCNVN xác định "Trung Quốc là kẻ thù nguy hiểm".

"Đụ" như là lịch sử

Để viết bài này tôi đã tham khảo ý kiến nhiều người về phương ngữ các vùng Thanh Hoá, Nghệ An, Hà Tĩnh, Quảng Bình và Quảng Trị, đặc biệt là nhà phê bình Phạm Xuân Nguyên, nhà thơ Lý Đợi và nhà thơ Nguyễn Đức Tùng. Xin trân trọng cám ơn các bạn.

Lần đầu nghe mấy anh lính trẻ Bắc kỳ thắng trận nhưng lố ngố "địt mẹ" vang đường phố, tôi chẳng hề bận lòng để ý cho dù nghe có khác lạ. "Địt" hay "đụ", ví thử là hai động từ khác nhau, tiếng chửi thề nào cũng như tiếng chửi thề nào, bởi sau cái công năng giải toả những ẩn ức dồn nén để trở nên quen miệng thì, ác lắm, cả hai cũng chỉ được ném ra với cùng mục đích là dìm nhau, hạ thấp phẩm giá của nhau. Phải đợi gần hai thập niên sau, chứng kiến nhóm ngư dân Hải Phòng ôm bụng cười ngặt nghẽo trước cảnh mấy thanh niên gốc Huế đùa nhau cái sự "địt thúi" trong một trại tỵ nạn ở Hồng Công, tôi mới thực sự quan tâm đến ý nghĩa của cách biệt Bắc-Nam trong cái động từ diễn tả động tác thuộc về bản năng nguyên thuỷ này.

Dĩ nhiên là ngày nay, sau những đợt di dân theo tiến trình đổi mới kinh tế, người của hai miền đã hiểu nhau hơn, nhưng vấn đề là, từ đầu, tại sao lại có một cách biệt như thế? Mà, cơ hồ, chia cắt "đụ/địt" này còn là một chia cắt "siêu lịch sử" khi có thể vượt qua những chia cắt từng tạo nên những thay đổi lớn lao nhất trong diện mạo đất nước của thế kỷ qua, thậm chí của cả thiên niên kỷ qua. Vượt qua sông Bến Hải, người Quảng Bình cũng "đụ" như người Quảng Trị đã đành. Vượt qua sông Gianh, vượt cả dãy Hoành Sơn "nhất đái", người Nghệ - Tĩnh cũng "đụ" như những người Việt từ Quảng Bình hay người Cà Mau đang "đụ". Chia cắt "đụ/địt", như thế, là một chia cắt cực kỳ... dân tộc tự quyết và cực kỳ dân chủ. Nó vượt qua sự can thiệp của thực dân và đế quốc theo một hiệp ước quốc tế. Nó vượt qua những quyền lực lịch sử đã dai dẳng chia cắt đất nước, suốt mấy trăm năm.

Nhưng sự thể xem ra còn phức tạp hơn nhiều. Năm 1558, khi Nguyễn Hoàng nghe theo lời Nguyễn Bỉnh Khiêm mang quân bản bộ cùng những lưu dân đầu tiên vào lập trại tại Quảng Trị để rồi trở thành Chúa Tiên và mở ra cái biên giới chính trị Bắc-Nam nguyên thuỷ, thì chia cắt "đụ/địt" vẫn còn là một tương lai thực xa. Mãi tới một thế kỷ sau, như Alexandre de Rhodes ghi nhận trong *Dictionarium Annamiticum Lusitanum et Latinum* xuất bản năm 1651, thì người Việt cũng chỉ "đéo" và "đụ" chứ chưa "địt". Hai thế kỷ tiếp theo sau nữa, như A. J. Taberd ghi nhận trong *Dictionarium Annamitico-Latinum* xuất bản năm 1838 thì họ vẫn chưa "địt", có chăng thì họ cũng chỉ "địt" như là những thế hệ hôm nay từ Nghệ An vào tới Cà Mau đang "địt", hiểu theo nghĩa "đánh rắm". Một cách chính thức, "địt" chỉ được Hội Khai Trí Tiến Đức phong cho tước... "đụ" trong Việt Nam Tự Điển xuất bản ở Hà Nội năm 1931, nhưng dẫu sao đấy cũng chỉ là một ý nghĩa thứ cấp, ý nghĩa thứ hai, sau cái nghĩa ban đầu của "rắm" hay, có khi, còn viết là "rấm". Hai mươi năm sau nữa khi, *Việt Nam Tân Từ Điển* của Thanh Nghị ra mắt tại Sài Gòn, "địt" này vẫn là một thứ nghĩa phụ với lời chú giải: "Đánh rấm, có nơi dùng theo nghĩa là giao cấu. Coiter."[1]

Thì ra chính cái miền đất "khai nguyên" đã bỏ rơi tiếng "đụ" khai nguyên. Và thì ra, cùng với cư dân Nghệ-Tĩnh, khi dắt dìu nhau vào lập nghiệp ở Đàng Trong, những thế hệ lưu dân đã chắt chiu gìn giữ cái tiếng "đụ" mang theo, trong khi hậu thân của kẻ ở lại, tính từ Thanh Hoá trở ra, thì đổi thay, lang chạ. Sự thể nghe ra có cái gì đó hao hao như cái giọng "Hà Nội chuẩn" hôm nay mà, đó đây, có người than thở là lai tạp quá nhiều: giọng ấy, có tìm, hoạ may, chỉ tìm trong những viện dưỡng lão ở Paris mà những thế hệ từng sụt sùi thương khóc Tố Tâm mang sang và chắt chiu gìn giữ. "Bản sắc quê hương" đã không còn nguyên vẹn ngay tại cội rễ của quê hương. Và cái gì đã đưa đẩy đến sự thể này?

---

[1] Để tiện tham khảo, tôi xin chép lại:

a/ Khai Trí Tiến Đức, *Việt Nam Tự Điển* (Mặc Lâm, Hà Nội, 1931)
Đéo: (tiếng tục) Nói về sự giao cấu.
Địt: 1. Hơi trong lỗ đít phì ra, tức là dăm. 2. (Tiếng tục) Đàn ông, đàn bà giao cấu với nhau.
Đụ: (tiếng tục) Cũng như đéo.

b/ Thanh Nghị, *Việt Nam Tân Từ Điển* (Thời Thế, Sài Gòn, 1951)
Đéo: (tục) Giao cấu. Coiter
Địt: (tục) Đánh rấm, có nơi dùng theo nghĩa là giao cấu. Coiter.
Đụ: Như đéo.

c/ Lê Văn Đức, *Việt Nam Tự Điển* (Khai Trí, Sài Gòn, 1970)
Đéo: Đụ, giao cấu, việc giao hợp giữa đàn ông và đàn bà, giống đực và giống cái để thoả mãn sinh lý và truyền giống.
Địt: Đánh rấm, xì hơi trong ruồng ra lỗ đít. Đụ đéo, giao cấu.
Địt mẹ: Đụ mẹ, tiếng chửi tục.
Đụ: Đéo.

d/ J.L. Taberd, *Dictionarium Annamitico-Latinum* (J. Marshman, Serampore, 1838)
Đéo: opprimere, fornicari; (vox injuriosa et inhonesta)
Địt, crepitus, crepitare; pedere; peditus

Trước hết là những ý nghĩa lịch sử. Một chia cắt tưởng là thông tục đến vậy mà cũng có thể gán ghép cho một ý nghĩa địa lý – chính trị cao cả và bi thiết khó mà ngờ tới được. Cái vùng đất có một ý nghĩa lịch sử đặc biệt, mang tính "bản lề" hơn hẳn vùng đất nào khác của nước Việt lại là cái bản lề trong chia cắt "đụ/địt" ở cái miệng và cái lưỡi của người Việt. Từng là biên ải của nước Việt cổ, Nghệ - Tĩnh, hay Châu Hoan của một thời, đã liên miên đảm nhận vai trò hậu cứ của những cuộc kháng chiến chống thực dân, từ thực dân cổ điển phương Bắc cho đến thực dân hiện đại phương Tây. Và, như là cái bản lề của hành trình Nam tiến, mảnh đất này không chỉ là là nơi lưu giữ cái cuống rốn chưa lìa của những thế hệ lưu dân từng khai mở nên một nửa nước Việt Nam hôm nay, mà còn là hình ảnh cuối cùng về quê hương mà họ đau đáu mang theo.[1]

Thế nhưng cái chính vẫn là những giá trị biểu âm. Tiếng Việt có tính cụ tượng và khi chúng ta cất tiếng diễn tả một động tác nào đó thì, cơ hồ, tự thân cái sự phát âm này lại là bản thiết kế của chính cái động tác đó. Khi chúng ta nói "nuốt" thì cái miệng của chúng ta lại thực hiện một động tác như là đang nuốt. Khi chúng ta nói "nhai", "nhả", "ngậm", "cười" thì cái miệng ấy lại lần lượt thực hiện những bản thiết kế cơ học cho cái sự "nhai", "nhả",

---

[1] Xứ Nghệ từng được gọi là Châu Hoan và sau đổi thành Nghệ An trấn. Năm 1831, vua Minh Mạng chia trấn Nghệ An thành 2 tỉnh: Nghệ An (phía Bắc sông Lam); Hà Tĩnh (phía Nam sông Lam).Núi Hoành Sơn giữa hai tỉnh Hà Tĩnh và Quảng Bình là biên giới tự nhiên giữa nước Đại Việt và Chămpa. Hiện nay trên dãy Hoành Sơn còn phế tích Lũy Lâm Ấp của Chămpa có từ thế kỷ 4. Theo lời khuyên của Nguyễn Bỉnh Khiêm "Hoành Sơn nhất đái, vạn đại dung thân", Nguyễn Hoàng đã qua Hoành Sơn đến Thuận Hoá và xây dựng nên Đàng Trong.Qua Đèo Ngang trên Hoành Sơn là tới sông Gianh, nơi từng chứng kiến trên 50 năm chiến tranh xung đột giữa Đàng Trong và Đàng Ngoài. Quân Trịnh cố thủ tại Hoành Sơn và chiến trường là sông Gianh.

"ngậm", "cười". Nhưng quan hệ tính giao không đơn giản là những động tác lập đi lập lại như là "nhai", "nhả", "ngậm", "cười" mà là một chuỗi dài những động tác kế tục nhau, với những nhịp độ và cường độ khác nhau, trong những cảm xúc và trạng thái tâm lý khác nhau. Khi nó phức tạp đến mức hình thành những "pha" nóng nguội khác nhau như thế thì ai để có thể thâu tóm tất cả vào mỗi một bản thiết kế độc âm?

"Đụ" và "địt", với lẽ đó, có phải là hai chọn lựa hướng về hai pha khác nhau của hành động tính giao?

Rất có thể như thế lắm. Cứ thử so sánh câu ca dao bông đùa với tâm trạng của bà mẹ cô dâu trong ngày cưới tại Quảng Nam:

> *Bà con ăn bánh ăn xôi*
> *Con tôi bị đụ, trời ơi là trời*[1]

với "bản thể vì" của nó, đâu đó trên vùng châu thổ sông Hồng:

> *Bà con xơi bánh xơi xôi*
> *Con tôi bị địt, giời ơi là giời*

thì, dù biết là vờ, cái lời than "trời ơi - bị đụ" trong câu ca dao giọng Quảng nghe ra vẫn thảm thiết, vẫn đau đớn hơn là cái sự "giời ơi - bị địt". Nếu "đụ", như một âm thanh, gợi nên ấn tượng về một hội tụ và ép vào thì "địt" mang âm hưởng của sự giải phóng, xịt ra. Khi chúng ta nói "đụ" thì toàn bộ làn hơi tụ lại ngay trong khoang miệng, cơ hồ

---

[1] Tôi nghe được câu ca dao này khi dự một đám cưới tại vùng quê ở Quảng Nam vào giữa thập niên 80, từ miệng một ông say rượu. Mang câu này ra phổ biến, chủ yếu trong giới cầm bút hay giảng dạy văn học, thì đa số cho biết là mới nghe lần đầu, do đó tạm kết luận là "ca dao Quảng Nam". Cũng xin kể thêm một câu khác ghi nhận trong dịp trên: "Một người đụ, cả lũ đi ăn".

không thể thoát khỏi mấy kẽ răng. Nhưng khi chúng ta mở miệng "địt" thì, dù thanh âm có bị phụ âm "t" chặn lại, luồng hơi vẫn phóng thẳng ra ngoài qua làn môi mở khép, đủ nhỏ để tạo một luồng hơi mạnh, đủ mạnh để gây nên cảm giác về sức ngân của một chấn động nối dài. "Đụ" tạo nên cái ấn tượng về một sự khai cuộc có thể ồn ào dữ dội ban đầu những rồi tắt lịm ngay sau cái giây phút ban đầu. "Địt" gây ra cái cảm tưởng về khoảng khắc phóng ra sau một thời gian dồn nén trong câm lặng và, do đó, trở nên "cụ tượng" hơn với pha cuối của hành động tính giao, cái thời điểm mà khoái lạc nhục dục nổi lên theo quá trình sinh lý mang tên "xuất tinh". "Đụ" là chiếm hữu ngay trước mắt, không cần biết về sau thế nào. "Địt" là hưởng thụ trong phần cái hậu chứ không nhất thiết phải ồn ào lớn chuyện ban đầu. "Đụ" phang ngang, thấy đã là làm, vô tư theo bản năng. "Địt" từ tốn nhưng có hậu, đã làm thì phải đã, phải hiệu quả chắc ăn của bản năng pha trộn lý trí.

"Đụ", nói theo Nguyễn Văn Xuân trong *Khi những lưu dân trở lại*, là ngôn ngữ của "hành động". Và "địt", do đó, lại là ngôn ngữ của sự đầu tư tính toán để nhắm tới cứu cánh.[1]

Đầu tư tính toán để nhắm tới cứu cánh thì có nghĩa là... chính trị, một thứ politics của khoái lạc xác thịt. Mà chính trị của khoái lạc nhục thể này, xem ra, cũng có quan hệ gì đó với chính trị cổ điển, thứ chính trị của khoái lạc quyền lực.

Thật vậy. Cái thời mà Hội Khai Trí Tiến Đức... khai trí cho người Việt rằng "địt" cũng bao hàm luôn nghĩa "đụ"

---

[1] Nguyễn Văn Xuân (2002) "Khi những lưu dân trở lại", in trong tập *Tuyển Tập Nguyễn Văn Xuân*, nxb Đà Nẵng, trang 533- 637.

lại là cái thời của những phân hoá gay gắt trong thái độ yêu nước của người Việt khi cuộc cách mạng giải thực bị phân hoá thành một thứ chính trị giải thực. Kể từ đầu thế kỷ 20, sau những thất bại của phong trào Cần Vương, các thế hệ thời ấy mới nhận ra rằng họ không thể nào đánh đuổi thực dân bằng lòng yêu nước hồn nhiên mà phải học hỏi thêm. Nhập cảng, vay mượn các thứ lý thuyết chính trị đối nghịch, họ cạnh tranh với nhau cả trong việc đánh đuổi thực dân và hậu quả là cuộc vận động giải thực bị biến thể thành một thứ "thị trường giải thực". Thị trường ngụ ý sự tìm kiếm lợi nhuận, và lợi nhuận cao nhất ở đây là chính quyền. Thị trường ngụ ý sự đầu tư, và lợi nhuận cao nhất ấy, hẳn nhiên, phải thuộc về nhà đầu tư nhìn xa trông rộng nhất, những kẻ mà ngay trong giai đoạn đầu của cuộc chiến thứ nhất đã biết đầu tư cho đoạn cuối của cuộc chiến thứ hai, thậm chí thứ ba; những kẻ mà ngay từ lúc bắt tay liên minh đã tính toán sẵn một chiến lược lớp lang bài bản cho cái ngày đồng minh mới bắt tay này trở thành đối thủ.

Khỏi phải nhắc đến xung đột giữa các phe nhóm đối kháng nhau như quốc gia với cộng sản hay Đệ Tứ với Đệ Tam, chỉ trong nội bộ Đệ Tam với nhau thôi đã có thể thấy rõ cái tương quan thua thắng theo hướng "Nam/Bắc–đụ/địt" này rồi. Như trường hợp của Trần Văn Giàu, chẳng hạn. Được đào tạo bài bản theo đường lối Stalinist tại Nga, từng xem lãnh tụ Hồ Chí Minh không ra gì, thế nhưng thành tích cao nhất trong đời cách mạng của họ Trần là được hệ thống chính trị trao cái huân chương mang tên lãnh tụ từng bị ông ta xem là không ra gì, và trao cho cái công trình diễn dịch quá khứ ở đó kẻ từng bị ông ta xem không ra gì đóng vai trò một lãnh tụ sáng suốt và cao cả.[1]

---

[1] Trần Văn Giàu (1911-2006) đã học và tốt nghiệp xuất sắc tại Trường Đại học Phương Đông ở Moscow, năm 1932 trở về làm Bí thư xứ uỷ Nam kỳ, tuy

Cái khác trong đường lối cách mạng của kẻ được trao huân chương và kẻ được đứng tên cho huân chương cho kẻ khác hãnh diện đeo, xét cho cùng, cũng là cái khác giữa "đụ" và "địt". Như cuộc nổi dậy dưới sắc cờ buá liềm tại Nam bộ năm 1941 chẳng hạn. Khi ông Bí thư Xứ uỷ họ Trần quyết định phát động cuộc nổi dậy trên toàn miền vào lúc mà các đồng chí trên đất Bắc cho là chưa chín muồi, tìm đủ cách để ngăn chặn mà không kịp thì, rõ ràng là, ông ta cùng những nhân vật cộng sản Nam bộ khác đã làm chính trị theo lối "đụ", cái kiểu "thấy đã, là làm".[1] Kết

---

nhiên đến năm 1946 bị điều ra Việt Bắc làm Giám đốc Nha thông tin tuyên truyền, năm 1951 bị chuyển sang công tác giáo dục. Từ đó về sau, ông bị tước bỏ mọi vai trò lãnh đạo, chỉ làm công tác giảng dạy và nghiên cứu lịch sử. Bộ Lịch sử Việt Nam gồm 5 bộ, 18 tập (1956-1957) được trao giải Hồ Chí Minh vào năm 1996.

Trong hồi ký chuyền tay *Những kỷ niệm về bác Hồ* của Hoàng Tùng – từng giữ chức Bí thư Ban bí thư và Tổng biên tập báo Nhân Dân – có đoạn chép: "Tôi biết có người tên là Phi Vân, cũng học ở Liên Xô về, bị đi tù ở Sơn La. Khoảng năm 1935, ở tù cùng với Phi Vân, tôi hỏi Phi Vân nhận xét về Nguyễn Ái Quốc. Vân nói ông già này không có gì đâu, ở nhà cứ tưởng là nhân vật quan trọng lắm, chứ ông ta dân tộc chủ nghĩa, trình độ lý luận kém. Đó là cách nhận định về Bác của mấy người đi Liên Xô về. Trần Văn Giàu thuộc loại trên. Có lần Trần Văn Giàu nói với tôi, năm 1932 về, anh là bí thư, sau khởi nghĩa Nam Kì thất bại, anh em mình nhiều người bị bắt, anh đứng ra lập một tổ chức tiên phong, coi như nòng cốt của cách mạng. Khởi nghĩa ở Sài Gòn chính anh là người lãnh đạo. Còn ở Nam Bộ một số đồng chí của ta như Ung Văn Khiêm, Hà Huy Giáp, Nguyễn Thị Thập ra nằm vùng nông thôn. Ba người này ra ngoài Bắc dự Hội nghị Tân Trào. Nguyễn Thị Thập đến không kịp, Ung Văn Khiêm đến chỗ tôi rồi đi Tân Trào, chứ Trần Văn Giàu không được thừa nhận. Việc phân xử Trần Văn Giàu có các lớp đàn anh đi tù ở Côn Đảo về. Họ là bậc thầy ở Nam Bộ, là những người lãnh đạo quen thuộc của nhân dân Nam Bộ. Thế của Trần Văn Giàu yếu đi, về sau điều Trần Văn Giàu đi Xiêm."

Xem: http://vantuyen.net/index.php?view=story&subjectid=6185

[1] Trung ương tại Việt Bắc cử liên lạc viên vào Nam ra lệnh hoãn cuộc nổi dậy nhưng không kịp. Khởi nghĩa Nam Kỳ 1940 thất bại.

cuộc là sau đó cái xứ uỷ của ông ta, trong một hình thức mở rộng hơn, với một cái tên mới, phải đặt dưới sự kiểm soát của một phái viên trung ương cùng những cộng sự viên khét tiếng là làm chính trị theo lối "địt".[1] Và kết cuộc là ông ta, cùng các đồng chí Nam bộ đầu đàn của một thời, đành phải ôm cái tâm sự bất mãn cho tới cuối đời.[2]

"Địt" hay "đụ", như là chọn lựa đầu cuối trong chuỗi dài những động tác tính giao, chính là hai nguyên tắc khoái lạc. Mà theo Sigmund Freud thì chính những nguyên tắc này đã chi phối tiến trình hình thành nhân cách của chúng ta. Và "địt", như là "rắm" trong ý nghĩa nguyên thuỷ, đã cùng, trong quan niệm dân gian, với "ăn", "ngủ" và... đụ" họp thành "tứ khoái". Trong ý nghĩa nguyên thuỷ thì "địt" chính là một thứ khoái lạc của hậu môn. Mà theo Freud thì, có lúc, trong thời kỳ tiền sinh dục có tính hướng nội, nguyên tắc khoái lạc của chúng ta chỉ xoay quanh cái vị trí bài tiết này.[3]

---

[1] Năm 1948, Trung ương đảng cử Lê Đức Thọ vào giám sát Xứ uỷ Nam Bộ; năm 1949 Lê ĐứcThọ làm phó bí thư, Lê Duẩn bí thư. Năm 1951, Xứ uỷ Nam Bộ đổi thành Trung ương Cục miền Nam. Năm 1954, Trung ương Cục miền Nam bị giải thể và lập lại Xứ uỷ Nam Bộ. Đến năm 1961, lại trở thành Trung ương Cục miền Nam.

[2] Đó là những nhân vật như Ung Văn Khiêm, Bùi Công Trừng, Dương Bạch Mai, Nguyễn Văn Trấn. Trong số này có Nguyễn Văn Trấn viết lách khá nhiều và ở đâu cũng u uất một giọng điệu bất mãn.
Xem: Nguyễn Văn Trấn (1985) *Chợ Đệm quê tôi*, nxb Văn nghệ TP. Hồ Chí Minh.

[3] Đây là những kiến thức phổ quát nhất về lý thuyết phân tâm học của Freud, thường tìm thấy ở những tài liệu phổ thông, do đó miễn nêu xuất xứ.
Freud chia sự phát triển nhân cách con người thành bốn thời kỳ (ba giai đoạn đầu gọi là tiền sinh dục)
+ Giai đoạn lỗ miệng: Có từ lúc trẻ mới sinh, trẻ tìm thấy khoái lạc ở miệng như mút vú mẹ, cho các đồ vật vào mồm.

Theo Freud thì tính từ lúc mới chào đời cho đến năm năm tuổi, từng bước và từng bước, nhân cách của chúng ta hình thành khi tìm thấy lạc thú trong cái miệng, trong cái hậu môn rồi mới tới bộ phận sinh dục. Thoạt đầu, như những trẻ sơ sinh, chúng ta chỉ biết có khoái lạc ở trong miệng và tìm kiếm khoái lạc này trong bầu vú của mẹ hay trong những vật dụng có thể nhét vào miệng. Sau cái miệng thì chúng ta lại hướng đến lạc thú trong những hoạt động của hậu môn rồi dần dà hướng tới bộ phận sinh dục, dần dà nảy sinh ra tình cảm lãng mạn với bố hoặc mẹ (Oedipus complex). Chỉ đến giai đoạn thứ tư, bắt đầu với tuổi dậy thì, những thôi thúc của dục vọng mới hướng chúng ta đến những đối tượng bên ngoài, khiến chúng ta hao phí năng lượng vào những hành trạng hướng ngoại, từ chuyện đi học đi chơi, chuyện đua đòi thời trang và, dĩ nhiên, cả những "âm mưu" để có cơ hội quan hệ thân xác với người khác giới. Khó mà đem những lý thuyết của Freud ra áp dụng vào chia cắt "đụ/địt" này nhưng dẫu sao cũng có những trùng hợp khá là thú vị. Khi bắt chữ "địt" phải gánh vác nghĩa của chữ "đụ" thì, phải chăng, chúng ta đã lội ngược lại cái hành trình hình thành nhân cách? Và khi chúng ta bắt những khoái lạc mang tính hướng ngoại tại bộ phận sinh dục phải mang danh của khoái lạc hướng nội tại hậu môn thì, phải chăng, chúng ta đã chỉ biết có mình và, do đó, trở nên thận trọng hơn, cơ mưu hơn?

+ Giai đoạn hậu môn: Ở trẻ năm thứ hai và năm thứ ba. Giai đoạn này trẻ chú ý tìm khoái lạc của hoạt động hậu môn.

+ Giai đoạn âm vật và dương vật: Giai đoạn này trẻ chú ý đến bộ phận sinh dục, nảy sinh ra tình cảm lãng mạn đối với cha hoặc mẹ, người khác giới.

+ Trong ba giai đoạn trên, cá nhân hướng đến bản thân mình. Đến giai đoạn thứ tư, cá nhân hướng ra đối tượng bên ngoài bắt đầu từ tuổi dậy thì. Các năng lượng của con người được sử dụng ở mục đích khác nhau như đi học, vui chơi, bắt chước, hướng ra đối tượng khái giới để làm tình...

"Đụ", nói như thế, có tính hướng ngoại. Và nếu như thế thì "địt", hẳn nhiên, phải ngược lại, thiên về tính hướng nội.

"Đụ" hay "địt", trên khía cạnh ngôn ngữ, là hai tiếng nói tự nhiên.[1] Theo Michel Foucault thì, trong lịch sử của mình, ngôn ngữ tự nhiên đã không ngớt tạo nên tình trạng lẫn lộn và méo mó khiến chúng ta phải loại trừ bằng những biện pháp quy chuẩn hoá.[2] Chính cái sự lẫn lộn ngôn ngữ giữa thứ khoái lạc ở cơ quan sinh dục lẫn cơ quan bài tiết trong tiếng "địt" đã khiến hội Khai Trí Tiến Đức phải vào cuộc. Và, phải chăng, khi bắt tay vào việc quy chuẩn cái nghĩa "đụ" của chữ "địt", chính cái hội này góp phần vào việc loại bỏ cái sự "lẫn lộn" và "méo mó" trong những nguyên tắc khoái lạc đã góp phần hình thành tính cách của con người trên một vùng đất?

Tính cách chung của một vùng có nghĩa là văn hoá của vùng đất đó. Văn hoá không hề sinh ra mà được tạo nên. Và nếu văn hoá hằn sâu dấu ấn từ những chuyển động trong môi trường nhân văn và tự nhiên, thì sự chuyển hoá từ "đụ" sang "địt" luôn luôn ngụ ý một sự chuyển hoá từ "văn hoá đụ" sang "văn hoá địt. Nếu "đụ" là một tiếng nói tự nhiên thì, khi cái tiếng nói này vẫn tiếp tục là... tự nhiên

---

[1] Trong tiếng Anh là "natural language" hay "ordinary language", là ngôn ngữ sử dụng (nói, viết) với mục đích truyền thông nói chung, khác với "formal languages" (thí dụ ngôn ngữ lập trình, ngôn ngữ logic) và "constructed languages" (ngôn ngữ kiến tạo, thí dụ như Esperanto, Latino sine Flexione, và Occidental).

[2] Michel Foucault (2006) *The Order of Things: An Archeology of the Human Sciences*, London and New York: Routledge. Chương 9: Man and His Doubles (330–371). Bản Anh ngữ dịch từ nguyên tác tiếng Pháp *Les Mots et les Choses*, xuất bản lần đầu vào năm 1966.

của những thế hệ lưu dân trên vùng đất phương Nam thoải mái cùng với đất Nghệ - Tĩnh có tiếng là bất khuất, kiên cường. Khi "đụ" không còn tiếp tục cái sự tự nhiên trên vùng đất Bắc người đông/khôn - của khó, thì "văn hoá địt", với cách làm chính trị chắc thắng, với nguyên tắc hành động "đã làm, phải đã", đã vươn đến vị trí chính thống. Khi Nguyễn Hoàng hùng cứ tại Đàng Trong thì "địt" vẫn chưa được ghi nhận là hành động tính giao, nhưng có lẽ cái "văn hoá địt" ấy đã manh nha rồi. Hãy nhớ tới những vần thơ yếm thế của Nguyễn Bỉnh Khiêm, như là bậc thầy từng vấn kế cho Nguyễn Hoàng, cùng học trò là Phùng Khắc Khoan. Trong tác phẩm của họ thì xã hội Đàng Ngoài thời ấy, với trung tâm quyền lực là Thăng Long, là một thế giới nguy hiểm, một thế giới tranh tối tranh sáng với những cơ mưu ẩn hiện, nuôi dưỡng từ những tham vọng vật chất và quyền lực. Như thế thì, trước khi hội Khai Trí Tiến Đức bắt tay vào việc loại bỏ sự lẫn lộn và méo mó của ngôn ngữ rất lâu, cái "văn hoá địt" ấy đã bàng bạc trong tính cách và trong phản ứng của từng con người rồi, trong từng mối quan hệ giao tế và cả trong cách thưởng thức một tác phẩm văn chương rất lâu rồi.

Nói đến tác phẩm văn chương thì tiện nhất là nói đến *Truyện Kiều* và *Lục Vân Tiên*, như những hệ giá trị trung tâm hay những tấm gương phản chiếu văn hoá hai miền. Nếu Truyện Kiều của Nguyễn Du là tấm gương của những giá trị "đất lề quê thói" Bắc Hà, thì Lục Vân Tiên của Nguyễn Đình Chiểu là sự phản chiếu tương tự của tính cách miền Nam. Kể ra thì Nguyễn Du là người con của "đất đụ" Hà Tĩnh, nhưng Truyện Kiều của ông, xem ra, vẫn thuộc về "đất địt" Hà Thành. Nguyễn Du quê ở Hà Tĩnh nhưng tổ tiên đến từ Hà Tây. Nguyễn Du lại chào đời tại Thăng Long và sau đó còn lưu lạc khắp nơi theo chính sự.[1] Mà, cho dù Nguyễn Du là người Hà Tĩnh gốc thì vấn đề chẳng hề thay đổi. Một nhà thơ tài hoa, nếu cứ bám chặt vào những giá trị địa phương thì rốt cục cũng chỉ đóng vai một thứ "đặc sản địa phương". Nếu Nguyễn Du không vượt qua tính địa phương để vươn đến những giá trị mang tính trung tâm thì Phạm Quỳnh có thể nào tuyên bố "Truyện Kiều còn nước ta còn"?

Hẳn nhiên, vấn đề không phải là giá trị nghệ thuật mà là tính cách hai miền trong hai tác phẩm. Cái khác của hai giá trị trung tâm này, có thể nói, cũng là cái khác giữa "văn hoá địt" và "văn hoá đụ". Khác từ cách nhập truyện cho đến không khí của truyện. Khác ở tính cách và hành trạng của từng nhân vật qua cách giao tế, ứng xử và cả cách tự giải quyết số phận của mình.

Ngay từ hai câu thơ mở đầu của *Truyện Kiều* thôi đã thấy cái phong cách rất... "địt", rất "đã làm, phải đã" rồi. Cái "đã" của người cầm bút xưa, đa số sống trên đất Bắc, là thể hiện cho bằng được trong tác phẩm một cái "chí" nào đó thật lớn hay một phong vị nhân sinh nào đó thật thâm thuý, như một cái hậu. Và chính Nguyễn Du đã vươn tới cái hậu ấy ngay từ lúc khởi đầu: "Trăm năm trong cõi

---

[1] Nguyễn Du sinh năm Ất Dậu (1765) tại Thăng Long. Tổ tiên gốc từ trấn Sơn Nam (thuộc Hà Tây và nay thuộc Hà Nội) sau di cư vào xã Nghi Xuân, huyện Tiên Điền (nay là làng Tiên Điền, huyện Nghi Xuân, tỉnh Hà Tĩnh). Thân phụ là Nguyễn Nghiễm (1708-1775), đậu Nhị giáp tiến sĩ, làm quan đến chức Đại tư đồ (Tể tướng), tước Xuân Quận Công dưới triều Lê. Năm 10 tuổi Nguyễn Du mồ côi cha và phải sống nhờ vào người anh cả khác mẹ là Nguyễn Khản, người tâm phúc của Trịnh Tông, làm tới chức thượng thư. Năm 1780 xảy ra nạn kiêu Nguyễn Khản phải cải trang trốn lên Sơn Tây và sau đó về quê ở Hà Tĩnh. Năm 1783, Nguyễn Du thi Hương đỗ tam trường và sau đó bắt đầu hoạn lộ với một chức quan nhỏ ở Thái Nguyên.

người ta / Chữ tài chữ mệnh khéo là giết nhau". Nguyễn Du, như thế, đã hoàn toàn khác so với một Nguyễn Đình Chiểu thật thà "thấy đã, là làm" theo cái bản năng phân biệt thiện ác: "Trước đèn xem truyện Tây Minh / Gẫm cười hai chữ nhân tình éo le".[1]

Nếu "văn hoá địt" là một văn hoá có tính hướng nội thì các nhân vật của Nguyễn Du chỉ biết có thế giới của riêng mình nên Truyện Kiều, hầu như, đã biến thành một xứ sở không có tiếng chào. Từ đầu truyện đến cuối truyện hầu như chẳng có nhân vật nào cất tiếng chào nhau đã đành. Mà cái chữ "chào" có được dùng qua loa thì, trước sau, cũng vỏn vẹn chỉ sáu chữ mà, phần lớn, chỉ dùng để che đậy những dụng ý, mưu đồ.[2] Trừ cái chào đầu tiên của Vương Quan, cái chào của người đã quen nhau với Kim Trọng, "Chàng Vương quen mặt ra chào" và cái chào thứ hai khi Đạm Tiên báo mộng Thuý Kiều "Chào mừng đón hỏi dò la: / Đào nguyên lạc lối đâu mà đến đây?", cũng cái chào mang tính xã giao, còn lại chỉ là những cái chào của dụng ý và mưu đồ. Mới gặp Thuý Kiều, Tú Bà đã "Trước xe lơi lả han chào / Vâng lời nàng mới bước vào tận nơi". Bố trí cho trận đòn ghen thâm độc với Thuý Kiều trước mặt chồng, Hoạn Thư đã "Chào mời vui vẻ nói năng dịu dàng / Giận dầu ra dạ thế thường." Cả Thuý Kiều cũng vậy. Khi "Sượng sùng đánh dạn ra chào / Lạy thôi, nàng

---

[1] Cũng nên chú ý sự khác nhau trong cách kết thúc. Nếu Truyện Kiều kết thúc "Lời quê chắp nhặt dông dài / Mua vui cũng được một vài trống canh" thì Lục Vân Tiên lại tính tới chuyện "trăm năm", cho dù có kém phần triết lý: "Trăm năm biết mấy tinh thần / Sinh con sau nối gót lân đời đời".

[2] Dĩ nhiên là có từ chào khác, tuy nhiên chỉ vỏn vẹn có một từ, từ câu thứ 2861: "Cửa trời rộng mở đường mây / Hoa chào ngỏ hạnh hương bay dặm phần / Chàng Vương nhớ đến xa gần".

mới rỉ tai ân cần" thì Kiều cũng chỉ chào để bàn tính chuyện bỏ trốn cùng Sở Khanh. Rồi khi mượn oai hùm của Từ Hải để trả lại mối thù năm xưa thì Kiều mới chịu cất thêm một tiếng: "Thoạt trông nàng đã chào thưa / Tiểu thư cũng có bây giờ đến đây?".

Kể ra thì dẫu có những cái "chào" đầy dụng ý và cơ mưu, *Lục Vân Tiên* vẫn là một thế giới hoàn toàn khác khi tiếng chào ăm ắp từ đầu truyện đến cuối truyện, nhân vật tốt cũng chào mà nhân vật xấu cũng chào.[1] Mở đầu cho quan hệ giữa hai nhân vật chính Vân Tiên và Nguyệt Nga cũng là một tiếng chào, với nhân vật thứ ba: "Tiên rằng: 'Bớ chú cõng con / Việc chi nên nỗi bon bon chạy hoài?'", mà khởi sự cho hồi kết khi hai nhân vật đoàn tụ cũng là tiếng chào, của một người thứ ba: "Lão bà lật đật hỏi chào / 'Ở đâu mà tới rừng cao một mình?'". Thế giới của Lục Vân Tiên, như thế, là một thế giới hướng ngoại khi các nhân vật, dù chưa hề biết mặt nhau, sẵn sàng trải lòng với nhau. Như cái cảnh Vân Tiên và Hớn Minh lần đầu gặp mặt trên đường về kinh phó hội: "Anh hùng lại gặp anh hùng một khi: / 'Chẳng hay danh tánh là chi / Một mình mang gói ra đi việc gì' / Đáp rằng: 'Ta cũng xuống thi / Hớn Minh tánh tự, Ô Mi quê nhà.'"

Cách chào nhau đã thế, khác biệt trong quan hệ giữa các nhân vật trong hai tác phẩm cũng hao hao khác biệt "đụ/địt" ấy. Kim Trọng từng ước thề với Thuý Kiều, và

---

[1] Thí dụ cảnh Võ Công gặp lại chàng rể tàn phế: "Một lời gượng gạo: 'Chào người ngày xưa'". Cảnh Võ Công mang con gái ra gạ gẫm, bị Vương Tử Trực mắng: "Võ Công hổ thẹn xiết bao / Ngồi trân khôn cãi lẽ nào cho qua / Thể Loan trong cửa bước ra / Miệng chào: 'Thầy cử tân khoa mới về / Thiếp đà chẳng trọn lời thề'". Cảnh Trịnh Hâm bị vua giao cho Vân Tiên xử tội: "Truyền quân dẫn Trịnh Hâm vào / Mặt nhìn khắp hết miệng chào các anh / Minh rằng: 'Ai mượn kêu anh / Trước đà đem thói chẳng lành thời thôi.'"

Vương Quan là người em mang nặng nghĩa chị, thế nhưng công việc đầu tiên của hai gã đàn ông này sau khi hiển đạt là... cưới vợ, nghĩa là chỉ biết chăm lo cho mình. Từ cái cảnh Kim Trọng vật vã "Đau đòi đoạn ngắt đòi thôi / Tỉnh ra lại khóc, khóc rồi lại mê" khi nghe tin Thuý Kiều bán mình cho đến cảnh Kim vinh quy, yên bề gia thất với Thuý Vân để rồi "Cầm đường ngày tháng thanh nhàn / Sớm khuya tiếng hạc tiếng đàn tiêu dao" mà không thể hiện một nỗ lực tìm kiếm nào, đã thấy lạ. Đến cái cách Vương Quan lấy vợ, gọi là "tạ ân chu tuyền" với Chung lão, còn lạ hơn. Họ Chung là kẻ "lại già" mách mối "Tính bài lót đó luồn đây / Có ba trăm lạng việc này mới xuôi", dẫn đến quyết định bán mình cứu cha và cứu em của Thuý Kiều. Cái ân đầu tiên mà kẻ "nối dòng Nho gia" đáp trả, mỉa mai thay, lại là cái ân của việc vạch đường luồn lót. Một cái ân khá là vị kỷ, chỉ biết có mình: không có Chung lão vạch đường để chị bán mình thì Vương này có đâu ngày hôm nay?[1]

Dĩ nhiên là không ai có thể bắt nhân vật này phải hành động theo khuôn mẫu của nhân vật kia, nhưng vấn đề là văn hoá ứng xử của con người qua vấn đề ân oán, đề tài muôn thuở của nhân loại. Trong *Truyện Kiều* thì các nhân vật chỉ đau đớn suông và yên lặng chờ thời, trong khi các nhân vật trong *Lục Vân Tiên* xắn tay hành động. Vân Tiên, ngay sau khi hiển đạt, đã tìm cách cứu bạn Hớn Minh. Và Hớn Minh, ngay sau khi lập công, đã nghĩ đến việc trả ân tẩu tẩu: "Minh rằng: 'Tẩu tẩu ở đâu / Cho em ra mắt chị

---

[1] Từ câu 607: "Họ Chung có kẻ lại già / Cũng trong nha dịch lại là từ tâm / Thấy nàng hiếu trọng tình thâm / Vì nàng nghĩ cũng thương thầm xót vay / Tính bài lót đó luồn đây / Có ba trăm lạng việc này mới xuôi." Và từ câu 2864: "Sang nhà Chung lão tạ ân chu tuyền / Tình xưa ân trả nghĩa đền / Gia thân lại mới kết duyên Châu Trần".

dâu thế nào' / Vân Tiên đem Hớn Minh vào / Nguyệt Nga đứng dậy miệng chào có duyên / Minh rằng: 'Tưởng chị ở Phiên / Quyết đem binh mã sang miền Ô Qua...'".

Đáng nói hơn là cách mà nhân vật tự đối xử với mình và, ở đây, "văn hoá đụ" hay "văn hoá địt" đã tác động vào cả chuyện... tự tử. Cùng tự trầm như nhau nhưng Thuý Kiều suy tính tới lui trong khi Nguyệt Nga quyết định cái ào. Với Thuý Kiều, đã chết thì phải chết sao đúng... số mệnh, còn Nguyệt Nga thì chán đời là chết. Chết, với Thuý Kiều, có thể nói, là phải chết cho đáng chết: "đã chết, phải... đã". Nguyệt Nga thì khác, chán sống, thấy chết đáng hơn là chết: "thấy đã, thì chết".

Kể ra thì đó là lần thứ hai của Kiều, sau cái lần tự sát quyết liệt ngay giữa lầu xanh. "Thân này đã bỏ những ngày ra đi / Thôi thì thôi có tiếc gì! / Sẵn dao tay áo tức thì giở ra". Nhưng trong lần đầu tiên đó, khi dùng dao kết liễu mạng sống, Thuý Kiều cũng chỉ nghĩ về mình, nghĩ đến cái thân "có tiếc gì". Lần thứ hai, già dặn và chững chạc hơn trong cách tự trầm trên sông Tiền Đường, chủ yếu Kiều cũng chỉ nghĩ đến mình. Đầu tiên là ám ảnh đoạn trường qua lời báo mộng của Đạm Tiên: "Nhớ lời thần mộng rõ ràng / Này thôi hết kiếp đoạn trường là đây!": nghĩ về mệnh số là chỉ nghĩ về bản thân mình. Và khi quyết định chọn cái chết, Thuý Kiều cũng đi đến cái chết một cách cẩn thận, lớp lang giữa cảnh trời cao sông rộng:

Dưới đèn sẵn bức tiên hoa,
Một thiên tuyệt bút gọi là để sau.
Cửa bồng vội mở rèm châu,
Trời cao sông rộng một màu bao la.
Rằng: Từ công hậu đãi ta,
Chút vì việc nước mà ra phụ lòng.
Giết chồng mà lại lấy chồng,
Mặt nào còn đứng ở trong cõi đời?

Thôi thì một thác cho rồi,
Tấm lòng phó mặc trên trời dưới sông!
Trông vời con nước mênh mông,
Đem mình gieo xuống giữa dòng Trường Giang

Rõ ràng là Thuý Kiều chỉ nghĩ đến mình. Cô không chết để tạ lỗi với Từ Hải. Cô cũng không chết để có thể về với Từ Hải ở cõi bên kia. Cô chọn cái chết vì đơn giản nghĩ mình đã... hết số. Và cô còn chọn cái chết vì cảm thấy mình không còn mặt mũi và chỗ đứng trong đời. Bằng chính cái chết của mình, và bằng chính "thiên tuyệt bút gọi là để sau", cô muốn níu lại một chỗ đứng với đời. Bình thản, chậm rãi, hầu như không cảm xúc, Kiều đã đầu tư cho cái chết, đã đến với cái chết như một nhà đầu tư.[1]

Nguyệt Nga thì gấp gáp, ào ào. Và trong cái quyết định ào ào ấy Nga chẳng kịp có thì giờ nghĩ đến mình. Chỉ nghĩ đến Vân Tiên:

"Vắng người có bóng trăng thanh,
Trăm năm xin gởi chút tình lại đây.
Vân Tiên anh hỡi có hay,
Thiếp nguyền một tấm lòng ngay với chàng"
Than rồi lấy tượng vai mang
Nhắm chừng nước chảy vội vàng nhảy ngay.

---

[1] Năm 1949, trong chiến khu, Hoài Thanh có xuất bản cuốn sách viết về Truyện Kiều, trong đó so sánh cái hay của *Truyện Kiều* và cái dở của *Lục Vân Tiên*, giải thích rằng Nguyễn Đình Chiểu viết kém vì "sáng tác trong chế độ phong kiến suy đổi". Hoài Thanh cũng so sánh hai cảnh tự trầm, và cho rằng Nguyệt Nga là "vô tâm như người ta nhảy trên sân vận động" trong khi Thuý Kiều bị ám ảnh với cái "cảnh trời cao sông rộng". Theo Hoài Thanh thì Nguyệt Nga ra nông nỗi ấy là do sức sống chế độ phong kiến thời Nguyễn Đình Chiểu quá khô héo, không đủ sức cho văn nghệ phong kiến tạo nên những nhân vật ra hồn!
Dẫn theo: Võ Phiến (2007) "Cá tính văn học miền Nam", in trong *Tuyển Tập Võ Phiến*, Người Việt, California.

Có bao nhiêu cặp thí dụ tương tự như thế. Như cây trâm cài tóc khởi sự hai mối tình trong hai tác phẩm chẳng hạn. Xáo động trước Vân Tiên để tặng ngay cây trâm cài tóc nhưng đấng anh hùng ngờ nghệch này "ngơ mặt chẳng nhìn", Nguyệt Nga chuyển ngay cách khác: "Đưa trâm chàng đã làm ngơ / Thiếp xin đưa một bài thơ giã từ". Cũng một cây trâm thôi nhưng với Kim Trọng và Thuý Kiều là cả một trình tự đầu tư, sắp đặt chi li lớp lang, vừa nhọc trí, lại tốn bao nhiêu thì giờ rình rập và ướm hỏi rồi có chuyện: "Phẩm đề xin một vài lời thêm hoa".[1]

Chúng ta nói tới "đụ" như là lịch sử. Lịch sử, trong cách hiểu đơn sơ nhất, là những quá khứ đã được đông cứng, và "đụ", như là hành trạng tìm kiếm khoái lạc hay truyền giống của người Việt của cả Đàng Trong và Đàng Ngoài, đã được nhà truyền giáo đạo mạo Alexandre de Rhodes "đông cứng" trong bộ tự vị xuất bản vào thế kỷ 17. Nhưng "đụ" không đã không chịu hoá thạch trong bộ tự vị ấy, mà sống mãi với chúng ta, nóng hổi, thực là đắc địa trong *Tháng Ba gãy súng* của Cao Xuân Huy, một trong những trang viết bi thiết hơn cả về trận xung đột Nam-Bắc cuối cùng của thế kỷ 20 trên cái vùng đất từng diễn ra xung đột Bắc-Nam của thế kỷ 17.

Vào thế kỷ 17 thì cả hai miền đều "đụ". Đến thế kỷ 20 thì một miền thì "đụ" và một miền vừa "địt" vừa "đụ". Và cái giới tuyến địa lý của xung đột vẫn nằm gọn giữa lòng đất

---

[1] Từ câu 290: "Hương còn thơm nức, người đà vắng tanh / Lần theo tường gấm dạo quanh / Trên đào nhác thấy một cành kim thoa / Giơ tay với lấy về nhà: / Này trong khuê các đâu mà đến đây" và "Tan sương đã thấy bóng người / Quanh tường ra ý tìm tòi ngẩn ngơ / Sinh đà có ý đợi chờ / Cách tường lên tiếng xa đưa ướm lòng: 'Thoa này bắt được hư không / Biết đâu Hợp Phố mà mong châu về?' / Tiếng Kiều nghe lọt bên kia: / Sinh rằng: 'Phác hoạ vừa rồi / Phẩm đề xin một vài lời thêm hoa.'"

"đụ": "đụ" còn là lịch sử bởi, ít ra, trong hơn nửa thế kỷ qua, không gì có thể chia cắt hay đồng hoá được "đụ", kể cả một giới tuyến quân sự, kể cả một giới tuyến chính trị...

9.2.2009

"Cặc" như là lãnh tụ

Có những lúc lẩn thẩn tôi tự hỏi mình là, giả như, chiến tranh mà diễn ra đúng như mong đợi của mấy nhân vật trẻ trong *Mặt Trận Miền Tây Vẫn Yên Tĩnh* của Erich Maria Remarque thì số phận chúng ta hôm nay sẽ như thế nào. Nếu chiến tranh nên là trò chơi sòng phẳng của những kẻ say mê gây chiến để không gây phiền lụy đến người không có cùng sở thích thì may ra cặp song đấu Hồ Chí Minh - Lyndon Johnson sẽ giải quyết nó cái ào. Một xanh cỏ, hai đỏ ngực, cả hai sẽ giải quyết đâu vào đó, chóng vánh, gọn gàng, có đâu rề rà co kéo mất hết thì giờ, tới tận hôm nay?

Mà ông Johnson, kẻ quyết định đưa quân vượt qua hai bờ Thái Bình Dương rồi cho máy bay vượt qua hai bờ Bến Hải, đã, trong giây phút "thật" nhất, phá vỡ cái vỏ bọc lịch lãm của nhà lãnh đạo quốc gia để bộc phát những ẩn ức sâu kín về trận sống mái tay đôi ấy rồi. Khi bị nhóm phóng viên bám dai như đĩa với mấy câu hỏi lằng nhằng về cuộc chiến thì nhà lãnh đạo đường bệ đã nổi cáu vạch cặc ra, xẳng giọng rằng cặc của Hồ Chí Minh có bự bằng cặc của ông không.[1] Ông ta, trong một lúc cao hứng khác, còn bốc

---

[1]Hutchison, M. (1990) *The Anatomy of Sex and Power: An Investigation of Mind-Body Politics*. New York: William Morrow and Co., tr. 44.

lên rằng ông không "chơi" mà "cắt cặc" đối phương, không cho đối phương đứng đái như một người đàn ông chính hiệu mà phải ngồi xuống đất, không quá ba ngọn cỏ.[1]

Hẳn là ông Johnson tự tin với dương vật của mình lắm. Và hẳn là đối thủ của ông không có được cái sự tự tin tương tự. Mà tin hay không tin vào tiểu sử chính thức của Hồ Chí Minh vẫn vậy. Tin vào các tài liệu tuyên truyền thì ông ta là người không có cơ quan sinh dục. Còn nếu tin vào các tài liệu bên ngoài sách vở tuyên truyền thì dẫu có ông ta cũng mang trên thân thể một thứ dương vật mà mình không thể nào làm chủ. Máy móc ca ngợi ông ta thì cái bộ máy tuyên truyền toàn trị ấy đã, vô hình trung, biến cái bộ phận ấy thành một cơ quan bài tiết khi, suốt cả cuộc đời ông ta, chỉ cho phép ông ta sử dụng nó vào mỗi một việc là... đi tiểu. Đi chệch ra khỏi các tài liệu tuyên truyền thì ông ta cũng chưa bao giờ làm chủ được cái ấy mà cứ "thấy thiếu thiếu", cứ dấm dúi vụng trộm, lấn ca lấn cấn,

---

(Johnson pulled out his penis and asked the reporters (according to one who was there), 'Has Ho Chi Minh got anything to match that?')

[1] Halberstam, D. (1972) *The Best and the Brightest*. New York: Random House, 1972, tr. 414.
Có thể tham khảo trong tiểu luận "The Amercican war in Southeast Asia" trong A Covert History of the 1960's Era của Ben Best tại:
http://www.benbest.com/history/schemers.html
'The destruction in these raids was gratifying to Johnson, who confided to a reporter, "I didn't just screw Ho Chi Minh, I cut his pecker off." The macho significance of Vietnam to Johnson can perhaps be gleaned from a comment he made upon learning that a member of his administration was beginning to oppose the war: "Hell, he has to squat to piss".'

khổ sở như một nhà sư không thoát nổi nợ trần.[1] Người đàn ông nào cũng có một con cu riêng, dành cho những nhu cầu và nghĩa vụ thầm kín thực riêng, nghĩa là cực kỳ tư hữu. Còn lãnh tụ cộng sản đặc biệt của chúng ta thì cả con cu cũng phải là... cộng sản, cũng phải là một tài sản công hữu để ông ta, cao cả và vĩ đại, đem toàn bộ con người và cuộc đời ra cống hiến cho sự nghiệp và lý tưởng chung, cái lý tưởng tận diệt cái riêng.

Hiện tượng "lãnh tụ vĩ đại", như thế, còn là một hiện tượng vong thân. Lãnh tụ tổ chức nên một hệ thống toàn trị nhưng lại để chính cái hệ thống ấy... toàn trị cái phần "đàn ông" nhất của con người mình. Lãnh tụ hô hào khẩu hiệu "Không có gì quý hơn độc lập tự do" cho cả dân tộc nhưng không thể "độc lập tự do" với con cu của mình. "Cha già dân tộc", như thế, là một hiện tượng lịch sử độc đáo. Sách sử chỉ có những câu chuyện về những ông vua hoang dâm trên ngai cao và đám hoạn quan không thể làm

---

[1] Có nhiều tài liệu về đời sống cá nhân của Hồ Chí Minh, chỉ xin giới thiệu một tài liệu đã xuất bản trong nước, trích từ *Nhật ký của một bộ trưởng* của Lê Văn Hiến (NXB Đà Nẵng 2000). Có đoạn tác giả ghi:
"Trời càng về đêm càng mưa lớn. Chúng mình phải ở lại kéo dài câu chuyện với Cụ trong lúc chờ đợi hết mưa. Cụ ân cần hỏi thăm gia đình của mọi người. Đến lúc chúng mình vui câu chuyện nhắc đến gia đình Cụ, Cụ phì cười và nói: "Mình chẳng phải thần thánh gì, cũng người như tất cả mọi người. Nhưng với hoàn cảnh này, còn điều kiện nào nghĩ đến gia đình, không phải đạo đức mà phải chịu đạo đức". Cụ cười và nói tiếp : "Gia đình nhỏ không thể được thì ta cứ lo gia đình lớn đi vậy !".... 26/8/1949 - Hơn 11 giờ, chúng mình tạm nghỉ với Hồ Chủ tịch trên sàn nhà riêng... Cụ giới thiệu cảnh hữu tình trong những đêm trăng, thỉnh thoảng vừa cười vừa thổ lộ đôi câu: "Cảnh càng đẹp, mình cũng cảm thấy như thiếu thiếu cái gì !" ...
Dẫn theo Trí Quân (2009) "Hồ Chủ tịch qua *Nhật ký của một bộ trưởng*", *Tiền Phong*, 17.5. Tại:
http://www.tienphong.vn/Tianyon/Index.aspx?ArticleID=161057&ChannelID=13
Xem thêm chú thích trang 274-275.

đàn ông bên dưới nhưng mặc sức thao túng nền chính trị thâm cung. Hiện tượng "lãnh tụ vĩ đại" thì khác với một "hoạn vương" trên ngôi cao và một đám đực quan tung hoành với cả quyền làm giống đực lẫn quyền thao túng thế giới chính trị thâm cung.[1] Không nói đến những tài liệu khó kiểm chứng, những tài liệu công khai trên hệ thống truyền thông toàn trị về đời tư của "học trò xuất sắc" Lê Duẩn đã nói lên cái quan hệ lạ lẫm ấy rồi.[2] Và như thế thì, bề nào, tin hay không tin hệ thống tuyên truyền, cái gọi là "dương vật" của "cha già dân tộc" cũng chẳng thể nào xứng đáng với chữ "dương".

Không xứng với "dương" thì còn lại "cặc", "buồi" nhưng sự thể cũng chẳng hề đơn giản bởi cách biệt giữa chúng không đơn thuần là... tiếng nói. Như David Friedman đã tổng kết trong *A Mind of Its Own: A Cultural History of the Penis* thì dương vật của chúng ta không chỉ là một bộ phận trên thân thể mà còn "hơn thế nữa".[3] Là "cái biểu đạt"

---

[1] Trong kháng chiến Lê Đức Thọ từng ra nghị quyết cho phép những cán bộ công tác xa nhà trên 300 cây số được phép lấy thêm vợ. Xem:
Nguyễn văn Trấn (1995) *Viết cho mẹ & Quốc hội*, California: Văn Nghệ, tr. 143
Tác giả từng là phó bí thư xứ ủy Nam kỳ trong thời kỳ tiền cách mạng..

[2] Lê Duẩn có hai vợ. Vợ cả là Lê Thị Sương, có bốn người con. Vợ hai là Nguyễn Thụy Nga, kết hôn năm 1948 tại miền Tây Nam Bộ, do Lê Đức Thọ làm mối, Phạm Hùng làm chủ hôn, khi Lê Duẩn vẫn còn là chồng chính thức với người vợ đầu. Sau 1975, bà là Phó Tổng biên tập phụ trách hành chánh trị sự của báo Sài Gòn Giải phóng, hiện sống ở Thành phố Hồ Chí Minh. Có ba người con.
Báo Tiền Phong đã đăng loạt bài 5 kỳ của Xuân Ba "Người vợ miền Nam của cố Tổng Bí thư Lê Duẩn", còn lưu lại trên nhiều website. Có thể tham khảo theo các đường link tại:
http://vi.wikipedia.org/wiki/L%C3%AA_Du%E1%BA%A9n

[3] Friedman, D. M. (2001) *A Mind of Its Own: A Cultural History of the Penis*. New York : The Free Press, tr. 6 và 156.

đầu tiên của nam giới và là cái biểu đạt đầy tính gây hấn, dương vật của chúng ta còn là một tư tưởng, một biểu tượng, một ký hiệu mạnh mẽ luôn được thể hiện bằng những biểu tượng khác nó. Nếu biểu tượng hay ký hiệu nào cũng đóng vai trò của những dấu ấn văn hoá thật đặc trưng thì đâu là những "dấu ấn đặc trưng" đó của "cặc" và "buồi", như là hai ký hiệu ngôn ngữ? Và với hai "ngôn ngữ" về cùng một bộ phận đàn ông như thế, cái "đàn ông" trong chúng ta đã hiện hữu theo hai cách khác nhau như thế nào? Có hiện hữu thì chúng ta, nói như những nhà cấu trúc luận, hiện hữu thông qua ngôn ngữ và, đến lượt thì ngôn ngữ, như một cấu trúc thống trị, ràng buộc chúng ta như những tù nhân, không cho chúng ta suy nghĩ đến bất cứ điều gì nằm bên ngoài những quy tắc của nó. Vấn đề, do đó, còn là những ràng buộc từ "quy tắc ngôn ngữ" của "cặc" và "buồi" nữa.

Vậy thì phải ôn lại lịch sử của hai tiếng ấy. Khi "cặc" chính thức lưu lại cho đời sau bằng văn tự vào giữa thế kỷ 17 thì "buồi" vẫn chưa có mặt. Chỉ có "bòi", tồn tại song song. Hơn hai trăm năm mươi năm sau đó cũng chỉ cặp sinh đôi "cặc"/"bòi" còn "buồi" vẫn chưa có giấy khai sinh, phải đợi đến năm 1931 khi Hội Khai Trí Tiến Đức... khai trí cho người Việt rằng "địt" cũng bao hàm luôn nghĩa "đụ".[1] Kể ra thì ngày hôm nay "bòi" vẫn thoi thóp

---

[1] *Dictionarium Annamiticum Lusitanum et Latinum* của Alexandre de Rhodes (1651) chỉ có "cặc" với "bòi".
- *Dictionarium Annamitico-Latinum* của A. J. Taberd (1838) cũng chỉ có "cặc" và "bòi". - *Đại Nam Quốc Âm Tự Vị* của Huỳnh Tịnh Của (1895) cũng chưa có "buồi".
Chú ý rằng trong những từ điển trên từ "địt" chỉ có nghĩa là rắm. Từ "địt" với ý nghĩa tính giao xuất hiện lần đầu trong *Từ Điển Tiếng Việt của* Hội Khai Trí Tiến Đức (1931). Đây cũng là lần xuất hiện chính thức đầu tiên của... "buồi".

sống còn nhưng cái chính vẫn là "buồi". Sinh sau đẻ muộn nhưng "buồi" lại là tiếng nói chính của miền Bắc khai nguyên trong khi "cặc" cha ông để lại thì chuyển hẳn vào vùng đất mới phía Nam và, nếu có vướng víu, cũng chỉ trụ lại Nghệ - Tĩnh như là cái bản lề của hành trình Nam tiến: chia cắt Nam/Bắc của hôm nay cũng chính là chia cắt "cặc" / "buồi".

Đáng chú ý là những ý nghĩa địa lý- chính trị và "siêu lịch sử" trong chia cắt ấy khi mà, cả thời gian lẫn không gian, chia cắt "cặc"/ "buồi" hoàn toàn song song với chia cắt "đụ"/"địt". Cùng với "địt" sinh sau, "buồi" đẻ muộn bắt rễ ở vùng đất từ Thanh Hoá trở ra trong khi "cặc" cha ông để lại sống mãi với phần đất "đụ", cũng của cha ông để lại. Nếu cái thời của sự phân hoá "đụ/"địt" cũng là cái thời của những phân hoá gay gắt trong thái độ yêu nước khi cuộc cách mạng giải thực xoay trở thành một thứ chính trị giải thực thì phân hoá "cặc"/ "buồi" này có thể hiện được những ý nghĩa tương tự?[1]

Thế thì phải chú ý đến những ý nghĩa cụ tượng và biểu âm. Nếu "cặc" và "bòi" hiện diện song song, đại diện cho hai trạng thái cứng/mềm của sinh thực khí thì "buồi" xuất hiện như cái gì đó mang tính... quá độ."Cặc" bật ra dứt khoát, cứng cáp, "bòi" mềm mại thu mình. Khi chúng ta nói "cặc" thì âm "ặc" bật ra nhanh, mạnh với âm hưởng dừng lại ngay khi luồng hơi vừa bắn qua làn môi, nghĩa là xẹt qua như một thứ sao băng. Khi chúng ta nói "bòi" thì làn hơi như xoay xoay và, dù có thoát ra, âm hưởng cũng chỉ lẩn quẩn kề bên cửa miệng. Không còn là "bòi" mà chưa thể là "cặc", "buồi" là một thứ "bòi" đã bung ra,

---

[1] "Đụ như là lịch sử".

chầm chậm ban đầu nhưng bền chắc dài lâu với làn hơi đi xa cơ hồ hạng nhất. Như là "đụ", "cặc" bật ra: như đâm, như chém. Như là "địt", "buồi" từ từ lựa thế chui sâu: hiệu quả, chắc ăn.

Chỉ so sánh "con cặc" trong câu thơ tả cảnh hộ đê ở miền Bắc của Nguyễn Thiện Kế, nhà thơ trào phúng nổi tiếng vào đầu thế kỷ 20:

> *Trên đê cụ lớn văng con cặc*
> *Dưới đất thầy cai thượng cẳng tay*

với "buồi" trong câu ca dao chắc chắn cũng nảy sinh trên đất Bắc:

> *Thuận buồm xuôi gió chén chú chén anh*
> *Lên thác xuống ghềnh buồi anh dái chú*

là chúng ta có thể thấy cả một trời vực cách biệt ở hai tiếng nói đại diện cho cùng một bộ phận ấy rồi. Khi cụ lớn sang sảng trên đê thì "cặc" là biểu hiện của quyền lực: nó ngang ngược, nó ngạo nghễ, và nó tự tin, bất cần đời. Nhưng khi những anh và chú bắt đầu "buồi", "dái" với nhau trong cảnh "lên thác xuống ghềnh" thì cái vẻ khinh thế ngạo vật kia đã biến mất và chỉ còn lại những dấu hiệu xuống nước, quy phục trước đời. Nếu "lên thác xuống ghềnh" ngụ ý một tình thế nhiễu nhương, ngụ ý sự phát sinh của những khó khăn không lường trước thì cảnh "buồi anh dái chú" thể hiện tình trạng chia rẽ và bất hoà ở đó người ta hục hặc hơn thua với nhau, ngoa ngoắt quy lỗi lẫn nhau, cay cú trút bỏ trách nhiệm lên đầu nhau.

Thế có nghĩa là làm... chính trị với nhau. Nếu chính trị còn ngụ ý một trò rình rập ở đó những tay chơi luôn tìm cách che đậy thực lực để bất ngờ tung cú đấm quyết định vào thời khắc quyết định thì sự phân hoá trong cách văng tục "cặc"/"buồi" cũng biểu lộ cái ý thức đầu cơ đó rồi.

"Con cặc" và "Cái đầu buồi". Khi "văng cặc" ra như thế thì chúng ta đã phơi bày toàn thân nó ra, hiên ngang và khí phách, không sợ gì phải giấu. Nhưng khi chúng ta e dè ló cái "đầu" bề mặt như là quả bóng thăm dò thì, cơ hồ, chúng ta đã ngại ngần lo xa, đã cảnh giác che chắn lực lượng ở phía sau như một thứ trung quân và hậu quân dự bị. "Cặc" ngửng cao đầu thách thức còn "buồi" nhẫn nhịn đợi thời. Khoảng cách giữa "cặc" với "buồi", do đó, cũng chính là khoảng cách giữa "đụ" và "địt". Nếu "đụ" phang ngang, "thấy đã là làm, vô tư theo bản năng" thì "cặc" mạnh mẽ, dứt khoát và ngạo nghễ, tự tin, rất là bản năng. Nếu "địt" từ tốn nhưng có hậu "đã làm phải đã" một cách rất là chính trị thì "buồi", cũng từ tốn chờ thời, cũng không kém phần... chính trị. "Buồi", xem ra, là một thứ "cặc" sặc mùi cơ hội chủ nghĩa. Và như thế, nếu "cặc" cùng "đụ" đóng vai một thứ ngôn ngữ của "hành động" thì "buồi", cũng như "địt", lại là ngôn ngữ của sự đầu tư tính toán để hướng tới cứu cánh.

Hướng tới cứu cánh thì có nghĩa là, nếu cần, có thể xem nhẹ và, thậm chí, hy sinh hiện tại. Che đậy thực lực, chờ thời để hướng tới kết quả cuối cùng thì cũng có nghĩa là, bằng cách nào đó, và trong những tình huống nào đó, có thể tự bỉ báng, tự hạ thấp chính mình. "Buồi", phải chăng, là một thứ "cặc" đã nhạt phần nam tính, một dương vật đã lệch về phía âm?

Không nhiều nhưng cũng có một số chứng lý khá là thuyết phục để nghiêng về một nhận xét như thế lắm, như những thông điệp sau lời văng tục "cặc" và "buồi", chẳng hạn. Nếu "cặc", phần lớn, được sử dụng như một sự thách thức, một sự phủ nhận hay một sự phô trương lực lượng kiểu "Con cặc của tao đây" thì "buồi", với "Dí buồi vào mồm", đã không thể hiện sự thách đố hay gây hấn đó mà, tệ hơn, đã tự hạ thấp, tự xem thường "buồi" mình. Và khi chúng ta đem "buồi" ra "dí" vào mồm của một kẻ mình xem không ra gì thì cũng có nghĩa là nó đã bị chúng ta xem như là thứ gì bẩn thỉu. Đưa một phần thân thể của mình ra như thứ gì hạ tiện và dơ dáy để bỉ thử hay để nhét vào mồm người khác thì tư thế văng tục đã trở thành tư thế chửi bới, rất là... đàn bà.

Đó là một chứng lý. Trong một chứng lý khác thì, với hai câu ca dao:

> *Chồng người đi ngược về xuôi*
> *Chồng em ngồi bếp để buồi ăn gio*

và:

> *Sáng trăng vằng vặc*
> *Vác cặc đi chơi*
> *Gặp con vịt trời*
> *Giương cung định bắn*
> *Gặp cô yếm thắm,*
> *Đội gạo lên chùa*
> *Giơ tay bóp vú...*

chúng ta cũng có thể thấy được hai sự "hiện hữu" khác nhau của cùng một bộ phận qua hai ký hiệu ngôn ngữ khác nhau. Kể ra thì còn có một dị bản khác là "chấm gio" thế nhưng "chấm" hay "ăn" cũng thế, cũng chỉ là hình ảnh xác xơ rũ rượi của một con "buồi" thỏng đầu xuống đống tro trong xó bếp, nơi mà, theo quan niệm truyền thống, chỉ dành riêng cho nữ giới. Nó khác với "cặc" ngang dọc tung hoành ở thế giới rộng lớn bên ngoài và, thậm chí, còn lăm le "bắn" lên trời.

Thì "bắn" lên trời. Nếu dương vật là cái biểu đạt đầu tiên của phái nam và là cái biểu đạt đầy tính gây hấn thì hình ảnh trên đã vươn tới tính nhân loại và đã nghiễm nhiên là một thứ dương vật toàn cầu. Nếu "cái biểu đạt đầu tiên" ngụ ý dấu hiệu ban đầu để phân loại đứa bé sơ sinh là nam thì, đến lượt, "nam giới" sẽ là một tiêu chí quan trọng để xếp loại đứa bé ấy lần nữa, dí nó vào những chọn lựa mang tính "gây hấn", những phần việc "săn bắt" hay "đấu chọi" nguyên thuỷ hay hiện đại. Như thế, khi gã đàn ông "vác cặc" lăm le "giương cung định bắn" thì gã ta đã bộc lộ những ẩn ức "gây hấn" qua ám ảnh vũ khí mà, ngay sau hình ảnh vũ khí đó, lại là hình ảnh của một "cô yếm thắm". "Yếm" là dải vải bao bọc bầu ngực phụ nữ. "Thắm" thì, bên những ý nghĩa về màu sắc, luôn ngụ ý những gì đẹp đẽ và tích cực, như là "thắm thiết" hay "thắm tình quê" v.v... Khi mà ấn tượng đầu tiên sau ám ảnh vũ khí là bầu ngực đẹp của người phụ nữ thì đó chính là một ám ảnh đầy nam tính, một ám ảnh thực cân bằng với bản năng truyền giống và bản năng khoái lạc. Như thế, so với "buồi" rũ đầu xuống "ăn gio" hay "chấm gio" trong xó bếp thì "cặc" bay bổng tung hoành, tràn trề sức sống.

Đó có lẽ là một trong những lý do đã khiến Trần Dần chọn "cặc" chứ không trung thành với "buồi" như đã ghi lại trong *Ghi*. Và có nhận ra những điều như thế thì mới hiểu tại sao nhà thơ đầy cá tính của đất Bắc đã không "Nắm, nắm cái đầu buồi" mà "Nắm, nắm con cặc".[1]

---

[1] Ghi chép của Trần Dần trong nhật ký *Ghi* (2001, Phạm Thị Hoài biên tập và hiệu đính): "Tôi muốn tả được những chiến sĩ cố nông lấy thân mình lấp lỗ châu mai. Và cũng người chiến sĩ cố nông chỉ muốn lấy thân mình làm túi cơm giá áo. Những người chiến sĩ xô vào lửa quên mình và những chiến sĩ chùn về sau xó bếp, cháy quần vì rang ngô. Người anh hùng và người dút dát. Người đang dút dát thành anh hùng. Người đang anh hùng tụt xuống dút dát. Người lấy súng bắn địch và người lại lấy súng tự thương. Những người chiến sĩ lầm lì và những người chiến sĩ ba hoa. Người thuần, người ngỗ ngáo. Người chỉ biết phục tùng, người hay cãi bướng. Và đa số là ngại học tập, ngại nghe đả thông. Ngại nghe cán bộ nói nhiều. Ngại bị 'nắm tư tưởng'. Nắm, nắm con cặc."
Dẫn theo Nguyễn Hưng Quốc trong bài "... và những thứ con khác":

Thì cứ cho là Trần Dần văng tục. Nhưng nếu nói tục là một thói quen thì văng tục - như một hành động bộc phát, nhất thời và thiếu kiềm chế - lại là sự giải phóng những ẩn ức dồn nén sâu trong vô thức bởi những cấm kỵ mang tính định chế. Không chỉ bị giam trong cấu trúc ngôn ngữ, như những con người tự do, bất cứ ai trong chúng ta cũng bị giam hãm trong nhà tù của những tư tưởng hay định kiến đã hình thành nhưng, nếu cần, và nếu muốn, chúng ta đều có thể tìm cách luồn lách hay phần nào vùng thoát khỏi sự giam hãm ấy như là những con người có chủ kiến. Hoàn cảnh của nhà thơ thì khác. Không chỉ bị giam trong nhà tù của những giáo điều mang tính định chế, ông ta còn bị "dí" những thứ ấy vào đầu, bị buộc phải "nắm" như một người không được quyền có riêng chủ kiến. Trên thì "dí giáo điều vào đầu". Dưới thì "dí buồi vào mồm". Trong cái xó bếp của giáo điều như thế thì, muốn vùng thoát như một con người có chủ kiến, nhất định nhà thơ phải vùng thoát như là một người có "cặc".

Vậy thì "có cặc", phải chăng, là điều kiện cần của... "có chủ kiến"?

Hẳn nhiên đây không phải là một thứ điều kiện chính xác kiểu toán học thế nhưng, như có thể thấy qua những luận điểm đã nêu, muốn "văng cặc" thì phải có "cặc". Có "cặc" ngụ ý cái sự dám là mình. Có chủ kiến cũng ngụ ý cái sự dám là mình. Dám "văng cặc" là tự tin, là dám khẳng định mình, dám đối đầu chứ không nhẫn nhịn chờ thời như những nhà cơ hội chủ nghĩa. Như thế, nếu bộ phận sinh

http://www.tienve.org/home/literature/viewLiterature.do?action=viewArtwork &artworkId=1410

dục của "cha già dân tộc" không hề xứng với chữ "dương" thì nó cũng không xứng để đứng tên khai sinh là "cặc".

Tiểu sử chính thống và phi chính thống của "cha già" dễ làm chúng ta nghĩ đến những phân tích của Michel Foucalt trong những trang đầu của *The History of Sexuality: The Will to Knowledge* về thời kỳ "thanh tẩy" mang tên Victoria tại Anh.[1] Đó là những quý ông đạo mạo, trang nghiêm. Đó là những kẻ ngoài mặt thì ra bộ phớt tỉnh Ăng-lê như thể khoái lạc tình dục là thứ không hề tồn tại trên đời nhưng lòng thì điên lên, quằn quại với những ám ảnh dồn nén cực độ. Nếu Freud cho rằng ông ta có thể "bình thường hoá" sự lệch lạc đó bằng cách tạo cơ hội để những đối tượng trên "xả" hết những ẩn ức dồn nén thì Foucalt thận trọng nêu lên những dấu hỏi ngờ vực. Khi còn phải diễn tả cái dục vọng bị dồn nén của mình bằng ngôn ngữ giao tiếp bình thường thì làm sao những "con bệnh" kia có thể bộc lộ hết độ dày của sự dồn nén? Cái mà Foucalt hướng đến là một "diễn ngôn" tương xứng về tính dục và khoa học về tính dục, theo ông, vẫn đi sau khoa học về sinh vật nói chung rất xa. Thế nhưng yếu tố đáng quan tâm ở đây lại là quyền lực. Khi vị bác sĩ ngồi nghe bệnh nhân "mở tấm lòng" với những ẩn ức của mình, xem ông ta như là vị cứu tinh có thể "bình thường hoá" đời sống tình dục cho là "bất bình thường" của họ, ông ta đã là hiện thân của quyền lực.

---

[1] Foucault, M. (1998) *The History of Sexuality: The Will to Knowledge*, London: Penguin Book.
Bản tiếng Anh của Robert Hurley. Đây là tập đầu trong bộ ba *The History of Sexuality* gồm *The Will to Knowledge, The Use of Pleasure* và *The Care of the Self* (Histoire de la sexualité, I: le souci de soi)

Quyền lực ở đây chính là quyền ấn định cái gì là "bình thường" và cái gì là "bất bình thường".

Mao Trạch Đông có câu nói thường được viện dẫn là "Quyền lực xuất phát ra từ họng súng" thế nhưng, thực chất, nền tảng quyền lực của con người khủng khiếp này chính là một thứ quyền như thế. Quyền ấn định những xác tín mà, bất cứ ai đi chệch, sẽ bị đào thải như những phần tử "phản động hữu khuynh", quyền áp đặt những ý nghĩ điên rồ và ngu xuẩn thành những ý tưởng tỉnh táo và sáng suốt, như những ý tưởng "toàn dân diệt chim sẻ" hay "nhà nhà nấu thép" chẳng hạn. Như thế thì "phản động hữu khuynh" chỉ là cách diễn tả ý niệm "bất bình thường" của hệ thống toàn trị cực tả ở đó chỉ những xác tín nghiêng hẳn về phía tả mới được xem là "bình thường". "Bình thường" và "bất bình thường", do đó, chỉ là những giá trị mang tính lịch sử và nhất thời, những giá trị áp đặt trong nỗ lực thực thi quyền lực, và khi ấn định những giá trị đối lập như thế thì một thiết chế chính trị - xã hội hay hệ thống văn hoá đã vận dụng quyền lực đó trong nỗ lực đào thải những phần tử ngoại đạo với cái nhãn hiệu "bất bình thường". Có những tiêu chuẩn "bất bình thường" về pháp lý kèm theo bộ máy cảnh sát và hệ thống toà án, nhà tù. Có những tiêu chuẩn "bất bình thường" về bệnh lý kèm theo nhà thương điên. Và cả những tiêu chuẩn ứng xử không kèm theo bộ máy trừng phạt hay cách ly nhưng có thể gây hiệu quả như một biện pháp rút phép thông công.[1]

---

[1] *Normal* vs *abnormal*. Đây là ý tưởng xuyên suốt trong các công trình của Foucalt khi bàn về quan hệ giữa tri thức và quyền lực.Foucalt cho rằng trong từng giai đoạn khác nhau nhân loại có những cách nhìn không thống nhất về các hiện tượng như chứng điên,bệnh hoạn, tội phạm.v.v. Đặc biệt về hiện tương điên khùng với tư cách là mặt đối lập của lý trí theo nhận thức thông thường ngày nay. Khảo sát lịch sử Foucault nhận thấy thật ra thời cổ đại người

Như thế thì bi kịch cá nhân của Hồ Chí Minh không chỉ là bi kịch của kẻ bị bất lực trong việc ấn định những giá trị "bình thường"và "bất bình thường" mà, khôi hài hơn, còn là bi kịch của kẻ bị xô đẩy giữa cái "phi thường" và cái "bất bình thường".

Hệ thống toàn trị đã mở hết công suất để tô vẽ ông ta như một lãnh tụ phi thường nhưng hệ thống đó đã bất lực trong việc ngăn chặn những lời tiếng từ ngay bên trong về "con người bình thường" của ông ta.[1] Bất lực, hệ thống đó,

---

ta cho rằng người điên là những đầu bộ óc thâm thúy,đến thời trung cổ họ được xem là những thành viên bình thường trong xã hôi, đến thời cận đai lai xem họ là loại người nguy hiểm gân như tội phạm, và hiện tại thì được cho là những con bệnh cần được nhập viện để chữa trị. Theo Foucault thì trên bình diên tâm lý, nếu điên khùng là cái gì phi lý tinh,thì chưa chắc nó đã đôi lập với lý tính mà là tấm gương phản chiếu hay sự kéo dài của lý tính, lấy thí dụ những nghệ sĩ ưu tú thường bị xem là những người "không bình thường". Có thể tham khảo:

Foucalt M. (1988) "Technologies of the Self" in L.H. Martin, H. Gutmanm TR.H. Hutton (ed) *Technologies of the Self: A Seminar With Michel Foucault.* Amherst MA: Universty of Massachuset Press. tr. 146

Foucalt M. (1977) *Discipline and Punish: The Birth of the Prison,* London: Penguine Books.

Part Three: Panopticism, tr. 195 – 228. Tại đây Foucalt phân tích biện pháp mà một thị trấn đối phó vào thế kỷ 17, những biện pháp đã hình thành nên sự phân chia như mad/sane; dangerous/harmless; normal/abnormal (tr.199).

Foucalt M. (2006, 7th edition) *Madness and Civilization*, London and New York: Routledge Classics.

Xem chương 2: The Great Confinment, tr. 35 – 60.

[1] Thí dụ câu chuyện do ông Nguyễn Minh Cần, nguyên là Phó Chủ Tịch Ủy ban Hành chính Hà Nội, kể lại. Trong bài "Sự thật lịch sử: Vài mẩu chuyện về cuộc đời Hồ Chí Minh", có đoạn ông viết về những chuyện bàn tán trong giới cán bộ cấp cao:

"Sự sùng bái cá nhân các lãnh tụ đã được gieo cấy sâu đậm vào tiềm thức cán bộ và dân chúng đến nỗi mọi người cho rằng nói đến các lãnh tụ mà thiếu sự ca tụng, sự sùng kính, nhất là nói đến đời riêng của các lãnh tụ là điều "phạm húy" khủng khiếp, mà điều đó thì tối kỵ, trước tiên, vì... rất nguy hiểm cho bản thân. Chỉ có một số cán bộ cao cấp nào đó thỉnh thoảng khi cao hứng mới có thể tự cho phép "đả động" nhẹ nhàng đến các lãnh tụ trong chừng mực...

thậm chí, còn vờ vịt đui điếc trước những bằng chứng khó bẻ gãy về cái "con người bình thường" đó.[1] Bi kịch nằm ở chỗ là, dù say mê với vai trò của bậc "phi thường", Hồ Chí Minh đã không thoát khỏi những dằn vặt của con người bình thường nên phải xoay xở, lấp liếm và che đậy để rồi đi đến những kết cuộc "bất bình thường". Bi kịch của ông ta, như thế, là bi kịch của một "lãnh tụ tối cao" nhưng không có đủ quyền lực tối cao để áp đặt cái "bất bình thường" của mình như là chuyện "bình thường". Ông ta cũng không có đủ nghị lực hay bản sắc cá nhân đủ mạnh

---

"không bị đứt đầu." Cố nhiên, những việc như thế không phải là không nguy hiểm. Có một lần, tình cờ tôi được "dự" vào một cuộc "loạn đàm" như vậy. Hôm đó, sau một cuộc họp ở Thành ủy, mọi người ra về, chỉ còn lại ba chúng tôi: Trần Danh Tuyên, bí thư Thành ủy Hà Nội, Trần Vỹ, phó bí thư, và tôi. Đang nói chuyện linh tinh, bỗng Trần Vỹ hỏi khẽ: "Thế nào, việc Phương Mai đã xong chưa?" Trần Danh Tuyên đáp: "Không xong." Trần Vỹ nói tiếp: "Cô ấy cũng sạch nước cản đấy chứ, sao lại không xong?" Vui miệng, tôi cũng chêm vào một câu: " Sạch nước cản... thế mà tướng Nguyễn Sơn lại chê là ngực lép kẹp, ăn thua gì!" Cả ba cùng cười, rồi Trần Danh Tuyên hạ giọng nói rất khẽ: "Cô ấy muốn đặt vấn đề đàng hoàng, nhưng mà... Bác và các anh (ý nói Bộ chính trị) cho rằng Bác không lấy vợ thì lợi cho uy tín chính trị hơn." Xin nói rõ chuyện như thế này: hồi đó, có ý kiến là ông Hồ cần có vợ để việc "giải quyết sinh lý" được điều hoà thì tốt cho sức khỏe. Và sau Hiệp định Genève 1954, người ta chọn một người "kháu" nhất trong số nữ cán bộ trẻ, đó là chị Nguyễn Thị Phương Mai, tỉnh ủy viên Tỉnh ủy Thanh Hoá và đưa chị từ Khu Bốn ra Hà Nội để tiến cử lên ông Hồ. Và như ta đã biết qua cuộc "loạn đàm", chị đặt vấn đề phải có hôn nhân đàng hoàng. Thế là ... việc không thành. Rồi chị được bổ nhiệm làm thứ trưởng Bộ thương binh và ở luôn tại Hà Nội.".
Xem:
http://doanket.orgfree.com/tongquat/hochimin.html

[1] Cho đến nay, vẫn chưa thấy hệ thống tuyên truyền đảng bác bỏ một cách khoa học và thuyết phục các khám phá "trái đạo" về Hồ Chí Minh của các sử gia ngoại quốc như Sophie Quinn-Judge (*Ho Chi Minh: The Missing Years, 1919-1941* - University of California Press, 2002) hay William J. Duiker (*Ho Chi Minh: A Life* - Hyperion, 2001) v.v...

để cảm thấy an nhiên tự tại, để cảm thấy "bình thường" với những cái "bất bình thường" của mình. Hồ chí Minh, như thế, đã trở thành một thứ con tin trên cái sân khấu phi thường mà những tuồng tích ban đầu đều do một tay ông ta dựng diễn. Bị quá tải trong cái vai do chính mình dựng diễn, ông ta đâm ra rụt rè, thiếu tự tin.

Đó là sự rụt rè của người đàn ông không có "cặc". Kể ra thì, theo các tài liệu bên ngoài khuôn khổ tuyên truyền, ông ta vẫn có, vẫn dấm dúi sử dụng thế nhưng rõ ràng là không sử dụng một cách bình thường và, do đó, như một người đàn ông, cũng chỉ là một người không có "cặc". Không có "cặc" trong đời sống riêng, ông ta không có hay không thể vươn tới một "chủ kiến" trong đời sống công, xứng tầm một "cha già dân tộc". Trong đại hội đảng ở Tuyên Quang năm 1951 ông ta, trong vai trò chủ tịch đảng, đã tuyên bố với các đại biểu rằng mình có thể sai chứ Joseph Stalin và Mao Trạch Đông không thể nào sai.[1] Cũng trong những ngày kháng chiến đó, khi trả lời câu hỏi "Tại sao không viết sách lý luận" của một phóng viên Pháp, ông chủ tịch đảng lại khẳng định rằng mọi sự đã có Mao chủ tịch: "Tôi có gì để viết nữa, tất cả lý luận cần thiết Mao chủ tịch đã nghĩ đến và viết ra rồi".[2] Mà cũng không cần trích dẫn tài liệu gì nữa khi mà, suốt bao nhiêu năm trời, cái phương châm "Chủ nghĩa Mác - Lê-nin, tư tưởng Mao Trạch Đông, tác phong Hồ chủ tịch" đã được hệ thống toàn trị của ông ta đặt lên bàn thờ như một thứ

---

[1] Khác với một Joshep Stalin hay một Mao Trạch Đông, dẫu không công khai thì hai lãnh tụ này cũng không phải dấm dúi vụng trộm và khổ sở lắp liếm như Hồ Chí Minh.

[2] Bùi Minh Quốc. "Làng văn một thời, và..." Talawas [23/6/2004]
http://www.talawas.org/talaDB/suche.php?res=2180&rb=0102

bài vị tổ tiên. "Chủ nghĩa": ông ta không có. "Tư tưởng": ông ta không có. Tất cả những gì ông ta có chỉ là "tác phong".

Nhưng đó lại là tác phong của người không biết "văng cặc". Không biết "văng cặc" có nghĩa là co rụt, không đối đầu và, nhìn lại cuộc đời lãnh tụ của ông ta thì, không kể những nước cờ chính trị tiểu cuộc kiểu lùi một bước để tiến tới hai bước, những quyết định đưa ra trong những thời khắc sinh tử nhất của dân tộc đều là những quyết định co rụt, tránh đối đầu. Thách thức đanh thép nhất trong thời khắc trọng đại nhất mà ông ta đưa ra trong vai trò một lãnh tụ thực quyền, có lẽ, là "Lời kêu gọi toàn quốc kháng chiến" ngày 20.12.1946:

> "Hỡi đồng bào toàn quốc! Chúng ta muốn hoà bình, chúng ta phải nhân nhượng. Nhưng chúng ta càng nhân nhượng, thực dân Pháp càng lấn tới, vì chúng quyết tâm cướp nước ta lần nữa! Không! Chúng ta thà hy sinh tất cả, chứ nhất định không chịu mất nước, nhất định không chịu làm nô lệ."

Nghe thì cũng đanh thép thật thế nhưng đấy chỉ là chọn lựa cuối cùng sau khi những nước cờ nhượng bộ đã bị phá sản mà cũng chỉ có chừng ấy. Năm 1953, khi ông ta co rụt trước các cố vấn Trung Quốc để chấp nhận bản án tử hình của nữ ân nhân cách mạng Cát Hanh Long thì hệ thống đảng trị của ông ta đã đẩy đất nước đi hẳn vào con đường Maoist, không thể thối lui.[1] Đầu thập niên 60, khi ông ta co rụt trước mấy "học trò xuất sắc" của mình trong cuộc giằng co giữa hai chọn lựa "hoà bình - xét lại" và "chiến

---

[1] Bùi Tín (1991) *Hoa Xuyên Tuyết*, Saigon Press, trang 67.
Xem thêm chú thích 18.

tranh cách mạng" thì đất nước bị ném vào cuộc chiến bất kể máu xương với những hệ lụy kéo dài tới tận hôm nay. [1]

---

[1] Trong hồi ký *Những kỷ niệm về bác Hồ* của Hoàng Tùng – từng giữ chức Bí thư Ban bí thư và Tổng biên tập báo Nhân Dân – có đoạn kể lại thái độ của Hồ Chí Minh với án tử hình bà Cát Hanh Long (Nguyễn Thị Năm): "Họp Bộ chính trị Bác nói: "Tôi đồng ý người có tội thì phải xử thôi, nhưng tôi cho là không phải đạo nếu phát súng đầu tiên lại nổ vào người đàn bà, mà người ấy cũng giúp đỡ cho cách mạng. Người Pháp nói không nên đánh đàn bà, dù chỉ đánh bằng một cành hoa". Sau cố vấn Trung Quốc La Quý Ba đề nghị mãi, Bác nói: "Thôi tôi theo đa số, chứ tôi vẫn cứ cho là không phải". Và họ cứ thế làm"

Trước cách mạng bà Nguyễn Thị Năm đã từng che giấu, nuôi ăn, giúp đỡ Trường Chinh, Hoàng Quốc Việt, Lê Đức Thọ, Phạm Văn Đồng, Lê Thanh Nghị, Lê Giản. Bà đã hoạt động trong Hội Phụ nữ Cứu quốc, con trai bà theo Việt Minh, giữ chức trung đoàn trưởng.

Hoàng Tùng, nguyên là Tổng biên tập báo Nhân Dân, Bí thư Trung ương đảng. Một số chương đã được trích đăng trên mạng Intenet. Thí dụ: http://vantuyen.net/index.php?view=story&subjectid=6185

Có thể tham khảo thêm bài "Xin Đừng Quên! Nửa Thế Kỷ Trước" của Nguyễn Minh Cần

http://www.doi-thoai.com/nmc_dungquen.html

Trong bài này Nguyễn Minh Cần cho rằng Hoàng Tùng đổ lỗi cho cố vấn Trung Quốc để biện minh cho Hồ Chí Minh. Theo ông thì Hồ Chí Minh phải chịu trách nhiệm cao nhất vì lúc đó còn nắm thực quyền.

Thật ra dù nắm thực quyền, Hồ Chí Minh (HCM) đã bị đẩy vào thế phải chấp nhận quyết định của Trung Quốc và Liên Sô. Từ đầu Stalin đã xem HCM như người theo dân tộc chủ nghĩa, cùng các sự việc bị bắt ở Hồng Kông rồi được thả, việc bị Hà Huy Tập tố cáo v.v.. Sau đó, vào tháng 11.1945 HCM tuyên bố giải tán ĐCS nên mối nghi ngờ này càng tăng.Cuối 1951 đầu 1952 HCM đi Trung Quốc và Liên Sô cầu viện trong tình thế bị cả hai nước cộng sản đàn anh nghi ngờ,. theo Võ Nguyên Giáp thì chuyến đi này của HCM là một "chuyến đi gian khổ"

Xem: Võ Nguyên Giáp (2002), *Đường tới Điện Biên Phủ*, NXB Quân đội nhân dân (chương đầu tiên).

Trong cuộc gặp gỡ tại Moscow, Stalin giao cho Trung Quốc nhiệm vụ giúp đỡ VN. Mùa hè năm 1952 HCM trở về sau đó là cá cuộc "rèn cán chỉnh quân" ngay trong năm 1952 và cải cách ruộng đất 1953, mở đầu bằng khí thế của cuộc hành quyết bà Nguyễn Thị Năm.

Sự việc trên có thể hiểu theo nguyên tắc thu nạp thành viên của các băng đảng mafia: đơn xin kết nạp phải là một mạng người hay một hành động phạm pháp

Kể ra thì sau đó ông ta cũng ra mặt thách thức đế quốc, cũng thách thức ông Johnson, cũng đanh thép "sông có thể cạn, núi có thể mòn" thế nhưng những chuyện như thế, như có thể nhận thấy qua những bằng chứng hậu nghiệm, cũng chỉ là cái sự "đanh thép" ngoài bề mặt, trong tư thế một biểu tượng bề mặt.

"Đanh thép ngoài bề mặt" là cách văng tục của kẻ chỉ dám chường ra cái... "đầu buồi". Nếu những kẻ như thế chỉ trưng ra cái "đầu" ngoài bề mặt và lo xa che chắn thực lực phía sau thì ông ta cũng cũng cẩn thận cùng một kiểu với chính cuộc đời ông ta. Tiểu sử chính thức của Hồ Chí Minh là một tiểu sử chỉ có phần đầu, như là phần nổi của một tảng băng chìm và, cho dù bộ máy tuyên truyền toàn trị đã bỏ ra hàng núi giấy mực để giới thiệu cuộc đời và sự nghiệp của ông ta, thì con người và cái sự nghiệp của ông ta vẫn là cái gì đó mơ hồ, thiếu rõ ràng. Như những "missing years", chẳng hạn.[1] Thời trẻ ông ta làm gì? Ông ta lưu lạc như thế nào trong những năm tháng "bị đánh mất" đó? Rồi sau đó nữa, trong vai trò lãnh tụ, cha già. Ông ta cẩn thận che chắn những người đàn bà đơn giản trải qua cái giường ngủ của mình.Ông ta cẩm thận giấu kín những phụ nữ từng đi qua cuộc đời ông ta. Ông ta thậm chí còn che chắn những quan hệ máu mủ gia đình, khước

---

nào đó. Bằng cách này thì tân thành viên phải gắn bó và trung thành với tổ chức, không thể nào rút lui.

Trước đó HCM bị Liên Sô và Trung Quốc nghi ngờ. Ngay sau khi trở về thì HCM lập tức tiến hành các cuộc thanh trừng và đấu tranh giai cấp theo đường lối cực tả. Chỉ bằng cách đó HCM và đảng của ông ta mới được cộng sản quốc tế xem là một thành viên và do đó mới được trợ giúp đúng mức.

[1] Tên một cuốn sách của sử gia Sophie Quinn-Judge, *Ho Chi Minh: The Missing Years*. Xem chú thích 13.

từ tình cảm của họ sau hàng chục năm lưu lạc.[1] Thậm chí, chỉ một chi tiết đơn giản như sinh nhật thôi, cái ngày 19.5.1890 mà năm nào hệ thống toàn trị cũng rầm rộ tưởng niệm, cũng lại là một chi tiết mơ hồ, thiếu rõ ràng.[2]

Mà ông ta, ngay từ đầu, đã cẩn thận chuẩn bị cho cái sự thiếu rõ ràng như thế trong cuốn tự truyện của mình rồi.

---

[1] Đã có nhiều tài liệu cho biết chuyện Hồ Chí Minh cố tình xa lánh anh em mình: sau tháng Tám năm 1945 chị ông là Nguyễn Thị Thanh nghe tin ông chủ tịch nước chính là em trai mình nên lặn lội ra Hà Nội tìm thăm, tuy nhiên HCM không dám công khai gặp chị, và không muốn chị ở lại Hà Nội cùng mình. Mới nhất, bà Đặng Thị Hạnh (con gái Đặng Thai Mai) kể lại cảnh bà Thanh hờn dỗi khi em trai bà không muốn bà ở lại săn sóc mình, thậm chí mang món quà định mang tặng em tặng lại gia đình Đặng Thai Mai:

"Một trong những người khách đặc biệt nhất của gia đình tôi thời ấy, chắc chắn là bà Thanh, từ Nghệ An ra, một người đàn bà đã già nhưng sao đôi mắt vẫn đen và đẹp đến thế. Bà để lại cho chúng tôi một món quà quý đáng lẽ giành cho người em, một lọ mắm tôm chua như sau này tôi chưa bao giờ trông thấy ngon như vậy: những con tôm đỏ hồng, cong veo, trong suốt, in rõ những ngấn đen trên lưng, giữa những miếng ớt đỏ rực và một thứ nước quánh đỏ hồng, thơm phức mùi thính. Bà Thanh trở về quê trong tâm trạng hờn dỗi, bà muốn được ở lại chăm sóc người em của mình nhưng biết làm sao được, hình như người đi làm cách mạng càng ít vướng vào tình cảm riêng tư càng tốt. Tôi không biết rõ lắm."

Xem: Đặng Thị Hạnh (2008), *Cô bé nhìn mưa*, Hà Nội: Nxb Phụ Nữ, tr. 143.

[2] Hồ Chí Minh có nhiều "ngày sinh" khác nhau:

- Hồ sơ xin học Trường Thuộc Địa Pháp năm 191: sinh năm 1892 (không ghi ngày).
- Hồ sơ gia nhập Hội Tam Điểm (Free Mason, Franc Maçonnerie): 15.2.1895.
- Hồ khai ở Sở cảnh sát Paris năm 1920: 15.1.1894
- Hồ sơ Toà đại sứ Liên Sô ở Berlin 1923: 15.2.1895.

Về ngày "sinh nhật" 19.5.1890 thì có nhiều giả thuyết:

Đây là ngày mà Cao ủy Pháp ở Đông Dương, D"Argenlieu đến Hà Nội ngay sau cách mạng tháng 8. Đang chủ trương hoà hoãn nên HCM phải đón tiếp trọng thể bằng cách làm treo cờ, kết hoa, và để giữ thể diện nên phải giải thích là "sinh nhật bác."

Có một số sử gia trong nước thì biện minh rằng ngày 19.5 là ngày thành lập mặt trận Việt Minh: 19.5.1941.

Mập mờ với cái tên Trần Dân Tiên trong *Những mẩu chuyện về đời hoạt động của Hồ Chủ Tịch* xuất bản đầu tiên vào năm 1948, ông ta đã rào đón cho một tiểu sử mập mờ: "Tiểu sử ? Đấy là một ý kiến hay. Nhưng hiện nay còn nhiều việc cần thiết hơn. Rất nhiều đồng bào đang đói khổ". Nói là nói thế, sau đó ông ta còn mập mờ tiếp với cái tên T. Lan với cuốn sách xuất bản năm 1950, *Vừa đi đường vừa kể chuyện*.[1] Thật là khó để tưởng tượng rằng, giữa một giai đoạn kháng chiến dầu sôi lửa bỏng như thế mà một lãnh tụ tối cao như thế, lại có thể mất thì giờ vào việc tự khen mình bằng những câu chuyện lặt vặt như thế, bằng những hai cuốn sách. Khi lãnh tụ tối cao có thể vung thật nhiều thì giờ cho những chuyện không ra gì như thế thì sẽ không có gì khó hiểu khi lãnh tụ đó tỏ ra biếng nhác trước sự thực tâm của những môn đồ như Nguyễn Văn Trấn, Ung Văn Khiêm, Dương Bạch Mai, Kay Xonv.v..., những kẻ thực tâm muốn lãnh tụ của mình phải là lãnh tụ "ra gì": "Hay ta viết 'tư tưởng Mao Trạch Đông và tư tưởng Hồ Chí Minh' có phải hay hơn không! -- "Không, tôi không có tư tưởng ngoài tư tưởng chủ nghĩa Mác – Lê nin."[2]

---

[1] *Những mẩu chuyện về đời hoạt động của Hồ Chủ tịch* của Hồ Chí Minh (ký tên Trần Dân Tiên) xuất bản lần đầu tiên tại Trung Quốc năm 1948 và tại Paris năm 1949.
Vừa đi đường vừa kể chuyện của Hồ Chí Minh xuất bản lần đầu năm 1950, Hồ Chí Minh lấy bút danh là T. Lan, đóng vai một chiến sĩ trong đoàn tùy tùng của HCM trong dịp lên đường ra Chiến dịch Biên giới năm 1950, "vừa đi hành quân, vừa vừa hỏi chuyện Hồ Chủ tịch và ghi chép lại".

[2] Nguyễn Văn Trấn (1995), sđd, tr. 151.
Tác giả kể lại viêc mình tham dự Đại hội đảng lần thứ hai, năm 1951 tại Chiêm Hoá, Tuyên Quang. Tổ thảo luận của Nguyễn Văn Trấn được xem là "Tổ Nam bộ" hay "Tổ quốc tế" với các nhân vật như Hồ Viết Thắng (sau phụ trách cải cách ruộng đất sau 1954), Kay Xon (sau là Tổng bí thư ĐCS Lào), Ung Văn Khiêm (sau là Bộ trưởng Ngoại giao nhưng bị án xét lại), Dương

Không tư tưởng thì thực tiễn. Một lãnh tụ thực tiễn là lãnh tụ biết lùi những bước ngắn để rồi tiến những bước thật xa thế nhưng những bước lùi nói trên của ông ta là những bước lùi sinh tử dẫn đến sự tụt hậu. Đầu hàng trước cuộc đấu tranh giai cấp quái gỡ kiểu Maoist là một sự thụt lùi trên nguyên tắc và là sự thụt lùi dẫn đến tụt hậu. Đầu hàng trước chọn lựa chiến tranh cách mạng kiểu Maoist của chính học trò mình cũng là sự thụt lùi dẫn đến tụt hậu. Tụt hậu và tụt hậu. Hậu quả nhãn tiền của những chọn lựa tụt hậu ấy là cái hèn và cái nhục của hôm nay, cái hèn và cái nhục của một dân tộc không dám văng cặc khi bị láng giềng đè đầu, hiếp đáp.

- Con cặc của tao đây!

- Bộ tôi chỉ có hai hòn dái nước!

Bạch Mai, Nguyễn Văn Tạo, Bùi Lâm, Bùi Công Trừng. Trần Công Tường, Trần Duy Hưng (sau là chủ tịch Hà Nội) v.v… Những đảng viên này muốn Hồ Chí Minh phải có "tư tưởng" riêng của mình, không đơn giản sao y "tư tưởng" của Mao Trạch Đông: "Anh em trong tổ quốc thế này đã tơi bời cái tư tưởng Mao Trạch Đông. Ôi cái miệng của Bùi Công Trừng. Anh đã luôn cái bọn đi học lớp Hoa Nam đầu tiên ở Trung Quốc về, nói chuyện thì khen Mao chủ xị với văn phong rặt Trung Quốc."
Và:
"Hôm đó, là tổ trưởng, tội làm nhiệm vụ phản ảnh trực tiếp. Một mình Bác Hồ, một mình tôi. Tôi báo cáo tình hình, anh em trong tổ nói bộ hết duyên rồi sao mà lấy tư tưởng Mao Trạch Đông làm tư tưởng chỉ đạo đảng ta. Nhưng anh em giao là nói trong tổ cho nhau biết chớ không phát biểu ở hội trường. Và đã lỡ miệng nói một điều quan trọng như vậy, trong quan hệ quốc tế này thì ngậm miệng đừng nói đi nói lại là hơn. Hồ Chí Minh nhắm hí mắt như Staline khi gặp vấn đề khó nghĩ, và tìm chữ.
Tôi thưa tiếp:
- Có đồng chí còn nói: Hay ta viết "tư tưởng Mao Trạch Đông và tư tưởng Hồ Chí Minh" có phải hay hơn không!
Câu nói của tôi làm cho mắt ông già rạng lên theo lời đáp cấp kỳ:
- Không, tôi không có tư tưởng ngoài tư tưởng chủ nghĩa Mác – Lê nin."

Tôi nhớ, ngày còn nhỏ, ở Quảng Nam quê tôi người ta vẫn thường văng tục như thế khi có chuyện bất hoà, cãi cọ. Người lớn văng tục và cả những đứa trẻ như tôi, trong những trò chơi trẻ con, cũng tập tành một giọng với lối xưng hô "tau"/"tui" đặc trưng đất Quảng.[1] Một bên hục hặc, muốn choảng nhau. Một bên vòng vèo "hai hòn dái" theo cách lý sự hay "nói gay" đặc trưng đất Quảng để, vừa làm nhẹ đi cái tình thế đối đầu, vừa khẳng định ta đây không thua, ta đây cũng có "cặc". Và dân tộc chúng ta, *Tuy mạnh yếu từng lúc khác nhau / Song hào kiệt đời nào cũng có*, cũng từng là một dân tộc biết cách "văng cặc" với những kẻ đè đầu hiếp đáp tùy lúc mạnh yếu khác nhau như thế. Không ngạo nghễ "văng" bằng chính "con cặc" của mình với binh hùng tướng mạnh thì cũng, trên thế trận ngoại giao, vừa làm dịu đi tình thế đối đầu, vừa chứng tỏ rằng ta đây không chỉ có "hai hòn dái nước".[2]

Chúng ta, như thế, đã khác xa tổ tiên của chúng ta nhiều lắm và đâu là "nhân" của cái "quả nhãn tiền" này?

Đầu tiên là một "cha già dân tộc" không có cặc. Một "cha già" có thể dành rất nhiều thì giờ cho việc chăm bón cái tiếng làm "cha" trong nghĩa vặt nhưng không hề đắn đo khi "cấp kỳ" phủ nhận tư thế làm "cha" trong nghĩa lớn, khi "cấp kỳ" khẳng định với môn đệ là "Không, tôi không có tư tưởng…". Bề mặt thì "cha già" đanh thép với thực

---

[1] "Tau", "tui" có nghĩa là "tao" hay "tôi": *"Con cặc của tau đây! – Anh làm bộ như tui chỉ có hai hòn dái nước!"*

[2] Thí dụ như đời Lý. Thời này tổ tiên chúng ta không chỉ bảo vệ lãnh thổ bằng biện pháp quân sự qua chiến công của Lý Thường Kiệt mà còn bằng các biện pháp ngoại giao vừa mềm dẻo vừa cương quyết. Xem *Lý Thường Kiệt* của Hoàng Xuân Hãn, xuất bản năm 1949, NXB Quân Đội Nhân Dân in lại năm 2003: *Lý Thường Kiệt – Lịch sử Ngoại giao & Tông giáo đời Lý,*.

dân đế quốc nhưng bên trong thì rụt rè, không dám "văng cặc" cả khi láng giềng của mình, vào tận nhà mình, hống hánh quyết định sự sống chết của con cái và phá nát những giềng mối gia phong và đạo nghĩa nhà mình. Bây giờ là những hậu thân của "cha già" và những hậu thân của láng giềng hống hách. Láng giềng thì càng ngày càng hống hách và hậu thân "cha già" thì càng ngày càng rụt rè. Rụt rè, không dám văng cặc đã đành, họ cũng không thể hiện một nỗ lực tối thiểu để chứng tỏ rằng ta đây không chỉ có hai hòn dái nước.

Mà làm sao họ có thể "ta đây" như thế khi mà những hòn ấy của họ, cơ hồ, đã lộn hết lên đầu...

29.6.2009

Chính trị tiêu chuẩn và tiêu chuẩn... chính trị

Bàn đến câu chuyện ồn ào *much ado about nothing* về *Sợi Xích* của Nhà xuất bản Hội nhà văn, nhà thơ Lý Đợi nhận định:

> "Thông thường ở các nước phát triển, các NXB (nhà xuất bản), các cơ quan truyền thông có tên tuổi thường biết từ chối và phân loại các sản phẩm, các tác phẩm không đủ đẳng cấp hoặc không phù hợp với tiêu chí của mình. Ở Việt Nam thì thật là khó, vì từ các chuyên mục, các chương trình nhỏ đến các NXB, các cơ quan truyền thông lớn... thì đẳng cấp và tiêu chí không bao giờ được giữ vững.
>
> Các chương trình phỏng vấn định kỳ trên các phương tiện truyền thông là dễ nhận thấy sự đánh lận này nhất; ví dụ hôm trước phỏng vấn một chuyên gia đầu ngành, có nhiều đóng góp thì hôm sau lại phỏng vấn một người mà trong giới biết tỏng là "đạo chích", chẳng có công trình nào mà lại không dùng "thủ pháp"... đạo văn, thì đâu cần phải nói tới đẳng với cấp!
>
> Cho nên, trước câu hỏi là phải "phán xét" thế nào với Sợi xích? Có lẽ cách trả lời dễ nghe là chẳng có gì phải phán xét cả, vì ở Việt Nam chuyện này đang diễn ra hàng ngày."[1]

---

[1] Lý Đợi, "Phán xét thế nào với Sợi Xích?":

Thì chẳng có gì để phán xét với tự thân câu chuyện. Nhưng khi những câu chuyện tương tự cứ "diễn ra ngày ngày", bình thường tới mức "chẳng có gì phải phán xét" thì hẳn phải có cái gì đó không bình thường với ý niệm "đẳng cấp" và "tiêu chí". Mà "đẳng cấp" nào thì có "tiêu chí" ấy, do đó vấn đề có thể rút gọn lại ở khái niệm "tiêu chí".

"Tiêu chí", theo *Từ điển tiếng Việt* (2004) của Viện Ngôn ngữ học Việt Nam, là "tính chất, dấu hiệu làm căn cứ để nhận biết, xếp loại một sự vật, một khái niệm". Tôi đã thử tra và phát hiện rằng "tiêu chí" xuất hiện khá muộn hay ít ra là không được ghi nhận sớm hơn. Từ điển Khai Trí Tiến Đức không có. Từ điển Đào Duy Anh không có. Từ điển của Thanh Nghị hay của Lê Văn Đức và Lê Ngọc Trụ cũng không có. Chỉ có "tiêu chuẩn" và, trước sau, cũng chỉ được hiểu như là "Cái nêu và cái thước để làm chừng mực / Sự chừng mực để noi theo", là "Nêu và đích / Cái làm mức, chừng mực" hay "Cây nêu và cây thước, vật đo / Chừng mực, mực thước" vậy thôi.

Nhưng theo sự xuất hiện của "tiêu chí" thì "tiêu chuẩn", trong cuốn từ điển chính thống nói trên, phải chịu cảnh... bể dâu. Vừa là "điều quy định làm căn cứ để đánh giá, phân loại", bây giờ "tiêu chuẩn" còn è cổ ra gánh vác một ý nghĩa hoàn toàn khác như là "mức quy định được hưởng, được cung cấp theo chế độ".

Vấn đề cần đặt ra là nguyên ủy của chuyện bể dâu "đau đớn lòng" này. Tại sao, tại sao "cái nêu và cái thước làm chừng mực" có thể chuyển mình một cách trái cựa như thế để trở thành "quyền lợi theo chế độ"?

---

http://www.bbc.co.uk/vietnamese/vietnam/2010/03/100323_lydoi.shtml

"Được cung cấp theo chế độ" là một thứ đặc quyền. Để được ban cấp những đặc quyền ấy thì cần phải chứng tỏ những tiêu chuẩn nào đó, để được đánh giá và xếp loại vào những thứ hạng nào đó. Mà sự "chứng tỏ" này không phải là chuyện một sớm một chiều: nó là cả một quá trình, một "quá trình phấn đấu" đầy thử thách hay một quá trình luồn cuối ê chề.

Hơn thế nữa, nếu "tiêu chuẩn" là mức "được hưởng theo chế độ" thì yếu tố then chốt ở đây là… chế độ, từ "chế độ" nghĩa hẹp như một quy định/chính sách đến "chế độ" nghĩa rộng như một hệ thống chính trị. Càng được đánh giá cao là càng hợp với những "tiêu chuẩn" xếp loại cao. Càng được xếp loại cao thì "tiêu chuẩn" đặc quyền càng cao. Hai ý nghĩa tưởng là toàn khác nhau nhưng lại có mối quan hệ rất là biện chứng với nhau. Mà "tinh thần biện chứng" này chính là tinh thần cốt tủy của … chế độ: nó rất cần những thành viên có tiêu chuẩn xếp loại cao, và nó sẵn sàng đầu tư tài nguyên để dung dưỡng cái giai tầng "tiêu chuẩn" cao này.

Nếu Karl Marx phân chia giai cấp theo tình trạng sở hữu "tư liệu sản xuất" thì chính chế độ nêu cao khẩu hiệu xoá bỏ giai cấp của Marx, có thể nói, đã giai cấp hoá xã hội bằng… "tiêu chuẩn".Như cái xã hội "giai cấp hoá" trong cộng đồng báo chí xã hội chủ nghĩa theo hồi ức của ông Đinh Phong, người có thời là Chủ tịch Hội nhà báo Thành phố Hồ Chí Minh, chẳng hạn:

> "Một lần được anh Hoàng Tùng giao đi làm tin Thủ tướng Phạm Văn Đồng chiêu đãi chuyên gia. Tôi được đi cùng Tổng biên tập đến Nhà hát lớn, nhưng khi đến cổng, nhân viên lễ tân không cho vào. Anh Hoàng Tùng nói thế nào họ cũng khăng khăng giấy mời Tổng biên tập, không phải cho phóng viên. Tôi trở về, không viết được tin. Sáng hôm sau, Văn phòng Thủ tướng hỏi: sao không đưa

tin Thủ tướng tiếp khách? Anh Hoàng Tùng cho biết vì không có giấy mời, đến xin vào cũng không cho. Nghe nói sau đó Vụ lễ tân bị phê bình, còn tôi thì 'trắng án'. Sở dĩ có sự kiểm soát đó, ngoài các nguyên nhân về an ninh còn có nguyên nhân 'sợ' phạm tiêu chuẩn cho phép. Lúc đó do khó khăn, lễ tân nhà nước quy định: phóng viên không được dự các cuộc chiêu đãi. Chúng tôi đến các cuộc tiếp khách phải ngồi ngoài cửa, chỉ được uống nước trà, không được vào bàn ăn. Thậm chí ở các cuộc họp lớn, còn quy định: phóng viên nước ngoài được uống bia, phóng viên trong nước chỉ được uống nước trà."[1]

Hay rõ hơn là hồi ức về "Ngày xưa xa thế" của Trần Đức Chính, nguyên là phó tổng biên tập báo Lao Động:

"Đã là vào nghề thì phải cao thấp, sư phụ, đồ đệ, đại ca, tiểu đệ. Các phóng viên tầm cỡ thường được dành phần viết các anh hùng. Phóng viên èng èng chỉ được viết đến cỡ chiến sĩ thi đua nhiều năm liền là cùng. Anh nào yếu hơn có khi chỉ được viết lao động tiên tiến.

[…] Ngày ấy làm báo chỉ viết các nguồn tin trong nước là chính. Tin nước ngoài chủ yếu do Việt Nam Thông Tấn Xã phát. Có quy định những người hưởng lương chuyên viên II trở lên mới được đọc các bản tin tham khảo. Muốn vươn tới chuyên viên II (được khám bệnh tại Bệnh viện hữu nghị Việt - Xô, có phiếu thực phẩm loại C, tháng mua cả cân đường, cân thịt lợn) phải qua chuyên viên I. Muốn lên chuyên viên I phải qua 6 bậc cán sự, tức 6 bậc phóng viên. Nếu không được đề bạt làm một chức

---

[1] Đinh Phong, "Từ báo Nhân dân đến báo Giải phóng", trong *Thời Gian và Nhân chứng*, (2001) Hà Minh Đức, chủ biên, NXB Chính trị Quốc gia., tr. 410.

vụ nào đó thì đến lúc về hưu nhiều nhà báo vẫn chưa mon men được đến phiếu C.

[…] Ấy thế mà khi tôi mở BBC để tham khảo tin, ông quản trị khu tập thể đến góp ý: đồng chí không nên mở đài địch công khai như vậy. Tôi nhận lỗi và báo cáo: cháu là nhà báo, mới được lên phó ban, có phiếu C rồi. Lúc đó ông ta mới tha, không báo lên trên, nhưng dặn tôi phải mở bé, đủ nghe, anh em các phòng xung quanh họ chưa đủ tiêu chuẩn nghe đâu (!).

[…] Dăm năm trở lại đây làm 'quản lý', ngồi phòng máy lạnh, có tiêu chuẩn nước khoáng, tôi vẫn phụ trách mục phóng sự, mỗi năm tổ chức anh em viết dăm trăm cái, dùng độ hơn hai trăm."[1]

Đường "hoạn lộ" như thế thì kể cũng khá hanh thông. Thời bao cấp đã là chuyên viên bậc hai, không chỉ có phiếu C mỗi tháng "mua cả" cân đường cộng cân thịt lợn mà còn được nghe cả "đài địch" BBC. Đến thời "kinh tế thị trường", khi hồi tưởng về "ngày xưa xa thế" trong cuốn sách xuất bản năm 2001, thì đã là nghiễm nhiên "ngồi phòng máy lạnh, có tiêu chuẩn nước khoáng". Cách kể chuyện của tác giả vừa có vẻ mãn nguyện của kẻ đang ngây ngô tự đắc về thành đạt nghề nghiệp của mình và cả những thành đạt trong "tiêu chuẩn" hưởng thụ của mình. Tôi ngờ rằng niềm tự hào ngây ngô của ông phó tổng biên tập này đã nói lên yếu tố then chốt trong sự biến nghĩa của từ "tiêu chuẩn".

Trong một hệ thống như thế thì những tầng bậc "tiêu chuẩn" như ăn thịt hay uống trà, cân đường cộng cân thịt không chỉ đơn thuần là vật chất để hưởng thụ mà còn là…

---

[1] Trần Đức Chính (2001), "Ngày xưa xa thế", *Thời Gian và Nhân chứng*, tr. 121, 122, 12 và 140.

nhân phẩm nữa. Chưa đủ "tiêu chuẩn" mỗi tháng một cân thịt lợn cũng có nghĩa là chưa đủ trình độ nghề nghiệp và bản lĩnh chính trị để "đọc tin tham khảo" hay "nghe đài địch". Phải xơi mỗi tháng ít nhất một cân thịt lợn và cân đường thì mới đủ "trình độ" để viết về người tốt việc tốt tầm cỡ "anh hùng". Như thế thì cân thịt và cân đường đã trở thành "nhân phẩm", thành những thứ "nêu và đích" để những thành viên năng nổ của hệ thống "phấn đấu" để đạt tới. Khi thịt hay đường trở thành "nêu và đích" để họ đạt tới hay "sự chừng mực" để họ noi theo thì chúng đã nghiễm nhiên trở thành … "tiêu chuẩn".

Điều đáng nói là trong khi thứ "tiêu chuẩn" ở ý nghĩa quyền lợi này được bảo vệ một cách chặt chẽ thì thứ "tiêu chuẩn" kia, trong ý nghĩa của "tiêu chí", đã không được tôn trọng.

Như trường hợp ông Phạm Văn Đồng, chẳng hạn. Là thủ tướng, ông ta là người chịu trách nhiệm cao nhất cho những quy định chi li về quyền ăn và quyền uống nói trên v.v… Nhưng cũng trong vai trò thủ tướng, ông ta đã ra lệnh kiểm điểm những thuộc cấp đã hành xử cứng nhắc, không chịu du di những "tiêu chuẩn" mà ông ta ấn định.

Mấu chốt của vấn đề cũng là quyền lợi. Hệ thống có thể du di tất cả "tiêu chuẩn" hay "tiêu chí" miễn là sự du di đó không va chạm đến quyền lợi. Và khi không thể không va chạm quyền lợi thì, hẳn nhiên, bao giờ người ta cũng có thể du di quyền lợi bé để "kiên định" với quyền lợi lớn.

Chỉ đi ăn tiệc thôi mà xuất hiện trên trang nhất báo Nhân Dân thì có nghĩa là một đặc quyền hay một "tiêu chuẩn chính trị". Để được tham dự "quốc tiệc" tại Nhà hát lớn suông thôi, không lên tin trên báo thì tự thân việc tham dự chỉ có một ý nghĩa thấp hơn, thiên về khía cạnh kinh tế. Ông Phạm Văn Đồng bảo vệ "tiêu chuẩn kinh tế" của những cán bộ cao cấp bằng những quy định chặt chẽ về điều kiện tham dự buổi chiêu đãi. Nhưng ông ta cũng muốn bảo vệ cái "tiêu chuẩn chính trị" còn cao hơn mấy bậc cho riêng mình trên trang nhất báo Nhân Dân. Chính vì thế có chuyện kiểm điểm những kẻ không chịu du di trong những "tiêu chuẩn kinh tế" thấp hơn.

Đó chính là cái "chính trị tiêu chuẩn" của hệ thống toàn trị, cái hệ thống có thể du di mọi "tiêu chuẩn" nhưng luôn cứng nhắc với "tiêu chuẩn của chính trị" của nó. Sẽ không có gì hiểu khi Nhà xuất bản Hội nhà văn thản nhiên du di những tiêu chuẩn mỹ học để đứng tên xuất bản Sợi Xích của Lê Kiều Như nhưng tuyệt không dám du di, tự trói chặt mình trong sợi xích của "tiêu chuẩn chính trị" với hồi ký của Trần Vàng Sao hay hồi ký của Trần Độ.

Trên lý thuyết thì cách mạng vô sản là để xoá bỏ cách biệt giai cấp. Cũng trên lý thuyết thì cách mạng phải thực hiện chuyên chính vô sản để bảo vệ quyền lợi giai cấp. Như thế thì, theo *logic* thông thường, ngay từ đầu "cách mạng" đã tự mâu thuẫn với mình bởi, khi giai cấp vô sản đã có "quyền lợi", thậm chí quyền lợi đó được bảo vệ bằng cả một nền chuyên chính, nó đâu còn là... vô sản nữa? và nền chuyên chính ấy cũng đâu còn là "vô sản" nữa?

Sinh thời nhà sử học Trần Quốc Vượng kể chuyện thời còn trẻ học trung học trong vùng kháng chiến của mình: ông được hiệu trưởng Trần Văn Giàu chú ý vì khẳng khái từ chối suất du học theo "tiêu chuẩn của bố". Bố ông là một viên chức quan trọng trong bộ máy hành chính kháng chiến, do đó có được cái "tiêu chuẩn con đi du học", thế nhưng nhà sử học tương lai khẳng khái rằng nếu được đi du học thì ông phải đi bằng năng lực của mình chứ không muốn làm một thứ sinh viên "tập ấm", được chọn đi du học theo "tiêu chuẩn" của bố.

Thế có nghĩa là một thứ quan cách mạng, với những bổng lộc cách mạng, ngay trong thời kháng chiến. Về thứ quan kháng chiến này còn có một câu chuyện sinh động khác của nhà văn Vũ Thư Hiên:

"Lần đầu tôi được thấy tận mắt trong quân đội cách mạng cũng có lính hầu là ở trạm Quảng Nạp, một trong cửa ngõ vào an toàn khu từ ngả Thái Nguyên. Trước đó tôi không bao giờ hình dung có người đi làm cách mạng chỉ để hầu ai đó. Trong quân đội Việt Nam cũng có các vệ sĩ, hồi mới kháng chiến còn gọi là gác-đờ-co nhưng họ hoàn toàn không phải là lính hầu. Cơn sốt rét rừng bất chợt buộc tôi phải nằm lại trạm này đã cho tôi có dịp quan sát mấy đoàn cố vấn Giải phóng quân đi ngang. Những cố vấn Trung Quốc, thường là cấp tướng, đến Việt Nam mang theo cả đoàn lính hầu nhộn nhịp, nào bảo vệ, nào cần vụ, nào cấp dưỡng, nào giám mã. Khi cố vấn lên đường công tác, anh cấp dưỡng quảy nồi niêu xoong chảo lên vai, anh cần vụ lỉnh kỉnh chăn màn gối đệm trên vai, anh giám mã chạy tới cúi gập mình xuống làm cái kê cho cấp trên đạp lên lưng mình mà leo lên ngựa. Cố vấn đến nơi cần nghỉ ngơi thì cần vụ kê giường trải nệm, bày ra nào chậu nào thau cho cấp trên rửa mặt rửa chân, cấp dưỡng te tái lo nấu cơm nấu nước, bảo vệ lăm lăm súng đứng gác, giám mã te tái đi cắt cỏ ngựa. Răm rắp, răm rắp, không chê vào đâu được.

Nhìn cảnh đó tôi vừa ngạc nhiên vừa ghê tởm. Có lẽ không có quân đội nào trên thế giới có thứ lính hầu khốn khổ khốn nạn như lính cần vụ Trung Quốc.

Ăn uống trong quân đội Trung Quốc cũng phân biệt rõ rệt theo cấp bậc, hay nói cho đúng hơn, theo đẳng cấp. Lính trơn cho tới cấp chỉ huy trung đội thì ăn tiêu chuẩn đại táo, tức là mức ăn phổ thông, thấp nhất. Trên đại táo là trung táo, dành cho cấp chỉ huy đại đội tới tiểu đoàn. Tiểu táo là mức ăn dành cho cấp trung đoàn trở lên. Cao nhất là đặc táo, dành riêng cho các nhà lãnh đạo, để đãi khách, bữa nào cũng như tiệc.

Nỗi kinh ngạc của chúng tôi kéo dài không lâu - cả về mặt này quân đội Việt Nam cũng nhanh chóng tiếp cận quân đội đàn anh. May mắn thay, cái sự phân biệt các thứ táo tồn tại không lâu, và ở mức độ thấp hơn nhiều. Ở ngoài mặt trận không ai dám liều lĩnh sao chép nguyên bản cái trật tự đẳng cấp kỳ cục ấy. Trước mặt người lính là kẻ thù xâm lược, người lính có thể nổi giận. Mà ở chiến trường thì chẳng ai biết được người lính nổi giận sẽ hành động thế nào. Điều chắc chắn là sức chiến đấu của quân đội sẽ giảm sút."[1]

Thời chiến thì họ không nhưng thời bình thì họ dám. Và không chỉ là quân đội mà là cả hệ thống chính trị như có thể thấy trong cái lớp lang "tiêu chuẩn" quanh bàn tiệc của ông Phạm Văn Đồng. Như thế thì, bên cạnh các phương thức "đảng trị", "công an trị", hệ thống còn có phương thức "tiêu chuẩn trị".

Hệ thống khăng khăng bảo vệ quyền lợi giai cấp. "Giai cấp" thì khăng khăng bảo vệ... "tiêu chuẩn". Bằng những "tiêu chuẩn" đặc quyền, hệ thống tạo ra một giai tầng đặc quyền. Để bảo vệ đặc quyền của mình, giai tầng ấy bảo vệ hệ thống như là bảo vệ chính sinh mạng của mình. Mà để vươn tới những giai tầng đặc lợi, toàn bộ những thành viên của nó phải bám vào hệ thống, phải vận hành như những thứ ốc vít hay con rối đúng theo tiêu chuẩn của hệ thống.

Phương thức "tiêu chuẩn trị" này, không chừng, còn là cội rễ sâu xa nhất của căn bệnh tham bất trị hiện tại. Và khi hệ

---

[1] Cuốn này được phổ biến khá rộng rãi trên mạng Internet, có thể tham khảo ở Chương 9, tại địa chỉ: http://doquynhgiao.tripod.com/hkdgbn/vthuhien.htm

thống toàn trị thừa nhận rằng bệnh tham nhũng là bất trị thì có nghĩa là nó cũng mặc nhiên thừa nhận rằng, để bài trừ tận gốc nạn tham nhũng, thì phải bài trừ tận gốc cái hệ thống toàn trị.[1]

---

[1] Xin dẫn ba câu chuyện vui vui về mối quan tâm đến "quốc nạn tham nhũng" của những nhà lãnh đạo cộng sản.

I. **Nguyễn Văn Chi, Chủ nhiệm Ủy ban Kiểm tra Trung ương Đảng:**
"Các cấp ủy viên được bầu trong nhiệm kỳ này phải là những cán bộ không tham nhũng và kiên quyết đấu tranh chống tham nhũng".
Nghĩa là cán bộ đảng viên tham nhũng tràn lan và tham nhũng thì chẳng sao cả, chỉ là không được bầu vào cấp ủy thôi!
Xem:
http://vietnamnet.vn/chinhtri/2009/09/870365/

II. **Trương Tấn Sang, Thường trực Bộ Chính trị**
"Những quy định của Đảng và Nhà nước đã phù hợp nhưng do tổ chức, điều hành yếu kém, cần phải kiên quyết thay người phụ trách, điều hành. **Cạnh đó, cần cụ thể hoá tiêu chuẩn cấp ủy "không tham nhũng và kiên quyết đấu tranh chống tham nhũng".**
Nghĩa là chỉ cần "tiêu chuẩn cấp ủy không tham nhũng" thôi, còn "tiêu chuẩn đảng viên" thì không làm khó, tha hồ mà tham nhũng!
Xem:
http://tuoitre.vn/Chinh-tri-Xa-hoi/361177/Phong-chong-tham-nhung-Chon-nguoi-trong-sach-dung-dau.html

III. **Lê Khả Phiêu, cựu tổng bí thư:**
"Đảng phải đổi mới trong công tác cán bộ, từ việc bố trí, sắp xếp, đề bạt, tuyển chọn cán bộ lãnh đạo ở Trung ương, các đoàn thể cho đến các địa phương. [..] **Nhất thiết không giới thiệu, không đưa vào danh sách, không bầu cử những người tham nhũng và thiếu trách nhiệm** trong chống tham nhũng, những người không kiên định độc lập dân tộc gắn liền với chủ nghĩa xã hội, không có khả năng thực tế, thiếu gắn bó với nhân dân, không dũng cảm tự phê bình và phê bình. Đấu tranh loại bỏ tệ chạy chức, chạy quyền, mua lòng nhau để kiếm phiếu."
Nghĩa là tham nhũng không sao cả, không bị ra toà hay bị khai trừ đảng, chỉ không được "bố trí, sắp xếp, đề bạt, tuyển chọn" và các chức vụ "lãnh đạo ở Trung ương" thôi!
Xem:
http://vietnamnet.vn/chinhtri/201002/Nguyen-Tong-Bi-thu-va-nhung-tran-tro-chinh-don-Dang-893032/

Vì hệ thống, vốn dĩ, là… vô sản, còn tài nguyên lại là sở hữu quốc gia. Tài sản quốc gia nhưng bị trưng dụng như một thứ "tiêu chuẩn" riêng của hệ thống, và từ "tiêu chuẩn của chúng ta" đến "tiêu chuẩn của riêng ta" chỉ là một bước đi rất ngắn. Mỏng như sợi tóc.

Cao nhất trong "tiêu chuẩn của chúng ta" "tiêu chuẩn cầm quyền", thể hiện qua Điều 4 Hiến pháp và đây chính là một hành động "tham nhũng chính trị" không hơn không kém. Hành động tham nhũng tập thể này được bảo đảm bằng sức mạnh của cả hệ thống công an trị, được tự nhiên hoá và chính đáng hoá bằng cả một hệ thống giáo dục và tuyên truyền. Khi mà cả hệ thống xem trò "tham nhũng" tập thể này là chính đáng, là tự nhiên, là "tiêu chuẩn" ắt có của nó thì những thành viên của nó cũng sẽ xem chuyện tham nhũng cá nhân như là "tiêu chuẩn" tự nhiên của mình.

Triết lý và hành động "tham nhũng chính trị" đã thai nghén nên cái "chính trị tham nhũng" đã trở thành bất trị như thế. Ngày nay, khi "phấn đấu" hay luồn cuối để vươn tới một vị trí nào đó thì, trong thâm tâm, đa số những thành viên năng nổ nhất của hệ thống cũng chi lăm lăm "phấn đấu" và luồn cuối để vươn tới những địa vị có đặc quyền tham nhũng. Đạt đến một "tiêu chuẩn chính trị" cao hơn cũng có nghĩa là đạt đến một "tiêu chuẩn tham nhũng" cao hơn. Họ cố vươn lên với mối ám ảnh về "tiêu chuẩn tham nhũng". Cũng giống như các đồng chí đàn em ngày xưa cố vươn lên với mối ám ảnh về "tiêu chuẩn ăn tiệc", cái vé cái ngày họ có được cái quyền bước vào bàn tiệc ê hề thịt rượu bên trong, không phải ngồi chờ hở bên ngoài uống trà suông, tưởng tượng cảnh các đồng chí đàn anh bên trong nhồm nhoàm chén chú chén anh.

Mà, khi có thể vạch ra một quy định chi ly buộc kẻ này phải ngồi ngoài uống trà nhìn kẻ kia vào trong ăn tiệc cho dù tất cả đều gọi nhau là đồng chí, chính cái hệ thống toàn trị đã khai sinh ra cái thói hành xử mà ngày nay chúng ta gọi là "bệnh vô cảm".

Sự "vô cảm" thành bệnh bởi đó chính là... "tiêu chuẩn đạo đức" của hệ thống. Với hệ thống thì vô cảm đến đâu cũng mặc, là đừng chạm đến "tiêu chuẩn chính trị". Cái "chính trị tiêu chuẩn" và "chính trị tham nhũng" của hệ thống là thế. Cãi chày cãi cối hay ngậm miệng ăn tiền thì qua chuyện và những quan lại hay hào lý và trương tuần cách mạng ăn chặn tiền bạc và phẩm vật cứu trợ nạn nhân bão lụt vẫn an nhiên tại vị. Họ ăn chặn năm này sang năm khác, từ mùa bão lụt này tới mùa bão lụt khác nhưng hầu như chẳng có ai thực sự ra toà và chẳng có ai thực sự đối diện với những hình thức truy bức và đàn áp của hệ thống công an trị. Khác hẳn những những *bloger* đi bên lề trái. Khác hẳn những công dân dám đá động đến chuyện chủ quyền trên biển.

Hẳn nhiên, hệ thống cũng có cách để bào chữa cho hành động truy bức những công dân lương thiện và yêu nước nhất của mình. Cũng giống như thời bao cấp, lúc những nhà báo có phiếu C mỗi tháng "mua cả" cân thịt lợn thì mới có tiêu chuẩn "nghe đài địch", những kẻ như thế đã phạm lỗi vì họ chưa đạt đến "tiêu chuẩn" để đề cập đến những chuyện "nhạy cảm" như thế. "Tiêu chuẩn" ấy phải thuộc phát ngôn viên của Bộ ngoại giao.

Thế nhưng, xét cho cùng, "tiêu chuẩn phản đối" của viên chức này cũng chỉ là nói đi nói lại cái câu phản đối cái câu nói như đã được thu băng, chưa mở miệng đã biết nói gì: *"Việt Nam có đầy đủ bằng chứng lịch sử và cơ sở pháp lý để khẳng định chủ quyền không thể tranh cãi của mình đối với hai quần đảoHoàng Sa và Trường Sa..."*Nếu lịch sử dân nhạc Việt Nam có "Sáu câu vọng cổ thì mai này lịch sử giữ nước của dân tộc sẽ ghi nhận thêm "Một câu phản đối" của hệ thống toàn trị bởi "tiêu chuẩn phản đối" của viên chức ấy cũng không thể vượt xa hơn câu nói trăm lần như một.

"Tiêu chuẩn phản đối" của viên chức ấy không thể vượt quàlà chuyện tự nhiên. Nó cũng tự nhiên như "tiêu chuẩn xe" của ông ta hay bà ta, nếu có, sẽ không được phép vượt qua, giống như xe đại sứ thì không được vượt qua 65 ngàn đô la, xe tổng lãnh sự thì 60 ngàn đô la...[1]

5.4.2010

---

[1] Quyết định số 30/2010/QĐ-TTg do thủ tướng VN ký ngày 15/3/2010 quy định xe của đại sứ không quá 65,000 đô la, xe của tổng lãnh sự thì không quá 60,000 đô la. Không rõ xe của phát ngôn viên bộ ngoại giao là bao nhiêu. Xem:
http://legal.moit.gov.vn/default.aspx?page=news&do=detail&category_id=34 &news_id=502

Thực dân, nô lệ, ăn mày

Tháng Ba năm 1906, phẫn nộ trước hình ảnh người Trung Quốc hả hê thưởng thức cảnh lính Nhật cắt cổ đồng bào mình từ trên màn ảnh trong một giảng đường y khoa tại Nhật, Lỗ Tấn đã dứt khoát từ bỏ hoài bão làm thầy thuốc nhen nhúm tấm bé và nung nấu theo khát vọng canh tân ở tuổi chớm biết ưu tư để lao vào cái nghề cầm bút nghiệt ngã, bấp bênh. Làm thầy thuốc thì chỉ có thể chữa những bệnh tật trên thể xác của con người. Cái mà dân tộc Trung Hoa cần chữa là những căn bệnh sâu trong tinh thần của mấy trăm triệu người.[1]

---

[1] Cha chết từ rất sớm và ký ức tuổi thơ gắn liền với hình ảnh của tiệm cầm đồ và tiệm thuốc: cầm đồ xong thì đến tiệm thuốc mua thuốc. Lớn lên muốn theo đuổi khoa học và nghe tin việc canh tân của Nhật khởi sự từ việc du nhập y khoa hiện đại Tây phương, Lỗ Tấn đã theo học tại Học viện Y khoa Tiên Đài (Sendai Medical Academy). Nhập học từ năm 1904, đến năm 1906 thì bỏ học để lao vào hoạt động văn học. Chuyện được kể lại trong lời nói đầu của tuyển tập tập truyện ngắn Gào Thét (Call to Arm), đề ngày 3/12/1922:
"[..] These inklings took me to a provincial medical college in Japan. I dreamed a beautiful dream that on my return to China I would cure patients like my father, who had been wrongly treated, while if war broke out I would serve as an army doctor, at the same time strengthening my countrymen's faith in reformation.
I do not know what advanced methods are now used to reach microbiology, but at that time lantern slides were used to show the microbes; and if the lecture ended early, the instructor might show slides of natural scenery or news to fill up the time. This was during the Russo-Japanese War, so there were many war films, and I had to join in the clapping and cheering in the

Tháng Tư năm 2010, những triệu chứng của chứng bệnh ấy lại lộ ra, không với dân tộc của Lỗ Tấn mà với chúng ta. Khi một bậc *chuẩn* khoa bảng ngành *American Studies*, qua sự tiếp tay của một nhà truyền thông, bực dọc đưa ra "Một cách nhìn khác về tinh thần dân tộc" để biện minh cho sợi thòng lọng mà hệ thống toàn trị láng giềng đang siết dần vào cổ họng đất nước mình, cả hai đã hả hê thưởng thức tương tự, không hơn không kém.[1] Hả hê trước những tâm cảm nhức nhối về thân phận nhược tiểu của đất nước mình. Hả hê trước tình cảnh điêu đứng của những anh em chú bác mình, những người vừa căn răng chịu đựng một chính quyền không ra chính quyền, vừa bươn chải chịu đựng gã láng giềng đang tập tành tướng đi để

---

lecture hall along with the other students. It was a long time since I had seen any compatriots, but one day I saw a film showing some Chinese, one of whom was bound, while many others stood around him. They were all strong fellows but appeared completely apathetic. According to the commentary, the one with his hands bound was a spy working for the Russians, who was to have his head cut off by the Japanese military as a warning to others, while the Chinese beside him had come to enjoy the spectacle.

Before the term was over I had left for Tokyo, because after this film I felt that medical science was not so important after all. The people of a weak and backward country, however strong and healthy they may be, can only serve to be made examples of, or to witness such futile spectacles; and it doesn't really matter how many of them die of illness. The most important thing, therefore, was to change their spirit, and since at that time I felt that literature was the best means to this end, I determined to promote a literary movement."

[1] Đỗ Ngọc Bích, "Một cách nhìn khác về tinh thần dân tộc"
http://www.bbc.co.uk/vietnamese/forum/2010/04/100417_do_ngoc_bich.shtml
Truy cập ngày 25.5.2010, và:
Nguyễn Giang, "Về bài của tác giả Đỗ Ngọc Bích trên BBC".
http://www.bbc.co.uk/blogs/vietnamese/2010/04/ve-bai-cua-ba-do-ngoc-bich-tre.html
Truy cập ngày 25.5.2010.

quốc nhưng chưa bao giờ ra dáng đế quốc bởi không thể gột bỏ hết bản chất vô sản lưu manh kiểu bần cố nông đấu tố như có thể thấy qua những hành vi cướp biển bần tiện, nhỏ mọn.[1] Và khi hả hê thưởng thức như thế, những con bệnh tim não cùng những ủng hộ viên khác đã thưởng thức với sự mãn nguyện của những đầu óc nô lệ, ăn mày.

Tôi không hề quá đáng, nặng lời. Khi cho rằng người Việt phải tri ân hệ thống toàn trị Trung Hoa qua những khoản đầu tư đã bỏ ra trong thời chiến, bậc *chuẩn* khoa bảng suy nghĩ có khác nào hạng ăn mày khi ghi tâm khắc cốt những ân huệ bố thí mà không đếm xỉa gì đến động cơ hay cung cách bố thí?[2] Và khi khăng khăng rằng mình hoàn toàn đúng bởi đã hành xử chính xác theo "Tiêu chuẩn biên tập BBC", nhà truyền thông nói giáo cũng chỉ thể hiện một đầu óc nô lệ mà Phan Khôi đã chỉ ra trên *Phụ Nữ Tân Văn* hơn 80 năm trước:

---

[1] Khi chính quyền không đủ sức, thậm chí không có đủ dũng khí để bảo vệ người dân thì nó không ra dáng một chính quyền nữa. Và đó không phải là hiện tượng cá biệt mà lập đi lập lại, không chỉ mất tài sản mà có khi còn mất mạng.
Xem thí dụ gần nhất: Trà Minh, "12 ngư dân được thả sau khi nộp 200 triệu đồng tiền chuộc", Tuổi Trẻ 15.5.2010.
http://tuoitre.vn/Chinh-tri-Xa-hoi/378771/12-ngu-dan-duoc-tha-sau-khi-nop%C2%A0200-trieu%C2%A0dong-tien-chuoc%C2%A0.html

[2] Trung Quốc không bao giờ muốn Việt Nam thống nhất và hùng mạnh, do đó chỉ viện trợ nhỏ giọt để nuôi dưỡng cuộc chiến du kích. Tuy nhiên, cả trong việc viện trợ này Trung Quốc cũng lạm dụng để gặm nhấm dần lãnh thổ Việt Nam.
Xem: "Điều gì đang xảy ra trong bang giao Việt-Trung?", Mặc Lâm phỏng vấn Dương Danh Dy, đài RFA 2.7.2009.
http://www.rfa.org/vietnamese/vietnam/chinh-tri/Vietnam-China-a-long-standing-grievances-historical-MLam-07022009133546.html

"Chẳng những một mình ông, tôi thấy có nhiều người cũng nói như ông vậy. Họ nói: quốc ngữ viết thế nào cũng được, không cần phân biệt t với c, có g với không g. Nói vậy thì sao họ học chữ Pháp họ lại phải viết theo từng nét? Sao họ không viết là ving đi mà phải viết vingt? Sao họ không nói 'j'alle', 'tu alles', 'il alles' đi mà lại phải nói 'je vais', 'tu vas', 'il va'? Tôi mong rằng rày về sau đừng có ai nói như ông nữa mà làm cho tôi thương tâm quá! Vì trong sự này tôi thấy ra cái tánh nô lệ của người ta: các anh bồi từ phòng khách đến phòng ăn, phòng ngủ của Tây thì các anh giữ quét dọn sạch sẽ luôn; còn chỗ xó của vợ chồng anh ấy nằm thì tha hồ là dơ dáy. Song nô lệ cách này còn được; chớ nô lệ cách kia thì thôi, hết mong gì nữa!"[1]

Thì cũng là cái cảnh "hết mong gì nữa". Người thì chăm chút "quét dọn sạch sẽ" sao cho đúng "tiêu chí biên tập" của kẻ giữ sổ lương, còn lại "tha hồ là dơ dáy". Người thì, như một nghiên cứu sinh ngành *American Studies*, chắc chắn sẽ không bao giờ dám bộc lộ sự "bực dọc" tương tự trước những George Washington hay Benjamin Franklin, những người Mỹ đã dứt bỏ mối ràng buộc với nước Anh, cái mẫu quốc mà thuộc địa Mỹ "từ đó mà ra". Từ những kẻ trong "xó nằm dơ dáy" cho đến hạng học thức hơn, sang cả hơn, chân trời đã rộng mở rất nhiều, nhưng có mở đến đâu cũng vậy, cũng chỉ là cái tinh thần ở đợ. Vấn đề, như thế, không thuộc về những cá nhân cụ thể mà là cái hình bóng chung thấp thoáng sau lưng họ, sau lưng những ủng hộ viên nhâng nháo, những kẻ đang lật bật muá may

---

[1] Phan Khôi, "Viết chữ quốc ngữ phải viết đúng", *Phụ Nữ Tân Văn* số 31 (5.12.1929).
  Dẫn theo *Tranh luận Văn Nghệ Thế Kỷ XX*, (2002) tập 1, NXB Lao Động, tr. 106.

với những "ân phước" hay tinh hoa văn hoá Trung Hoa để làm nhiễu loạn mối ưu tư của cộng đồng Việt về sự sinh tồn trong mai hậu.

Như thế thì phải tìm hiểu kỹ hơn cái hệ số chung "bồi". Như một chuẩn siêu cường đang lên, nước Trung Hoa hãnh tiến hôm nay đang càng ngày càng ra dáng thực dân và hệ quả là sự hình thành của lớp bồi Tàu đương đại, như một sự tiếp nối của những lớp "quăng vùa hương xô bàn độc" / "chia rượu lạt gặm bánh mì" thượng lưu hay hạ đẳng ngày trước.[1] Nếu sức mạnh cơ giới của thực dân Pháp từng khiến một Tôn Thọ Tường khiếp đảm đến độ đầu hàng không điều kiện *Miệng cọp hàm rồng chưa dễ chọc / Khuyên đàn con trẻ chớ thày lay* thì sức mạnh của thực dân Trung Hoa hôm nay cũng đang thai nghén nên một lớp kế thừa tương tự.[2] Nhưng thần phục thực dân cũng có nghĩa là thần phục sức mạnh. Não trạng nô lệ và ăn mày thực dân, thực chất, cũng chỉ là biểu hiện của não trạng nô lệ và ăn mày trước sức mạnh chính thống.

---

[1] Nguyễn Đình Chiểu, "Văn tế nghĩa sĩ Cần Giuộc":"Sống làm chi theo quân tả đạo, quăng vùa hương xô bàn độc, thấy lại thêm buồn; sống làm chi ở lính mã tà, chia rượu lạt, gặm bánh mì, nghe càng thêm hổ / Thà thác mà đặng câu địch khái, về theo tổ phụ cũng vinh; hơn còn mà chịu chữ đầu Tây, ở với man di rất khổ."

[2] Bài thơ "Giang sơn ba tỉnh" của Tôn Thọ Tường:
Giang sơn ba tỉnh hãy còn đây,
Trời đất xui chi đến nỗi này?
Chớp nhoáng thẳng bon dây thép kéo
Mây tuôn đen kịt khói tàu bay.
Xăn văn thầm tính, thương đôi chỗ,
Khắp khởi riêng lo, biết những ngày.
Miệng cọp hàm rồng chưa dễ chọc,
Khuyên đàn con trẻ chớ thày lay!

Khuynh hướng phò thực dân, như thế, chỉ là biểu hiện nhất thời và sa đoạ của khuynh hướng phò chính thống. Và nếu khái niệm "thực dân" luôn được hiểu như là những thế lực đến từ bên ngoài thì đã đến lúc chúng ta phải nhận diện thứ "thực dân" sinh sản bên trong.[1]

Khi quyền lực chính thống tự tách mình ra, không nương tay bóc lột cộng đồng để phục vụ lấy mình như một cộng đồng con, nó đã là hiện thân của một thứ "thực dân". Nội hoá hay ngoại hoá, đã đối phó với khát vọng sống của cộng đồng thì thứ thực dân nào cũng ngay ngáy kiểm duyệt để che đậy bản chất ăn cướp và bóc lột của mình. Nhưng kiểm duyệt cũng chỉ là một biện pháp cụ thể trong mục tiêu ngu muội hoá con người, như một đường lối nhất quán. Khi hệ thống toàn trị sắt máu hơn cả chính quyền thực dân trong chính sách ngu muội hoá ấy, nó đã sợ hãi sự thật và mong mỏi công dân của mình ngu dốt hơn cả thế lực cai trị bên ngoài đã từng sợ.[2] Như thế, nếu cái mũ

---

[1] *Hán Việt Từ Điển* của Đào Duy Anh định nghĩa "thực dân" là "Nhân dân di cư ra nước ngoài để làm ăn".
Từ Điển Tiếng Việt của Viện Ngôn Ngữ học Việt Nam (NXB Đà Nẵng 2004) thì định nghĩa (2) là "Người ở nước tư bản, thuộc tầng lớp bóc lột, thống trị ở nước thuộc địa, trong quan hệ với nhân dân nước thuộc địa."

[2] Bùi Minh Quốc, "Thư ngỏ gửi các bạn trẻ Việt Nam và hai bạn Mỹ Fred, Rob", Diễn đàn talawas, 19.8.2005.
http://www.talawas.org/talaDB/suche.php?res=5180&rb=0307
"Trong dịp đại hội lần thứ 7 vừa rồi của Hội Nhà văn Việt Nam (tháng 4.2005), mấy đồng nghiệp của tôi - nhà thơ Xuân Sách, nhà thơ Trần Mạnh Hảo, nhà văn Hoàng Quốc Hải - phát biểu tại diễn đàn chỉ tha thiết xin nhà nước thành lập cơ quan kiểm duyệt chính thức, công khai, để nhà văn cứ viết hết cỡ theo lương tâm mình, còn nhà nước không vừa ý chỗ nào thì cứ cắt nhưng phải in rõ chấm chấm chấm kiểm duyệt bỏ chấm chấm chấm như thời chế độ thực dân.
Ôi, đau đớn làm sao, nhục nhã làm sao! Hời hồn thiêng các liệt sĩ Đặng Thùy Trâm, Dương Thị Xuân Quý, Nguyễn Văn Giá, Chu Cẩm Phong, Nguyễn Thi, Lê Anh Xuân, Trần Đăng, Thôi Hữu, Nam Cao, Trần Mai Ninh... và tất cả

cối được xem là biểu tượng của chủ nghĩa thực dân phương Tây thì hệ thống toàn trị hiện tại không chỉ kế thừa từ thực dân Pháp cái mũ ở trên đầu mà kế thừa cả cái chủ trương ngu dân ở bên trong cái đầu.

Cuộc cách mạng đắt giá mà hệ thống toàn trị vẫn ồn ào kỷ niệm đi kỷ niệm lại, xem ra, chỉ là thứ "cách mạng" để thay đổi màu da dưới cái mũ cối. Chỉ thay màu da thôi nên sau đó vẫn là những trò ngu muội hoá con người quen thuộc, vẫn là những cuộc xâm lược nhắm vào giềng mối quan hệ và tình cảm quen thuộc. Và có quen thuộc như thế nên những hình ảnh sinh động và bi phẫn nhất trong "Á Tế Á Ca" hay "Bình Ngô Đại Cáo" vẫn tiếp tục sinh động và tiếp tục bi phẫn như một thứ "hiện thực phê phán".[1]

---

các liệt sĩ của tất cả các thế hệ đã ngã xuống vì độc lập tự do, hãy về đây mà chứng kiến cho nỗi nhục của chúng tôi! Chẳng lẽ chiến đấu như thế, hy sinh như thế để chuốc lấy nỗi nhục này? Sau bao nhiêu năm chiến đấu hy sinh vì độc lập tự do, nay chỉ xin cái mức tự do ngôn luận như thời thực dân mà cũng không được. Xưa là nô lệ cho ngoại bang, nay lại làm nô lệ cho một nhúm cầm quyền nhân danh Đảng."

[1]"Á tế á ca" hay "Bài thơ về châu Á", bài thơ dài 200 câu làm theo thể song thất lục bát, được dùng làm tài liệu giảng dạy ở Trường Đông Kinh Nghĩa thục (1907), gọi là "Đề tỉnh quốc dân ca". Chưa rõ tác giả dù có người đoán là của Phan Bội Châu, nội dung lên án chính sách cai trị tàn bạo của thực dân Pháp, kêu gọi nhân dân Việt Nam noi gương Nhật, đánh đuổi thực dân Pháp, giành độc lập dân tộc.

Xin trích những đoạn khá "đắt" với chính sách kinh tế XHCN thời "bao cấp":

Rượu ta nấu, nó cho rượu lậu
Muối ta làm, nó bảo muối gian
Hay:
Các hạng thuế các làng thương mãi...
Hết đinh điền rồi lại trâu bò
Thuế chó cũi, thuế lợn lò
Thuế muối, thuế rượu, thuế đò, thuế ghe
Thuế sản vật, thuế chè thuế thuốc
Thuế môn bài, thuế nước thuế đèn
Thuế nhà cửa, thuế chùa chiền

Khi thực hiện chính sách ngu dân trên đất nước chúng ta, thực dân Pháp đã đần độn hoá con người để vừa có thể đầu độc và bóc lột thậm tệ bằng thuốc phiện hay sưu cao thuế nặng, vừa có thể cao rao sứ mạng "khai hoá". Hệ thống toàn trị kế thừa cũng tiếp tục như vậy để vinh quang hoá cái sự nghiệp ghê tởm xây dựng từ những cuộc đấu tố, những trại cải tạo, những trò cướp bóc tập thể, những cơn mê sảng vĩ cuồng mà hậu quả nhãn tiền là đói rách, nợ nần

---

Thuế rừng tre gỗ, thuế thuyền bán buôn
thuế cả hết phấn son đường phố
Thuế những anh thuốc lọ gầy còm
Thuế gò, thuế bãi, thuế cồn
Thuế người chức sắc, thuế con hát đàn.

Hay "Bình Ngô Đại Cáo" (bản dịch Ngô Tất Tố):

[...] Nướng dân đen trên ngọn lửa hung tàn
Vùi con đỏ xuống dưới hầm tai vạ
Dối trời lừa dân đủ muôn ngàn kế
Gây thù kết oán trải mấy mươi năm
Bại nhân nghĩa nát cả đất trời
Nặng thuế khoá sạch không đầm núi.
Người bị ép xuống biển dòng lưng mò ngọc,
Ngán thay cá mập thuồng luồng.
Kẻ bị đem vào núi đãi cát tìm vàng,
Khốn nỗi rừng sâu nước độc.
Vét sản vật, bắt dò chim sả, chốn chốn lưới chăng.
Nhiễu nhân dân, bắt bẫy hươu đen, nơi nơi cạm đặt.
Tàn hại cả giống côn trùng cây cỏ,
Nheo nhóc thay kẻ goá bụa khốn cùng.
Thằng há miệng, đứa nhe răng,
Máu mỡ bấy no nê chưa chán,
Nay xây nhà, mai đắp đất,
Chân tay nào phục dịch cho vừa?
Nặng nề những nỗi phu phen
Tan tác cả nghề canh cửi.

và tụt hậu. Hệ thống cần làm vậy để những sai lầm tiếp nối sai lầm vĩnh viễn thuộc về trách nhiệm của một "quá khứ" chung chung, của những "lý do lịch sử" chung chung hay "yếu tố khách quan" chung chung. Và nó cần vậy để mối quan hệ rành rành giữa kẻ cướp và con mồi mới trở thành "quan hệ hữu nghị hướng tới bền vững, ổn định".

Để thoải mái cai trị và, thậm chí, để được thoải mái... hèn, hệ thống toàn trị phải kìm hãm, phải duy trì công dân của mình trong thân phận của những kẻ nô lệ hay ăn mày ngây dại, hồn nhiên.[1]

Như cái kiểu hồn nhiên khi chúng ta nắn nót những "đơn xin" đầy tính ăn mày. Cứ dựa theo tiêu chí dân quyền của một xã hội dân sự thì, trừ một thiểu số quyền lực, những ai đang từng hay đã từng sống dưới với hệ thống cai trị ấy mà không phải gánh chịu kiếp ăn mày? Dưới hai cái ách cai trị thực dân và quân chủ, cha ông chúng ta phải chịu thân phận ăn mày ấy khi viết "đơn xin" gởi lên "quan Công sứ" với lời kết "Muôn đội ơn quan lớn" đã đành.[2]

---

[1] Xem bài báo "Đồng chí Trương Tấn Sang: Nhà báo phải cống hiến nhiều hơn vì nhân dân" của Tr.Bình - M.Anh trên *Sài Gòn Giải Phóng* ngày 20.6.2009.

Ngày 19-6, kỷ niệm 84 năm ngày "Báo chí Cách mạng Việt Nam", Trương Tấn Sang đã đến "làm việc" với Hội Nhà báo Việt Nam, và trong "làm việc" này có lúc họ Trương "lưu ý" Hội nhà báo: "Trước một số vấn đề phức tạp, nhạy cảm, kể cả vấn đề hệ trọng liên quan đến chính sách đối nội, đối ngoại của đất nước còn có biểu hiện vội vàng, chủ quan, chạy theo dư luận, gây khó khăn cho công tác lãnh đạo, điều hành. Một số cơ quan báo chí còn đưa thông tin sai, gây tác hại về chính trị, kinh tế, xã hội của đất nước và các địa phương, doanh nghiệp..." .

Chú ý là chữ "gây khó khăn cho công tác lãnh đạo".

http://www.sggp.org.vn/chinhtri/2009/6/194492/

[2] Tôi dựa vào một số đơn từ trong *Quảng Tập Viêm Văn* của Edmond Nordemann, bản dịch của Nguyễn Bá Mão (Nhà Xuất bản Hội Nhà văn &

Thời của những chính quyền "nhân dân", "dân chủ" hay "cộng hoà", chúng ta cũng phải tiếp tục các phẩm giá tương tự trong những "Đơn xin" in sẵn và những "Đơn xin" tự biên tự diễn tương tự. *Đơn xin nhập học. Đơn xin chuyển trường. Đơn xin chuyển hộ khẩu. Đơn xin cấp giấy phép xây dựng. Đơn xin mượn giấy tờ trong hồ sơ sinh viên. Đơn xin làm lại thẻ sinh viên.*[1] Xin, xin và... xin. Chúng ta vẫn phải đi ăn xin và vẫn phải "đội ơn" như thể là thời thuộc địa cho dù ngôn ngữ khác đi, có màu mè thêm ra kiểu "Trong khi chờ đợi sự chấp thuận của quý cấp tôi xin bày tỏ nơi đây tấm lòng thành kính và biết ơn sâu xa".

Ăn xin cho đáng ăn xin / Lấy chồng cho đáng bù nhìn giữ dưa... Có hạ mình đi xin thì cũng nên xin những gì cho đáng chứ? Và để xứng đáng là "chính quyền nhân dân" thì cũng phải bình thường hoá những chuyện như thế như là những "thao tác" thuần túy kỹ thuật chứ? Khi phức tạp hoá những "thao tác kỹ thuật" ấy bằng một thứ ngôn ngữ và những thủ tục ăn mày, hệ thống cai trị đã biến nó thành một "hành động chính trị" để, qua đó, chính trị hoá vấn đề, biến công dân của mình thành những con tin hay con nợ nhằm tiện bề thao túng và chi phối.

Trung tâm Văn hoá Đông Tây, 2005), tập trung trong chương thứ 3, kể từ trang 70.

Nguyên tác *Chrestomathie Annmite – Contenant180 textes en dialecte Tonkinois*, xuất bản năm 1898. Tác giả là giảng viên Trường Thông Ngôn, lấy tên Việt là Ngô Đê Mân.

[1] Có thể xem một số mẫu đơn trong các trang web sau:
http://khudothimoi.com/dulieu/mau-hop-dong/351-mau-don-mau-giay-to-xin-cap-phep-xin-giay-chung-nhan.html
hay:
http://ussh.edu.vn/mot-so-mau-don-va-giay-chung-nhan/140

Nhưng không chỉ là những quan hệ xin-cho lặt vặt mà là chủ trương ăn mày hoá như một phần trong hệ thống giáo huấn ngu dân. Chính tính nhất quán và sự tiếp nối của những hệ thống giáo huấn ngu dân nối tiếp nhau qua bao thời kỳ quân chủ, thực dân và thực-dân-hậu thực-dân mới có thể biến chúng ta thành những con tin hồn nhiên và ngây thơ như thế. Nó huấn nhục và tôi mọi chúng ta. Nó lột sạch phẩm giá con người của chúng ta. Nó bắt chúng ta tư duy như là những thực thể ký sinh, chỉ có thể tồn tại bằng cách ăn xin hệ thống, bám chặt vào hệ thống, như một thứ tôi đòi.

Vậy thì phải trở ngược lại một chút với tiến trình "tôi đòi hoá" trong lịch sử Trung Hoa, nơi mà, theo nhà *chuẩn* khoa bảng, vua chúa chúng ta hay dân tộc chúng ta "từ đó mà ra". Khi chấm dứt thời kỳ phân phong để tóm thu thiên hạ về một mối, Tần Thuỷ Hoàng đã tóm thu chữ "trẫm" của thiên hạ vào cái lưỡi của mình và biến tất cả thành "tôi", như một thứ tôi đòi.[1] Mà cũng không phải trở ngược

---

[1] Trước đó thì là "trẫm" là đại danh từ nhân xưng ngôi thứ nhất nhưng từ đây thì chỉ mỗi Tần Thuỷ Hoàng được xưng "trẫm", còn lại thì tất cả phải là "tôi", nghĩa là "tôi tớ".
Sử Ký của Tư Mã Thiên, chương "Tần Thủy Hoàng bản kỳ", bản dịch của Nhữ Thành, đã ghi với lời chú:.

"… *Quả nhân, một người nhỏ bé hưng binh trừ khử bọn bạo nghịch làm loạn. Nhờ uy linh của tôn miếu, sáu nước đều chịu tội thiên hạ bình định. Nay nếu không thay đổi danh hiệu thì không sao xứng với cái công lao đã làm được và truyền cho đời sau. Các ngươi hãy bàn nên đặt hiệu đế như thế nào.*
Thừa tướng là Vương Quán, ngự sử đại phu Phùng Kiếp, đình úy Lý Tư đều tâu:
- Ngũ Đế ngày xưa đất chỉ vuông ngàn dặm, ngoài ra là đất đai của chư hầu và của man di, họ vào chầu hay không thiên tử cũng không cai quản được. Nay bệ hạ giấy nghĩa binh, giết bọn tàn ác và nghịch tặc, bình định thiên hạ, bốn biển thành quận và huyện, pháp luật và mệnh lệnh đều thống nhất ở một nơi, từ thượng cổ đến nay chưa hề có, Ngũ đế đều không bằng. Bọn thần sau khi bàn bạc kỹ lưỡng với các bậc sĩ thấy rằng: Ngày xưa có

hơn 20 thế kỷ, chỉ hơn nửa thế kỷ thôi đã thấy cái sự thể tương tự khi, vào năm 1945, lúc mới có 55 tuổi, Hồ Chí Minh đã buộc cả nước, trong đó có những thế hệ 80 hay 90, gọi mình là "bác". Dù không độc chiếm chữ ấy như bạo vương họ Tần đã làm với "trẫm", ông chủ tịch này cũng đã ngạo ngược không kém.[1] Và cho dù mức độ có khác nhau bởi thời thế đã khác nhau, ông chủ tịch cũng chỉ hành động theo cùng một triết lý với bạo vương là tạo nên khoảng cách trong ý đồ lễ trị.

Khoảng cách giữa những bậc quân vương như Tần Thủy Hoàng với bề tôi là một khoảng cách thực xa, trong đó kẻ tôi mọi không thể ngẩng mặt đối diện mà chỉ có thể nhìn vào bực thềm dưới chân: "Muôn tâu bệ hạ".[2] Khi một "bề

Thiên Hoàng, Địa Hoàng, Thái Hoàng, nhưng Thái Hoàng là cao quý nhất. Bọn thần liều chết xin dâng tôn hiệu của nhà vua là Thái Hoàng, mệnh ban ra gọi là "chế", lệnh ban ra gọi là "chiếu", thiên tử tự xưng gọi là "trẫm"(1). Nhà vua nói:
-Ta bỏ chữ "thái", lấy chữ " hoàng", thêm chữ "đế", của những vị đế thời thượng cổ hiệu gọi là Hoàng Đế còn những điều khác thì như lời các khanh tâu.
....
1. Các đời trước không dùng danh từ "chế" và "chiếu". "chế" quan trọng hơn "chiếu",chỉ nhà vua mới được dùng chữ ấy, còn Thái Hậu thì có khi dùng chữ "chiếu" khi thay thế nhà vua trị dân,nếu gọi là "chế" tức là có ý muốn làm vua. "Trẫm" trước là một đại từ chỉ ngôi thứ nhất dành cho mọi người.Sách đạo giáo dùng chữ trẫm để chỉ một lực lượng siêu tự nhiên,một đấng không ai trông thấy. Bọn Lý Tư đề nghị dùng chữ này là vì thế."
......"
[1] Theo tiểu sử chính thức thì Hồ Chí minh sinh ngày 19.5.1890, nghĩa là năm 1945 mới có 55 tuổi.
Xin dẫn câu thơ của Xuân Diệu, bài "Anh Cụ Hồ", *Thơ dâng bác, tuyển tập 1945 -1955:* "Trẻ con sớm dậy thoảng tơ vương / Bác ở trong lòng biết mấy thương / Bô lão đêm nằm mơ lứa tuổi / Thấy vui như nhớ một vừng dương'.

[2] "Bệ hạ": Bậc tôi tớ, không được ngẩng đầu nhìn thẳng mặt bậc quân vương, chỉ được phép nhìn vào bệ đá dưới chân vua mà tâu.

tôi" như Xuân Diệu không dám ngẩng mặt trong cách "muôn tâu" hiện đại *Con ngồi trước bác mênh mông / Tội nhiều chưa dám ngẩng trông cha già* thì khoảng cách ấy có thể phần nào xích lại nếu, như có thể thấy ở phần sau, vượt qua được cái chướng ngại "tội nhiều" bằng cách... lập công".[1] Bằng danh xưng "bác", lãnh tụ của hệ thống thực dân nội hoá đã ranh mãnh tạo nên một khoảng cách vừa xa, vừa gần. Đủ xa để thấy ông ta vĩ đại quá, cao cả quá. Đủ gần để thấy ông ta gần gũi quá, thân thuộc quá, như thể cùng chia sẻ một phần máu huyết với mình. Và để tạo nên cái khoảng cách vừa xa vừa gần ấy, nhà cách mạng đội mũ cối không nhất thiết phải độc chiếm chữ bác nhưng lại chiếm hữu những thứ khác thâm hiểm hơn nhiều.

Như cái bài hát "Ai yêu bác Hồ Chí Minh hơn các em nhi đồng", cũng ra đời vào năm 1945, chẳng hạn.[2]

Khi nhồi sọ vào các thế hệ mầm non những câu hát thuộc loại *Ai yêu bác Hồ Chí Minh hơn các em nhi đồng / Ai yêu các em nhi đồng bằng bác Hồ Chí Minh*, hệ thống toàn trị đã xâm lấn vào những tâm hồn trong sáng và những giềng mối quan hệ cùng tình cảm gia đình. Không ai có thể so đo hơn thua trong những tình cảm tế nhị và thiêng liêng như thế nhưng, ngay từ đầu, đầu óc non nớt của các em đã bị ô

---

[1] Xuân Diệu, "Thơ dâng bác Hồ", viết năm 1953.

[2] "Ai yêu Bác Hồ Chí Minh hơn thiếu niên nhi đồng". Phong Nhã: "Ai yêu Bác Hồ Chí Minh hơn thiếu niên nhi đồng (3 lần) / Ai yêu bác Hồ Chí Minh hơn thiếu nhi Việt Nam."
Phong Nhã tên thật là Nguyễn Văn Tường, sinh năm 1924. Bài này sáng tác vào cuối năm 1945, lúc Hồ Chí Minh mới có 55 tuổi nhưng cũng đã "lão hoá" ông ta: "Hồ Chí Minh kính yêu Bác đã bao phen bôn ba nước ngoài vì giống nòi / Bác nay tuy đã già rồi / Già rồi nhưng vẫn vui tươi..."

nhiễm với cái ý tưởng kỳ thị cảm tình. Không ai yêu các em bằng "bác", kể cả cha mẹ ông bà. Các em cũng không thể yêu ai hơn là yêu "bác", kể cả ông bà cha mẹ. Mà nếu phải chăm chỉ học hành thì trước hết, các em phải học để "xứng đáng" là "cháu bác Hồ Chí Minh".[1] Một phương pháp giáo dục như thế không chỉ tách đứa bé ra khỏi những khuôn mặt gần gũi và thân yêu nhất của mình mà còn tách các em ra khỏi chính các em, vong gia và vong thân. Cực kỳ phản sư phạm.

Không chỉ phản sư phạm, đó còn là một phương pháp sặc mùi thực dân và cái ông "bác kính yêu" ấy không chỉ kế thừa từ thực dân cái mũ cối ở trên đầu mà còn thừa kế cả cái dã tâm xâm lược ở trong tim. Khi nhồi sọ những đứa trẻ bằng những bài ca hay vè như thế, bộ máy cai trị của ông ta đã xâm lược vào những giềng mối quan hệ thiêng liêng, thâm hiểm hơn cả thực dân Tây hay thực dân Tàu.

Thật vậy. Khi áp dụng chính sách đồng hoá người Việt cổ, thực dân Trung Hoa của ngàn năm Bắc thuộc đã xâm lấn và hủy hoại những giềng mối quan hệ của tổ tiên chúng ta thời ấy với lớp tổ tiên đi trước. Khi hủy diệt những dấu vết văn tự trên đất nước chúng ta, thực dân Trung Hoa của 10 năm Minh thuộc đã tiến hành cái trò xâm lược thâm hiểm tương tự. Khi dạy cho học trò tiểu học bài sử đầu tiên "Tổ tiên chúng ta là người Gôloa", thực dân Pháp đã thâm hiểm một thể với mục tiêu cắt đứt giềng mối quan hệ giữa

---

[1] Bài thơ "Thư Trung Thu" của Hồ Chí Minh, đăng báo *Nhân Dân* ngày 25-9-1952:
"Ai yêu các nhi đồng / Bằng Bác Hồ Chí Minh? / Tính các cháu ngoan ngoãn / Mặt các cháu xinh xinh / Các cháu hãy cố gắng / Thi đua học và hành / Tuổi nhỏ làm việc nhỏ / Tùy theo sức của mình / Để tham gia kháng chiến / Để gìn giữ hoà bình / Các cháu hãy xứng đáng / Cháu Bác Hồ Chí Minh."

học sinh thời ấy với những thế hệ tổ tiên từ trong các huyền sử xa xăm. Nhưng khi can thiệp vào những giềng mối và quan hệ tình cảm của các em thơ, hệ thống toàn trị mũ cối đã đẩy cái trò xâm lược thâm hiểm này xa hơn, sâu hơn vào từng ngóc ngách gia đình, can thiệp sâu vào tình cảm giữa những thế hệ đang giáp mặt với nhau.

Nếu Khổng Tử cho rằng "lễ" phải đi kèm với "nhạc" thì những bằng chứng "lễ/nhạc" như thế cho thấy lãnh tụ mũ cối của chúng ta đã áp dụng y hệt nguyên lý cai trị của các bậc quân vương.

Khi bề tôi của các bậc quân vương có liều mình xả thân, họ đã không ý thức rõ rằng họ đang xả thân cho đất nước của họ. Như những kẻ ăn lộc vua, họ xả thân là để báo đáp ơn vua. Trần Quốc Toản ngày xưa, có bóp nát quả cam trong tay tại Hội nghị Bình Than rồi trở về thành lập toán quân nghĩa dũng, vị anh hùng trẻ tuổi này cũng chỉ hành động với khẩu hiệu "Phá cường địch báo hoàng ân" chứ không nêu cao khẩu hiệu "vì nước". Nếu "nước", trong cách hiểu theo khái niệm "quốc gia" hiện đại, là sản phẩm của cuộc cách mạng kỹ nghệ tại Âu châu và du nhập vào các nước Á - Phi trong nỗ lực giải thực thì, chính với những cuộc vận động giải thực này, người dân các thuộc địa này mới hiểu thế nào là xả thân cho đất nước của mình. Nhưng đó là những cuộc cách mạng thực sự là… giải thực. Với thứ "cách mạng" chỉ để thay màu da dưới cái mũ cối thì sự thể vẫn vậy nên, có xả thân thì, trước hết, những công dân ưng ý nhất của nó cũng phải nêu cao cái khẩu hiệu dâng công lên lãnh tụ và bộ máy cai trị nói chung. Thời thực dân Pháp, thanh niên Việt Nam bị dẫn dụ hay ép buộc sang chiến trường hay cơ xưởng Âu châu để đền đáp "ơn khai hoá" của nhà nước Đại Pháp chung chung. Thời thực-dân-hậu-thực-dân thì những thế hệ tiếp nối cũng chỉ lập lại cùng cái công việc đền đáp mang bản chất ăn mày với những khẩu hiệu lập công "dâng đảng", "dâng bác" hay để "xứng đáng" với niềm tin mà hai thứ ấy đã trao. Nhỏ thì chăm học để xứng là "cháu", lớn thì chăm chăm lao vào chỗ chết để xứng hay chăm chăm với ý tưởng làm sao để xứng với 'niềm tin" của bộ máy cai trị. Đất nước có thể nào ngóc đầu lên nổi khi thế hệ tiếp nối thế hệ chăm chăm nhau cái sự "xứng đáng" ngu xuẩn này?[1]

Đó là những thế hệ mà giềng mối tình cảm, trong đó có cả giềng mối quan hệ với đất nước của mình, đã bị xâm lược và hủy hoại. Mà cả lãnh tụ đội mũ cối cũng đã bị hủy hoại như thế nên, khi trăng trối một cách bình tĩnh trong bản di chúc viết đi viết lại trong vòng 4 năm trời, từ 1965 đến 1969, ông ta đã không mảy may đề cập đến những tổ tiên mà chính ông ta từng nhắc nhở là "có công dựng nước". Có viết đi viết lại thì ông ta cũng chỉ viết về cái ngày "đi gặp cụ Mác cụ Lê" và "các bậc cách mạng đàn anh" vậy thôi.[2]Như thế thì vị lãnh tụ che đầu bằng cái mũ cối thực

---

[1] Thí dụ như ca khúc "Bác đang cùng chúng cháu hành quân" của Huy Thục: " Đêm nay trên đường hành quân ra mặt trận / Trùng trùng đoàn quân tiến bước theo con đường của Bác / Nở ngàn hoa chiến công ta dâng lên người / Dâng lên tới đảng cả niềm tin chiếu sáng ngời…"
Cũng có thể thấy điều này qua các khẩu hiệu mới nhất như "Công an nhân dân chỉ biết Còn Đảng Còn Mình" hay "Đảng, Mùa Xuân, Dân Tộc".
Xem: Nguyễn Tôn Hiệt, "Những khẩu hiệu quái đản", Tiền Vệ:
http://www.tienve.org/home/activities/viewThaoLuan.do?action=viewArtwork&artworkId=10633

[2] Theo thông tin chính thức của Đảng Cộng Sản thì Hồ Chí Minh bắt đầu viết di chúc vào dịp sinh nhật của mình vào năm 1965, và sửa đi sửa lại trong những dịp sinh nhật tiếp theo. Trong di chúc có đoạn:
"Vì vậy, tôi để sẵn mấy lời này, phòng khi tôi sẽ đi gặp cụ Các Mác, cụ Lênin và các vị cách mạng đàn anh khác, thì đồng bào cả nước, đồng chí trong Đảng và bầu bạn khắp nơi đều khỏi cảm thấy đột ngột."

dân này cũng chỉ là một thứ ký sinh hay ở đợ tinh thần.
Ông ta thản nhiên rằng ông "không có tư tưởng nào khác
ngoài tư tưởng Mác – Lê Nin". Ông ta vui vẻ rằng ông
không cần viết sách lý luận và hãy để việc này cho Mao
Chủ tịch chu tất.[1] Rồi ông ta sắt son rằng ông ta có thể sai
chứ Mao và Stalin không thể nào sai! Lãnh tụ "kính yêu"
mà đã thế thì nói gì là những sản phẩm ưng ý nhất của cái
hệ thống giáo huấn mà ông ta nặn ra?

Đó là hệ thống nhất quán từ A tới Z, bắt đầu từ tiếng
"bác", từ bài "đồng dao" vong thân cho lứa tuổi nhi đồng
đến khẩu hiệu "Đời đời nhớ ơn..." v.v.. trong lớp học cho

Xem:
http://www.cpv.org.vn/cpv/Modules/News/NewsDetail.aspx?co_id=28340579
&cn_id=344472#Kwl9PlPEcFPR

[1] Trong một cuộc phỏng vấn, khi một ký giả hỏi tại sao ông không bao giờ
viết các tác phẩm nghiên cứu về tư tưởng, Hồ Chí Minh trả lời "Tôi có gì để
viết nữa, tất cả lý luận cần thiết Mao chủ tịch đã nghĩ đến và viết ra rồi".
Xem: William J. Duiker (2000) *Ho Chi Minh*. New York: Hyperion, tr. 5.
Và xem: Nguyễn Văn Trấn (1995) *Viết cho mẹ & Quốc hội*, California: Văn
Nghệ, tr. 143
*"Hôm đó, là tổ trưởng, tội làm nhiệm vụ phản ảnh trực tiếp. Một mình Bác
Hồ, một mình tôi. Tôi báo cáo tình hình, anh em trong tổ nói bộ hết duyên rồi
sao mà lấy tư tưởng Mao Trạch Đông làm tư tưởng chỉ đạo đảng ta. Nhưng
anh em giao là nói trong tổ cho nhau biết chớ không phát biểu ở hội trường.
Và đã lỡ miệng nói một điều quan trọng như vậy, trong quan hệ quốc tế này
thì ngậm miệng đừng nói đi nói lại là hơn. Hồ Chí Minh nhắm hí mắt như
Staline khi gặp vấn đề khó nghĩ, và tìm chữ. Tôi thưa tiếp: - Có đồng chí còn
nói: Hay ta viết "tư tưởng Mao Trạch Đông và tư tưởng Hồ Chí Minh" có
phải hay hơn không! - Câu nói của tôi làm cho mắt ông già rạng lên theo lời
đáp cấp kỳ: - Không, tôi không có tư tưởng ngoài tư tưởng chủ nghĩa Mác –
Lê nin."*
Chuyện xảy ra với trong Đại hội đảng lần thứ hai, năm 1951 tại Chiêm Hoá,
Tuyên Quang/ Tổ này "Tổ Nam bộ" hay "Tổ quốc tế" gồm Hồ Viết Thắng,
Kay Xon (sau là Tổng bí thư ĐCS Lào), Ung Văn Khiêm, Dương Bạch Mai,
Nguyễn Văn Tạo, Bùi Lâm, Bùi Công Trừng. Trần Công Tường, Trần Duy
Hưng, v.v...

đến những mức độ tôi đòi hoá cao hơn, phức tạp hơn về những giá trị "vĩ đại" và "vinh quang" đầy tính tôi đòi. Và đó cũng chính là những giới hạn không thể vượt qua, cũng giống như hệ thống giáo dục khoa cử Nho học với những "húy" mà sĩ tử không thể phạm, những giáo điều phải học thuộc lòng. Để "thành đạt" trong một hệ thống như thế thì phải làu làu như những sản phẩm ký sinh của hệ thống, làu làu một cách hồn nhiên hay vờ vịt hồn nhiên.

Quen với một môi trường giáo dục như thế nên tôi đã ngạc nhiên đến ngẩn người trong lớp học tạm bợ ở trại tỵ nạn về những nền tảng giáo dục và văn hoá Tây phương. Lớp học dành cho những người tỵ nạn lõm bõm đôi chút tiếng Anh, đủ để làm việc cho các cơ quan của Liên Hiệp Quốc và buổi thảo luận do một nhân viên của cơ quan quốc tế này hướng dẫn tưởng là bình thường như một cơ hội để hoàn thiện tiếng Anh: "Theo bạn, ai là người vĩ đại nhất nhân loại". Bình thường thôi và chúng tôi, đâu khoảng mười học viên, tiếp nối nhau nêu tên thần tượng của mình, vận dụng bằng hết khả năng Anh ngữ để chứng minh thật thoả đáng luận điểm của mình. Người theo Đạo Phật thì có Đức Phật. Tín đồ Thiên Chuá Giáo thì có Chuá Jesus. Kẻ mê khoa học thì Albert Einstein, người mê văn chương thì Victor Hugo, Leo Tostoy và, có người thì đơn giản: "Mẹ tôi". Chúng tôi thảo luận rào rào như thế bằng kiến thức và ngôn ngữ chắp vá của mình cho đến khi nhận được câu trả lời riêng cho từng người, để trong hộp giấy cứng, mang ra đọc ở ngoài hành lang.

Lời đáp thật đơn giản và thật bất ngờ: một tấm gương soi dưới đáy để câu trả lời, cho bất cứ ai đến lượt, cũng chỉ là khuôn mặt của mình.

Đó không đơn thuần là lời đáp cho một câu hỏi mà là một triết lý, một nền tảng văn hoá đã làm tôi ngây người như một phát minh thúvị. Mà quả là thú vị khi, trong một hoàn cảnh trớ trêu như thế lại có thể, vô hình trung, gặp lại Nguyễn Thái Học trên một miền đất lạ. *Bạn mới là người vĩ đại nhất.* Bạn cho rằng Đức Phật là người vĩ đại nhất ư? Bạn cũng có thể có trở thành Phật lắm chứ, vấn đề là bạn có muốn làm hay không! Bạn cho rằng Einstein là người vĩ đại nhất ư? Tại sao bạn không cố lên, bạn cũng có thể trở thành một nhà khoa học như ông ta lắm chứ? Vân vân, bao nhiêu là tên tuổi vĩ đại nhưng cứ ước mơ, cứ tưởng tượng và cứ gắng sức, hoàn toàn không có một giới hạn nào đặt ra trước mặt: *Không thành công cũng thành nhân.*

Không thành công cũng thành nhân và hiện tại đã có quá nhiều lời ta thán về tình trạng "không thành công mà cũng chưa thành nhân" của nền giáo dục toàn trị với sự khủng hoảng hầu như toàn diện. Khủng hoảng từ sự áp dụng máy móc của những giáo điều xơ cứng đến sự lúng túng, thiếu sáng tạo trước những đòi hỏi gay gắt của cuộc sống. Khủng hoảng từ nhân phẩm của ông thầy cho đến đạo đức của học trò. Khủng hoảng từ chương trình giảng dạy cho đến thể lệ thi cử, khủng hoảng từ những thay đổi xoành xoạch chẳng đâu vào đâu và những chính sách mâu thuẫn, chồng chéo lên nhau. Một cuộc khủng hoảng mà, cả những người trí thức nhất và tâm huyết nhất vẫn phải bó tay trong cái khát vọng tạo nên cú hích thay đổi. Họ bó tay, bất lực. Họ mù tịt, chẳng biết phải bắt đầu cú hích ở chỗ nào.

Thì cũng dễ hiểu thôi. Khi nền giáo dục đóng khung trong những giới hạn không thể vượt qua thì tự thân nó đã là một giới hạn không thể vượt qua, trớ trêu như là tự mắc vào cái bẫy của chính mình với cái tình thế *Catch–22* không thể nào giải quyết.[1] Nếu hệ thống chỉ nhắm đến việc đào tạo những sản phẩm ký sinh thì những thành viên thành đạt nhất phải chứng tỏ được khả năng ký sinh cao nhất. Mà thành đạt nhất cũng có nghĩa là quyền lực nhất. Trong mối quan hệ cộng sinh giữa quyền lực như thế với tình-trạng-hiện-hữu, cái *status quo* của hệ thống, thành viên nào dám vứt hết những phần thưởng nhận được để phá vỡ sự ổn cố của hệ thống đang trao thưởng cho mình?

Như thế, chính bản chất thực dân của hệ thống toàn trị mới là căn nguyên lớn nhất của tình trạng khủng hoảng nói trên. Cái cuộc khủng hoảng toàn diện không thể nào cải tổ mà, để giải quyết, phải tiến hành sự thay đổi toàn diện mang tính cách mạng.

Như cuộc khủng hoảng về đạo đức thầy trò chẳng hạn. Trang bị cái gọi "văn hoá mới xã hội chủ nghĩa" hay "văn hoá quần chúng", hệ thống toàn trị đã xâm lấn vào văn hoá truyền thống và do đó "tách" công dân của mình ra khỏi những giá trị truyền thống ở đó thầy phải ra thầy và trò phải ra trò cùng những chuẩn mực "hiền minh" để tin, theokhác. *Bác đã lên đường nhẹ bước tiên, Mác Lê Nin thế giới người hiền,* nếu chuẩn mực "hiền minh" của thứ "văn hoá mới" này là những lãnh tụ chuyên hô hào đập phá, hô hào cái sự tiêu diệt giai tầng khác để bảo đảm quyền lợi của giai tầng mình thì hậu quả phải là những

---

[1] *Catch 22* là tên một tác phẩm của nhà văn Mỹ Joseph Heller, xuất bản lần đầu năm 1961 và nhưng từ ngữ này đã trở thành một thành ngữ diễn tả tình trạng bị ràng buộc bởi hai phía, tiến thoái lưỡng nan.
Nhân vật trong truyện là Đại úy Joseph Yossarian, phi công lái máy bay oanh tạc trong Đệ nhị Thế chiến. Phi công này xin nghỉ bay với lý do bị tâm thần, không đủ sức bay theo điều khoảng Catch-22. Tuy nhiên theo bác sĩ quân y thì một khi phi công này có thể xin "nghỉ bay vì lý do tâm thần", anh ta vẫn còn tỉnh táo.

thành viên quen mùi đập phá, quen mùi tiêu diệt và quen mùi với quyền lợi riêng mình, trong đó có những "thằng thầy" và những "thằng trò".[1]

Hay như, những lời ta thán về sự xuống cấp của tiếng Việt. Đây đó, đã có những lời báo động về ảnh hưởng của kỹ thuật, nhưng sự nhiễu xạ từ tác động kỹ thuật chỉ thuần túy là cạnh kỹ thuật bởi, trước sự du nhập của những cái máy *computer* hay cái *mobil phone,* ngôn ngữ chẳng đã từng bị ta thán là bết bát cái sự xuống cấp là gì? Vấn đề ở đây là, khi hệ thống toàn trị tách rời con người ra khỏi đất nước mình, do đó tách rời họ ra khỏi tiếng nói chung gọi là "quốc ngữ" của mình và ngày đêm nhét vào tai họ ngôn ngữ chính trị của hệ thống. Hậu quả phải là tình trạng loạn ngôn khi tiếng nói đã bị nhiễu xạ và xuống cấp theo ngôn ngữ đấu tố, ngôn ngữ nghị quyết và ngôn ngữ tuyên truyền, thứ ngôn ngữ mang bản chất thực dân và mỵ dân của bộ máy giáo huấn toàn trị.

Và như, những lời ta thán về vấn đề sang nhượng lãnh thổ và sự thờ ơ của đa số công dân trước vấn đề lãnh thổ. Đã tiến hành "cách mạng" chỉ để thay đổi màu da dưới cái mũ cối thì hệ thống cũng chỉ kế thừa lãnh thổ như thể là kế thừa cái mũ ấy trên đầu. Đã kế thừa lãnh thổ như một thứ thực dân thì cũng hành động như một thứ thực dân và hậu quả là đất đai bị tùng xẻo y như là thời... mất nước. Và khi con người bị hệ thống tách ra khỏi đất nước, phải tồn tài bằng cách bám vào hệ thống như một thứ ký sinh, họ đâu còn biết đến "lãnh thổ quốc gia"? Cái mà họ biết hay chỉ vờ vịt biết là không gian sinh tồn, là cương vực riêng của hệ thống.

---

[1]Trích trong bài "Bác ơi" của Tố Hữu, bài thơ đề ngày 6.9.1969

Hẳn nhiên, những chủ trương ngu dân không thể thể nào dung hợp với khát vọng sống của con người. Nếu đã không hợp với con người mà những từ ngữ dành cho sản phẩm của nó như "nô lệ", "ăn mày", "ở đợ tinh thần", "con tin" hay "con nợ" và "ký sinh trùng chính trị" đã trở thành nhàm chán, chúng ta có thể nào sử dụng đến từ "con thú"?

Xã hội thì phải luôn tiến hoá. Mà khi hệ thống toàn trị đang đẩy xã hội và con người đi vào những bước thoái hoá nối dài thì, có lẽ, hệ thống thực dân nội địa này cũng đang dần biến con người chúng ta trở thành con thú… [1]

---

[1] Liên quan đến "con thú" và "con người", tôi nhớ câu thoại trong đoạn mở đầu phim Chuyện tử tế của Đạo diễn Trần Văn Thủy: "Chỉ có súc vật mới quay lưng lại với nỗi đau khổ của con người mà chăm lo riêng cho bộ da của mình".

Theo dõi những cuộc tranh luận hay cãi cọ về dự án đường sắt cao tốc tại Việt Nam sẽ tìm thấy rất nhiều kiểu lập luận theo kiểu "quay lựng… chăm lo riêng cho bộ da của mình":

- Bộ trưởng GTVT Hồ Nghĩa Dũng: Muốn "chọn phương án hoành tráng nhất, làm đường sắt cho tốc độ 300 km/h dù chỉ chở được hành khách vì "muốn đi ngay vào hiện đại".

- Bộ Trưởng 4T, Lê Doãn Hợp: "Nếu ta làm đường thì họ mới ưu ái cho vay vì tình nghĩa với Việt Nam chứ nếu ta muốn đầu tư nông thôn, vùng sâu vùng xa thì làm sao vay được".

- Giám đốc công an TP Hải Phòng Trần Bá Thiều: "Người ta cho vay thì mình cứ vay, có nơi cho vay là tốt quá. Cứ ý kiến ra, ý kiến vào. Nếu Chính phủ đã quyết liệt như vậy thì tại sao Quốc hội không ủng hộ Chính phủ? Tần Thủy Hoàng xưa nếu không quyết liệt thì làm sao để lại Vạn lý Trường Thành?".

Xem: http://boxitvn.wordpress.com/2010/06/05/n%E1%BB%A3-n%C6%B0%E1%BB%9Bc-ngoi-nhi%E1%BB%81u-con-nghi%E1%BB%87n-s%E1%BB%91ng-d%E1%BB%9F-ch%E1%BA%BFt-d%E1%BB%9F/

Chính trị hôi của

Từ một tai nạn giao thông đề tài "hôi của" vụt biến thành một câu chuyện thời sự, chuyện này nhắc lại chuyện kia, kéo dài, và, cuối cùng, là những tiếng thở dài ngao ngán về sự xuống cấp của đạo đức, sự biến mất của lòng tử tế, như câu hỏi nhức nhối trên một tờ báo: Phải chăng, "lòng tốt đã bị đánh cắp"[1].

Ngày 4 tháng 12, một xe vận tải bị lật tại Biên Hoà, hàng ngàn thùng bia đổ ra và, sau đó, là cảnh nhốn nháo của đoàn quân hôi của. Ào ào, rần rần, không chỉ "hôi" bằng tay bằng túi, họ "hôi" cả bằng xe ba gác, thoải mái, hả hê: "hôi" ngay trước mặt người tài xế đang khóc lóc van xin, "hôi" ngay trước mặt đứa con gái chớm lớn đang hổ thẹn thay cho người lẽ ra phải đáng yêu và khả kính của mình. Vân vân, rất nhiều hình ảnh tương tự và, không chỉ đê tiện với người sống, đoàn quân hôi của nhan nhản từ Nam ra Bắc còn dở trò vô lại với cả người chết. Ngày 18 tháng 9, phát hiện thi thể một người đàn ông dưới một gầm cầu ở Lào Cai, nhiều dân cư địa phương đã đến đây khấn vái thả tiền và, sau đó, cũng là cảnh hôi của nhốn nháo dưới gầm

---

[1] Lê Thanh Phong, "Từ chuyện lòng tốt bị đánh cắp theo xe bia Tiger bị nạn", *Lao Động*, 5.12.2013.
http://laodong.com.vn/su-kien-binh-luan/tu-chuyen-long-tot-bi-danh-cap-theo-xe-bia-tiger-bi-nan-162764.bld

cầu, "hôi" cả những đồng tiền cúng cho người chết[1]. Những cảnh tượng như thế đã dồn dập tiếp nối nhau khiến có người thảng thốt bật lên câu hỏi, sau cái vụ cướp bia trước mặt người tài xế: Thực ra, đây là "hôi của" hay "cướp của"?

Như thế thì phải xem lại sự khác nhau giữa "hôi của" và "cướp của". Ngoài ý nghĩa "mót nhặt những gì còn sót lại" như là cách mưu sinh tội nghiệp của những người cùng đường, thì "hôi của", ở phần nghĩa xấu hơn, trong đa số từ điển tiếng Việt xưa cũ, đều được diễn đạt như là "lợi dụng sự lộn xộn" để "nhúng tay" vào nhằm "kiếm chác và chia phần". Nhưng đến *Từ điển tiếng Việt tường giải, liên tưởng* của Nguyên Văn Đạm, xuất bản lần đầu vào năm 1993, thì "hôi của" đã trở thành "cướp của": "thừa cơ cướp của trong một lúc lộn xộn."[2]

Từ "thừa cơ kiếm chác" như một kiểu trộm cắp thiếu bản lĩnh đến "thừa cơ cướp của" là cả một chặng đường. Nếu "thừa cơ kiếm chác" là trò ruột của hạng lưu manh vặt thì cái gì đã đẩy đám đá cá lăn dưa ấy tiến gần đến mức độ táo tợn của giới đạo tặc chuyên ăn cướp như thế?

Nếu hạng đá cá lăn dưa chỉ dám xâm phạm quyền sở hữu người khác trong cảnh nhá nhem sáng tối của một tình thế lộn xộn, thì kẻ cướp lại công khai xâm phạm dựa vào sức mạnh, sức mạnh "cứng" hoặc sức mạnh "mềm". Cứng, sức mạnh đó có thể là nắm đấm hay họng súng trên tay một tên võ biền đơn độc, một đám lục lâm ô hợp hay một

---

[1] http://m.vietnamnet.vn/vn/xa-hoi/152599/hang-loat-vu-hoi-cua-trang-tron-giua-ban-ngay.html
[2] Nguyễn Văn Đạm. (1993), *Từ điển tiếng Việt tường giải, liên tưởng*, Nhà xuất bản Văn hoá Thông tin, Hà Nội.

đội quân kỷ luật, của một băng mafia, một đảng v.v... Và mềm, nó có thể là uy lực giang hồ của một đàn anh tỉnh lẻ, một bố già cái thế hay "lịch sử vẻ vang" dày đặc thành tích trấn áp của một tổ chức, một đảng; thứ "uy lực - lịch sử" tự mình kiến tạo hay chỉ đơn giản là thừa kế, như một hình thức "tập ấm", hoặc lập lờ nấp bóng, như là khỉ mượn hơi hùm.

Chăm chăm ăn cướp nhưng thiếu bản lĩnh, thiếu sự tự tin về "uy lực" hay "lịch sử" mà mình đang nắm hay chỉ đang kế thừa thì phải tạo ra những tình trạng lộn xộn, rối ren và thế, cũng có nghĩa là... chính trị. Chính trị là nghệ thuật của quyền lực. Nhưng chính trị còn là nghệ thuật gây ra sự lộn xộn bởi, chính những tình huống rối ren diễn ra theo kịch bản sẽ cho phép tay chơi vận dụng quyền lực một cách tốt nhất và dồn ép con mồi vào những tình thế bị động nhất. Như vậy thì lời đáp cho cái cái câu hỏi nhức nhối về sự "đánh cắp" lòng tốt nói trên không chỉ đơn giản là "bần cùng sinh đạo tặc" mà là cái lịch sử đau đớn của chúng ta. Cái lịch sử ở đó những biến động bi thiết nhất lại là những "kịch bản rối ren" hoành tráng nhất, thăng trầm theo nhu cầu cộng sinh giữa hạng đạo tặc thiếu bản lĩnh và đám đá cá lăn dưa sống bám vào sự rối ren lộn xộn.

Không muốn nhai lại chính mình nhưng tôi thấy khó mà tìm được điểm tựa nào đắt hơn để làm bật lại cái lịch sử đau đớn ấy bằng những chuyện đã nêu trong bài viết cách đây chín năm trên talawas về cái mẫu số chung giữa miếng ăn người lính chân đất ở chiến trường Việt Bắc năm 1950, ở chiến trường Tây Nguyên năm 1965 và những chiếc

Mercedes bóng lộn của những quan chức bệ vệ của hệ thống toàn trị năm 2005.[1]

Đó là miếng thức ăn Mỹ trong miệng bộ đội giữa trận đụng độ Ia-Đrăng khiến Chủ nhiệm chính trị mặt trận Đặng Vũ Hiệp phải ra lệnh kiểm điểm. Đó là những bánh kẹo Pháp mà bộ đội nhóp nhép trong miệng sau Chiến dịch Biên giới khiến Chính ủy Trung đoàn Trần Độ bị Chủ nhiệm Tổng cục Hậu cần Trần Đăng Ninh, trong vai trò "Trưởng ban thu dọn chiến lợi phẩm", yêu cầu Quân ủy trung ương kỷ luật.

Nhưng tôi phải nói ngay rằng tôi không hề có ý miệt thị đó là hành động "hôi của" bởi, sau những trận đánh kéo dài, kiệt sức và đói lả người, người lính nào cũng có quyền tự tưởng thưởng cho mình bằng những chiến lợi phẩm thu được. Công bằng mà nói thì, trên phương diện chiến thuật, Chủ nhiệm chính trị Đặng Vũ Hiệp đã có lý khi ra lệnh kiểm điểm bộ đội của mình bởi, ngay giữa một trận đánh, họ không thể để miếng ăn làm hao hụt xung lực của trận đánh. Nhưng khi bảo vệ lính mình cái quyền nhâm nhi chiến lợi phẩm sau trận đánh, Chính uỷ Trần Độ đã hoàn toàn chính đáng khi cãi lại cấp trên, như đã kể lại trong Hồi ký của ông:

> Hôm tôi đi qua Đông Khê vừa giải phóng, thấy một nhóm chiến sỹ đang ngồi nhai bánh, ăn kẹo. Cán bộ thu dọn chiến trường đến quát tháo đòi kỷ luật, bắt anh em đưa nộp hết bất cứ thứ gì đã thu nhặt được với cái lẽ: chiến lợi phẩm lớn nhỏ đều là tài sản quốc gia, là chiến quả đổi bằng xương máu. Với máu thanh niên vốn sôi nổi, tôi rất ghét cái thói lên lớp dạy đời, nên đứng lên cãi

---

[1] Bài "Biện chứng Mercedes"

lại. Tôi cũng nói ngang ngược không kém: Các anh có biết chiến thắng này do ai không? Và ai đổ xương máu ở chiến trường này. Có phải là những người lính không? Trước khi đi vào trận đánh họ vui vẻ ăn bưởi rừng, ổi ma thay cơm, măng rừng thay thịt cá. Bây giờ chiến thắng rồi, có tí chút chất tươi vui vẻ với nhau. Các anh phải lên lớp làm gì nặng nề thế! Thôi các anh đi đi. Đây là đơn vị chúng tôi. Chúng tôi chịu trách nhiệm ở đây không cho ai lấy.[1]

Miếng ăn "chiến lợi phẩm" đã bị giật ngay từ trong miệng của người lính. Nó bị giật ngay trên trận địa mà họ đã đổ máu và bị giật bằng "quyền lực mềm" của hệ thống toàn trị, thứ quyền hách dịch "lên lớp" và quyền phán định đâu là "tài sản quốc gia". Mà không chỉ có chiến lợi phẩm tại Đông Khê, một mặt trận đơn lẻ trong "chiến dịch lịch sử" mang tên "Biên giới" để nối liền chiến khu Việt Bắc với lãnh thổ Trung Quốc như một "hậu phương lớn". Và không phải bậc chỉ huy nào cũng gắn bó chan hoà với lính như chính ủy Trần Độ. Những "tài sản" thu dọn trong một cái cảnh lộn xộn sau "chiến dịch lịch sử" ấy đi đâu, về đâu, đã mang lại lợi ích chung nào cho "quốc gia"? Câu trả lời, ắt hẳn, chẳng khác gì mấy lời đáp đã có về "tài sản quốc gia" lớn hơn rất nhiều là 16 tấn vàng dự trữ của chính quyền Việt Nam Cộng Hoà sau đó 25 năm, trong cảnh rối ren lộn xộn sau "Chiến dịch Hồ Chí Minh lịch sử".

Sau một "chiến thắng lịch sử" là một vụ "hôi của lịch sử". Thu dọn chiến lợi phẩm là quyền tự nhiên của kẻ thắng trận nhưng "tài sản quốc gia" là "tài sản quốc gia" và vấn đề ở đây là cung cách kiếm chác của những thành phần

---

[1] Bài đã dẫn trang trước.

đặc quyền như một trò "hôi của" có tích có tuồng giữa những xáo trộn lịch sử.

Trong chiều hướng đó thì lịch sử của hệ thống toàn trị cũng chính là lịch sử của những vụ "hôi của" mang tầm... lịch sử. Những diễn biến mệnh danh "bước ngoặc lịch sử", "thắng lợi vĩ đại" hay "thành công tốt đẹp", hết thảy, đều là "thắng lợi" của những mưu toan gây lộn xộn mang tầm cỡ quốc gia" để mở ra những chiến dịch hôi mang tầm cỡ quốc gia. "Thắng lợi" của cuộc đấu tranh giai cấp ở nông thôn theo khẩu hiệu "Trí, phú, địa, hào đào tận gốc trốc tận rễ" vào thập niên 50 cũng là "thắng lợi" của sự cộng hưởng ở đó những thành phần đặc quyền đã xúi giục đám "cốt cán" đá cá lăn dưa, trong những cuộc đấu tố đầy tính đá cá lăn dưa và sự "thực phần" cũng không kém phần đá cá lăn dưa, ở đó quyền "hôi của" của được ban cấp tương ứng với nhiệt tình "đào gốc trốc rễ" kẻ thù giai cấp. "Thắng" lợi của cuộc đấu tranh giai cấp mệnh danh "cải tạo công thương" ở thành thị vào thập niên 50 ở miền Bắc và thập niên 70-80 ở miền Nam cũng là "thắng lợi" những kẻ hôi của đầy quyền lực. Những "thành công" lớn kéo theo những chiến dịch hôi của lớn và những "thành công" nhỏ nhỏ vừa vừa của các chính sách kinh tế - xã hội như các đợt đổi tiền, chiến dịch san bằng sở hữu "Z-30" hay hợp doanh thương nghiệp v.v... chính là tiền đề của các vụ hôi của nhỏ nhỏ, vừa vừa.

Cứ cho đó là những "sai lầm ấu trĩ" của "một thời bao cấp" nhưng không chỉ là cái thời đã qua quýt thú nhận là "sai lầm" cho qua chuyện ấy. "Thành công tốt đẹp" của Hội nghị Thượng đỉnh Á - Âu (ASEM) 2005 tại Hà Nội là một dấu mốc cho thời kỳ "mở cửa - tiến ra biển lớn" nhưng cũng là "thành công tốt đẹp" của tầng lớp đặc quyền khi "hôi" được những 80 chiếc Mercedes miễn thuế.[1] "Thành công" của muôn vàn "dự án quy hoạch" nhân danh phát triển cũng là "thành công" của đám hôi của bằng chính sách, "hôi" từ những cánh rừng thuỷ điện mênh mông đến những "bờ xôi ruộng mật" đã nuôi sống không biết mấy thế hệ nông dân.

Và khi "thành công" như vậy, nó đã là hiện thân của một thứ đạo thiếu bản lĩnh, phải nép mình vào bóng tối để kiếm ăn. "Bản lĩnh" của đạo tặc không chỉ thể hiện ở cái gan giết người hay cướp của mà còn là "khí phách đạo tặc", cái tinh thần dám chơi dám chịu, dám thẳng thắn thừa nhận mình là kẻ cướp hay kẻ sát nhân. Còn những thành phần đặc quyền đặc lợi của hệ thống toàn trị thì hôi của bằng cái quyền "nhân danh", và để thoải mái "nhân danh", họ phải làm mọi cách để duy trì tình trạng rối ren và nhập nhằng về quyền sở hữu.[2]

Chính trị của hôi của, như đã nói, là chính trị của sự rối ren. Để bảo vệ độc quyền làm ông chủ của tình trạng rối ren, hệ thống toàn trị phải duy trì tình trạng bưng bít và nhập nhằng.

Bưng bít và nhập nhằng là bản chất cố hữu của chế độ toàn trị. Hệ thống toàn trị Đức Quốc Xã đã bưng bít chân dung thật của Hitler, kẻ đã một thời chiếm ngự trái tim và khối óc người Đức bằng cách sách động sự thù hận với người Do Thái nhưng, mỉa mai thay, lại có máu Do Thái trong người. Hệ thống toàn trị tại Việt Nam thì bưng bít từ ngày khai sinh thật đến ngày khai tử thật của Hồ Chí

---

[1] Bài đã dẫn.

[2] Tháng 1 năm 2013, 72 nhân vật nổi tiếng đã gởi "Kiến nghị về sửa đổi Hiến pháp 1992", trong đó đề nghị " áp dụng quyền sở hữu cá nhân về đất đai" nhưng "Hiến pháp" đã được thông qua với khái niệm sở hữu toàn dân trong vấn đề đất đai.

Minh, khoan nói những chuyện thâm cung hệ trọng khác. Bằng những tiểu sử nhập nhằng, hệ thống toàn trị đã tạo nên hào quang thánh nhân cho những nhà độc tài phàm tục. Bằng mấy khái niệm nhập nhằng về dân chủ, như "dân chủ tập trung", nó cướp đoạt gần hết quyền làm... dân của chính người dân. Và bằng sự nhập nhằng của khái niệm "sở hữu tập trung" đối với đất đai, nó thoải mái hôi của theo cung cách mà nhà từ điển học Nguyên Văn Đạm đã tổng kết trong bộ từ điển nói trên: "thừa cơ cướp của trong một lúc lộn xộn."

"Thừa cơ cướp của" là hành động của hạng vô lại và, như những kẻ vô lại hoàn toàn không có chút tự trọng, hệ thống toàn trị cũng không chừa cả người chết.

Lần đầu tiên tôi cảm thấy xấu hổ, chung cho người Việt, là lần chứng kiến cảnh mặc cả giữa một người Việt và một viên chức lãnh sự Mỹ, trong một trại tỵ nạn ở Hồng Kông. Với tấm thẻ bài của lính Mỹ mang theo trong hành trình vượt biển, người Việt nằng nặc đòi hỏi chính phủ Mỹ phải bảo đảm cho anh ta, và cả gia đình của anh ta còn ở tại Việt Nam, một tấm visa Mỹ hay, ít ra, là cái giá tính bằng đô la: phải bảo đảm điều đó thì mới cung cấp thông tin về bộ hài cốt mà gia đình đang giữ tại Việt Nam. Viên chức Mỹ thì lập đi lập lại rằng vấn đề là nhân đạo, nhân đạo và nhân đạo: việc thưởng tiền là tùy thuộc vào thân nhân người lính, chính phủ Mỹ tuyệt đối không chấp nhận việc mua bán hài cốt người chết.

Không ai chịu ai, và cuối cùng, chủ nghĩa nhân đạo đã đầu hàng, viên chức Mỹ ra về trắng tay, để lại tôi và những nhân chứng khác đăng đắng một cảm giác bẽ bàng, hổ thẹn. Nhưng xét cho cùng thì kẻ mặc cả ấy cũng không đáng trách nhiều lắm: ra đi, mang theo cái tấm thẻ mà gia đình đã rót vào đó bao nhiêu tiền bạc, gởi gắm vào đó như là vật bảo chứng cho cả một kỳ vọng đổi đời, làm sao anh ta có thể tự ý quyết định? Như thế thì vấn đề ở đây là "xác tín" của cả gia đình anh ta, không chỉ về cái giá mà một bộ hài cốt lính Mỹ có thể mang lại mà, quan trọng hơn, là "lẽ tự nhiên" trong việc đầu tư để kiếm lợi từ một bộ xương như thế.

Đó là thứ "xác tín" hình thành trong một chế độ mà việc mặc cả trên xương người chết đã trở thành một chủ trương chính trị, một chiến lược ngoại giao. Đầu tiên, chỉ một thời gian ngắn sau "Chiến dịch Hồ Chí Minh lịch sử", là mưu toan làm tiền trên hài cốt Mỹ với cái giá lịch sử là 3.2 tỷ Mỹ kim. Người Mỹ muốn tính sổ với 58,000 binh sinh tử trận và mất tích ư? Thì phải bình thường hoá quan hệ. Họ muốn bình thường hoá quan hệ ư? Thì phải bồi thường chiến tranh. Cũng như cuộc mặc cả mà tôi chứng kiến, một bên là chủ nghĩa nhân đạo", một bên là chủ nghĩa "tiền trao cháo múc", hai bên nhùng nhằng, chẳng ai hiểu ai và chấp nhận lý lẽ của ai. Chỉ có mặc cả và mặc cả, mặc cả cho đến lúc chưng hửng vì bỏ lỡ cơ hội để rồi phải chấp nhận giảm giá, giảm dần và giảm dần, mãi cho đến năm 1994, lúc được xoá lệnh cấm vận[1].

Không chỉ thiếu tự trọng, nó còn man rợ nữa. Không nói đếu tiêu chí hiện đại thể hiện ở Geneva Convention 1949, nó thậm chí còn man rợ cả với tiêu chí của văn minh cổ đại đi trước mình đến mấy chục thế kỷ. Homer, cách đây trên 3,000 năm, khi diễn tả lại cuộc chiến thành Troy trong *Illiad*, cho thấy thần Zeus đã "kinh động" như thế nào

---

[1] Xem "Hồi ký Trần Quang Cơ",Chương 1: "Việt Nam trong thập niên của thế kỷ 20"
http://www.diendan.org/tai-lieu/ho-so/hoi-ky-tran-quang-co/hoiky-tqc-ch-1/?searchterm=kh%C3%B4i

trước cảnh những tử thi bị kên kên rỉa xác và "lời nguyền" mà những kẻ man rợ phải nhận lãnh như thế nào. Và Homer đã cho thấy, rốt cuộc, sau 12 ngày hành hạ tử thi của Hector, Achilles đã thực sự ân hận như thế nào, không chỉ trả lại thi hài của Hector mà còn đồng ý thời hạn hưu chiến đến 12 ngày để thành Troy có thể tống táng binh sĩ của mình một cách tử tế trước trận huyết chiến cuối cùng. Nếu Illiad là một truyền thuyết xa xưa nhuốm màu thần thoại thì gần hơn, và xác thực hơn, là những sử liệu rành rành về mệnh lệnh của Abu Bakr vào thế kỷ thứ 7, giáo lĩnh đầu tiên của đạo Hồi, khi nghiêm ngặt yêu cầu binh sĩ mình phải đối xử tử tế, không được xúc phạm đến thi thể đối phương.

Hơn hẳn bất cứ vận động nào khác, chiến tranh là một cuộc vận động với xác suất cao nhất về những yếu tố bất ngờ và bất toàn nên sự phát sinh của những hành động man rợ mang tính cá nhân trong tình thế nóng bỏng của chiến trường ở phía này hay phía kia là điều khó mà tránh khỏi. Cái đáng nói ở đây là thời bình, một chính sách của thời bình, mà là một chính sách kéo dài. Khi cái trò kinh doanh hài cốt thiếu tự trọng ấy được nâng lên như một chính sách quốc gia thì vấn đề không chỉ đơn thuần là hai bên, đơn thuần là Washington và Hà Nội, là những nhà ngoại giao thay mặt và những nhà quyết định chính sách đứng sau. Theo những cuộc đàm phán kéo dài thì, càng ngày, những thân nhân chờ đợi sẽ càng đau đớn khi cha, chồng hay con, em chưa thể yên nghỉ một cách tử tế. Và càng ngày, theo những cuộc mặc ngả giá xương cốt kéo dài, công dân của các nhà cầm quyền tự xưng "đỉnh cao trí tuệ" sẽ càng quen dần và tin dần vào "lẽ tự nhiên" hay sự "chính đáng" của cái trò hôi của từ xương người chết hay kinh doanh trên nỗi đau của thân nhân người chết.

Lòng tốt đã bị "đánh cắp" từ những chính sách như thế. Ít hay nhiều, con người chúng ta ai cũng có chút "máu tham" trong người nhưng vấn đề là cái máu tham tiềm ẩn ấy đã bị đè nén hay triệt tiêu bởi những chuẩn mực đạo đức hình thành từ một nền tảng giáo dục phân minh, từ những thí dụ sống phân minh và đầy cảm hứng để bất cứ ai cũng khát khao học hỏi và noi gương. Nhưng những thành trì của sự tử tế trong lòng của từng người Việt đã bị tấn công liên miên, tấn công một cách lớp lang bài bản, tấn công một cách không thương tiếc. Đầu tiên là các chiến dịch chỉnh huấn, giảm tô rồi cải cách ruộng đất vào thập niên 50 với chủ trương kích động mâu thuẫn, xúi giục hận thù và khêu gợi sự tham sân si. Để yên thân và để tiến thân, đồng đội hay đồng chí phải tố cáo và vu cáo đồng đội hay đồng chí. Và cũng để yên thân hay để được "thực phần" từ gia sản của những kẻ bị đấu tố, như một cách hôi của, những nông dân lại phải học cách tố cáo và vu cáo láng giềng.

Xây dựng quyền lực một cách thiếu phân minh như thế, hệ thống toàn trị chỉ có thể tồn tại dựa trên một nền tảng của những giá trị nhập nhằng.

Nhập nhằng giữa "chế độ" và "đất nước", nó đặt mối đe doạ của với chế độ lên trên mối đe doạ của đất nước, xem kẻ thù của đất nước là "bạn hữu nghị" trong khi đối xử với những công dân yêu nước như là kẻ thù. Nhập nhằng giữa khái niệm tư hữu và công hữu đối với đất đai, nó đặt quyền "sống còn và quyền mưu cầu hạnh phúc" của người dân lên trên quyền hôi của của thành phần đặc lợi, và để bảo vệ cái đặc quyền "hôi của" ấy, nó lại nhập nhằng giữa "quần chúng nhân dân" với đám côn đồ đá cá lăn dưa. Và, vậy là, như có thể thấy giữa những gì đang diễn ra ngày ngày, bất cứ chiến dịch cướp đất, chiến dịch đàn áp nông dân đòi đất hay đấu tố và đàn áp người bất đồng nào cũng có bóng dáng của đám côn đồ đá cá lăn dưa nhân danh "quần chúng".

Đằng sau những chiến dịch lịch sử" là những vụ hôi của lịch sử. Đằng sau những nhà cầm quyền già-đá-cá-lăn-dưa non-đạo-tặc là những "quần chúng" cực kỳ đá cá lăn dưa. Khi chính quyền chỉ là một giống ký sinh trùng bám vào tình trạng mập mờ để "ăn của dân không từ thứ gì", nó cũng không từ chối bất cứ phương tiện gì để bảo vệ cái quyền ăn bám đó, từ cứt cho đến mắm tôm.[1]

Từ chủ trương ngoại giao hài cốt đến biện pháp đàn áp mắm tôm chỉ là một khoảng cách rất ngắn. Và là một khoảng cách rất ngắn so với cái cảnh nhặt tiền phúng điếu dưới gầm cầu ở Lào Cai hay hôi bia tại Biên Hoà. Khi những nhà toàn trị cho rằng những hài cốt lính Mỹ đang nằm ở trong tầm tay, không dại gì vuột mất khoản lợi thì đám hôi của ở Lào Cai hay Biên Hoà cũng thế, đồng tiền hay thùng bia đang ở trong tầm tay, không ngu gì để vuột.

Lịch sử hết thăng thì lại trầm nhưng, luôn luôn, con người, như một tập thể cộng đồng, phải luôn luôn đứng vững với những phẩm cách cần có. Phải đứng vững bởi, ngày nào họ còn đứng vững, đất nước sẽ tiếp tục đứng vững và chính vì thế nên lịch sử của chúng ta mới trở nên đau đớn. Nó đau đớn vì, theo sự trượt dốc của đạo đức và sự biến mất của lòng tử tế như có thể thấy qua những thí dụ tràn tràn trên mặt báo, người Việt ngày càng ác với nhau hơn, đê tiện với nhau hơn, nhưng ngờ nghệch và hèn hạ với kẻ

---

[1] http://tuoitre.vn/chinh-tri-xa-hoi/568432/an-cua-dan-khong-tu-mot-cai-gi.html
Tuổi Trẻ 16/12/2013, Lê Kiên, 'Phó chủ tịch nước Nguyễn Thị Doan:"Ăn của dân không từ một cái gì"'

thù truyền kiếp của mình hơn. Lịch sử hết trầm thì lại thăng và, sau cùng, lịch sử sẽ giành một chỗ đứng như thế nào cho cái hệ thống cầm quyền đã liên tiếp hạ thấp nhân phẩm và ngu muội hoá dân tộc mình như thế?

Tôi chợt nghĩ tới những bô cứt và những lọ mắm tôm thối đã ném vào những người bất đồng chính kiến, những nhà dân chủ, những nhà tranh đấu nhân quyền...[1]

18.12.2013

---

[1] Nguyễn Duy Vinh, "Cách dùng mắm tôm trong văn hoá đàn áp ở Việt Nam".
https://danluan.org/tin-tuc/20131210/nguyen-duy-vinh-cach-dung-mam-tom-trong-van-hoa-dan-ap-o-viet-nam#c

"Bùi Hằng bị ném mắm tôm, rác rưởi vào nhà"
http://www.danchimviet.info/archives/61822/bui-h%E1%BA%B1ng-b%E1%BB%8B-nem-m%E1%BA%AFm-tom-rac-r%C6%B0%E1%BB%9Fi-vao-nha/2012/07
và "Ai là nhân dân của cộng sản?"
http://conongviet.com/binhluan-thoisu/webmar082011-%20ailanhandan.htm

Khi hệ thống toàn trị tự-cho-mình là giặc

Kỷ lục ngàn năm đã bị phá và không phải đợi đến năm này, khi một nhóm cầm tri thức hải ngoại ký "thư ngỏ" gởi lên nhà cầm quyền như một hình thức sớ dâng.[1] Kỷ lục bị phá từ lâu bởi hệ thống toàn trị hiện tại đã qua mặt bất cứ triều đại nào trong lịch sử với những "sớ can" tiếp nối nhau, như sóng, chẳng tài nào nhớ xuể.

Kỷ lục còn được mở ra theo sự dấn thân của giới võ biền. Người xưa có dâng sớ can vua thì, chủ yếu, chỉ là giới quan văn với nhau, từ một Chu Văn An nổi tiếng cho đến những nhân vật chìm hơn như Nguyễn Cảnh Chân, Phan Thiên Tước, Lương Thiên Phúc, Nguyễn Chiêu Phủ v.v... Bây giờ thì cả những võ quan. Cả Võ Nguyên Giáp, huyền thoại sống đang được gấp rút vỗ béo để bồi vào cái hình hài tàn tạ hom hem của "chủ nghĩa anh hùng cách mạng" trước sức chèn ép của chủ nghĩa Đại Hán. Khi huyền thoại

---

[1] Lá thư này mang tên "Thư ngỏ gửi các nhà lãnh đạo Việt Nam về hiểm hoạ ngoại bang và sức mạnh dân tộc" ký ngày 21.8.2011, đã phổ biến rộng rãi trên mạng Internet. Xem:
http://danlambaovn.blogspot.com/2011/08/thu-ngo-gui-cac-nha-lanh-ao-viet-nam-ve.html
Về khái niệm "cầm tri thức" thay vì "trí thức" xin đọc bài "Cầm quyền và cầm tri thức".

này cũng chen vai vào đội ngũ can vua thì kỷ lục đã được mở ra trên khía cạnh chủng loại và phẩm lượng.[1]

Nhưng kỷ lục còn được mở khi những sóng "sớ" ấy tiếp nối nhau vỗ vào cái bờ không lặng ngắt, im lìm, không một tiếng vọng. Hậu thế có thể dễ dàng trách cứ vua Tự Đức vì cái lỗi đã thủ cựu, đã không chịu canh tân để rồi mất nước nhưng, dẫu sao, so với hệ thống toàn trị, ông vua hay chữ nhất trong lịch sử này cũng đã ưu tư, đã mang những đề nghị của Nguyễn Trường Tộ ra bàn bạc với triều thần.[2] Hậu thế có thể dễ dàng trách vua Lê Thái Tông chuyện tửu sắc để dẫn đến bi kịch Lệ Chi Viên, bi kịch giữa cá nhân ông cùng bà Nguyễn Thị Lộ rồi một bi kịch còn thê thảm hơn cho của tam tộc nhà Nguyễn Trãi. Thế nhưng, trên khía cạnh này, ít ra vua cũng là người biết chấp nhận lời can, cả những lời xóc óc, chói tai.[3] Còn hệ thống toàn trị hiện tại thì, không kể gì mấy tờ sớ hạng xoàng, cả bầu tâm huyết bộc lộ như hấp hối của "huyền thoại sống" cũng bị vứt vào sọt rác: lời của đại tướng "khai quốc công thần", xem ra, cũng chẳng khá gì hơn gì

---

[1] Theo dõi hoạt động của ngành báo chi và tuyên huấn Việt Nam trong vài năm trở lại đây sẽ thấy rộ lên phong trào ca tụng Võ Nguyên Giáp một cách khá bất thường.

[2] Trương Bá Cần (2002) *Nguyễn Trường Tộ, con người và di thảo.* Nhà xuất bản TPHCM. Tr. 529, 533-536.

[3] *Đại Việt Sử Ký Toàn Thư*, quyển XI, Kỷ nhà Lê, chương Thái Tông Văn Hoàng Đế, Duệ Tông Hoàng Đế và Thuận Tông Hoàng Đế. Bản tiếng Việt (NXB KHXH – 1998) của Hoàng Văn Lâu, Hà Văn Tấn hiệu đính. Tập III, trang 325- 326, thuật việc ba ngôn quan là Phan Thiên Tước, Lương Thiên Phúc và Nguyễn Chiêu Phủ dâng sớ vạch ra "năm điều không nên" khiến Lê Thái Tông tức giận tuy nhiên sau đó vẫn không trả thù.

lời những trí thức bẻm mép trói gà không chặt, cũng "không đáng một cục phân".[1]

Và kỷ lục còn được mở ở tính "lão suy" khi, chủ yếu, đội ngũ can vua chỉ quanh quẩn giữa những quan chức hồi hưu, những "lão thành cách mạng" gần đất xa trời. Người xưa có bỏ về hưu như Chu Văn An, là về như một cách trả miếng khi canh bạc giữa "quyền lực tri thức" và "quyền lực chính trị" bị nhà cầm quyền chà đạp, vứt gọn những lời tâm huyết của mình vào sọt rác. Khi lên tiếng can gián những người như thế đã gan góc đem tương lai chính trị, thậm chí cả sinh mạng của mình ra để đặt cược, hoặc là được tất, nhưng là được cho tất cả, cho thế cuộc, cho lợi ích chung, không cho riêng mình; hoặc là mất tất, và chỉ mất những gì thuộc về mình. Hẳn nhiên, trên phương diện cá nhân, những quan chức hồi hưu, những lão thành cách mạng dũng cảm lên tiếng hiện tại vẫn là những nhân cách cao trọng, những con người khả kính thế nhưng, như một hiện tượng xã hội, sự thay đổi trong tư thế đặt cược ở ván

---

[1] Tướng Võ Nguyên Giáp đã hai lần ký tên vào kiến nghị để "can gián" việc phá bỏ Hội trường Ba Đình và khai thác bauxite ở Tây Nguyên. Mới đây, sau khi gởi "Thư ngỏ của một công dân yêu nước" (5.9.2011) ông Lê Hiếu Đằng tâm sự trên đài RFA, trong cuộc phỏng vấn của phái viên Thanh Trúc: "Thật lòng mà nói tôi cũng không đang mong có sự trả lời sòng phẳng và công khai về vấn đề này. Bởi vì kinh nghiệm của người dân trong một đất nước mà ngay cả bản thân đại tướng Võ Nguyên Giáp đã có thư gởi cho các vị lãnh đạo trong vấn đề bô xít Tây Nguyên, vấn đề phá bỏ hội trường Ba Đình, mà vẫn không được trả lời. Như vậy đối với tôi, một người tuy có quá trình đấu tranh nhưng so với đại tướng Giáp là một trời một vực, thì tôi cũng không hy vọng gì." Xem: http://www.rfa.org/vietnamese/in_depth/open-letter-fr-vice-chairm-vnff-09062011083738.html

bài tri thức – quyền lực này lại thể hiện một sự thoái hoá của lịch sử.[1]

Lịch sử đã thoái hoá khi con người "khôn ngoan" hơn, "chính trị" hơn, ẩn nhẫn đợi đến lúc chẳng còn gì để mất hay, có mất, chỉ mất rất ít. Và khi hành động như thế họ đã chứng tỏ sự thành công của quyền lực toàn trị bởi, không chỉ kiểm soát cái bao tử của từng con người, hệ thống còn kiểm soát việc ấn định những giá trị "bình thường" để biến những hành động "phi thường" như Chu Văn An ngày xưa trở thành "bất bình thường" mà hệ quả là sự hình thành của những thế hệ "tầm thường".[2] Hệ thống đã thành công

---

[1] Việc chỉ những người về hưu mới lên tiếng ai cũng rõ nhưng còn giới đương chức thì sao? Trong hồi ký của mình, Đạo diễn Đặng Nhật Minh đã tả lại thời kỳ làm đại biểu quốc hội, trong có đoạn:
"Dần dà tôi nhận ra rằng những người hay phát biểu trong các kỳ họp thường là những đại biểu không nắm chức vụ gì quan trọng trong bộ máy nhà nước và bộ máy đảng. Đa số họ là giáo viên, văn nghệ sĩ, các nhà khoa học, các cựu chiến binh... Tôi nhớ những ngày đầu nhiệm kỳ có một nữ đại biểu còn trẻ, giám đốc Sở ở một tỉnh phía nNam phát biểu rất hăng hái. Những phát biểu của chị rất sốc, rất táo bạo làm tôi hết sức ngạc nhiên. Nhưng đến giữa nhiệm kỳ bỗng nhiên không thấy nữ đại biểu đó pát biểu gì nữa. Thì ra chị mới đề bạt làm Thứ trưởng một bộ trong chính phủ."
Xem: Đặng Nhật Minh, (2005) *Hồi ký điện ảnh*, Nhà xuất bản Văn Nghệ. tr. 121.

[2] Báo chí Việt Nam diễn tả các vụ kiện tụng của Tiến sĩ Cù Huy Hà Vũ như là những hành động "bất bình thường". Nhiều ý kiến ở các diễn đàn tự do trên Internet cũng diễn tả ông Cù Huy Hà Vũ như vậy thế nhưng khi làm như thế họ đã ít nhiều thể hiện rằng mình chỉ là một sản phẩm của chế độ ngu dân.
Các hồi ức về thời kỳ Nhân Văn – Giai Phẩm cũng cho thấy không khí tương tự: khi một người bị nêu là "có vấn đề", họ sẽ bị hàng xóm, đồng nghiệp xầm xì và nhìn với ánh mắt nghi kỵ như là người bất bình thường. Hoặc trong thời kỳ "xây dựng và cải tạo xã hội chủ nghĩa" những người làm ăn chân chính bằng nghề buôn bán sẽ bị diễn tả là "bất bình thường" như "con phe", những nông dân chỉ muốn tự tay mình làm ăn trên mảnh ruộng của mình cũng bị diễn tả tương tự như là một nông dân "chậm tiến".

rực rỡ khi nhào nặn những lớp lang cán bộ - công chức "tầm thường", dễ sai khiến và được việc nhưng, như một cơ chế tự vận hành, với tuyệt đại đa số thành viên như thế, hệ thống đã tụt sâu trong sự thoái hoá bởi đã hoàn toàn đánh mất khả năng tự điều chỉnh.

Kể ra, trong lịch sử tồn tại của mình hệ thống cũng đã liên miên "tự điều chỉnh". Điều chỉnh bằng thủ tục "phê bình và tự phê bình", chẳng hạn. Điều chỉnh bằng những cuộc thanh trừng khốc liệt gọi là "đấu tranh nội bộ" chẳng hạn. Nhưng thực chất "phê và tự phê", hay "đấu tranh nội bộ", chỉ là một thứ chính trị phe phái ở đó một tội phạm tày trời có thể trở nên "trong sạch" và một tâm huyết, một dự án ích nước lợi dân có thể trở thành một âm mưu hay tội ác tày trời. Như thế, càng "tự điều chỉnh" kiểu này bao nhiêu, hệ thống càng tích tụ thương tật và cặn thải bấy nhiêu, tích tụ và dồn nén để thỉnh thoảng bục ra như một nội dung dai dẳng và đau đớn trên vô số bài sớ. Một cơ thể lành lặn và mạnh khoẻ mà cố nín nhịn, cố xoá bỏ và nhấn chìm những đau đớn nảy sinh từ nhu cầu loại bỏ chất thải, dù chỉ trong một khoảng khắc ngắn thôi, sẽ phải đối mặt những suy thoái nào đó trong nhận thức.[1] Khi hệ thống dai dẳng cái chủ trương nín nhịn, dai dẳng cái chủ trương trên che đậy

---

Theo Foucalt thì việc ấn định tiêu chí "bình thường / bất bình thường" (Normal vs abnormal) còn là phương pháp ể cai trị của nhà cầm quyền. Xem bài "Cặc như là lãnh tụ".

[1] Công trình khảo cứu thực hiện trên tám thanh niên khoẻ mạnh, cứ 15 phút uống 250 ml nước và phải nín đi tiểu, nín và uống cho đến khi không thể nín được nữa. Công bố trong bài "The Effect of Acute Increase in Urge to Void on Cognitive Function in Healthy Adults" của Matthew S. Lewis, Peter J. Snyder, Robert H. Pietrzak, David Darby, Robert A. Feldman, Paul T. Maruff, đăng trên tập san *Neurology and Urodynamics*, vol. 30, no. 1, January 2011, pp. 183-7.

thương tật và nhấn chìm cơn đau, từ thập niên này sang thập niên khác, hậu quả sẽ như thế nào?

Tưởng tượng đó như một cơ thể sống thì cơ thể đó đã thực sự "hết thuốc chữa". Nếu liệt kháng (AIDS) là căn bệnh "hết thuốc" đáng sợ nhất thì, dẫu gì, những cơ thể đánh mất sức đề kháng ấy vẫn có thể tiếp tục đường sống khi duy trì được khả năng trao đổi chất với môi trường bên ngoài. Còn hệ thống thì cũng cố đề kháng để tồn tại. Nhưng càng cố bao nhiêu, nó càng tê liệt hoá khả năng trao đổi chất bấy nhiêu.

Sinh học hay phi sinh học, một "cơ thể" chỉ được xem là "sống" khi duy trì được khả năng trao đổi ấy. Khi chúng ta hô hấp, ấy là chúng ta "trao đổi chất" với khí quyển bên ngoài. Khi chúng ta tiêu hoá và bài tiết, ấy là chúng ta trao đổi những dưỡng chất và tạp chất với môi trường sống bên ngoài. Ngày nào còn duy trì được cơ chế trao đổi ấy, ngày đó sự sống vẫn còn tiếp tục. Và khi khẳng định rằng tương lai dân tộc phải là "xã hội chủ nghĩa" thì, trên phương diện tư tưởng, hệ thống toàn trị đang cố níu kéo sự tồn tại của nó bằng cách "trao đổi chất" với những môi trường đã... chết.[1] Trao đổi với thế giới Marx – Lenin, đã chết. Trao

---

[1] "Dự thảo Cương lĩnh xây dựng đất nước trình Đại hội XI", http://www.vietnamplus.vn/Home/Du-thao-Cuong-linh-xay-dung-dat-nuoc-trinh-Dai-hoi-XI/20109/60163.vnplus

Mục I. "Quá độ lên chủ nghĩa xã hội ở nước ta", có đoạn viết: "Hiện tại, chủ nghĩa tư bản còn tiềm năng phát triển, nhưng về bản chất vẫn là một chế độ áp bức, bóc lột và bất công. [...] Theo quy luật tiến hoá của lịch sử, loài người nhất định sẽ tiến tới chủ nghĩa xã hội."
Hay "Dự thảo Báo cáo chính trị của BCH Trung ương Đảng", http://www.tuanvietnam.net/2010-09-14-du-thao-bao-cao-chinh-tri-cua-bch-trung-uong-dang
Ở mục 2. "Tiếp tục đổi mới toàn diện, mạnh mẽ theo con đường xã hội chủ nghĩa" có đoạn viết: "Chúng ta một lần nữa khẳng định: Chỉ có chủ nghĩa xã

đối với quá khứ "chủ nghĩa anh hùng cách mạng" đang chết, đang ngoắc ngoải hấp hối trước sự bành trướng của chủ nghĩa... bành trướng.

Hệ thống, như thế, đang bắt cóc, đang ép buộc tương lai phải trở thành... lịch sử. Nhưng lịch sử chỉ là những gì đã và đang thực sự xảy ra. Và "xã hội chủ nghĩa", sau những thất bại đau đớn của nhân loại, đã thực sự là quá khứ, là lịch sử. Nó đã là lịch sử sau tám thập niên quằn quại của nhân loại trong thế kỷ 20. Nó, trong những hình thức thô sơ hơn, đã là lịch sử sau những thí nghiệm cay đắng với "Tân pháp" của Vương An Thạch vào thế kỷ mười một, với "Biến pháp" của Vương Mãn vào thế kỷ thứ nhất tại Trung Quốc. Và khi trơ trẽn sử dụng mấy kết hợp từ như "một thời ấu trĩ", "một thời bao cấp" hay "sai lầm của lịch sử" để phủi tay quá khứ ngu muội của mình thì hệ thống toàn trị đã, trên thực tế, xếp cái "chủ nghĩa" sai lầm ấy vào quá khứ, vào lịch sử. Vừa phủi tay dìm vào quá khứ, xem đó là "sai lầm của lịch sử"; vừa dùng quyền lực công an trị để ấn nó vào tương lai, buộc phải chấp nhận như một dự án "viễn mơ" cho dân tộc, hệ thống hành động có khác nào một con bệnh thần kinh? Nếu những người điên cầm hơi qua ngày bằng cách bươi móc những mẩu bánh thừa từ thùng rác thì, trên phương diện tư tưởng, hệ thống toàn trị chính là kẻ "móc bọc" của lịch sử, đang cố sống bám vào những thứ đang phân hủy trong hố chôn lịch sử.

Chính sự ngột ngạt và bưng bít từ tình trạng chui rúc hố chôn này đã dẫn đến tình trạng "thực dân hoá" và "chảy máu".

---

hội mới bảo đảm cho dân tộc ta có độc lập, tự do thực sự, đất nước phát triển phồn vinh, nhân dân có cuộc sống ấm no, hạnh phúc."

"Thực dân"là bản chất của hệ thống toàn trị.[1]*Hình bất thường trượng phu, lễ bất hạ thứ dân*, chính tư thế "trượng phu" độc tài kiêm ăn cướp là đặc điểm của những kẻ thực dân khi áp dụng một thứ luật pháp bề trên cho mình: hình luật chỉ để áp dụng cho dân đen, không thể áp dụng cho kẻ ngồi trên. Dĩ độc trị độc, để sống còn, để ngoi lên trong một hệ thống như thế thì, nếu không thể đập vỡ nó đi, phải xoay xở thành một thứ "thực dân" để có thể hưởng thụ một thứ pháp luật không phải Việt Nam trên đất Việt Nam, giành giật những cơ hội không cho người Việt ngay trên nước Việt. Cho đến nay vẫn chưa có ai thực hiện một cuộc khảo sát toàn diện nhưng, qua những hiện tượng xã hội đang ồ ạt xảy ra thì, cơ hồ, giấc mơ lớn nhất của đại đa số người Việt hiện tại là thôi… làm người Việt, ít ra là thôi trên phương diện pháp lý. Người khốn khó, muốn tìm một cuộc sống tốt đẹp hơn, đã đành. Kẻ thành công nhất và mãn nguyện nhất cũng tìm mọi cách để, sau khi mang tiền bạc ra ngoài, thủ đắc một visa nước ngoài, sẽ quay lại sống và làm ăn một thứ "đồng bào" bề trên. Hậu quả là tình trạng chảy máu. Chảy máu chất xám. Chảy máu vốn liếng, tiền bạc. Và, thậm chí, chảy máu cả gái đẹp, như một xã hội hoang mang, không tin tưởng vào ngày mai của mình. Nghĩa là một xã hội đang khủng hoảng.

Khủng hoảng như một cơ thể lâm bệnh và hệ thống toàn trị đang ngoắc ngoải bởi căn bệnh không tên với đủ loại triệu chứng có tên. Điếc, thì đang điếc đặc trước những lời kêu gào, những lời cảnh tỉnh hay báo động, như những sở can chẳng hạn. Đui, thì cũng đang đui, đang loạn thị hay đang "tách rời thực tại" như một con bệnh tâm thần phân

---

[1] Xem bài "Thực dân, nô lệ, ăn mày".

liệt khi chỉ thấy "tương lai" trong cái "chủ nghĩa xã hội" chẳng hạn. Và mất trí nhớ thì cũng đang mất để những thực tế nóng hổi cũng trở thành xa xăm, những sai lầm rời rợi của 10 năm, 20 năm trước cũng biến thành "sai lầm của lịch sử", cứ như là sai lầm của 18 đời vua Hùng hay của An Dương Vương. Điếc, đui, mất trí nhớ v.v.., nếu cơ thể đã khật khùng nghễnh ngãng đến thế thì phải có gì đó không ổn với nội tạng bên trong. Và nếu "bản chất" của hệ thống là "giai cấp" thì, phải chăng, căn bệnh ấy đã phát sinh ngay trong cái "tính giai cấp" này?

Hệ thống, như một "nhà nước chuyên chính vô sản", là "vũ khí" mà "giai cấp thống trị" sử dụng để "bảo vệ quyền lợi của mình".[1] Và hệ thống, như một đảng chính trị, lại là "đội tiền phong của giai cấp công nhân".[2] Giáo điều đã nói thế. Hiến pháp đã xác định như thế. Thế nhưng, nói theo nhà văn Phạm Thị Hoài, cuộc cách mạng giai cấp mà hệ thống thực hiện là một cuộc cách mạng kỳ lạ, lộn tùng phèo tướng, sĩ, tượng, xe, pháo, mã; cuộc cách mạng với

---

[1] Thử đọc tài liệu của Khoa Mác-Lênin & Tư tưởng Hồ Chí Minh, Đại học Mỏ Địa chất:
http://www.humg.edu.vn/lyluanchinhtri/index.php?option=com_content&task=view&id=387&Itemid=265
"Theo Ph. Ăngghen, về bản chất thì "Nhà nước chẳng qua chỉ là một bộ máy của một giai cấp này dùng để trấn áp một giai cấp khác."(). Không có nhà nước đứng trên các giai cấp hoặc nhà nước chung cho mọi giai cấp. Nhà nước chính là một bộ máy do giai cấp thống trị về kinh tế thiết lập ra nhằm hợp pháp hoá và củng cố sự áp bức của chúng đối với quần chúng lao động. Giai cấp thống trị sử dụng bộ máy nhà nước để đàn áp, cưỡng bức các giai cấp khác trong khuôn khổ lợi ích của giai cấp thống trị."

[2] Điều 4 Hiến pháp nước CHXHCN Việt Nam 1992: "Đảng Cộng sản Việt Nam, đội tiền phong của giai cấp công nhân Việt Nam, đại biểu trung thành quyền lợi của giai cấp công nhân, nhân dân lao động và của cả dân tộc, theo chủ nghĩa Mác-Lênin và tư tưởng Hồ Chí Minh, là lực lượng lãnh đạo Nhà nước và xã hội."

tầng lớp có học lãnh đạo bên trên, với đám nông dân đui
mù hy sinh ở dưới để đấu tranh cho quyền lợi của giai cấp
hoàn toàn xa lạ là… công nhân.[1] Mà công nhân thì, theo
ông Trần Văn Giàu trong bộ sử *Giai cấp công nhân Việt
Nam – Sự hình thành và sự phát triển của nó từ giai cấp
cho "Tự mình" đến giai cấp "Cho mình"*, dày đến 1,800
trang, lại là thứ giai cấp không ở yên một chỗ, thứ giai cấp
đã thăng tiến từ nấc "tự mình" đến nấc "cho mình".[2]

Nhưng đó là một bộ sử thất bại, đã cũ đến nửa thế kỷ và
còn lại chăng chỉ là mấy chữ "tự cho mình". Hệ thống toàn
trị nhân danh quyền lợi giai cấp ấy chính là một hệ thống
"tự-cho-mình": tự cho mình tất cả, tự cho mình cái quyền
ngồi xổm lên đầu dân tộc, như một thứ thực dân ngồi trên
đầu nhân dân thuộc địa. Bộ sử cố tái hiện lại sự hình thành
và phát triển của "giai cấp tiền phong" từ lúc hình thành
cho đến lúc nắm chính quyền vào năm 1945 và, trong lời
đóng lại khi hoàn tất vào năm 1958, tác giả ước ao rằng sẽ
có điều kiện để hoàn bị hơn với những tài liệu mà lúc đó
chỉ có ở Paris hay Sài Gòn. Thế nhưng thực tế "thống trị"
lại cho thấy một bức tranh khác hẳn nên dù có thể sống, dù
có đủ điều kiện đòi hỏi, sử gia công huân của giai cấp vẫn

---

[1] Phạm Thị Hoài, "Về tư cách của trí thức Việt Nam"
http://www.nhanvan.com/magazines/hopluu/61/vetucach_phamthihoai.htm
[2] Bộ sử này viết từ khi giai cấp công nhân hình thành cho đến năm 1945, hoàn
tất năm 1958, được in lại trong Trần Văn Giàu (2003), *Tác phẩm được tặng
Giải thưởng Hồ chí Minh, quyển 1*, Nhà xuất bản khoa học xã hội.
Khi hoàn tất cuốn này vào năm 1958, Trần Văn Giàu ao ước trong "Lời nói
sau cùng" là được "các bạn ở miền Nam và ở bên Pháp" góp sức để "bổ sung,
chỉnh lý" vì "chắc ở Sài Gòn, ở Paris, còn nhiều tài liệu rất cơ bản" mà ông ta
đã không thể tìm được sau 6 năm tìm tòi ở Hà Nội. (tr. 1778) Từ năm 1975
cho đến lần xuất bản vào năm 2003 đã là 28 năm, thế nhưng "Lời nói sau
cùng" này vẫn giữ nguyên. Tác giả đã "chán" việc "nghiên cứu" hay "bổ
sung, chỉnh lý" cho bộ giai cấp sử này rồi chăng?

bế tắc, không thể nào bổ sung thêm như đã ước, dù chỉ một trang, một khổ. Sau gần nửa thế kỷ, từ 1958 đến 2003, khi tái bản bộ sử, lời ước 45 năm tuổi vẫn được giữ y nguyên và, do đó, bộ "giai cấp sử" vẫn đứng yên một chỗ sau nửa thế kỷ, đứng yên với tình trạng thiếu tài liệu của thời kỳ bị chia cắt, cô lập và, quan trọng hơn, đứng yên với thời kỳ còn bị chi phối bởi cái tư duy đang bị phủi tay là "một thời ấu trĩ".

Thất bại của bộ "giai cấp sử" ấy buộc chúng ta phải hướng đến một góc nhìn khác và ở đây, có lẽ, phải là góc nhìn của… phòng the.

Nếu "giai cấp" được nhà xã hội học Đức Max Weber xác định qua những yếu tố như nghề nghiệp, địa vị, quyền lực chính trị; được Karl Marx phẩm định qua những khái niệm như "quan hệ sản xuất", quyền sở hữu đối với các "tư liệu sản xuất" thì nhà tâm lý - xã hội học Mỹ G. William Domhoff – trong *Who Rules America? Power, Politics, & Social Change*– lại vận dụng đến ràng buộc hôn nhân. [1]

"Giai cấp", theo Domhoff, là một thành phần, một nhóm xã hội mà những thành viên có thể thoải mái kết hôn với nhau.

Giai tầng đặc quyền nào cũng nơm nớp bảo vệ cái *status quo* hiện hữu của mình. Mà để làm như thế thì phải bảo vệ cho bằng được cấu trúc nội bộ của mình qua tính chọn lọc trong công việc truyền giống, kế thừa. Cùng một thành phần xã hội sẽ cùng san sẻ những lợi lộc như nhau, những tiêu chí giá trị như nhau, những mối đe doạ và nỗi sợ như nhau và, như thế, theo bản năng sinh tồn, những cái "như

---

[1] Domhoff, G. William (1983). *Who Rules America: Power, Politics, & Social Change,* Touchstone Books, tr. 28 – 37.

nhau" này sẽ gắn kết các thành viên lại trong quan hệ truyền giống . Đó, thực chất, là một hành động mang tính tự vệ và do đó những hành động xé lẻ với giai tầng cạnh tranh hay thấp hơn sẽ bị lên án như một hành động dị giáo và biện pháp tự vệ này sẽ trở thành … phong tục. Phong tục "môn đăng hộ đối" tại Việt Nam là gì nếu không phải là trò tự vệ của tầng lớp xã hội bên trên? Phong tục tổ chức vũ hội hằng năm của giai tầng quý tộc Âu châu là gì nếu không phải là một hình thức tự vệ khi tạo những cơ hội mối mai tốt nhất cho công việc truyền giống ngay trong giai tầng của mình?

Việc truyền giống cũng ngụ ý nhu cầu sinh lý và, để bảo vệ quyền lợi của mình, ngay từ đầu hệ thống toàn trị đã lém lỉnh khai thác yếu tố này như một vũ khí mà hệ quả đầu tiên là chính sách đa thê "theo yêu cầu của chiến tranh".[1] Những kẻ thề thốt "sống chiến đấu học tập lao động theo gương chủ tịch Hồ Chí Minh vĩ đại" đã không đủ bản lĩnh để sống theo "tấm gương" của vị chủ tịch mà, theo sách vở tuyên truyền, cả đời không biết thế nào là… nhu cầu sinh lý. Cả một "học trò xuất sắc" là Bí thư xứ ủy Nam bộ Lê Duẩn lúc ấy, cũng vậy.[2] Như ông vua một

---

[1] Trong kháng chiến Lê Đức Thọ từng ra nghị quyết cho phép những cán bộ công tác xa nhà trên 300 cây số được phép lấy thêm vợ. Xem: Nguyễn văn Trấn (1995) *Viết cho mẹ & Quốc hội*, California: Văn Nghệ, tr. 143
Tác giả từng là phó bí thư xứ ủy Nam kỳ trong thời kỳ tiền cách mạng..
Điều này cũng được nhắc đến trong một cuốn sách khác xuất bản tại Việt Nam: Nguyễn Thế Lâm (2003), *Ngược bắc xuôi nam*, Nhà xuất bản Trẻ, tr 142.
Tác giả là thiếu tướng, tư lệnh pháo binh, và là con rể của cụ Lê Đình Thám.

[2] Lê Duẩn có hai vợ. Vợ cả là Lê Thị Sương, có bốn người con. Vợ hai là Nguyễn Thụy Nga, kết hôn năm 1948 tại miền Tây Nam Bộ, do Lê Đức Thọ làm mối, Phạm Hùng làm chủ hôn, khi Lê Duẩn vẫn còn là chồng chính thức với người vợ đầu. Sau 1975, bà là Phó Tổng biên tập phụ trách hành chánh trị

vùng, "học trò" này không chỉ tự thưởng cho mình trên khía cạnh chuyện sinh lý mà còn quan tâm đến nhu cầu của từng thuộc cấp, như chuyện ông ta trói chân Nguyễn Bính chẳng hạn. Khi chính quyền thân Pháp sử dụng các phương tiện tâm lý chiến kêu gọi nhà thơ về thành, ông bí thư lo sợ cho viễn cảnh mất đi một công cụ tuyên truyền nên lo lắng vận dụng đến sợi dây trói sinh lý - hôn nhân.[1]Nguồn "cung" là Hội Phụ nữ và, cứ theo hàng loạt hồi ký của các tướng lĩnh cộng sản, hay tài liệu viết về các tướng ấy, từ Tô Ký đến Nguyễn Thế Lâm, Trần Qúy Hai v.v.. tướng nào cũng như tướng nào, cũng được "tổ chức" quan tâm và, qua đó, được "xây dựng" cho một "đồng chí - bạn đời" thích hợp.[2] Như vậy, bên cạnh các nhiệm vụ khác, cái hội này còn đảm nhiệm một vai trò ít biết, ít được thừa nhận nhưng cực kỳ quan trọng là "bảo vệ quyền lợi giai cấp" bằng chuyện sinh lý và truyền giống.

Hôn nhân là chuyện riêng tư và chưa có chế độ chính trị nào trong lịch sử can thiệp sâu rộng vào những việc riêng như thế cả. *Rồi hai đứa hôn nhau, hai người đồng chí* (Tố Hữu) và hệ thống, thông qua các "cơ quan / đoàn thể' của mình, sẽ bảo đảm tính "đồng chí" trong quan hệ hôn nhân

---

sự của báo Sài Gòn Giải phóng, hiện sống ở Thành phố Hồ Chí Minh. Có ba người con.

Báo Tiền Phong đã đăng loạt bài 5 kỳ của Xuân Ba "Người vợ miền Nam của cố Tổng Bí thư Lê Duẩn", còn lưu lại trên nhiều website. Có thể tham khảo theo các đường link tại http://vi.wikipedia.org/wiki/L%C3%AA_Du%E1%BA%A9n

[1] http://vnca.cand.com.vn/vivn/tho/2009/8/50370.cand
Việt Trần, " Người vợ miền Nam của thi sĩ Nguyễn Bính", 06/12/2005

[2] Xem: Nguyễn Thế Lâm (2003), sđd, tr. 105 và tr 142 – 143.
Và Nhiều tác giả (2003)*Tô Ký, vị tướng trung kiên nghĩa hiệp*, Nhà xuất bản Trẻ

giữa các thành viên. Để ý đến nhau chăng? Hãy "đăng ký" với "đoàn thể/ cơ quan" và, đến lượt, "đoàn thể/ cơ quan" sẽ vận dụng sức mạnh chính trị để "xây dựng", một cách cực kỳ nghiêm túc. Xé lẻ để truyền giống với thành phần "phi đồng chí" mà, nói theo ngôn ngữ của hệ thống, là "không đúng đối tượng" chăng? Cũng sẽ là "cơ quan / đoàn thể". Cũng những nỗ lực đặt ra, cũng cực kỳ nghiêm túc nhưng không phải xây dựng mà hủy hoại: *Phi giai cấp bất thành phu phụ,* hoặc bảo đảm tính "đồng chí" trong hôn nhân; hoặc sẽ trắc trở, sẽ rắc rối khi bị đào thải như một phản đồ, một thành phần dị giáo.

Nhưng rắc rối không chỉ diễn ra trong mối quan hệ "đồng chí - phi đồng chí" khập khiểng mà còn từ bên trong, giữa đồng chí với đồng chí, như quan niệm hôn nhân của huyền thoại sống Võ Nguyên Giáp chẳng hạn. Quả là một điều tế nhị khi phải viện dẫn những chuyện riêng tư, nhất là khi chuyện riêng ấy lại liên quan đến một người đã khuất nhưng, dẫu sao, đây chính là điều mà người trong cuộc đã giải bày trên mặt báo. Sinh thời, trong một cuộc phỏng vấn, bà Võ Hồng Anh, con gái đầu lòng của Võ Nguyên Giáp, kể lại ngày đưa bạn trai cùng du học tại Nga về ra mắt bố. Và ông bố bộ trưởng lúc ấy đã tỏ vẻ "không đồng ý" bởi chàng trai mà con gái ông gởi gắm tương lai không thuộc về một gia đình "tham gia cách mạng ngay từ đầu".[1]

---

[1] Lương Thị Bích Ngọc, "Trò chuyện với con gái tướng Giáp", VietnamNet (4.9.2007).
Bài phỏng vấn này còn lưu lại trên trang web:
http://www.vannghequandoi.com.vn/danh-cho-linh-tr/chuyn-i-thng-ca-cac-tng-lnh/16-chuyn-i-thng-ca-cac-tng-lnh/2277.html?tmpl=component&print=1&page=

Như thế thì, trong tư tưởng ông Giáp lúc đó, như một trong những đại biểu xuất sắc nhất của "đội tiền phong giai cấp", cái thành phần tinh tuyển của giai cấp tưởng là thuần nhất kia cũng tiềm tàng sự phân hoá "giai cấp" khác, ít ra là "giai cấp tham gia cách mạng từ đầu" và "giai cấp tham gia cách mạng về sau". Mà đây không phải là trường hợp duy nhất. Ngày 8.9.2011, ngay ngày một "đại biểu xuất sắc" của "đội ngũ tiền phong" khác là Võ Chí Công qua đời, bà Đoàn Võ Kim Ánh, con gái nuôi của ông, đã tỉ tê tâm sự trên mặt báo về mâu thuẫn giữa cha nuôi và mẹ nuôi trong việc "đời người" của cô. Mẹ nuôi thì nhắm đến "con cái những gia đình cách mạng có uy tín" bởi có thế con gái nuôi của bà mới có một "tương lai vững chắc". Cha nuôi thì nhắm anh lính tín cẩn đã được ông chọn làm người chăm sóc sức khoẻ riêng, kẻ vừa xuất thân trong trong một gia đình "rất cách mạng", lại vừa có "thần thái" của người sẽ làm việc lớn. Mẹ mâu thuẫn, chiến tranh lạnh với cha chỉ vì sợ con gái sẽ khổ và như thế thì, ở đây, lại có một sự phân hoá giai cấp khác: "giai cấp rất cách mạng" và "giai cấp cách mạng có uy tín".[1]

Cũng là "đội ngũ tiền phong của giai cấp" với nhau, cũng kề vai nhau chiến đấu cho một xã hội phi giai cấp thế nhưng lại cực kỳ phân chia … giai cấp. "Tham gia cách mạng sớm" và "tham gia cách mạng muộn". "Cách mạng có uy tín" kèm theo "tương lai vững chắc" và "rất cách mạng" nhưng tương lai mơ hồ. Mức độ thành đạt trong "sự nghiệp cách mạng" đã trở thành một thứ "môn đăng hộ đối" kiểu phong kiến nên những tín lý về một thế giới

---

[1]Xem: "Chuyện về ông Võ Chí Công qua lời của con gái nuôi"
http://bee.net.vn/channel/1988/201109/Chuyen-ve-ong-Vo-Chi-Cong-qua-loi-cua-con-gai-nuoi-1811372/

đại đồng chỉ là một ảo tưởng xa vời. Nói theo George Orwell trong *Animal Farm* thì "Mọi con vật đều bình đẳng, nhưng một số con vật thì bình đẳng hơn" và những ẩn dụ của Orwell đã tỏ ra khá đắc địa trong câu chuyện hôn nhân của tầng lớp "tiền phong hơn" này. Trong *Animal Farm*, bầy heo làm cách mạng xã hội chủ nghĩa chống lại loài người bóc lột đã ngay ngáy ấn định quy chế "bạn – thù" trong hai điều đầu tiên của bảy điều răn. "Bất kỳ cái gì đi bằng hai chân đều là kẻ thù", "Bất kỳ cái gì đi bằng bốn chân, hay có cánh, đều là bạn bè" trước khi đi đến cái lý tưởng đại đồng giai cấp ở điều thứ bảy: "Mọi con vật đều bình đẳng".[1] Thế nhưng điều răn là điều răn, bao giờ cũng có những thành phần "bình đẳng hơn" để mở ra những đặc quyền "hơn" như một sự phân hoá giai cấp. Tương lai nhân dân sẽ vững chắc và huy hoàng trong ngày mai xã hội chủ nghĩa nhưng tương lai của những gia đình cách mạng có uy tín hơn sẽ vững chắc hơn và huy hoàng hơn.

Đây chỉ là một thí dụ rất nhỏ về một ý thức hệ hay hệ thống cai trị huênh hoang là có thể giải quyết mọi mâu thuẫn nhưng tạo ra một xã hội đầy mâu thuẫn. Một "giai cấp đại đồng" mà không đạt được thì nói gì là những ý tưởng về một "thế giới đại đồng" trong "tương lai cộng

---

[1] Animal Farm, xuất bản lần đầu năm 1945
Bảy điều tâm niệm:
Bất kỳ cái gì đi bằng hai chân đều là kẻ thù
Bất kỳ cái gì đi bằng bốn chân, hay có cánh, đều là bạn bè.
Không con vật nào được mặc quần áo.
Không con vật nào được ngủ trên giường.
Không con vật nào được uống rượu.
Không con vật nào được giết bất kỳ con vật nào khác.
Tất cả các loài vật là bình đẳng.

sản chủ nghĩa"? Chuyện trong hai gia đình họ Võ trên xảy ra vào thập niên 60 và 70, là thời kỳ hoàng kim của chủ nghĩa cộng sản quốc tế theo sự hùng mạnh của Liên Sô và khối Đông Âu. Trong thời hoàng kim mà lý tưởng đã xa vời đến thế, nói gì là hôm nay khi, nói theo ngôn ngữ chính thức của hệ thống toàn trị, là lúc "phong trào cộng sản" đang bị "thoái trào"?

"Phong trào" đang bị thoái trào và, cơ hồ, tính chọn lọc trong việc truyền giống của những thành phần "tiền phong nhất" cũng bị thoái hoá theo. Như quan hệ hôn nhân gây bàn tán trong gia đình nhà toàn trị Nguyễn Tấn Dũng chẳng hạn. Nhân vật này được xem là nhiều quyền lực nhất nên, theo ngôn ngữ chính thống, phải là một "người tiền phong nhất". Thế nhưng, trong hôn nhân, ông ta đã điềm nhiên xé lẻ để từ từ vị trí của giai cấp "bốn chân" bắt tay truyền giống với giai cấp "hai chân", một cách cực kỳ phi nguyên tắc.[1] Phi nguyên tắc trên khía cạnh thành phần

---

[1] Con gái TT Nguyễn Tấn Dũng lấy chồng là một người Việt quốc tịch Mỹ, nghĩa là hoàn toàn không "môn đăng hộ đối" trên phương diện "tham gia cách mạng". Đây lại là một câu chuyện khá vui, tiền hậu bất nhất.

Cuối năm 2006 nguyên Tổng thống Mỹ George Bush đến Việt Nam và đã ca ngợi quan hệ Việt- Mỹ qua việc con gái Nguyễn Tấn Dũng du học tại Mỹ và lấy chồng là công dân Mỹ. Đầu năm 2007 ông Dũng lên tiếng phủ nhận việc này: con gái ông không du học và không lấy Việt kiều Mỹ.

Đến cuối năm đó thì cô con gái tên Nguyễn Thị Thanh Phượng tổ chức hôn lễ với một công dân Mỹ tên Nguyễn Bảo Hoàng.

Theo một nguồn tin trong nước chưa được kiểm chứng thì Nguyễn Bảo Hoàng -- hay rể của Nguyễn Tấn Dũng -- là con trai của Nguyễn Bang, nguyên là một thứ trưởng của chính quyền VNCH trước 1975.

Và theo báo chí Việt Nam thì con gái thủ tướng cô này đã tốt nghiệp "thạc sĩ quản trị tài chính tại Thuỵ Sĩ", nghĩa là có đi du học. Còn rể thủ tướng là đại diện của quỹ đầu tư IDG Ventures của Mỹ tại Việt Nam.

Đưa tin này, báo chí Việt Nam luôn nhấn mạnh hai điều: 1/ con rể thủ tướng là một nhân tài; 2/ "dù lớn lên ở Mỹ và từng mang quốc tịch Mỹ" hay "chưa nói sõi tiếng mẹ đẻ", anh con rể này rất muốn "mọi người gọi mình là người Việt Nam" và "hiện là công dân Việt Nam."

nhưng nguyên tắc mấu chốt là "bảo vệ quyền lợi" vẫn không hề thay đổi. Khi những thành phần "tiền phong nhất" đang say sưa "tích lũy tư bản" thì quyền lợi phải là những trương mục ở nước ngoài, là những hợp đồng tài chính đa quốc gia chứ không nhất thiết phải là những "tiêu chuẩn" gắn liền với mức độ "cách mạng sớm" hay "cách mạng có uy tín". Như thế, khi phong trào cộng sản đã bị "thoái trào" thì giai tầng "lãnh đạo" của phong trào ấy cũng đã lùi lại với cái thời mà Karl Marx từng miệt thị là

Tuy nhiên có rất nhiều điều khó hiểu.

Thứ nhất, Luật song tịch của Việt Nam chỉ mới được Quốc hội thông qua ngày 13.11.2008. Thế nhưng khi cử hành hôn lễ vào ngày 16.11.2008 thì ông Hoàng đã là "công dân Việt Nam". Như vậy thì ông phải được cứu xét và công nhận quốc tịch vào ngày 14 hay ngày 15 tháng 11.

Thứ hai, theo thông tin trên báo chí Việt Nam thì lúc đó (2008) Nguyễn Bảo Hoàng 36 tuổi. Báo chí còn cho biết Hoàng "đã đến Mỹ lúc mới 22 tháng tuổi", tức đã đến Mỹ từ năm 1972. Điều này ngụ ý là ông Hoàng đến Mỹ từ miền Nam, do đó khi sinh ra ông chỉ có thể mang quốc tịch Việt Nam Cộng Hoà, đến Mỹ mang quốc tịch Mỹ. Ông Hoàng không thể mang lưỡng tịch Mỹ và CHXCNVN như người rời Việt Nam sau 1975 bằng con đường "hợp pháp" hay "bất hợp pháp".

Thứ ba, theo thể lệ Việt Nam thì sau khi lập pháp thông qua luật, bên hành pháp cần phải có thời gian để chu toàn các vấn đề mang tính kỹ thuật thí dụ phân công ai là người có phần hành cứu xét đơn xin hồi tịch hay nhập tịch, quy định các bước thủ tục.

Sau khi quốc hội thông qua nghị quyết nào đó thì Văn phòng chính phủ hay Hội đồng nhà nước thường ban hành những công văn "Hướng dẫn thi hành".

Như vậy thì con rể của thủ tướng Việt Nam đã được nhập tịch với tốc độ vũ trụ, bỏ qua các giai đoạn nói trên.

Xem:

http://blog.360.yahoo.com/blog3nSnXHoyc6MG6rBbPObhArrRuSj7PxNtyx USwMmDRQ--?cq=1&p=694

Hay: http://blog.360.yahoo.com/blog-3nSnXHoyc6MG6rBbPObhArrRuSj7PxNtyxUSwMmDRQ--?cq=1&p=5

Và: http://blog.360.yahoo.com/blog-3nSnXHoyc6MG6rBbPObhArrRuSj7PxNtyxUSwMmDRQ--?cq=1&p=694

"trong từng lỗ chân lông" của họ, lỗ nào cũng "thấm đẫm máu, mồ hôi và nước mắt của người lao động".[1]

Marx gọi đó là sự "tích lũy nguyên thuỷ", *primitive accumulation*. Adam Smith thì gọi đó là sự "tích lũy tiền khởi", *previous accumulation;*nhưng gọi sao cũng vậy, cũng là giai đoạn tích vốn để mô thức kinh tế phong kiến chuyển mình sang tư bản. Khi thành phần cộng sản "tiền phong nhất" say sưa trong giai đoạn tích luỹ "nguyên thủy" hay "tiền khởi", phải chăng họ đã thể hiện vai trò của những lãnh chúa phong kiến đang tập tành làm tài phiệt đỏ?

"Phong kiến", theo cách dùng phổ cập của chúng ta, chỉ đơn thuần là dính dáng đến... vua. *Sông Hương nước chảy*

---

[1] Câu "thời kỳ tích lũy nguyên thủy tư bản chủa nghĩa thấm đẫm máu và bùn dơ của người lao động được trích dẫn khá nhiều trong sách vở và giáo tại Việt Nam với nhiều "dị bản" khác nhau. Tôi thử tra và tìm thấy trong Bài nói chuyện của Lê Duẩn "Hăng hái tiến lên hoàn thành thắng lợi kế hoạch 5 năm lần thứ nhất" trong "Hội nghị phổ biến Nghị quyết lần thứ tám của Trung ương Đảng vào ngày 18.5.1963. Sau được in lại trong Lê Duẩn (1976) Cách mạng xã hội chủ nghĩa ở Việt Nam, Nxb. Sự thật, Hà Nội, 1976, t.I, tr. 293 – 340.

Bài này có đoạn nói: "Cho nên Mác đã nói là, lịch sử của tích lũy tư bản chủ nghĩa là lịch sử viết bằng chữ máu và lửa, tư bản ra đời, tất cả lỗ chân lông của nó đều đầy máu và bùn. Còn ở nước ta, chúng ta chẳng những không đi con đường tư bản chủ nghĩa, con đường đầy đau khổ và chết chóc đối với nhân dân lao động, mà chúng ta cũng không thể áp dụng những phương pháp tích lũy tư bản chủ nghĩa."

http://123.30.190.43:8080/tiengviet/tulieuvankien/tulieuvedang/details.asp?topic=168&subtopic=463&leader_topic=981&id=BT1681160877

Trong bản Anh ngữ *Capital: A Critique of Political Economy. Volume I: The Process of Capitalist Production* [1867], chương XXX mang tên Reaction of the agricultural revolution on industry creation of the home market for industrial capital: những lời trên liên quan của Karl Marx đã được chuyển ngữ là: 'If money, according to Augier,[66] "comes into the world wide a congenital blood-stain on one cheek," capital comes dripping from head to foot, from every pore, with blood and dirt.[67]"

lờ đờ / Dưới sông có đĩ trên bờ có vua: không cần biết thế nào, chỉ cần có một ông vua cai trị trên bờ thì đó là "phong kiến" và, đâu tám mươi năm trước, cách sử dụng này đã bị Phan Khôi bắt bẻ dữ dội bởi hình thái chính trị "phân phong" chưa bao giờ hình thành trên đất Việt.[1] Tuy nhiên nếu bây giờ sống lại ắt hẳn con người của lý tính ấy sẽ phải tặc lưỡi thừa nhận rằng lịch sử đã bước giật lùi, rằng chế độ phong kiến đang hình thành, rằng dưới sông không chỉ có đĩ và trên bờ không chỉ có vua: hệ thống toàn trị hiện tại đang hội đủ toàn bộ những yếu tố cần thiết như phong tước, kiến địa, tập ấm v.v.. để có thể gọi là "chế độ phong kiến".

Trước hết là những dấu hiệu bên ngoài, những cảm quan thẩm mỹ như một "cách phát biểu". Nếu mỗi thời đại có một "cách phát biểu" riêng qua các hình thức kiến trúc, y phục, trang trí thì, với cái gu thẩm mỹ dày đặc hình rồng hiện tại, chế độ chính trị tại Việt Nam cũng đang "phát biểu" một cách rườm rà và loè loẹt y như những vua chuá phong kiến.

Chỉ cần *google* hình ảnh của những nhà toàn trị đương chức hay hồi hưu lúc họp báo, trả lời phỏng vấn hay bất cứ lúc nào, sẽ thấy rằng rồng đã ngự trị trong thị hiếu thẩm mỹ của họ như thế nào. Từ Trương Tấn Sang, Nguyễn Minh Triết, Lê Đức Anh, Nguyễn Tấn Dũng cho đến Đỗ Mười và thậm chí Nguyễn Trường Tô, vị lãnh chuá Bắc Giang từng bị lên báo ầm ĩ một dạo vì chuyện dâm ô với học trò. Người nào cũng như người nào, cũng thấp thoáng

---

[1]Phan Khôi. "Trên lịch sử nước ta không có chế độ phong kiến". Phụ nữ tân văn, Sài Gòn, số 268 (29 Novembre 1934)
Lại Nguyên Ân sưu tầm, hiệu đính, giới thiệu trên
http://www.talawas.org/talaDB/suche.php?res=9651&rb=0302

sau lưng những thân rồng bay lượn trên khung ghế, thứ mà, xét trên tiêu chí công năng hay thẩm mỹ đương đại, không bao giờ xứng đáng là một chọn lựa tối ưu. Những chi tiết chạm khắc kiểu "lưỡng long chầu nguyệt" phụ hoạ thêm cái đầu dơi không chỉ là hang ổ của bụi bặm trong một xứ sở bị ô nhiễm trầm trọng, chúng không thể nào tạo nên cảm giác sảng khoái để nâng cao hiệu suất thư giản hay làm việc. Nhưng "cái ghế", như một danh từ, không đơn thuần là sự biểu đạt cho một dụng cụ dùng để "ngồi". "Ghế" còn biểu đạt cho một vị trí quyền lực và hình tượng cái ghế đường bệ như cái ngai này đã thể hiện một thứ mỹ học về quyền lực sặc mùi phong kiến. Thứ "mỹ học" này đã trở thành một cái mốt và, hệ quả là, từ giới lãnh đạo bên trên đến hạng thường dân khá giả bên dưới, đâu đâu cũng đua đòi nhau những cái ghế uốn lượn hình rồng. Xưa Tố Hữu "dựa Trường Sơn kéo pháo lên đồi". Nay họ dựa vào cái lưng ghế chạm rồng để thao thao "dội pháo" về đường lối, chính sách; và dội với những từ ngữ sặc mùi phong kiến, nào là "nội lực", nào là "nguyên khí", "hiền tài" hay "hữu hảo", như một thứ ngôn ngữ thời thượng.

Nếu "phong kiến" ngụ ý "phong tước - kiến địa" thì hệ thống toàn trị hiện tại cũng đang cai trị với biện pháp "tước hiệu trị" và "đất đai trị". Nếu vua phong tước rồi ban đất cho giới quý tộc này theo từng đẳng cấp để tự trị trong lãnh địa riêng của mình thì hệ thống toàn trị cũng thực hiện chính sách tương tự. Xã hội phong kiến có Công, Hầu, Bá, Tử, Nam với các đất phong rộng hẹp và tính đắc địa hay hiểm yếu khác nhau. Xã hội toàn trị thì có các "ủy viên" với đẳng cấp "tiêu chuẩn" khác nhau, chẳng hạn uỷ viên đi xe công vụ trên 1 tỷ đồng, ủy viên đi xe dưới 1 tỷ đồng v.v...[1] Xã hội phong kiến có các vương hầu lập thân bằng chính thành tích của mình hay đơn thuần chỉ là tập ấm. Xã hội toàn trị cũng có "ủy viên" vươn lên bằng công trạng của mình, có ủy viên chỉ đơn giản được "cơ cấu" như là hình thức tập ấm của những lớp lang "tham gia cách mạng sớm" hay "cách mạng có uy tín". Cai trị như thế thì có khác gì phong kiến?[2]

Nhưng phong kiến còn là thời mà ý niệm "quốc gia" chưa hình thành và đất nước bị xem là tài sản riêng của các bậc quân vương. Thích cắt, bán hay cho thì thoải mái cắt, bán và cho, miễn là không động chạm đến đặc quyền của họ. Và đó là những gì đang xảy ra, từ nhôm ở Tây Nguyên đến rừng ở Việt Bắc, Trường Sơn và như thế đất đai cha ông để lại đâu còn là tài sản chung của trên 80 triệu người? Nó đã là tài sản riêng, trong những vùng "đất phong" riêng và có như vậy thì những việc tày trời như cắt những vùng rừng mang tính chiến lược để bán cho đối thủ chiến lược của mình trong theo những hợp đồng 50 năm

---

[1] Bài "Chính trị tiêu chuẩn và tiêu chuẩn... chính trị".

[2] Xem "Từ hạt giống đỏ đến gia đình trị?"
http://www.bbc.co.uk/vietnamese/forum/2011/01/110120_redseeds_opinion.s html
Hồng Quân, Nông Quốc Tuấn, Nguyễn Thanh Nghị, Nguyễn Xuân Anh, nhân sự, Trần Bình Minh, Đảng, đại hội
Trần Sỹ Thanh, Phó Bí Thư Tỉnh Ủy Đắk Lắk là cháu Nguyễn Sinh Hùng.
Đó là ông Nông Quốc Tuấn, Bí thư Tỉnh ủy Bắc Giang, con trai Nông Đức Mạnh.
Nguyễn Thanh Nghị, con trai Nguyễn Tấn Dũng.
Nguyễn Xuân Anh, con trai Nguyễn Văn Chi.
Nguyễn Chí Vịnh, con trai Nguyễn Chí Thanh.
Phạm Bình Minh Thứ trưởng thường trực Bộ Ngoại Giao là con trai Nguyễn Cơ Thạch.
Nguyễn Thị Kim Tiến, Bộ trưởng Y Tế là cháu ngoại cố Hà Huy Tập.

hay 70 năm mới có thể diễn ra dễ dàng như thể cắt một cái bánh. Công sản quốc gia đã trở thành tài sản riêng trong túi của những kẻ ngồi dựa ngửa trên cái ghế có lưng dựa chạm rồng thao thao bất tuyệt về cái gọi là "con đường tất yếu" của dân tộc trong những từ ngữ sặc mùi phong kiến.

Phong kiến là thời mà quyền lợi giới quý tộc gắn chặt với quyền sở hữu đất đai và, do đó, cái cách mà họ giải toả những áp lực chính trị – xã hội cũng... sặc mùi đất qua "thú điền viên", như một hình thức thời thượng. Nếu, trên phương diện mỹ học của quyền lực, giai tầng cầm quyền Việt Nam đã trở lại với thời kỳ phong kiến qua hình ảnh những cái lưng ghế hình rồng thì cảm quan này còn thể hiện qua cả cách giải toả áp lực tương tự với thú chơi gọi là "trang trại", cái thú vui xa xỉ mà chỉ những quý tộc kiểu mới của chế độ mới có đủ điều kiện đóng vai tay chơi. Đã có tay chơi thì phải có hạng tôi tớ phục vụ tay chơi. Nếu những vua chúa phong kiến thản nhiên bắt bề tôi hy sinh cả đời để phục vụ những nhu cầu nhỏ nhặt nhất của mình thì những "vua chuá" của hệ thống toàn trị cũng vậy, cũng không thua gì, ngay trong thời kỳ chiến tranh. Không ai có thể tưởng tượng một người tham gia cách mạng, bỏ gia đình, bỏ quê hương, tập kết từ Trung ra Bắc để làm cách mạng xã hội chủ nghĩa, thế nhưng công việc "cách mạng" họ tham gia chỉ là săm soi từng cọng rau chỉ vì những quý tộc của giai tầng cai trị không thích ăn thứ rau đã bị phun thuốc trừ sâu.[1]

---

[1] "Một thời cây các cụ, con các cụ", Dương Đình Tường (06/02/2011) http://nongnghiep.vn/nongnghiepvn/vi-VN/61/158/1/24/24/64329/Default.aspx
Bài báo kể chuyện ong Nguyễn Đình Phi năm nay đã 84 tuổi vốn là cán bộ ở Quảng Ngãi tập kết ra Bắc năm 1955., làm viên trong Nông trường chăn nuôi

Trong bài báo viết năm 1934 Phan Khôi lập luận rằng chế độ phong kiến đã cáo chung tại Trung Hoa khi Tần Thủy Hoàng tóm thu thiên hạ về một mối và áp dụng chế độ

Thống Nhất, chuyên sản xuất thực phẩm cho giới lãnh đạo cao cấp. Đây là heo nuôi cho "lãnh đạo" ăn:

"Giống lợn nuôi ở Tập đoàn vẫn là giống phổ biến trong dân nhưng cung cách chăm sóc đã khác hẳn với chế độ ăn cao cấp hơn, toàn bằng cám nhà máy xay chứ không phải thứ cám nghiền bằng cối đá, lắm trấu, nhiều sạn. ... Một loại men đặc biệt được Viện Thú y cung ứng về chưng cất, cấp cho các tổ chăn nuôi dùng ủ cám ngô, cám gạo. Dưới sự xúc tác của men trong vòng một ngày một đêm thức ăn sẽ thơm như rượu. Lợn ăn men đó chỉ có trơn lông, đỏ da, ngủ ngon, tiêu hoá kỹ. ... Trại đã có những ô chuồng kiên cố, ngày ngày được quét dọn 2-3 lần bằng máy bơm điện công suất lớn. Nền chuồng luôn khô ráo, mát mẻ. Thường trực chăm sóc sức khỏe cho lợn có đội quân 2-3 bác sĩ thú y thay nhau thăm khám."

Sau đây là rau:

"Yêu cầu chung khi trồng trọt không được sử dụng phân tươi và tưới bằng nguồn nước sạch... Thuốc trừ sâu phải dùng loại ít độc hại nhất, cách ly đầy đủ. Khác hẳn cái thời cả nước quen phun thuốc hôm nay, ngày mai hái ra chợ. Dưa lê vốn nhiều sâu nhưng không phun thuốc hoá học mà trại có cách BVTV vô cùng độc đáo. Các công nhân của tôi đem bột nếp ra quấy thành hồ nước rồi đổ ra đĩa. Ra đến ruộng, mỗi người tay cầm một đĩa hồ, tay cầm que tre, nhúng que xuống hồ rồi lăn vào mặt lá. Bao sâu bọ bị dính tất vào que được gạt xuống, bắt giết sạch. Cách bắt sâu thủ công và tỷ mẩn này đảm bảo an toàn tuyệt đối cho người ăn quả. Chuối tiêu, đu đủ, cà chua trại sản xuất không dùng hoá chất để dấm mà cứ để chín tự nhiên. Su hào Hà Giang, củ thu hoạch lúc non, chỉ to bằng cái chén tống, vỏ mỏng tang, chưa kịp có một sợi xơ. Khi thu hoạch, công nhân túm lấy ngọn, lấy dao cắt gốc mà tuyệt nhiên không được sờ tay vào vỏ kẻo... mất đi lớp phấn mịn" .

Ngày nay hàng hoá ê hề, không còn những nông trại chuyên phục vụ vua, tuy nhiên vẫn có những "tiêu chuẩn" rất đế vương khác. Thí dụ:

http://motgocnhinkhac.blogspot.com/2010/07/thang-may-pho-thu-tuong.html

"Thang máy phó thủ tướng" – Phó Thủ tướng chứ có phải vua đâu mà vào ngủ khách sạn cũng phải chặn một thang máy làm "chuyên khoang", không dám đi chung với khách thường ?

Hay;

http://tuanvannguyen.blogspot.com/2009/08/su-quan-lieu-cua-quan-chuc-cao-cap.html

"Sự quan liêu của quan chức cao cấp"

quận huyện. Thế nhưng, trên thực tế, mô thức phong kiến vẫn tiếp tục tồn tại sau đó khi Lưu Bang lên ngôi lập ra nhà Hán. Rút kinh nghiệm của nhà Chu, vì phân phong triệt để nên chư hầu khinh dễ và mất hết đế nghiệp. Và rút kinh nghiệm của nhà Tần, vì quận huyện triệt để nên trên không đủ sức quản lý, họ Lưu đã cai trị nước Trung Hoa với hình thức nửa nạc, nửa mỡ. Đất thường thì xem là quận huyện. Những vùng đất hiểm yếu, mang tính chiến lược thì giao cho những người tâm phúc, như một hình thức phân phong. Và đó chính là hình thức hành chánh của hệ thống toàn trị hiện tại ở Việt Nam, với những tỉnh – thành phố "bình thường là tỉnh-thành phố", những "đất hiểm yếu" trong cái tên "thành phố trực thuộc trung ương", cũng là nửa nạc, nửa mỡ. Lưu Bang "nửa nạc, nửa mỡ" thế vì sợ "giặc". "Giặc" có thể là từ bên ngoài nhưng, luôn luôn, với các vua chúa phong kiến, cái quan trọng là "giặc" hay "phản nghịch" ở bên trong khi nông dân ùn ùn nổi dậy bởi quyền lợi chính đáng gắn liền với đất của họ bị tước đoạt. Quyền lực của hệ thống toàn trị hiện tại cũng bị ám ảnh với mối nguy tương tự, mối nguy từ những mâu thuẫn không thể giải quyết nổi từ đất đai, dẫn đến vô số vụ khiếu kiện chính đáng, vụ biểu tình phản đối hoàn toàn chính đáng nhưng cách giải quyết duy nhất là lựu đạn cay, là còng số tám, là những bản án "phản động", y như là cách đối xử với "giặc".

Hầu như cuộc nổi dậy nào trong xã hội phong kiến cũng khởi đầu với màu sắc thần quyền bởi, nếu vua đã xưng là "con trời" thì, để tạo sức thu hút nhằm gầy dựng binh lực, những kẻ bẻ nạn chống trời phải tạo ra một thứ huyền thoại nào đó về mình, và về lực lượng của mình.[1] Hậu quả

---

[1]Tại Chí Đại Trường (2006), *Thần và người đất* Việt, Nhà xuất bản Văn hoá Thông tin.

là, song song với nỗ lực thu tóm quyền bính, ông vua nào cũng lo lắng việc thu tóm thần linh để từng vị thần, từng vị thành hoàng, ai cũng có sắc phong của triều đình như một cách thể chế hoá thần linh. Chính sách quản trị thần linh này đang được lập lại với chính sách quản lý tôn giáo của hệ thống toàn trị hiện tại và, có vậy, mới có sự xung đột trong giới tu sĩ, những người cho mình là nhà tu hành chân chính, những kẻ được ca ngợi là "gắn liền với dân tộc" nhưng bị xem rẻ là "tu sĩ quốc doanh".

Quản lý chặt thần linh, hệ thống toàn trị còn quản lý chặt việc phân phối và kiểm nhận tri thức. Nếu chế độ phong kiến kiểm soát công việc này qua các kỳ thi và nghi thức ban cấp danh hiệu thì hệ thống toàn trị cũng áp dụng một chiến lược tương tự. Ngày xưa nếu chỉ có vua Lê đích thân ban cho Nguyễn Trãi danh hiêu "Hàn Lâm viện Học sĩ", chỉ có vua Mạc đích thân ban cho Nguyễn Bỉnh Khiêm danh hiệu "Tả Thị lang Đông các Học sĩ" thì hiện tại hệ thống toàn trị cũng làm trò độc quyền tương tự với cái gọi là "Hội đồng Chức danh giáo sư Nhà nước".[1] Đây là một tổ chức độc nhất vô nhị, không một quốc gia hiện đại nào trên thế giới có được. Không có được nhưng rất dễ hiểu được bởi đó chính là sự tiếp nối của truyền thống tôi đòi hoá kẻ sĩ của các triều đình ngày xưa. *Nhất sĩ nhì nông, hết gạo chạy rông, nhất nông nhì sĩ,* lời vui vui tưởng là vô hại này chính là kết tinh cô động nhất và cao nhất của khuynh hướng phản trí thức trong xã hội truyền thống khi

---

Hue-Tam Ho Tai (1983) *Millenarianism and peasant politics in Vietnam,* Harvard University press.

[1]"Hội đồng Chức danh giáo sư Nhà nước Việt Nam" là cơ quan có nhiệm vụ đề cử, xem xét, và phong chức danh giáo sư tại Việt Nam. Chủ tịch hiện tại là Nguyễn Thiện Nhân, Phó Thủ tướng.

bắt kẻ sĩ phải phụ thuộc vào miếng ăn của mình và đã hả hê cười cợt trước cảnh chạy rông vì túng quẫn thiếu ăn của họ.

Kẻ sĩ, như thế, thường chỉ là những ông quan văn ngoan ngoãn và đó chính là điều mà hệ thống toàn trị mong muốn.Làm quan thì phải quỳ, phải lạy cũng như bây giờ, dần "văn minh" hơn thì cũng phải "xin" để được "cho", y như là kiếp ăn mày.

Chính cái quy chế xin cho này đã góp phần tôi đòi hoá hoá trí thức, không cho họ làm những trí thức độc lập mà phải những "quan văn".[1] Xưa quan cong đầu gối xuống dâng sớ. Nay quan dằn ngòi bút đè nén những phẫn uất lại trong lời dẫn "kính gởi" để mở ra những ý tứ lẽ cân nhắc trước sau, cơ hồ chỉ mở miệng sau khi đã uốn lưỡi bảy mươi lần. Thế nhưng cũng có những cái rất khác. Ngày xưa, khi dâng sớ, những kẻ sĩ như Chu Văn An chỉ nhắm đến việc thay đổi ý kiến của cá nhân ông vua và, cùng lắm, họ phải vượt qua chướng ngại từ sự "sàm tấu" của một số ít ỏi cận thần hay hoạn quan mà ông vua đó tin dùng. Việc đó đã khó. Với hệ thống toàn trị thì càng không chỉ là ý chí của dăm ba nhà lãnh đạo. Cái mà họ phải vượt qua là quyền lợi cộng sinh của cả một hệ thống mà, hiện tại, cứ theo lời dẫn của Marx, lỗ chân lông nào cũng "thấm đầy máu, mồ hôi và nước mắt" của người dân.

Nhưng không chỉ là bóc lột lợi nhuận, bóc lột "giá trị thặng dư" như những ông chủ tự bản, hệ thống toàn trị đã

---

[1]Nhà văn Phạm Thị Hoài là người đưa ra khái niệm "tư cách quan văn", khai triển là phát minh của nhà văn Nguyễn Kiến Giang về bản tính "phò chính thống" của giới có học Việt Nam.

thể hiện mình là "giặc" với những thủ đoạn đê tiện, vừa lặt vặt nhỏ mọn, vừa tởm lợm khi dính đầy "máu và bùn dơ".

Năm ngoái, song song với nỗ lực tranh giành quyền lực nội bộ, nhà toàn trị dễ dãi trong quan hệ truyền giống "hai chân và bốn chân" nêu trên đã cho tay chân rình rập và mang hai cái "condom đã qua sử dụng" để dở trò đánh lén một trí thức như Cù Huy Hà Vũ, chỉ vì bị nhân vật trí thức này thách đấu bằng một loạt đơn kiện trước toà, hoàn toàn hợp pháp trong khuôn khổ của hệ thống. Và không chỉ có thế, không chỉ cá nhân nhà lãnh đạo và một nhân vật trí thức. Tháng 10 năm 2009, để có cớ bắt nhà văn nữ Trần Khải Thanh Thủy, hệ thống chính trị đã sắp xếp để cho côn đồ dàn dựng cảnh ẩu đả trước cửa nhà rồi trưng ra bức ảnh người đàn ông máu me dầm dề như là bằng chứng buộc tội. Ngay sau đó, các bằng cớ bộc lộ trên Internet đã chứng minh rằng đó chỉ là ảnh ghép dựa trên một bức ảnh đã được chụp hơn bốn năm về trước thế nhưng, cả khi đã bị vạch trần, hệ thống toàn trị ấy vẫn bình thản tiếp tục các thủ tục pháp lý với một án tù thật nặng. Và trước đó nữa, chế độ ấy đã hèn hạ nấp kín một chỗ để đạo diễn cho đám đông dốt nát, mê tín và cuồng tín tại địa phương đấu tố nhà tranh đấu Hoàng Minh Chính, thậm chí còn đạo diễn cái màn vứt cứt vào ông. Mà không chỉ là những trò lưu manh trên phương diện "công an trị". Chỉ có những kẻ thật sự đuối lý mới hạ mình để cù nhầy, cãi chày cãi cối theo kiểu cù lần và phá thối. Trên phương diện lý luận, hệ thống đã không đủ khả năng để bảo vệ chọn lựa hiện tại của mình một cách đường đường, chính chính. Tất cả những gì làm được chỉ là phá thối, là cù lần, là cãi chày cãi chối, là cù nhầy bằng một đội ngũ âm binh kỹ thuật lẫn âm binh chửi bới và nói leo mang tính Chí Phèo.[1]

Nhưng để tồn tại vững vàng và lâu dài thì một chế độ mệnh danh "độc lập – tự do – hạnh phúc" phải tồn tại bằng những lý do "vĩ đại" bao hàm trong ý nghĩa "độc lập - tự do - hạnh phúc" cho người dân của mình chứ không phải bằng cái trò đá cá lăn dưa. Một hệ thống quyền lực "vĩ đại" mà phải vật vã giữ gìn chỗ đứng bằng những trò lưu manh vặt thì có nghĩa là nó đã rệu rã từ nền móng và sự kết thúc chỉ là vấn đề thời gian.

Làm sao có thể tin cậy một chế độ chính trị đang níu kéo sự tồn tại của mình bằng cái bô chứa cứt, bằng cái condom sắp vứt, bằng mấy tên lưu manh dàn cảnh hay những lập luận cù nhầy, cãi chày cãi cối? Nếu hệ thống chính trị đã sa đoạ đến thế thì tại sao phải lựa lời "kính thưa", "kính gởi"? Cả một đại tướng khai quốc công thần cũng chẳng là gì. Mà cả vị đại tướng công thần cũng chỉ thỉnh cầu cho một cái hội trường cụ thể, một cái mỏ nhôm cụ thể, nói gì là những yêu sách thật lớn, có thể lay chuyển đặc quyền của cả hệ thống? "Thánh đế" có thể "hồi tâm". Đạo tặc có thể hồi tâm, có thể "buông dao thành Phật". Nhưng một hệ thống cai trị đạo tặc, ràng buộc nhau với những quan hệ tương liên về quyền lợi , đã chai mặt áp dụng bất cứ thủ đoạn nào để bảo vệ những quyền lợi đó của mình thì khó mà thay đổi, khó mà lùi bước để tương nhượng trước lẽ phải hay đạo nghĩa.

Khi hệ thống đã hiện nguyên hình là "giặc" thì chọn lựa tối ưu phải là cách nói thích đáng với "giặc". Thích đáng

---

[1]Chủ trương phá hoại các blog, đưa "đại biểu nhân dân" ra đấu tố những người biểu tình chống Trung Quốc trên truyền hình v.v..

như là "Thất Trảm Sớ" ở đó Chu Văn An đòi chém đầu bảy nịnh thần. Thích đáng như là Thư Thất Điều mà ở đó một trí thức như Phan Chu Trinh vạch ra bảy tội của Khải Định. Hay thích đáng như khi Nguyễn Trãi khi viết thư đánh vào ý chí của tên tướng xâm lược đến từ phương Bắc: bốn lần, bốn lá thư, là bốn lần mở đầu: "Bảo cho phường giặc dữ Phương Chính rõ".

Đã là "giặc" thì không cần kể là trong hay ngoài, huống hồ đó là thứ "giặc" rất mơ hồ với cái ranh giới "bên trong" hay "bên ngoài", ranh giới giữa phương Bắc hay phương Nam. Đã nói với thứ "giặc dữ" ấy thì cần nói thẳng như là Nguyễn Trãi từng nói với Phương Chính: "Bảo cho phường giặc dữ rõ: Đạo làm tướng, lấy nhân nghĩa làm gốc, trí dũng làm cành."; "Bảo cho phường giặc dữ rõ: Ta nghe bậc danh tướng, quà nhân nghĩa mà dễ quyền mưu."; " Bảo phường giặc dữ: Phàm đồ việc lớn, lấy nhân nghĩa làm gốc; nên công lớn, lấy nhân nghĩa làm đầu. Chỉ có nhân nghĩa vẹn toàn thì công việc mới trôi chảy được…" Không nói thẳng vào mặt giặc như thế thì ít ra cũng phải thẳng thắn với một nhân cách trí thức như nhà văn Pháp Émile Zola trong vụ án Alfred Dreyfus, khi lên tiếng kết tội chính phủ Pháp bài Do Thái bằng bài báo đanh thép như một lời buộc tội: *J'accuse.*

J'accuse hay *Tôi buộc tội.* Không phải những lời như thế không từng vang lên, chẳng hạn như lời buộc tội trong những đơn kiện của Cù Huy Hà Vũ trong hình thức hợp pháp của hệ thống toàn trị. Trước mắt, hành động đó sẽ không trực tiếp mang lại một thay đổi trước mắt nào nhưng chắc chắn là, về lâu về dài, nói theo nhà thơ Nguyễn Tôn Hiệt, sẽ "làm cho con đường của chúng ta ngắn thêm một đoạn", cái con đường giành lại quyền lên tiếng nói khi kẻ cầm quyền tự-cho-mình đang thực sự làm giặc.[1]

12.11.2011

---

[1]Bài thơ "Tôi biết ơn những người vấp ngã" của Nguyễn Tôn Hiệt
http://www.tienve.org/home/literature/viewLiterature.do?action=viewArtwork
&artworkId=9127

Ngôn ngữ, văn học và chính trị

Hai năm trước, mới vừa chân ướt chân ráo trên đất Sài Gòn trong chuyến về quê thăm nhà, chưa kịp ngỡ ngàng trước những thay đổi của cảnh và người, tôi đã ngỡ ngàng trước lời mời của một người bạn lớn tuổi sau mấy phút hỏi thăm qua đường điện thoại: "Em cố tạo điều kiện ghé lại nhà anh chơi nghe!"

Dĩ nhiên là tôi không nghi ngờ gì sự thành thật của anh bạn nhưng thú thật rằng, lúc đó, tôi không thể nào dứt bỏ cái câu hỏi đang vẩn vơ lởn vởn ra khỏi cái đầu mệt đừ vì hiệu ứng *jet-lag* và khói bụi của đường phố Sài Gòn: tại sao, tại sao một lời mời thân tình như thế mà có thể khô cứng như những nghị quyết chẳng bao giờ thích hợp với đời sống thực?

Cứ tưởng là chẳng bao giờ nhưng, thực ra, lại là cái sự bất cứ khi nào. Cơ hồ, đến bất cứ nơi đâu, và gặp bất cứ người nào, tôi cũng ít nhiều va chạm với thứ diễn ngôn không chút cá tính kiểu đó. Dạo vòng vòng theo nghĩa vụ thân tộc quanh một xóm nhỏ ở miền Trung cũng thế mà lặn lội ra tận những ruộng nương bậc thang tít tắp từng mây ở biên giới phía Bắc cũng thế. Thấy tôi nhìn mãi lên đầu tường bị đục ra lam nham với ánh mắt tò mò, ông anh họ cười hì hì phân bua, giọng đặc sệt Quảng Nam: "Mối ăn hết trơn nên phải đục ra, giải pháp tình thế thôi mà chú!" Mà, không để tôi kịp tiêu hoá cái "giải pháp tình thế" trên cái đầu tường lở lói thật ngứa mắt, chủ nhà đã mau mắn "quay sang thăm hỏi tình hình", và, chợt, hết thảy, những chuyện chi li và vụn vặt của đời sống cá nhân đều trọng thể hoá thân thành những "tình hình"; hết "tình hình kinh tế" thì "tình hình giáo dục", hết "tình hình giáo dục" thì "tình hình sức khoẻ", "tình hình vợ con": chuyện của tôi mà như là chuyện của quốc gia hay của nguyên cái thế giới này. Xa hơn, với chuyến du hành gọi là "đi để thấy quê hương" tận mảnh đất ở vùng cực bắc cũng vậy. Từng làm một cái nghiên cứu nho nhỏ về lịch sử thuốc phiện ở Việt Nam, tôi tiện miệng hỏi thêm về đời sống hiện tại của những bộ tộc H'mong từng khét danh với nghề trồng cây anh túc và, thế là, anh hướng dẫn viên du lịch tuổi đời mới ngoài hai mươi khoát tay hết sức tự nhiên: "Đồng bào đã chuyển đổi cơ cấu cây trồng cả rồi".

Thứ diễn ngôn đóng hộp ấy, chắc hẳn, đã từ đâu chui vào mai phục đâu đó ở giữa hai lỗ tai để rồi gặp lúc tiện miệng chui ra. Chuyện gấp gáp phải làm qua quýt, làm tạm vậy thôi, có điều kiện mới phá ra xây lại, ý của ông chủ nhà chỉ đơn giản là vậy nhưng tại sao lại phải bài bản hiện ra như thể một nghị quyết để thông qua hay một văn bản để lưu lại đời sau? Tôi nghĩ đến chức sắc "đầu gà" làng nhàng ở địa phương của ông. Cũng như nhiều dòng tộc khác ở miền Trung, tộc họ tôi cũng gánh chịu cái hệ lụy chính trị chia rẽ với một bên đứng dưới bóng cờ sao trắng, một bên phất cao cờ đỏ và cái diễn ngôn trịnh trọng với những cái không đáng trịnh trọng, khuôn sáo với những điều chưa hề trở thành khuôn sáo ấy, ắt hẳn, đã từ những đợt "sơ kết" hay "tổng kết" ở cơ quan hay hội nghị theo chân ông chủ nhà thuộc phái phất cao cờ đỏ thâm nhập vào tận xó bếp rồi leo lên những xà gỗ đã bị mối làm cho làm rỗng ruột. Mà nếu không có những bài diễn văn hay nghị quyết ở cơ quan thì cũng có những dòng thời sự phủ đầu ở cái loa truyền thanh công cộng đầu đường, ở những trang báo lổn nhổn chữ hình hay ở những giọng đọc kèm theo hình ảnh nhấp nháy ti vi. Có thể, anh bạn ở Sài Gòn chưa bao giờ đi họp chi bộ mới nhắn nhủ tôi "cố tạo điều kiện", cho dù cái điều kiện ấy chỉ đơn giản là vẫy tay gọi một chiếc taxi hay xe ôm. Có thể, anh chàng hướng dẫn du lịch có lẽ chưa bao giờ trịnh trọng "kính thưa đại hội" trước đám đông mới trơn tru một cách tự nhiên về cái sự "chuyển đổi cơ cấu cây trồng" giữa vùng đất ở tận cùng phương bắc của tổ quốc.

Và cũng chính mảnh đất cực bắc ấy lại làm tôi nhớ những lời tương tự trên một cuốn phim của những năm đầu thập niên 80. Phim dở tệ. Phim dở đến độ chỉ sau một thời gian ngắn là tôi quên sạch, thậm chí quên cả cái tên. Mà không chỉ là chết yểu về nghệ thuật, nó còn chết yểu cả về chính trị khi cả cái nơi đã mang nặng đẻ đau ra nó, Xưởng phim truyện Việt Nam, chẳng buồn nhắc lại trong bảng liệt kê thành tích. Phim dựng lại khung cảnh cuộc chiến biên giới năm 1979 với cảnh quân bành trướng dã man tiến vào rồi quân ta dũng cảm đánh ra và, trong cái cái cảnh đổ nát hoang tàn ấy, một anh phóng viên Nhật mặt mày ngớ ngẩn đã từ đâu trên trời rơi xuống, đăm đăm đôi mắt ngớ ngẩn sau cặp kính cận dày cộm, miệng lầm bầm một mình, ngớ ngẩn hết chỗ nói: "Hỡi nhân loại, hãy cảnh giác!"

Ngớ ngẩn hết chỗ nói thật. Nó ngớ ngẩn đến độ không chỉ làm tôi bật cười vào cái lúc lẽ ra phải nghiến răng bật khóc căm hờn mà còn bắt tôi nhớ mãi một câu chuyện mình không thể nào nhớ nổi cái tên, không thể nào nhớ nổi diễn biến và không thể nào nhớ nổi nhân vật chính. Tôi không nhớ nhân vật anh hùng giữa cái đội ngũ anh hùng. Tôi không nhớ cái đội ngũ anh hùng đó đã đánh tan quân thù ra sao và đã kề vai sát cánh trong tình đồng đội như thế nào. Cái mà tôi nhớ chỉ là một nhân vật cực kỳ phụ khi bị tác giả giao phó một nhiệm vụ cực kỳ lớn là lôi kéo nhân loại đứng về trận tuyến chống chủ nghĩa bành trướng bá quyền. Mà đâu phải chỉ là mỗi một cuốn phim về đề tài chính trị không còn là thời thượng? Nhiều người, như nhà văn Ngô Thị Kim Cúc chẳng hạn, đã lên tiếng về những lời thoại vô hồn, sống sượng và thiếu cá tính trên màn ảnh lớn hay nhỏ Việt Nam chỉ vì ấp ủ quá nhiều thông điệp chính trị đạo đức và quá nghiêm cẩn với tính bài bản và mực thước: khoan nói đến những thiếu thốn tài chính, khoan nói đến những bất cập trong kỹ thuật hay nghệ thuật diễn xuất, cái dở đầu tiên của điện ảnh Việt Nam là cái dở từ khâu kịch bản, trong cái dở của khâu kịch bản thì cái dở đầu tiên nằm ngay ở lời ăn tiếng nói của nhân vật, và trong cái dở của lời ăn tiếng nói thì cái dở đầu tiên là sự sống sượng vô hồn.[1] Và đâu chỉ là ngôn ngữ của điện ảnh không thôi? Tại diễn đàn Đại hội VII của Hội nhà văn Việt Nam, đã có người, như nhà nghiên cứu Hoàng Ngọc Hiến, ưu tư trước sự mất dần thần sắc và cá tính của ngôn ngữ văn chương, cái sự đánh mất mà ông ta ví von bằng lời của nhà văn Hoàng Phủ Ngọc Tường về những dòng chữ

---

[1] Xem Ngô Thị Kim Cúc: "Bao giờ phim Việt "thật" hơn?". (Thanh Niên, 27.1.2005), "Không thiếu những phim Việt (ngay những phim tương đối thành công) có những lời thoại khiến khán giả cứ tưởng đang nghe đọc văn mẫu. Những đối thoại chỉ có trong sách vở, hoàn toàn không xuất hiện trong đời thực. Nhân vật thuộc loại ít học hay tâm lý đơn giản lại sử dụng thứ ngôn ngữ quá văn hoa phức tạp. Chỉ trong văn mẫu dạy trẻ em, người ta mới sử dụng loại câu có đủ các thành phần, nhằm luyện cho trẻ viết đúng. Trong đời thực lời thoại ngắn gọn hơn, dễ hiểu hơn và nhất là tự nhiên hơn. Chính những đối thoại giả này góp phần vào diễn xuất không đạt của diễn viên. Diễn viên không thể nói năng một cách bình thường như ngoài đời, mà phải học thuộc lời thoại để trả bài."
Xem: http://www.thanhnien.com.vn/news/pages/200529/116531.aspx

"bò trên trang giấy giống như bầy kiến, không hồi hộp, không vang động".[1]

Cái gì đã tước đoạt thần sắc và cá tính của ngôn ngữ ở đủ lĩnh vực và cấp độ như vậy?

Nguyên nhân, ắt hẳn, là do chính trị.

Nếu trong chính trị người ta hướng đến cứu cánh của mình bằng cái giá của phương tiện thì, khi trở thành phương tiện của một nỗ lực vận động chính trị thiếu thần sắc, ngôn ngữ và văn học đã phải trả giá bằng chính thần sắc của nó. Và nếu thần sắc, hay là giá trị trung tâm của một nền văn hoá hay văn học, là hệ thống những điển phạm thể hiện ở những thành tựu cao nhất, được thừa nhận là kinh điển thì giá trị trung tâm của một nỗ lực vận động chính trị chính lại là cứu cánh, là những giá trị lý tưởng cùng những đường lối chính sách để đạt tới cái cứu cánh ấy. Thế nhưng, khi những giá trị lý tưởng ấy không phải là thành tựu của một nỗ lực tự tìm tòi với những thần sắc nhân văn mà chỉ là một sự du nhập máy móc hay áp đặt duy ý chí thì trung tâm của nỗ lực vận động chính trị lại là cái thế giới quan máy móc và gượng ép của nhóm người mệnh danh "tập thể lãnh đạo". Họ quyết định du nhập cái gì. Họ có quyền giải thích món hàng nhập cảng ấy theo kiểu gì.

---

[1] "Con người không có rễ, nó có hai bàn chân", tham luận của Hoàng Ngọc Hiến, đọc tại Đại hội VII Hội Nhà văn Việt Nam tháng 3.2005: "Việc sử dụng tiếng Việt và khai thác những khả năng kỳ diệu của nó đương là một vấn đề nghiêm trọng trong đời sống văn hoá nước ta. Những người cầm bút viết kỹ lưỡng, quan tâm đến sự chính xác của từ, sự chính xác của âm hưởng và cấu trúc nhằm diễn đạt thật chính xác những suy nghĩ và cảm xúc thực của mình ngày càng ít đi, trong khi một số khá đông cắm cổ viết nạp bài ăn tiền với một tiếng Việt nghèo nàn, nhợt nhạt, sáo nhàm, thậm chí cẩu thả, nhếch nhác... những dòng chữ của họ bò trên trang giấy giống như "bầy kiến, không hồi hộp, không vang động"." (Phần trong ngoặc kép trích Hoàng Phủ Ngọc Tường).

Và như thế, khi "nguồn hàng" bên ngoài xê dịch, hệ thống những bản vị bên trong cũng xê dịch. Khi quan hệ lãnh đạo bên trong xê dịch, giá trị trung tâm của trò chơi chính trị ấy cũng xê dịch.

Sâu rộng hơn, vấn đề còn là tác động giữa thiểu số quyền lực đó và cái tập thể rộng lớn gọi là đại chúng qua nỗ lực quảng cáo chính trị mệnh danh giáo dục và tuyên truyền. Nỗ lực vận động chính trị, trước hết, là một nỗ lực quảng cáo chính trị. Trong thương mại, nhà quảng cáo phải làm sao đó để giới tiêu thụ cảm nhận được một nhu cầu mới, ngay cả khi họ thực sự không có nhu cầu thì, trong chính trị, nhà quảng cáo phải làm sao để cho công chúng cảm nhận cho bằng được một hiện thực mới, cho dù đó không phải là... hiện thực. Từ "hiện thực cách mạng" cho đến "hiện thực xã hội chủ nghĩa", hết thảy, cũng chỉ là những sản phẩm quảng cáo. Để triệt bỏ một hệ thống chính trị, cái hiện thực tạo ra phải khiến công chúng cảm thấy rằng, không thể chần chờ thêm nữa, họ phải, thật máu me, vùng lên cách mạng. Để duy trì một hệ thống chính trị, cái hiện thực tạo ra phải khiến công chúng thấy được rằng, bất kể thực tế trước mắt cam go thế nào, thế cũng là tươi đẹp lắm rồi hay, cùng lắm, chỉ là chuyện tạm thời trước mắt thế thôi.

Nhưng tạo ra hiện thực không phải là công việc của nhà chính trị. Những lãnh tụ chính trị, trong một giai đoạn chừng mực nào đó, có thể băm nát, có thể đảo tung những cơ sở kinh tế hay phong tục tập quán đặc thù một xã hội nhưng, để tạo ngay cho được nên một hiện thực theo khuôn mẫu lý tưởng, nhất định họ phải mượn tới bàn tay nghệ sĩ. Cái khuôn mẫu lý tưởng ấy càng xa vời bao nhiêu, họ càng cần và càng lấn sân văn nghệ bấy nhiêu.

Không phải ngẫu nhiên mà, từ Adolf Hitler đến Benito Mussolini, rồi Mao Trạch Đông, Saddam Hussein, Hồ Chí Minh, Trường Chinh hay Lê Đức Thọ, hầu như ai cũng, tinh tế hay sỗ sàng, tìm cách thể hiện ở con người mình một phong cách nghệ sĩ.[1] Không mảng màu đường cọ thì cũng câu thơ lời văn, không câu thơ lời văn thì cũng giọng điệu phê bình: hay hay dở là một chuyện nhưng cái chính là họ ngứa ngáy, họ không thể khoanh tay phó mặc cho giới nghệ sĩ tung hoành trong cái trọng trách tạo nên hiện thực ấy. Hẳn nhiên, cái tâm lý sử dụng nghệ thuật để làm nhoà đi hình ảnh thủ đoạn và sắt máu của con người chính trị cũng là một nguyên nhân nhưng điều quan trọng hơn là cái mục tiêu tạo nên hiện thực. Với họ thì giới văn nghệ phải, bằng cách nào đó, biến cái thế giới quan khô cứng của mình thành một thứ hiện thực dễ tiêu thụ, y hệt cái nhu cầu mới mà nhà quảng cáo thương mại bày ra cho giới tiêu thụ. Không phải ngẫu nhiên mà, cứ một lần xã hội va chạm với thực tế cay nghiệt của những thí nghiệm chính trị, là một lần giới lãnh đạo lại quan tâm hết mức đến chuyện văn nghệ. Đại hội thành lập Hội nhà văn Việt Nam diễn ra năm 1957, là cái năm chứng kiến những hệ lụy thảm khốc của cải cách ruộng đất ở nông thôn và phong trào "Trăm hoa đua nở" trong lĩnh vực văn nghệ, là hai món hàng nhập từ Trung Quốc. Đại hội thứ hai của cái hội ấy diễn ra năm 1963, là cái năm mà xã hội miền Bắc phân

---

[1] Adolf Hitler từng làm hoạ sĩ và khi cầm quyền vẫn cầm cọ. Benito Mussolini từng viết báo, viết văn, một tiểu thuyết của Mussolini đã được dịch sang tiếng Anh là *The Cardinal's Mistress*. Saddam Hussein đã cho xuất bản hai cuốn tiểu thuyết là Zabiba *and the King, Steadfast edifice* và một bộ dự định xuất bản thì bị lật đổ. Hussein còn làm thơ trong tù. Cũng như Hồ Chí Minh, Mao Trạch Đông cũng rất sính làm thơ. Cả Lê Đức Thọ cũng xuất bản được 6 tập thơ riêng, chưa kể hai tập chung với người khác.

372 | NGUYỄN HOÀNG VĂN

hoá sâu sắc bởi cuộc đấu tranh chống xét lại và chống chủ nghĩa hoà bình, cũng là món hàng nhập cảng từ Trung Quốc. Rồi đến đại hội lần thứ ba, diễn năm 1983 giữa cảnh kiệt quệ, đói nghèo và vỡ mộng: bắt giới văn nghệ chờ đợi suốt mười hai năm chiến tranh đã đành, những lãnh tụ chính trị, trong tư thế của người chiến thắng hãnh tiến, đã bắt họ chờ đợi thêm những tám năm hoà bình cho đến khi không thể nào tiếp tục hãnh tiến được nữa, và phải chờ tới lúc đó thì giới nghệ sĩ mới có được ngày hội của mình, cái ngày hội "tẻ nhạt diễn ra với sự sắp đặt trước, báo cáo tham luận duyệt trước, nhân sự chỉ định trước, dưới sự chỉ đạo trực tiếp sít sao của Bí thư Trung ương đảng Hoàng Tùng...".[1]

Cứ như thế, cứ mỗi lần người dân chán ngán thất vọng, cứ mỗi lần người nghệ sĩ bẽ bàng hay, như bây giờ, chao đảo không định hướng, là một lần có đại hội hội nhà văn. Hội là để tập hợp những người có khả năng tạo ra hiện thực. Đại hội là để định hướng cái hiện thực họ phải tạo ra.

Mà cái sự định hướng ấy thì, ngay từ năm 1943, giữa cái thời hoạt động bí mật cam go, đã được lãnh tụ đảng Trường Chinh vạch ra rồi, thô sơ nhưng rạch ròi đâu ra đó trong bản "Đề cương về văn hoá Việt-nam". Năm năm sau, khi đã yên tâm hơn về sự vững vàng của chiến khu Việt Bắc, lãnh tụ ấy lại khai triển cái định hướng thô sơ một cách bài bản hơn với bài tham luận "Chủ nghĩa Mác

---

[1] Xem Bùi Minh Quốc, 2005, "Mấy ý kiến về Hội". (talawas 11.4.2005).Chú ý là những đại hội nhà văn gần đây (1986, 1995, 2000 và 2005) đều diễn ra song song với sự phân hoá hay khủng hoảng sâu sắc về tư tưởng của giới lãnh đạo và, do đó, cả giới cầm bút. http://www.talawas.org/talaDB/showFile.php?res=4257&rb-0102

và văn hoá Việt Nam" đọc tại Đại hội Văn hoá toàn quốc năm 1948, bài tham luận sau đã được in thành sách để trở thành cái la bàn văn nghệ. Và ngay từ trong cái đề cương thô sơ đầu tiên, nhà lãnh tụ đã nhấn mạnh rằng "Đảng không phải chỉ làm cách mạng chính trị mà còn phải làm cách mạng văn hoá", rằng "đảng tiên phong phải lãnh đạo văn hoá tiên phong, rằng "lãnh đạo được phong trào văn hoá, Đảng mới ảnh hưởng được dư luận, việc tuyên truyền của Đảng mới có hiệu quả". Sâu hơn, bàn về "Vấn đề cách mạng văn hoá Việt-nam":

1. Quan niệm của người C. S. về vấn đề cách mạng văn hoá:

a. Phải hoàn thành cách mạng văn hoá mới hoàn thành được cuộc cải tạo xã hội.

b. Cách mạng văn hoá muốn hoàn thành phải do đảng C. S. Đ. D. lãnh đạo.

c. Cách mạng văn hoá có thể hoàn thành khi nào cách mạng chính trị thành công (cách mạng văn hoá phải đi sau cách mạng chính trị). Những phương pháp cải cách văn hoá đề ra bây giờ chỉ là dọn đường cho cuộc cách mạng triệt để mai sau.

2. Nền văn hoá mà cuộc cách mạng văn hoá Đông-dương phải thực hiện sẽ là văn hoá xã hội chủ nghĩa.

3. Ba nguyên tắc vận động của cuộc vận động văn hoá mới Việt-nam trong giai đoạn này:

a. Dân tộc hoá (chống mọi ảnh hưởng nô dịch và thuộc địa, khiến cho văn hoá V. N. phát triển độc lập).

b. Đại chúng hoá (chống mọi chủ trương hành động làm cho văn hoá phản lại đông đảo quần chúng hoặc xa đông đảo quần chúng).

c. Khoa học hoá (chống lại tất cả những cái gì làm cho văn hoá trái khoa học, phản tiến bộ).[1]

nhà lãnh tụ ấy đã thể hiện sự bén nhạy quảng cáo khi vạch ra rằng, để thực hiện cuộc cách mạng văn hoá xã hội chủ nghĩa, họ phải bám sát những nguyên tắc chẳng quan hệ gì đến cái chủ nghĩa ấy. Dân tộc và đại chúng chẳng quan hệ gì với chủ nghĩa xã hội đã đành. Còn khoa học thì, hẳn nhiên, làm sao đi đôi một hệ tư tưởng duy ý chí như vậy? Dường như ông Trường Chinh cũng ý thức được điều này nên ông ta mới nhấn mạnh đến trình tự trước sau của cách mạng chính trị và cách mạng văn hoá, thậm chí còn nhấn mạnh thứ sự trước sau ở mức độ "dọn đường" và "triệt để". Mà chữ "triệt để" này thì, khi đã gắn liền với một cái tên như Trường Chinh, vốn được vay mượn từ một chiến dịch của Hồng quân Trung Quốc, lại gợi nhắc đến ý niệm "chuyên chính vô sản" sắt máu theo kiểu Maoist. Và khi nhấn mạnh đến thứ tự trước sau ấy của sự "triệt để", vị lãnh tụ này đã ý thức rất rõ sự khác biệt giữa quảng cáo chính trị và quảng cáo thương mại. Nếu nhà quảng cáo thương mại chỉ có cái lưỡi thì những nhà quảng cáo chính trị còn có chuyên chính vô sản, là thứ mà họ chỉ có thể áp dụng khi đã "hoàn tất cách mạng chính trị", nghĩa là giành được chính quyền.

Chính quyền, như thế, còn ngụ ý cái sự độc quyền. Độc quyền từ cái thế đứng về phía dân tộc hay phía đại chúng, độc quyền cả tính khoa học và độc quyền cái sự tiến bộ. Khi chính quyền toàn trị hình thành thì cách mạng văn hoá

---

[1] Trường Chinh, "Đề cương về Văn Hoá Việt-nam".
http://123.30.190.43:8080/tiengviet/tulieuvankien/tulieuvedang/details.asp?to
pic=168&subtopic=463&leader_topic=981&id=BT581155508

sẽ triệt để diễn và những điển phạm văn hoá sẽ bị lung lay bởi sự độc chiếm của điển phạm chính trị.

Đặc điểm lớn nhất của chế độ toàn trị là sự độc quyền về tư tưởng. Khi mà ngôn ngữ, như là phương tiện để tư duy và để phô diễn tư tưởng thì, vô hình trung, độc quyền tư tưởng đã dẫn đến tình trạng độc quyền ngôn ngữ.

Có hình thành và phát triển, ngôn ngữ cũng hình thành và phát triển như những chọn lựa mang tính cộng đồng. Chính cộng đồng xã hội, dưới sự hướng dẫn của những giá trị tinh hoa thể hiện ở những lối nói và lối viết đặc thù trong những tác phẩm tinh hoa -- từ thơ Bà Huyện Thanh Quan đến Nguyễn Du, Tú Xương, Tản Đà hay văn Thạch Lam, Nguyễn Tuân v.v... -- để hình thành nên tiêu chí của ngôn ngữ. Thế nhưng khi quyền chọn lựa ấy nằm trong sự định hướng của một thiểu số quyền lực thì vấn đề sẽ khác bởi tiêu chí của ngôn ngữ phải nép mình dưới tiêu chí của chính trị, thứ chính trị như một trò chơi phô diễn quyền lực và cưỡng đoạt chân lý. Rất là duy ý chí, cái sai của thiểu số quyền lực sẽ trở thành cái đúng. Cũng rất là duy ý chí, cái ngoại lệ của thiểu số sẽ trở thành quy luật phổ quát và cái nôm na thô kệch của họ cũng trở thành cái điển mực và tinh hoa. Cứ nghe những lời nhàm chán của một người như ông Nguyễn Đình Thi khi ca ngợi "văn phong Hồ chủ tịch", cái lối nói "giản dị như quần chúng" của vị lãnh tụ này như là điển mực cao nhất.[1] Và cứ nghe những lời chắc

---

[1] "Văn Hồ Chủ tịch giản dị như tâm hồn của nhân dân. Cái lớn lao của một nhà tư tưởng là tìm được đường lối giản dị, soi sáng cả muôn ngàn sự việc rắc rối, hỗn độn của đời sống hằng ngày. [...] Hồ Chủ tịch nói là để làm và để mọi người làm. Người nói một câu, viết một câu, bao giờ cũng chú ý làm sao người tầm thường nhất cũng hiểu và làm theo được." Nguyễn Đình Thi, 1995, *Người là Hồ Chí Minh*, Nxb Hội Nhà văn, Hà Nội.

như gạch của ông ta hay những văn nghệ sĩ khác khi đốp chát với quan niệm "không biết học văn chương thì không phê bình văn chương" của những người như Phan Khôi. Khi cái sự "giản dị như lối nói của quần chúng" được xem là "văn phong" thì tính độc sáng, yếu tố làm nên thần sắc của ngôn ngữ và văn chương, phải chào thua trước tính phổ cập và bình dân. Và khi kẻ không biết học văn có thể dạy dỗ văn chương thì văn chương đã bị đặt dưới chính trị và tính thẩm mỹ đã bị đặt dưới tính công năng.

Ngôn ngữ , trong tình trạng này, sẽ trở thành một thứ ngôn ngữ một chiều, một thứ ngôn ngữ máy, ngôn ngữ sen đầm, một ngôn ngữ chết.

Tạo nên một "hiện thực" là chọn lọc hiện thực, là định hướng giá trị hay ý chí hoá hiện thực. Tốt hay xấu, tiến bộ hay phản động, bản chất hay hiện tượng v.v.. hiện thực sẽ được tái hiện hay tạo nên theo một định hướng, một khuôn mẫu có sẵn. Khi xã hội và con người đã bị đoàn ngũ hoá triệt để thì, cơ hồ, ngôn ngữ cũng bị đoàn ngũ hoá. Khi hiện thực, là cái được biểu đạt, đã bị xem thường như thế thì ngôn ngữ, như một phương tiện để biểu đạt, cũng bị xem thường. Mà ngôn ngữ còn là một công cụ của tư duy, và khi tư duy bằng thứ ngôn ngữ bị xem thường thì vai trò của trí tuệ sẽ càng bị hạ thấp. Khi chữ "ta" trở thành cái đuôi của mọi ý niệm chính trị, xã hội và thẩm mỹ ngụ ý tích cực, thế giới chợt phân cực thành hai phe, cao thấp và tốt xấu rất rõ ràng. Khi, hàng chục năm trời, từ những lãnh tụ cao cấp nhất cho đến anh xã viên hợp tác ở tầng thấp nhất, tự nhiên gọi "thằng Mỹ" thay vì "nước Mỹ", họ sẽ mất khá nhiều thời gian mới học được cách ứng xử bình thường giữa thế giới văn minh.[1] Khi một nông dân thuộc loại vô sản lưu manh nhờ -- trong buổi đấu tố địa chủ nào đó, cầm ngược tờ giấy đọc vanh vách bản cáo trạng đầy lập trường giai cấp mà cán bộ cải cách đã kiên nhẫn bắt anh ta học thuộc lòng suốt mấy ngày trời – để có được sự thành đạt nào đó trong xã hội thì, hầu như, cả xã hội sẽ nhiễm cái thói quen trơn tru những điều mà mình không thể nào hiểu nổi và dễ dàng nhường cho người khác cái quyền suy nghĩ thay cho mình.[2] Mà để tồn tại trong một xã hội như thế thì tất cả, ít hay nhiều, cũng phải biết làm chính trị. Hoặc là hùng hổ độc chiếm diễn đàn làm loài nhai lại trước những nghị quyết, những văn kiện và, thậm chí, cơn mê của những lãnh tụ. Hoặc, bất quá, là xa lánh và giữ im lặng, là khép kín bên lề như những kẻ bất hợp tác. Gì thì gì, hậu quả sẽ là, từ một nhân vật ngoài đời cho đến nhân vật trong tác phẩm văn chương, tác phẩm điện ảnh hay sân khấu, ai cũng có thể trơn tru những thông điệp chính trị vô hồn mà mình chẳng bao giờ hiểu được hay cảm được.

Chính vì thế mà, khi một nhà nghiên cứu như ông Hoàng Ngọc Hiến hay một nhà văn như Hoàng Phủ Ngọc Tường kêu ca về "vấn đề nghiêm trọng" của tiếng Việt, về sự "vô hồn" hay "không vang động" của những trang giấy văn chương, khi một nhà văn như Ngô Thị Kim Cúc kêu ca về những "đoạn văn mẫu" trên màn bạc, có lẽ họ đã không

---

[1] Xin đưa ra một số thí dụ: phản ứng của Đại sứ Lê Văn Bàng sau khi bị bắt vì tội bắt sò trộm ở New York; bài diễn văn của nguyên Tổng bí thư Lê Khả Phiêu khi đáp lễ nguyên tổng thống Mỹ Bill Clinton năm 2000.

[2] Xem Vũ Ngọc Tiến, phần về cải cách ruộng đất trong loạt bài "Điều tra đời sống nông thôn Bắc Việt Nam giai đoạn 1954-1975", còn giữ trên http://vanghe.blogspot.com/2010/04/vu-ngoc-tien.html

chú ý đến tính "khái niệm" của vấn đề. Cho dù những yếu tố như sự trong sáng của tiếng Việt, ngữ pháp của tiếng Việt, kỹ thuật viết văn hay viết kịch bản v.v... cũng quan trọng nhưng đó là sự quan trọng mang tính kỹ thuật. Điều quan trọng hơn là phải dứt ra khỏi cái đầu mình cái nếp nghĩ đã bị điều kiện hoá sau một thời gian dài phó mặc cho một thiểu số quyền lực cái quyền suy nghĩ, là phải đưa những điển phạm văn học và ngôn ngữ về đúng vị trí của chúng.

Nếu giá trị trung tâm của hệ thống điển phạm văn học – ngôn ngữ Việt Nam, nói theo Nguyễn Hưng Quốc, là Truyện Kiều, và người có công trong việc xây dựng trung tâm ấy là Phạm Quỳnh thì, chính Trường Chinh, với bản đề cương thô sơ năm 1943 và bản tham luận khai triển năm năm sau, đã xô lệch những điển phạm thẩm mỹ ấy ra khỏi vị trí xứng đáng của chúng.[1] Khôi phục lại chỗ đứng của những điển phạm thẩm mỹ cũng có nghĩa là khôi phục lại chỗ đứng của người đã có công xây dựng hệ thống giá trị ấy. Và như thế, nếu những biện pháp mang tính khái niệm nào cũng được đột phá những đòn bẩy mang tính kỹ thuật thì, có lẽ, thay vì chọn một diễn đàn chính thức như đại hội nhà văn để than thở, những người quan tâm đến vấn đề cần chọn những diễn đàn như thế để chính thức khôi phục chỗ đứng xứng đáng của những người như Phạm Quỳnh, người đã bị lãnh tụ văn nghệ Đặng Thai Mai chê bai một cách bất công và vô căn cứ, chẳng hạn như

---

[1] Xem Nguyễn Hưng Quốc, "Điển phạm: một trung tâm của lịch sử và phê bình văn học".
http://www.tienve.org/home/literature/viewLiterature.do?action=viewArtwork&artworkId=3602

cho rằng Phạm Quỳnh chỉ đủ tiếng An-nam để lừa người Tây và đủ tiếng Tây để lừa người An-nam.

Lý do là, trước khi thoát khỏi cái bóng của những con ngáo ộp chính trị thì cũng phải thoát ra khỏi cái bóng của những ngáo ộp văn nghệ, những kẻ chuyên tái chế suy nghĩ của mấy con ngáo ộp chính trị...

Ngôn ngữ và quyền lực

Năm 1963, trong cuộc hội thảo về "Tiếng Việt trên sách báo" tại trụ sở báo *Nhân Dân*, ông Phạm Văn Đồng, vị thủ tướng trong vai trò đồng chủ toạ, đã vội vã đứng dậy chắp hai tay vái, cắt ngang, không cho ông nhà ngôn ngữ học Nguyễn Tài Cẩn kịp nói hết câu. Có người đề cập đến cái sai của từ "trụ sở" trên sách báo và, như đùa như thật, nhà ngôn ngữ học nổi tiếng đề nghị ông thủ tướng nổi tiếng hãy ra một chỉ thị để, vì sự trong sáng của tiếng Việt, buộc tất cả phải dùng từ "trú sở". Kể lại chuyện này, nhà ngôn ngữ học Hoàng Phê nhận xét: "Một thái độ rất thân mật, bình dân ở một vị Thủ tướng; một lời ngắn gọn và giản dị, chứa đựng một ý kiến sâu sắc, dứt khoát: ngôn ngữ thuộc vào loại vấn đề không thể giải quyết đơn giản bằng quyền lực."[1]

---

[1] Xem: "Anh Tô - Hồi ký về cố Thủ tướng Phạm Văn Đồng" của Hoàng Phê trong: http://vanhoagiaitri.vnn.vn/sacmauvanhoa/VanXuoi-C.asp?PostID=1554.
Nguyên thuỷ, đây là bài báo đăng trên Văn Nghệ (3. 2000) và sau được bổ sung thành bài "Anh Tô, Những Kỷ Niệm Khó Quên" đăng trong *Phạm Văn Đồng Trong Lòng Nhân Dân Việt Nam Và Bạn Bè Quốc Tế*, Nhà Xuất Bản Chính Trị Quốc Gia, Hà Nội, 2002, tr. 881-887.
Sau đây xin trích một đoạn: "Tôi gặp Anh Tô lần đầu tiên năm 1963 trong một cuộc hội thảo về vấn đề tiếng Việt trên sách báo do báo Nhân Dân tổ chức tại Hà Nội, cuộc hội thảo do Anh cùng với anh Hoàng Tùng, Tổng Biên Tập báo Nhân Dân, chủ trì. Hồi ấy tôi là tổ trưởng Tổ Ngôn Ngữ Học trong

Có thực là quyền lực không thể "giải quyết" được chuyện gì của ngôn ngữ cả hay không? Đâu hơn hai mươi hai thế kỷ trước, bằng quyền lực tuyệt đối của mình, Tần Thuỷ Hoàng đã chiếm chữ "trẫm" làm của riêng khiến cho ngôn ngữ xưng hô của người Trung Quốc thay đổi hẳn, tới tận hôm nay.[1] Đâu hơn nửa thế kỷ trước, bằng quyền lực tuyệt đối của mình, nền chuyên chính vô sản mới hình thành đã tước đoạt quyền "phản động" của những cá nhân hay tập thể không cùng nhìn về một hướng để biến cái danh từ hay động từ bình thường này thành một tính từ đầy những ám ảnh chết chóc.[2] Ông Phạm Văn Đồng không tin vào quyền lực, thế nhưng mớ sách báo trong đề tài bàn bạc kia lại hàm ý quyền lực. Sách báo của hệ thống toàn trị, chủ yếu, là những sản phẩm tuyên truyền. Như những sản phẩm tuyên truyền, những tiêu chí ngôn ngữ và thẩm mỹ sẽ bị nhiễu xạ dưới sức nặng của những thước đo chính trị. Là những thước đo chính trị, những sản phẩm tuyên truyền toàn trị đó sẽ hệ thống hoá những nhiễu xạ hay nhầm lẫn ngôn ngữ, củng cố chỗ đứng của chúng, rồi chuẩn hoá chúng, và nâng chúng lên một thứ bậc "trong sáng" mới.

Viện Văn Học. Tại hội nghị, có người thắc mắc nên nói trụ sở (cơ quan) hay trú sở đúng hơn, bởi vì đây là một từ Hán-Việt, đúng âm phải nói trú như trong trú ngụ, trú quán, cư trú, nội trú, tạm trú, thường trú, v.v. Anh Nguyễn Tài Cẩn có ý kiến nói nửa đùa nửa thật rằng 'nếu như thủ tướng ra một chỉ thị từ nay phải dùng trú sở thay cho trụ sở, thì có thể chỉ sau một thời gian sách báo đều viết trú sở hết thôi...'' Anh Nguyễn Tài Cẩn chưa kịp nói hết ý kiến, Anh Tô đã đứng phắt dậy, chắp tay vái và nói: 'Tôi lạy anh, anh đừng xúi dại tôi.' Và anh cười to một cách thoải mái, làm cả hội nghị đều cười. Một thái độ rất thân mật, bình dân ở một vị Thủ tướng; một lời ngắn gọn và giản dị, chứa đựng một ý kiến sâu sắc, dứt khoát: ngôn ngữ thuộc vào loại vấn đề không thể giải quyết đơn giản bằng quyền lực."

[1] Xem bài "Thực dân, nô lệ, ăn mày".
[2] Xem chú thích số 9.

Ông thủ tướng không dám can thiệp, thế nhưng, lòng vòng, cách này hay cách khác, ông vẫn đều đều can thiệp. Việc ông ta tham gia chủ trì cuộc hội thảo nói trên là một thí dụ. Việc ông ta, ba năm sau, khi chiến cuộc lan tới miền Bắc theo những chùm bom Mỹ, lại đứng ra chủ trì hội nghị "Giữ gìn sự trong sáng của tiếng Việt", là một thí dụ. Rồi mười ba năm sau đó nữa, năm 1979, giữa cảnh đói nghèo trong cô lập và căng thẳng trong cuộc chiến chống bành trướng, việc ông ta không chỉ đến để đọc diễn văn khai mạc và chỉ đạo cho một hội nghị tương tự mà còn tận tình tham dự cả quá trình chuẩn bị trước đó, cũng là một thí dụ.[1] Không trực tiếp can thiệp mà cứ lòng vòng can thiệp, một cách say mê, lần này đến lần khác, cả trong những tình huống ngặt nghèo nhất, thế là thế nào?

Vấn đề ngôn ngữ học, như vậy, có cái gì đó hao hao với vấn đề kinh tế học. Trong kinh tế, nếu chúng ta hướng tới một sự phát triển "vững bền" thì trong ngôn ngữ ai cũng mong mỏi một chiều hướng tương tự.[2] Ngôn ngữ không

---

[1] Hoàng Phê, sđd,
"Có thể nói rằng những gì tôi đã làm được trong công tác khoa học trong mấy chục năm nay đều trực tiếp hoặc gián tiếp nhờ có sự quan tâm, giúp đỡ của Anh. Cuối năm 1979, Viện Ngôn Ngữ Học tổ chức một Hội nghị khoa học toàn quốc về vấn đề giữ gìn sự trong sáng của tiếng Việt, một vấn đề mà như mọi người đều biết, Anh đặc biệt quan tâm. Anh đã trực tiếp nghe ban tổ chức Hội Nghị báo cáo về công việc chuẩn bị, Anh góp ý kiến nhiều về mặt chuẩn bị nội dung. Anh đã 'lấy tư cách một người rất thiết tha với sự trong sáng của tiếng Việt' dự buổi khai mạc và phát biểu một số ý kiến rất sâu sắc, có ý nghĩa chỉ đạo lớn. Anh nêu rõ 'cái phức tạp của việc giữ gìn sự trong sáng của tiếng Việt, ở chiều sâu của nó' đòi hỏi trước hết 'cần phải xác định phương pháp tư tưởng, phương pháp nghiên cứu, phương pháp giải quyết các vấn đề.'"
Sau đó bài diễn văn "Giữ Gìn Sự Trong Sáng Của Tiếng Việt" của Phạm Văn Đồng được đăng tải trên tạp chí *Ngôn Ngữ* số 1 năm 1980.

[2] Hải Thụy, "Câu chuyện tiếng Việt: Có thể chuẩn hoá tiếng Việt?", *Tuổi Trẻ Chủ Nhật* 7.10.2007.

thể giẫm chân tại chỗ mà phải phát triển và vấn đề là làm sao để ngăn chặn cái sự bùng phát quá lố. Ở mọi mặt, xã hội đang rướn mình thay đổi. Từ kinh tế đến chính trị, từ thời trang của con mắt đến thời trang của lỗ tai, từ thời trang của con tim đến thời trang của bộ óc, cái gì cũng dồn dập thay đổi thì ngôn ngữ phải chuyển mình để đáp ứng với một kho tàng từ vựng giàu có hơn và những hình thái biểu đạt phong phú hơn. Cũng như sự phát triển ở bất cứ lĩnh vực nào, vấn đề cần đặt ra là sự tiết chế, điều hoà. Tiết chế một nền kinh tế có nghĩa là can thiệp vào sự phát triển của nền kinh tế đó, bằng quyền lực chính trị. "Điều hoà" một ngôn ngữ có nghĩa là can thiệp vào sự trương nở của nó, bằng quyền lực chuyên môn. Và nếu trong kinh tế học tồn tại hai khuynh hướng đối chọi chính ở chủ trương nên hay không nên can thiệp thì, cả với chủ trương không can thiệp, cái mô thức thả nổi mang tên *laissez-faire* vẫn thể hiện những dấu ấn can thiệp nào đó: chính thiết chế quyền lực, bằng những lề luật của mình, đã bảo đảm cho sự hữu hiệu của "bàn tay vô hình".[1] Vấn đề là làm sao để sự can

---

http://www.tuoitre.com.vn/Tianyon/Index.aspx?ArticleID=181459&ChannelID=13
  Về khái niệm "phát triển vững bền" (Sustainable Development) thì nói chung có bốn đòi hỏi: vững bền về về môi sinh, vững bền về kinh tế, vững bền về xã hội, vững bền về chính trị (environmental sustainability, economic sustainability, social sustainability and political sustainability). Một cách khái quát có thể tóm tắt khái niệm này trong những ý nghĩa chính sau:
  Phát triển để đáp ứng những nhu cầu của thế hệ hiện tại nhưng không làm tổn hại đến nhu cầu của những thế hệ tương lai. [Từ ý niệm này sẽ dẫn đến những ý niệm về bảo vệ môi sinh, gìn giữ tài nguyên, sự đa dạng về sinh học v.v..]
  Phát triển nhưng không đào sâu cách biệt giàu nghèo trong xã hội, phải bảo đảm rằng mọi thành viên trong xã hội đều hưởng lợi từ thành quả của sự phát triển và phải bảo đảm sự đa dạng về văn hoá.

[1] "Invisible hands" được hiểu như những quy luật của thị trường: chính thị trường sẽ tự điều chỉnh, sắp xếp và hợp lý hoá nền kinh tế, do đó những nhà kinh tế thuộc trường phái này chủ trương rằng càng hạn chế sự can thiệp của

thiệp không bóp méo những quy luật của thị trường, cái quy luật bao hàm cả yếu tố tiêu thụ như là những chọn lựa của xã hội, cộng đồng. Như có thể thấy từ những nền kinh tế can thiệp tuyệt đối kiểu Maoist hay Stalinist, khi mà những tiêu chí của khoa học kinh tế bị bóp méo bởi những tiêu chí chính trị duy ý chí thì kết cuộc sẽ là một sự phát triển què quặt và giả tạo để rồi đóng lại với một dấu chấm hết xơ xác trong tình trạng khủng hoảng hay phá sản. Ngôn ngữ, trong một chừng mực nào đó, cũng thế. Ngôn ngữ hình thành và phát triển như là những chọn lựa mang tính cộng đồng. Có chấp nhận những tiêu chí của ngôn ngữ, xã hội đã chấp nhận theo sự hướng dẫn của những giá trị tinh hoa thể hiện ở những lối nói và lối viết đặc thù trong những tác phẩm tinh hoa. Thế nhưng khi những tiêu chí ngôn ngữ ấy bị thao túng bởi những quyền lực duy ý chí thì hậu quả sẽ là những biến dị méo mó và nhiễu loạn.

Thử bắt đầu với chữ "phản động" đã nói ở trên, như một thí dụ. Năm 1931, khi Đào Duy Anh xuất bản Hán Việt Từ Điển thì "phản động" chỉ là "hành động, hoặc vận hành trái lại". Năm 1949, khi Hoàng Xuân Hãn cho xuất bản *Lý Thường Kiệt, Lịch Sử Ngoại Giao & Tông Giáo Đời Lý* , "phản động" vẫn bình thường như thế với một chương đoạn mang tên "Phản động của Vương An Thạch". Nói theo định luật thứ ba của Isaac Newton, *For every action there is an equal and opposite reaction*, nếu Lý Thường Kiệt viện cớ sự khốn đốn của người dân nước Tống trước

---

chính trị thì càng tốt bấy nhiêu. Tuy nhiên, để bảo đảm điều này thì chính phủ cũng phải can thiệp bằng quyền lực, chẳng hạn luật chống độc quyền tại Mỹ (Anti-trust) hay tại Úc (Trade Practice) để ngăn cản sự hình thành của các đại công ty có thể khống chế, thao túng thị trường.

những cải cách mang tên "Tân pháp" để "cứu giúp" bằng cách đưa đại quân sang đánh úp Khâm Châu và Ung Châu, thì Vương An Thạch, như là người đề xướng Tân pháp, cũng phải có những "phản động" nào đó chứ?[1] Từ một "phản động" như thế cho đến thứ "phản động" hãi hùng của những năm sau đó là một sự biến nghĩa khá xa, và tiếng Việt có không ít trường hợp như thế.

Từ "bọn, lũ" nghĩa sĩ đã bỏ mình vì nước trong bài văn tế nổi tiếng của Nguyễn Đình Chiểu cho đến "bọn" bành trướng bá quyền ở Bắc Kinh hay "bè lũ" diệt chủng ở Nam Vang là một sự biến nghĩa khá xa.[2] Từ sự "khốn nạn" của một Đào Duy Anh vào đầu thập niên 30 trước "sự thiếu thốn tự điển" cho đến sự "khốn nạn" của những nhân vật bị đời phi nhổ trong các tuồng cải lương rẻ tiền hôm nay cũng là một sự biến nghĩa khá xa.[3] Cũng "khốn nạn"

---

[1] Hoàng Xuân Hãn (2003), *Lý Thường Kiệt, Lịch Sử Tông Giáo Ngoại Giao đời Lý*, NXB Quân Đội Nhân Dân, tr. 137. Cuốn này xuất bản lần đầu vào năm 1949.
"Phản động" trong tiếng Anh là "reactionary", bắt nguồn từ chữ "réactionnaire" của Pháp. Chữ này được sử dụng từ đầu thế kỷ 19 trong cuộc Cách Mạng Pháp, trong đó những phần tử chống lại cuộc cách mạng dân quyền này là "phản động". Sau đó Marx sử dụng từ này để chỉ những người mà có tư tưởng có vẻ như là đứng về giai cấp lao động nhưng thực chất lại biểu lộ những yếu tố của chủ nghĩa phong kiến, chủ nghĩa tư bản, chủ nghĩa quốc gia, chủ nghĩa phát xít hay của "giai cấp thống trị".
Tuy nhiên ở Việt Nam thì chữ "phản động" được sử dụng với ý nghĩa trên khá muộn: năm 1949 vẫn có nghĩa là "phản ứng".

[2] *Văn tế nghĩa sĩ Cần Giuộc* của Nguyễn Đình Chiểu: "Chi nhọc quan quản gióng trống kì, trống giục, đạp rào lướt tới, coi giặc cũng như không; nào sợ thằng Tây bắn đạn nhỏ, đạn to, xô cửa xông vào, liều mình như chẳng có. Kẻ đâm ngang, người chém ngược, làm cho mã tà ma ní hồn kinh; bọn hè trước, lũ ó sau, trối kệ tàu thiếc, tàu đồng súng nổ."

[3] Xem bài giới thiệu "Vì sao có sách này" của Đào Duy Anh trong *Hán Việt Từ Điển*, xuất bản lần đầu tiên năm 1931: "Bỉ nhân từ khi mới nghiên cứu quốc

như Đào Duy Anh vì sự thiếu thốn tài liệu chúng ta khó mà hình dung nên những bước biến nghĩa này, nhưng với riêng một từ ngữ mang nặng dấu vết quyền lực chính trị như là "phản động" thì sự thể chẳng có gì khó hiểu. Cái hệ thống toàn trị mang tên chuyên chính vô sản ấy chẳng thể nào chấp nhận được những phản ứng trái chiều nên, bằng mọi giá, phải biến những phản ứng như thế thành cái gì đó đen tối, xấu xa, rất là phản tiến bộ, cần phải loại trừ. "Phản động", như thế, đã trở thành cái tính từ đen tối trong cụm từ "thế lực phản động đội lốt tôn giáo" mà ông Trường Chinh đã sử dụng trong bài viết "Sửa sai và tiến lên" trên tạp chí *Học Tập* năm 1956.[1]

Chữ "Việt kiều" gây tranh cãi trong thời qua cũng là một trường hợp thú vị. Cho dù danh từ ấy không thể hiện dấu vết "triệt để" của nền chuyên chính vô sản thì, qua sự phổ biến rộng rãi của nó, vẫn có thể thấy được bóng dáng quyền lực của hệ thống tuyên truyền toàn trị.

Tần số xuất hiện của danh từ này, nếu tôi nhớ không lầm, đã vọt lên mức cao nhất ở cái thời bừng tỉnh mở mắt hướng ngoại từ giữa thập niên 80 của thế kỷ 20 theo các chiến dịch tuyên truyền màu mè nhắm vào khối người Việt định cư ở nước ngoài trên hệ thống truyền thông. Cho dù hiện tại Bộ Ngoại Giao Việt Nam chỉ có "Uỷ ban về người Việt Nam ở nước ngoài" chứ không hề có "Uỷ ban Việt kiều" thì "Việt kiều" vẫn trăm hoa đua nở như một danh

---

văn, đã lấy sự không có Tự điển làm điều rất khốn nạn khổ sở, nên hết sức dùng cách tra khảo gián tiếp mà bổ cái sở khuyết của mình."

[1] Trường Chinh, "Sửa sai và tiến lên" đăng trên tạp chí *Học Tập*, số 11, tháng 11 & 12 1956. Hầu như các bài báo của Hồ Chí Minh viết trước giai giai đoạn này đều không có chữ "phản động".

xưng chính thức. Nếu "kiều", theo Đào Duy Anh trong Hán Việt Từ Điển, là "ở đậu"; và nếu "kiều", theo Lê Văn Đức và Lê Ngọc Trụ, trong Việt Nam Tự Điển, là "ngụ, tạm-trú" như "Huê-kiều", "Ấn-kiều", "Pháp-kiều", "ngoại -kiều", hay "Việt-kiều hải-ngoại" thì tại sao phải gọi những người Việt không hề "tạm trú" hay "ở đậu" ở đâu cả là "Việt kiều"?[1] Nếu đã gọi những người Hoa hay Pháp không mang quốc tịch Việt, đang "ở đậu" tại đất Việt là Hoa kiều hay Pháp kiều thì, lẽ ra, chữ "Việt kiều" phải dành cho những chính phủ ngoại quốc một khi họ muốn dùng tiếng Việt để chỉ những người Việt chưa nhập tịch, chỉ "ở đậu" trên lãnh thổ của họ chứ? Thế nhưng, đã nói, đó là một chiến dịch vận động, tuyên truyền. Mà tuyên truyền lại là một trò quảng cáo chính trị. Chính trị là để được việc. Quảng cáo là để lọt lỗ tai. Cái người ta cần là những gì sẵn có, vừa gọn, vừa thuận tai lại vừa dễ lập lại nên chẳng có gì khó hiểu khi "Việt kiều" trở thành chọn lựa tối ưu và, cho dù đây đó vẫn có người kêu ca nhưng, theo cái đà này, một ngày nào đó chọn lựa này sẽ đường

---

[1] Lê Văn Đức – Lê Ngọc Trụ, *Việt Nam Tự Điển*, quyển thượng (Sài Gòn: NXB Khai Trí, 1970).

Kiều đt. ngụ, tạm trú: Huê-kiều, Ấn-kiều, Pháp-kiều, ngoại-kiều, Việt-kiều hải-ngoại.

kiều-bào đt. Đồng bào ở các nước khác: Mỗi sứ-quán đều có sổ lý-lịch kiều-bào của họ.

kiều-cư đt. Ở làm ăn nước ngoài: Người Tàu kiều-cư khắp thế-giới.

kiều-dân đt. Dân nước khác cư-ngụ trong nước mình: Kiều-dân thường có quy-chế riêng.

kiều-ngụ đt. Như kiều-cư.

kiều vụ đt. Công-việc liên-quan đến ngoại-kiều.

Từ Điển Tiếng Việt (Viện Ngôn Ngữ Học, 2004) không có từ "Việt kiều", tuy nhiên cuốn *Từ Điển Từ và Ngữ Việt-Nam* đầy tranh cãi của Nguyễn Lân (NXB TPHCM, 1998) thì có: "Việt kiều: Người Việt Nam sống ở nước ngoài."

hoàng đi vào những pho từ điển chính thống. Nó sẽ đi đường hoàng vào như là "trụ sở" đã đi vào trước sự e dè của những nhà ngôn ngữ học một thời. Nó cũng sẽ đường hoàng đi vào như là "dân tộc" hay "khuất tất", những từ ngữ tuy không mới nhưng phải è cổ ra tròng thêm nghĩa mới.

Nếu "dân tộc", trong danh xưng chính thống của những cơ quan chính phủ như "Uỷ Ban Dân Tộc" ở cấp trung ương hay "Ban Dân Tộc" ở cấp địa phương, phải tải thêm một nghĩa mới có phần phụ như là "dân tộc thiểu số" thì trường hợp của "khuất tất" hoàn toàn khác.[1] Trường hợp của "khuất tất" xem ra thú vị hơn nhiều khi phải tròng lên vai một nghĩa chính hoàn toàn lạc điệu. "Khuất tất" là cong cái đầu gối lại và, do đó, ngụ ý sự khuất phục hay

---

[1] *Từ Điển Tiếng Việt* (Viện Ngôn Ngữ Học, 2004) chú giải khái niệm dân tộc:
1 Cộng đồng người hình thành trong lịch sử có chung một lãnh thổ, các quan hệ kinh tế, một ngôn ngữ văn học và một số đặc trưng văn hoá và tính cách. Dân tộc Việt. Dân tộc Nga.
2. Tên gọi chung cho những cộng đồng người cùng chung một ngôn ngữ, lãnh thổ, đời sống kinh tế và văn hoá, hình thành trong lịch sử từ sau bộ lạc. Việt Nam là một nước có nhiều dân tộc. Đoàn kết các dân tộc để cứu nước.
3. Dân tộc thiểu số (nói tắt). Cán bộ người dân tộc
4. Cộng đồng người ổn định làm thành nhân dân một nước, có ý thức về sự thống nhất của mình, gắn bó với nhau bởi quyền lợi chính trị, kinh tế, truyền thống văn hoá và truyền thống đấu tranh chung. Dân tộc Việt Nam.
Như vậy các giải thích này đã chuẩn hoá việc sử dụng lầm lẫn thuật ngữ "dân tộc" và "tộc người" rất phổ biến trong ngôn ngữ của truyền thông, ngôn ngữ hành chánh và trong đời sống.
Thế nhưng, khái niệm dân tộc được hiểu như là một quốc gia (nation) thì dụ "dân tộc Việt Nam", và trong quốc gia đó có nhiều tộc người (ethnic). Nói cách khác nhiều "tộc người" có cùng chung một lãnh thổ, thiết chế chính trị, xã hội, kinh tế, ngôn ngữ… tạo thành một quốc gia dân tộc.
Rõ ràng tiếng Việt không thiếu từ ngữ để tách bạch hai khái niệm này và việc chính thức công nhận tình trạng lẫn lộn này có nguy cơ làm cho tiếng Việt trở nên rắm rối, tối nghĩa, gây khó cho người đọc, đặc biệt là người nước ngoài học tiếng Việt.

luồn lọt, nịnh hót, kiểu "Ta là người tráng sĩ đầu đội trời chân đạp đất, há chịu khuất tất trước cường quyền!" Thế nhưng bây giờ thì "khuất tất" đã... khuất tất trước hệ thống báo chí toàn trị để đeo đuổi cái sứ mạng thời thượng mang tên "chống tiêu cực" của thời đổi mới. Xuất hiện với tần số khá cao trên hệ thống báo chí thời đổi mới, "khuất tất" đã bị nhầm lẫn như là một biến tấu của "khuất khúc", "khuất lấp" hay "uẩn khúc" và như thế, từ ý nghĩa ban đầu đi đến ý nghĩa "mờ ám", "đáng ngờ vực" thịnh hành của hiện tại, chúng ta nên gọi sự biến dịch này là gì nếu không phải là một sự méo mó hay nhiễu loạn? Bất chấp sự kêu gào của những nhà ngôn ngữ học, hệ thống báo chí toàn trị đã củng cố chỗ đứng của nó, chuẩn hoá nó, biến nó thành một thứ "tiếng Việt trong sáng" mới với sự thừa nhận chính thức của Viện Ngôn Ngữ Học Việt Nam trong ấn bản lần thứ 10 của *Từ Điển Tiếng Việt*.[1] Viện Ngôn Ngữ Học Việt Nam, như thế, đã thua đội quân báo chí Việt Nam. Thua, cũng như tiền thân của nó đã từng thua với "trú sở" trong thập niên 60. Và nó đã thua như là sự đầu hàng và bất lực của quyền lực chuyên môn trước quyền lực của bộ máy tuyên truyền chính trị và không phải ngẫu nhiên mà trường đại học chuyên về báo chí của Việt Nam cũng lại là nơi chuyên về kỹ thuật tuyên truyền: Học Viện Báo Chí và Tuyên Truyền.

---

[1] Xem: www.nhandan.org.vn/vietnamese/today/bai-vh4.html

Ngày 18.4.2001 báo *Nhân Dân* đăng bài "Dùng từ - những lỗi 'tày đình' thường gặp" của Võ Ngân Vương, trong đó phê phán việc dùng sai từ "khuất tất". Báo *Nhân Dân* trích bài của Võ Ngân Vương trên tạp chí *Tài Hoa Trẻ* nhưng không ghi rõ ngày tháng. Tuy nhiên trong ấn bản năm 2004, (lần xuất bản thứ 10) Từ Điển Tiếng Việt của Viện Ngôn Ngữ Học giải thích: Khuất tất (đg hoặc t.). 1. (cũ) Luồn cúi, chịu khuất phục. 2. Không đường hoàng, không minh bạch.

Nhưng không chỉ là hệ thống quyền lực toàn trị. Nếu xã hội là một hệ thống mẹ bao hàm nhiều hệ thống cấu trúc con thì, bất kể ở đâu, khi mà quyền lực can dự vào ngôn ngữ riêng của một hệ thống, ít hay nhiều, ngôn ngữ của hệ thống đó cũng bộc lộ những dấu hiệu méo mó và nhiễu loạn.

Như ngôn ngữ võ thuật, chẳng hạn. Nói đến võ thuật là nói đến tôn ti đẳng cấp, thế nhưng ngôn ngữ đẳng cấp của nhiều môn phái võ thuật hoạt động ở Việt Nam là một thứ ngôn ngữ rất là phi đẳng cấp. Phải qua "đệ nhất đẳng huyền đai" mới lên "đệ nhị đẳng huyền đai". Phải được công nhận là "đệ tam đẳng" thì mới mon men đến với "đệ tứ đẳng". Cứ như thế, càng nhiều càng cao và hầu như ai cũng yên tâm như thế để đến một lúc nào đó giật mình choáng váng bởi "đệ nhất danh ca" thì phải ăn đứt "đệ nhị danh ca" và "đệ nhất phó thủ tướng" ắt phải nhiều quyền hạn hơn là "đệ nhị phó thủ tướng", mà cả diễn ngôn võ hiệp cũng thế, khi bậc cao thủ mệnh danh "thiên hạ đệ nhất kiếm" nhất định phải cao cường hơn hẳn tay gươm "đệ nhị" của giang hồ. Thế là thế nào? Một hệ thống đẳng cấp điên đảo như thế hoàn toàn không có lấy sự chính danh. Mà, có khi, ngay cả danh xưng cũng chẳng được chính danh, như cái tên Hán-Việt lạ lùng của môn phái Taekwondo chẳng hạn. Tôi nhớ, lúc còn nhỏ, sống ở một thị xã nhỏ miền Trung, khi Nam Triều Tiên được gọi là Đại Hàn thì, trong cách nói nôm na của mọi người, Taekwondo chỉ đơn giản là "Võ Đại Hàn" bởi sự khai tâm truyền bá của một đơn vị quân đội Đại Hàn. Sau đó, khi những ông thầy Đại Hàn về nước thì tiến trình "Việt hoá" môn phái này mới khởi sự với cuộc cách mạng tên tuổi mà bắt đầu là "Túc Quyền Đạo" để rồi dừng lại với "Thái Cực Đạo", một cái tên nghe rất kêu, rất cao siêu, rất bí hiểm thế nhưng chẳng hề ăn nhập. Taekwondo, đúng như gốc gác và thực chất, là nghệ thuật chiến đấu và tự vệ bằng chân taytrong khi "thái cực" là một ý niệm triết học xuất phát từ Trung Hoa, chẳng hề dính dáng gì đến những cú đá và nắm đấm. Tôi thắc mắc, và một người biết chuyện bĩu môi, giải thích: "Tại mấy bố. Mấy bố chịu cái hình âm dương thái cực trong cờ Đại Hàn nên mới chọn tên Thái Cực"![1]

"Mấy bố" đây là những "bố" đã đạt tới đỉnh cao của nghệ thuật đấm đá kiểu Triều Tiên thời ấy ở Sài Gòn và, vấn đề là, trong khi lẽ ra chỉ làm "bố" trong chuyện đấm đá thôi, các "bố" lại mon men làm "bố" cả trong việc văn tự. Thế giới võ thuật là thế giới của trật tự và kỷ cương và khi các "bố" đã thích với cái lối phát âm sang trọng và bí hiểm xuất phát từ cái biểu tượng bí hiểm kia thì đó sẽ là phép tắc kỷ cương. Với bên trong thì đó là chuyện kỷ cương mà với bên ngoài thì đó lại là chuyện nội bộ nên chẳng có gì lạ khi cái tên chụp giựt ấy trở thành cái tên chính thức. Tương tự, nếu mấy "bố" khoái cái âm Hán-Việt sang cả kiểu "đệ nhất" hay "đệ nhị đẳng" thì đó cũng sẽ là chuyện kỷ cương nội bộ để rồi hình thành nên một thứ tôn ti trật tự cực kỳ phi trật tự.[2]

---

[1] Theo *wikipedia* thì cách dịch đúng của từ Taekwondo là "Đài Quyền Đạo". Trong tiếng Triều Tiên, Tae (đài) có nghĩa là "đá bằng chân"; Kwon (quyền) nghĩa là "đấm bằng tay"; và Do (đạo) có nghĩa là "con đường" hay "nghệ thuật." Vì vậy, Taekwondo có nghĩa là "nghệ thuật đấu võ bằng tay và chân." Xem:
http://vi.wikipedia.org/wiki/Th%C3%A1i_c%E1%BB%B1c_%C4%91%E1%BA%A1o

[2] Môn phái Vovinam có cách gọi đẳng cấp khá đơn giản, thí dụ: đai xanh một vạch, đai xanh hai vạch, v.v.. rồi đến đai vàng một vạch, đai vàng hai vạch v.v.. chứ không "đệ nhất đẳng", "đệ nhị đẳng".

Mà không chỉ là mấy "bố" nghề võ, cả mấy "bố" nghề văn cũng thế. Tôi sinh ra và lớn lên ở phía bên này vĩ tuyến 17, thường nghe những người ở phía bên này chê bai, dè bĩu những từ ngữ gọi là "quái đản" hay "kỳ cục" khai sinh từ nền chính trị phía bên kia, thế nhưng chẳng mấy ai để ý rằng, ngay ở phía bên này, cũng không thiếu những từ ngữ quái đản và kỳ cục. Như hệ thống học đường một thời, chẳng hạn. Có lẽ mấy "bố" hoạch định chính sách của Bộ Quốc Gia Giáo Dục một thời cũng chẳng phải là người cẩn trọng về ngôn ngữ cho lắm nên hệ thống học đường ở miền Nam mới có một thứ thứ bậc điên đảo và... phi tuyến tính như thế. Phải học hết lớp Đệ Nhị thì mới lên lớp Đệ Nhất. Và phải hoàn tất xong "Trung Học Đệ Nhất Cấp" thì mới có thể với đến "Trung Học Đệ Nhị Cấp". Quả là không có một hệ thống trật tự nào mỉa mai và vô lý hơn, và càng mỉa mai vô lý hơn khi nó được áp dụng ngay trong hệ thống học đường.[1]

Ngôn ngữ, như thế, đã thể hiện tính chất tuỳ tiện, chắp vá và đầy mâu thuẫn. Nó tuỳ tiện, chắp vá và mâu thuẫn với những quy ước hiểu ngầm, cũng như hôm nay hệ thống tuyên truyền toàn trị thản nhiên chia đôi nước Triều Tiên thành Bắc Triều Tiên ở phía trên và... Hàn Quốc ở phía dưới. Khi đưa ra những ngôn ngữ quái đản như thế thì

---

[1] Xin giải thích để những người sinh ở miền Bắc hay sinh sau năm 1975 rõ về hệ thống trung học ở miền Nam:
- Xong tiểu học thì lên "Trung Học Đệ Nhất Cấp" và sau đó là "Trung Học Đệ Nhị Cấp".
- "Trung Học Đệ Nhất Cấp" gồm các lớp tính từ thấp lên cao nhưng gọi ngược trong cách gọi Hán-Việt: 6 (Đệ Thất), 7 (Đệ Lục), 8 (Đệ Ngũ), 9 (Đệ Tứ).
- Tương tự, "Trung Học Đệ Nhị Cấp" gồm các lớp: 10 (Đệ Tam), 11 (Đệ Nhị), 12 (Đệ Nhất).

chúng ta đã thể hiện những nỗ lực xoay xở theo kiểu giật gấu vá vai chứ không vươn đến sự nhất quán mang tính hệ thống, và, do đó, phải chăng, chúng ta đã bộc lộ những dấu vết của não trạng tiểu nông?

Giật gấu vá vai cũng là trường hợp của chữ "Việt kiều". Khi lẫn cẫn tái chế một danh từ như thế chúng ta đã loay hoay với một danh từ đã cũ trước một thực tế hoàn toàn mới chứ không thể hiện một nỗ lực nào trong ý hướng sáng tạo để vươn tới cái mới. Mà ngay từ câu chuyện của ông Phạm Văn Đồng cũng đã thể hiện những dấu vết ấy rồi. Xã hội tiểu nông là xã hội của "phép vua thua lệ làng" và, thay vì đưa ra những quyết định dứt khoát mang tính "phép vua", ông xăng xái có mặt đủ nơi với những chuyện "lệ làng".[1] Nếu giới ngôn ngữ học khẳng định rằng "trú sở" mới đúng thì tại sao phải e dè với một sự định hướng mang tính quyền lực chuyên môn? Thay vào đó ông ta tận tụy có mặt đủ nơi. Ông ta dự đủ hội nghị và hăng hái đáp ứng những đòi hỏi lớn nhỏ của giới ngôn ngữ học. Ông ta nâng Tổ Ngôn Ngữ Học bên trong Viện Văn Học thành Viện Ngôn Ngữ Học. Ông ta chu đáo ra lệnh tìm mua tài liệu ở miền Nam để mang qua tuyến lửa đưa về Hà Nội

---

[1] Hoàng Phê, bđd.

"Năm 1969, trên cơ sở Tổ Ngôn Ngữ Học đã thành lập Viện Ngôn Ngữ Học. Nếu không có sự chú ý quan tâm của một vị Thủ tướng như Anh Tô thì chắc chắn ngành ngôn ngữ học nước ta đã không phát triển nhanh chóng được như vậy. [...] Một lần, trong khi làm việc với Anh, tôi có nói đến hai bộ từ điển xuất bản ở miền Nam, *Việt Ngữ Chánh Tả Tự Vị* của Lê Ngọc Trụ, được giải thưởng quốc gia của chính quyền Sài Gòn, và *Việt Nam Tự điển* hai tập lớn của Lê Văn Đức. Sau đó ít lâu điều tôi hoàn toàn không ngờ, chúng tôi nhận được của Văn Phòng Thủ Tướng chuyển hai bộ từ điển đó từ miền Nam gửi ra. Lần khác, một hôm tôi thình lình nhận được cũng của Anh bảo chuyển cho tôi một bài báo cắt từ tạp chí *Le Monde,* bài phỏng vấn P. Robert, người đã tổ chức biên soạn một quyển từ điển tiếng Pháp mới, vừa được giải thưởng của Viện Hàn Lâm Pháp; tôi sực nhớ đã có lần nói với Anh về quyển từ điển này."

cho giới nghiên cứu ngôn ngữ tham khảo. Kể ra thì như vậy cũng là đáng trân trọng nhưng cái quan trọng hơn phải là một thứ "phép vua" mang tầm vóc dẫn đường trong ý nghĩa chuyên môn và khoa học chứ?

Nguyên uỷ cuả vấn đề còn phức tạp hơn với sự áp đặt của mô thức toàn trị lên trên nền tảng xã hội tiểu nông. Đòi hỏi cao nhất của hệ thống toàn trị là tính phải đạo chính trị. Thói quen sâu rộng nhất của xã hội tiểu nông là tính tuỳ tiện, lệ làng. Để phải đạo về chính trị, người ta phải khai thác, phải xoay xở ngôn ngữ và do đó có khi phải dẫm lên sự "phải đạo" của ngôn ngữ. Chăm chăm cảnh giác, soi mói câu chữ để phải đạo với những "phép vua" chính trị thì họ lại tuỳ tiện dẫm chân lên lên ngôn ngữ theo những thói tục lệ làng. Đó là trường hợp của Bộ Ngoại giao và hệ thống truyền thông toàn trị ở danh xưng chính thống của "Uỷ ban về người Việt ở nước ngoài" và sự đua nở tuỳ tiện của danh từ "Việt kiều" gợi nên bao tranh cãi.[1] Và đó cũng là trường hợp của tờ *Nhân Dân* mà, theo danh xưng, chính là tiếng nói trung tâm của hệ thống toàn trị.[2] Nếu

---

[1] Hãy so sánh hai bản tin:
- "Người Việt ở nước ngoài tổ chức đón năm mới" trên website của Bộ Ngoại giao ngày 14.2.2007 trong http://www.mofa.gov.vn/vi/
Và: "17 kiều bào được bình chọn "Vinh danh nước Việt 2006" của VietnamNet:
http://www.vietnamnet.vn/baylenvietnam/2007/02/664562/
Nguyên văn: Hội đồng bình chọn của Chương trình "Vinh danh nước Việt" (bao gồm đại diện của Uỷ ban Trung ương Mặt trận Tổ quốc Việt Nam, Uỷ ban về người Việt Nam ở nước ngoài Bộ Ngoại giao, Hội Liên lạc người Việt Nam ở nước ngoài và Ban lãnh đạo báo Vietnamnet) đã họp xem xét và thống nhất bình chọn, chúng tôi xin trân trọng giới thiệu 17 gương mặt Việt kiều chính thức được bình chọn trao danh hiệu "Vinh Danh Nước Việt – 2006...

[2] *Có thời dưới tên báo Nhân Dân là hàng chữ "Tiếng nói của Ban Chấp Hành Trung Ương Đảng Cộng Sản Việt Nam", sau đó được đổi*

"tiếng nói" này có thể giữ vai trò của một giá trị trung tâm trên khía cạnh dẫn đường chính trị thì nó không bao giờ là thế trong vấn đề ngôn ngữ. Nó đã không làm được điều đó vào năm 1963 với từ "trú sở". Và nó không làm được điều đó vào năm 2001 với từ "khuất tất". Cho dù trung tâm của hệ thống tuyên truyền đã cất tiếng phê phán một lỗi "tày đình" như thế, thế nhưng hệ thống tuyên truyền vẫn thản nhiên lập đi lập lại, lập đi lập lại đến độ cái lỗi "tày đình" ấy được củng cố chỗ đứng và được chuẩn hoá trong pho từ điển chính thống chỉ vài năm sau đó.]

Tiếng Việt, như thế, đã bị thay đổi bởi những tác động đa chiều của quyền lực. Quyền lực tuyệt đối của hệ thống toàn trị từ bên trên. Quyền lực của những hệ thống cấu trúc con con bên trong, như những lệ làng, như là sức ì của não trạng tiểu nông. Và trong sức ì đó thì chính tâm lý nô lệ của thân phận nhược tiểu đã làm cho căn bệnh tuỳ tiện lệ làng thêm phần trầm trọng. Chính cái đầu nô lệ trong hình hài nhược tiểu đã khiến chúng ta tự rẻ rúng lấy chúng ta. Chúng ta sợ người khác cười là mình dốt tiếng Anh, tiếng Pháp hay tiếng Nga hơn là dốt tiếng mẹ. Chúng ta chăm chăm tra cứu tự vị và cú pháp để viết sao cho đúng một câu ngoại ngữ trong khi thản nhiên viết bậy, nói bậy và nhổ bậy vào tiếng mẹ, cái sự thể mà, cách đây hơn ba phần tư thế kỷ, Phan Khôi đã báo động, cho là thói nô lệ của những anh bồi phòng khi chăm chăm giữ sạch phòng ngủ của Tây nhưng lại để mặc phòng mình dơ dáy.[1]

---

thành: "Cơ quan trung ương của Đảng cộng sản Việt Nam – Tiếng nói của Đảng, nhà nước và nhân dân Việt Nam".

[1] Phan Khôi, "Viết chữ quốc ngữ phải viết đúng", *Phụ Nữ Tân Văn* số 31 (5.12.1929) .

Ngôn ngữ phát triển theo sự phát triển của xã hội và, như là những chọn lựa cộng đồng, chúng ta sẽ phải chấp nhận những thay đổi đó. Vấn đề là làm sao để hướng cộng đồng đến những chọn lựa đúng đắn để có một sự phát triển "vững bền", bằng không thì, e là, theo cái đà này, một ngày nào đó tiếng Việt của chúng ta sẽ tối tăm và hàm hồ đến độ mỗi khi soạn một văn bản, một tuyên ngôn hay một hợp đồng giao dịch chúng ta phải lo lắng kèm theo một văn bản đối chiếu bằng ngoại ngữ để đề phòng ngừa những diễn dịch bất lợi trong mai hậu. Và như thế, ít nhất, trong điều kiện trước mắt, chúng ta phải làm sao để nâng sự quan trọng của tính "phải đạo ngôn ngữ" lên ngang tầm với tính phải đạo chính trị, điều mà, trong hàng thập kỷ qua, chúng ta đã nơm nớp tuân theo.

Dĩ nhiên là, trong chính trị, nếu tính phải đạo được hướng dẫn bởi những tiêu chí chính trị chính thống thì, như đã nói, trong ngôn ngữ sự hướng dẫn đó phải thuộc về thuộc về yếu tố thẩm mỹ và học thuật, là điều đã được khẳng định trong những tác phẩm tinh hoa và trong sự thẩm định của giới chuyên môn trong khoa học về ngôn ngữ.

Dẫn theo *Tranh luận Văn Nghệ Thế Kỷ XX*, (2002) tập 1, NXB Lao Động, tr. 106.
Trong bài này Phan Khôi đã trả lời Đặng Công Thắng: "Chẳng những một mình ông, tôi thấy có nhiều người cũng nói như ông vậy. Họ nói: quốc ngữ viết thế nào cũng được, không cần phân biệt t với c, có g với không g. Nói vậy thì sao họ học chữ Pháp họ lại phải viết theo từng nét? Sao họ không viết là ving đi mà phải viết vingt? Sao họ không nói 'j'alle', 'tu alles', 'il alles' đi mà lại phải nói 'je vais', 'tu vas', 'il va'? Tôi mong rày rày về sau đừng có ai nói như ông nữa mà làm cho tôi thương tâm quá! Vì trong sự này tôi thấy ra cái tánh nô lệ của người ta: các anh bồi từ phòngkhác đến phòng ăn, phòng ngủ của Tây thì các anh giữ quét dọn sạch sẽ luôn; còn chỗ xó của vợ chồng anh ấy năm thì tha hồ là dơ dáy. Song nô lệ cách này còn được; chớ nô lệ cách kia thì thôi, hết mong gì nữa!"

16.2.2007

Bảng tra cứu

www.ingramcontent.com/pod-product-compliance
Lightning Source LLC
Chambersburg PA
CBHW031422270326
41930CB00007B/538